ವಿಶ್ವಕಥಾಕೋಶ
ಸಂಪುಟ – ೧೦

ಪ್ರಧಾನ ಸಂಪಾದಕ
ನಿರಂಜನ

ಆರಬಿ

ಐರ್ಲೆಂಡ್ – ವೇಲ್ಸ್ – ಸ್ಕಾಟ್ಲೆಂಡ್ ಕಥೆಗಳು

ಅನುವಾದ
ಶಾ. ಬಾಲು ರಾವ್

ನವಕರ್ನಾಟಕ ಪ್ರಕಾಶನ

ARABY (Kannada)
An anthology of short stories from Ireland, Wales and Scotland, being the tenth volume of Vishwa Kathaa Kosha, a treasury of world's great short stories in 25 volumes in Kannada. Translated by S. Balu Rao. Editor-in-Chief : Niranjana. Editors : S. R. Bhat, C. R. Krishna Rao, C. Sitaram. Secretary : R. S. Rajaram.

Fifth Print : 2022 Pages : 164 Price : ₹ 175
Paper : 75 gsm Maplitho 20 kg (1/8 Demy Size)

ಮೊದಲನೇ ಮುದ್ರಣ : 1981
ಮರುಮುದ್ರಣಗಳು : 2011, 2012, 2012
ಐದನೇ ಮುದ್ರಣ : 2022

ಪ್ರಧಾನ ಸಂಪಾದಕ : ನಿರಂಜನ
ಸಂಪಾದಕರು : ಎಸ್. ಆರ್. ಭಟ್, ಸಿ. ಆರ್. ಕೃಷ್ಣರಾವ್, ಸಿ. ಸೀತಾರಾಮ್
ಕಾರ್ಯದರ್ಶಿ : ಆರ್. ಎಸ್. ರಾಜಾರಾಮ್
ಕಲಾ ಸಲಹೆಗಾರರು : ಎಸ್. ರಮೇಶ್, ಕಮಲೇಶ್, ಅಮಿತ್

ಕೃತಿಸ್ವಾಮ್ಯ : ಆಯಾ ಕಥೆಗಳ ಲೇಖಕರದ್ದು / ಲೇಖಕರ ವಾರಸುದಾರರದ್ದು

ಬೆಲೆ : ₹ 175

ಮುಖಚಿತ್ರ : ಕಾರ್ತಿಕ್

ಪ್ರಕಾಶಕರು
ನವಕರ್ನಾಟಕ ಪಬ್ಲಿಕೇಷನ್ಸ್ ಪ್ರೈವೆಟ್ ಲಿಮಿಟೆಡ್
ಎಂಬೆಸಿ ಸೆಂಟರ್, ಕ್ರೆಸೆಂಟ್ ರಸ್ತೆ, ಬೆಂಗಳೂರು – 560 001
ದೂರವಾಣಿ : 080–22161900 / 22161901 / 22161902

ಶಾಖೆಗಳು/ ಮಳಿಗೆಗಳು
ನವಕರ್ನಾಟಕ, ಕ್ರೆಸೆಂಟ್ ರಸ್ತೆ, ಬೆಂಗಳೂರು – 1, ✆ 080–22161913/14, Email : nkpsales@gmail.com
ನವಕರ್ನಾಟಕ, ಕೆಂಪೇಗೌಡ ರಸ್ತೆ, ಬೆಂಗಳೂರು – 9, ✆ 080–22203106, Email : nkpkgr@gmail.com
ನವಕರ್ನಾಟಕ, ಶರವು ದೇವಸ್ಥಾನ ರಸ್ತೆ, ಮಂಗಳೂರು – 1, ✆ 0824–2441016, Email : nkpmng@gmail.com
ನವಕರ್ನಾಟಕ, ಬಲ್ಮಠ, ಮಂಗಳೂರು – 1, ✆ 0824–2425161, Email : nkpbalmatta@gmail.com
ನವಕರ್ನಾಟಕ, ರಾಮಸ್ವಾಮಿ ವೃತ್ತ, ಮೈಸೂರು–24, ✆ 0821–2424094, Email : nkpmysuru@gmail.com
ನವಕರ್ನಾಟಕ, ಸ್ಟೇಷನ್ ರಸ್ತೆ, ಕಲಬುರಗಿ – 2, ✆ 08472–224302, Email : nkpglb@gmail.com

ಮುದ್ರಕರು : ರಿಪ್ರೋ ಇಂಡಿಯಾ ಲಿಮಿಟೆಡ್, ಮುಂಬಯಿ

0511226303 **ISBN 978-81-8467-209-1**

Published by Navakarnataka Publications Private Limited, Embassy Centre Crescent Road, Bengaluru - 560 001 (India). Email : navakarnataka@gmail.com

ಅರ್ಪಣೆ
~~~~~

ನಿರಂಜನ
(1924–1991)

ಇವರ ನೆನಪಿಗೆ

ಪರಿವಿಡಿ

ಪ್ರಕಾಶಕರ ನುಡಿ

ವಿಶ್ವಕಥಾಕೋಶದ ಮೊದಲ ಎಂಟು ಸಂಪುಟಗಳನ್ನು ಕಳೆದ ಯುಗಾದಿ ಮತ್ತು ದೀಪಾವಳಿಗಳಂದು ಎರಡು ಕಂತುಗಳಲ್ಲಿ ನಾವು ಈಗಾಗಲೇ ಓದುಗರ ಕೈಗಿತ್ತಿದ್ದೇವೆ.

ಈಗ ಮತ್ತಿದೋ ಮೂರನೆಯ ಕಂತಿನ ನಾಲ್ಕು ಸಂಪುಟಗಳು. ಇವು ಈ ವರ್ಷದ ಯುಗಾದಿಯ ಕಾಣಿಕೆ.

ಈ ನಾಲ್ಕರಲ್ಲೊಂದು 'ಅರಬಿ'. ಇದರಲ್ಲಿ ಐರ್‌ಲೆಂಡ್, ವೇಲ್ಸ್ ಮತ್ತು ಸ್ಕಾಟ್‌ಲೆಂಡ್‌ಗಳ ಕಥಾ ಸಾಹಿತ್ಯದಿಂದ ಆಯ್ದ ಹೃದಯಂಗಮವಾದ ಹದಿನೈದು ಕಥೆಗಳಿವೆ. ಇದು ಕಥಾಕೋಶದ ಹತ್ತನೇ ಸಂಪುಟ. ಈ ಸಂಪುಟವನ್ನು ಕನ್ನಡಕ್ಕೆ ಅನುವಾದಿಸಿದವರು ಶ್ರೀ ಶಾ. ಬಾಲುರಾವ್ ಅವರು. ಇದಕ್ಕೆ ಅಂದವಾದ ಮುಖಚಿತ್ರವನ್ನು ಬರೆದುಕೊಟ್ಟವರು ಕಲಾವಿದ ಕಾರ್ತಿಕ್. ಹಿಮ್ಮೈ ವಿನ್ಯಾಸ ಶ್ರೀ ಕಮಲೇಶ್ ಅವರದು. ಇದನ್ನು ಸೊಗಸಾಗಿ ಮುದ್ರಿಸಿದ ಶ್ರೇಯಸ್ಸು ಜನಶಕ್ತಿ ಮುದ್ರಣಾಲಯದ ನಮ್ಮ ಬಂಧುಗಳಿಗೆ ಸಲ್ಲಬೇಕು. ಇದರ ರಕ್ಷಾಕವಚದ ಮುದ್ರಣ ಕಾರ್ಯವನ್ನು ನಿರ್ವಹಿಸಿದವರು ಶಿವಕಾಶಿಯ ಜೇಯೆಮ್ ಆಫ್‌ಸೆಟ್ ಪ್ರಿಂಟರ್ಸ್ ಅವರು. ಇವರಿಗೆಲ್ಲ ಈ ಸಂದರ್ಭದಲ್ಲಿ ನಮ್ಮ ಹೃತ್ಪೂರ್ವಕ ಕೃತಜ್ಞತೆಗಳು ಸಲ್ಲುತ್ತವೆ.

ಇವರಲ್ಲದೆ ಈ ಸಂಪುಟವನ್ನು ಹೊರತರಲು ಇನ್ನೂ ಅನೇಕ ಮಂದಿ ಮಿತ್ರರು ನಮಗೆ ನೆರವಾಗಿದ್ದಾರೆ. ಸಂಪುಟದ ಕೊನೆಯಲ್ಲಿ ಅವರಿಗೆ ನಮ್ಮ ವಿಶೇಷ ಕೃತಜ್ಞತೆಗಳನ್ನು ಸಮರ್ಪಿಸಲಾಗಿದೆ.

ಈ ಸಂಪುಟದಲ್ಲಿ ಬಳಸಲಾದ, ಕೃತಿಸ್ವಾಮ್ಯವನ್ನು ಹೊಂದಿರುವ ಎಲ್ಲ ಕಥೆಗಳ ಕರ್ತೃಗಳಿಂದ ಅಥವಾ ಅವರ ವಾರಸುದಾರರಿಂದ ಅವುಗಳ ಪ್ರಕಟಣೆಗೆ ಅನುಮತಿ ಪಡೆಯಲು ನಾವು ಆದಷ್ಟು ಪ್ರಯತ್ನಿಸಿದ್ದೇವೆ. ಅವರೆಲ್ಲರಿಗೂ ನಾವು ಋಣಿಗಳು. ಆದರೆ ಒಂದು ವೇಳೆ ಯಾರದಾದರೂ ಅನುಮತಿ ಬಿಟ್ಟುಹೋಗಿದ್ದರೆ, ಈ ಯೋಜನೆಯ ಮಹತ್ವವನ್ನು ಮನಗಂಡು ಅವರು ನಮ್ಮನ್ನು ಕ್ಷಮಿಸುವರೆಂದು ನಂಬಿದ್ದೇವೆ.

ಕಥಾಕೋಶದ ಒಟ್ಟು ಸಂಪುಟಗಳು 25. ಈ ಸಲದ ಬಿಡುಗಡೆಯೂ ಸೇರಿದಂತೆ, ಇವುಗಳಲ್ಲಿ 12ನ್ನು ನಾವೀಗ ಹೊರ

ತಂದಿದ್ದೇವೆ. ಇನ್ನು 4 ಸಂಪುಟಗಳು ಈ ವರ್ಷದ ದೀಪಾವಳಿಯ ಸಮಯದಲ್ಲಿ ಪುನಃ ಪ್ರಕಟವಾಗಲಿವೆ. ಉಳಿದ 9 ಸಂಪುಟಗಳ ಬಿಡುಗಡೆ 1982ರ ಯುಗಾದಿ ಮತ್ತು ದೀಪಾವಳಿಗಳಂದು.

ಶ್ರೀ ನಿರಂಜನರ ಪ್ರಧಾನ ಸಂಪಾದಕತ್ವದಲ್ಲಿ ಕಾರ್ಯಗತ ವಾಗುತ್ತಿರುವ ಈ ಯೋಜನೆ, ಕನ್ನಡ ಓದುಗರಿಗೆ ನವಕರ್ನಾಟಕ ಪ್ರಕಾಶನದ ಹೆಮ್ಮೆಯ ಕೊಡುಗೆ. ಬೆಲೆ ಏರಿಕೆಯ ಇಂದಿನ ದಿನಗಳಲ್ಲಿ 25 ಸಂಪುಟಗಳ ಇಂಥ ಬೃಹತ್ ಯೋಜನೆಯ ಪ್ರಕಟಣೆ ಬಹಳ ಕಷ್ಟಸಾಧ್ಯವಾದ ಕಾರ್ಯ. ಆದರೂ ಓದುಗರ ಹಿತ ದೃಷ್ಟಿಯನ್ನು ಗಮನದಲ್ಲಿರಿಸಿಕೊಂಡು ಕಥಾಕೋಶದ ಬೆಲೆಯನ್ನು ನಾವು ಏರಿಸಿಲ್ಲ. ಬಿಡಿ ಸಂಪುಟಗಳ ಬೆಲೆ ರೂ. 10–00. 25 ಸಂಪುಟಗಳಿಗೆ ರೂ. 250–00. ಹೀಗೆಯೇ ಇಡೀ ಕೋಶವನ್ನು ಕೊಳ್ಳಬಯಸುವವರಿಗೆ ಹಿಂದಿನಂತೆ ರೂ. 50/–ರ ರಿಯಾಯಿತಿಯೂ ಇದೆ. 'ನವಕರ್ನಾಟಕ ಪಬ್ಲಿಕೇಷನ್ಸ್ (ಪ್ರೈ) ಲಿಮಿಟೆಡ್' – ಈ ಹೆಸರಿಗೆ 200 ರೂ.ಗಳನ್ನು ಡ್ರಾಫ್ಟ್ ಮೂಲಕ ಇಂದೇ ಕಳುಹಿಸಿಕೊಡಿ. ಈಗ ಪ್ರಕಟವಾಗಿರುವ ಸಂಪುಟಗಳನ್ನು ತಕ್ಷಣ ಮತ್ತು ಮುಂದಿನ ಸಂಪುಟಗಳನ್ನು ಅವು ಪ್ರಕಟವಾದಂತೆ ನಮ್ಮ ವೆಚ್ಚದಲ್ಲಿ ನಿಮ್ಮ ಮನೆ ಬಾಗಿಲಿಗೆ ತಲುಪಿಸಲಾಗುವುದು.

ಕೊನೆಯದಾಗಿ ಕಥಾಕೋಶದ ಮೊದಲ ಎಂಟು ಸಂಪುಟ ಗಳಿಗೆ ಓದುಗರು ನೀಡಿದ ಆದರದ ಸ್ವಾಗತ ಈ ಸಂಪುಟಗಳಿಗೂ ದೊರೆಯುವುದೆಂದು ನಾವು ನಂಬಿದ್ದೇವೆ.

ಯುಗಾದಿ, 1981
ಬೆಂಗಳೂರು

ಆರ್. ಎಸ್. ರಾಜಾರಾಮ್
ಕಾರ್ಯದರ್ಶಿ
ನವಕರ್ನಾಟಕ ಪಬ್ಲಿಕೇಷನ್ಸ್ (ಪ್ರೈ) ಲಿಮಿಟೆಡ್

ಪ್ರಕಾಶಕರ ನುಡಿ

(ಎರಡನೇ ಮುದ್ರಣ)

ನವಕರ್ನಾಟಕ ಪ್ರಕಾಶನದ 50ರ ಸಂಭ್ರಮದಲ್ಲಿ, 'ವಿಶ್ವಕಥಾಕೋಶ'ದ ಇಪ್ಪತ್ತೈದು ಸಂಪುಟಗಳನ್ನು ಪುನರ್ಮುದ್ರಿಸಿ ಓದುಗರ ಕೈಗಿಡುತ್ತಿದ್ದೇವೆ. ಮೂವತ್ತು ವರ್ಷಗಳ ಕಾಲ ಅಲಭ್ಯವಾಗಿದ್ದ ಜಗತ್ತಿನ ಸಾಹಿತ್ಯ ಕಥಾ ಕಣಜ ಬೆಳಕು ಕಾಣುವ ಈ ಸಮಯದಲ್ಲಿ ಈ ಯೋಜನೆಯ ಹೊಣೆ ಹೊತ್ತ ಶ್ರೇಷ್ಠ ಕಥೆಗಾರ, ಸಾಹಿತಿ ನಿರಂಜನರು ನಮ್ಮೊಂದಿಗೆ ಇದ್ದಿದ್ದರೆ, ನವಕರ್ನಾಟಕದ ಚಿನ್ನದ ಹಬ್ಬ ಹೆಚ್ಚು ಅರ್ಥಪೂರ್ಣವಾಗುತ್ತಿತ್ತು. ಈ ಸಂಪುಟಗಳನ್ನು ಅವರಿಗೆ ಅರ್ಪಿಸಿ, ಅವರನ್ನು ನೆನೆಯುತ್ತೇವೆ.

ಸಂಪುಟಗಳನ್ನು ಅನುವಾದಿಸಿ ನೆರವಾದ ಅನೇಕ ಲೇಖಕ ಮಿತ್ರರು ಈ ಮೂರು ದಶಕಗಳಲ್ಲಿ ನಮ್ಮನ್ನು ಅಗಲಿದ್ದಾರೆ. 'ವಿಶ್ವಕಥಾಕೋಶ'ದ ಎಲ್ಲಾ ಅನುವಾದಗಳನ್ನು ಓದಿ, ಪರಿಷ್ಕರಿಸಿ, ಮುದ್ರಣಕ್ಕೆ ಸಿದ್ಧಗೊಳಿಸಿದ ಸಂಪಾದಕರಲ್ಲಿ ಒಬ್ಬರಾದ ಶ್ರೀ ಎಸ್. ಆರ್. ಭಟ್ಟರ ಅಗಲಿಕೆಯ ನೆನಪು ಈ ಸಂದರ್ಭದಲ್ಲಿ ನಮ್ಮನ್ನು ಕಾಡುತ್ತಿದೆ.

ಮೂವತ್ತು ವರ್ಷಗಳ ಹಿಂದೆ 25 ಸಂಪುಟಗಳನ್ನು ರೂ. 250ಕ್ಕೆ ನೀಡಿದ್ದೆವು. ಬೆಲೆಯೇರಿಕೆಯ ಇಂದಿನ ದಿನಗಳಲ್ಲಿ ಮರುಮುದ್ರಿಸಿದಲ್ಲಿ, ಅದರ ಬೆಲೆಯನ್ನು ಎಂಟು-ಹತ್ತು ಪಟ್ಟು ಏರಿಸಬೇಕಾಗಬಹುದು ಎನ್ನುವ ಭೀತಿಯೂ ವಿಳಂಬಕ್ಕೆ ಕಾರಣವಾಯಿತು. ಈ ಸಂದರ್ಭದಲ್ಲಿ ಈ ಸಂಪುಟಗಳನ್ನು ಸುಲಭ ಬೆಲೆಗೆ ನೀಡಲು ನೆರವಾದವರು ಇನ್ಫೋಸಿಸ್ ಫೌಂಡೇಷನ್‌ನ ಅಧ್ಯಕ್ಷೆ ಶ್ರೀಮತಿ ಸುಧಾ ಮೂರ್ತಿಯವರು. ಅವರಿಗೆ ನಾವು ಕೃತಜ್ಞರಾಗಿದ್ದೇವೆ.

ಈ ಯೋಜನೆಯ ಲೇಖಕರು ಈ ಅವಧಿಯಲ್ಲಿ ಸಾಕಷ್ಟು ಹೊಸ ಬರೆಹಗಳನ್ನು ಮಾಡಿದ್ದಾರೆ, ಗೌರವ ಪುರಸ್ಕಾರಗಳಿಗೆ ಪಾತ್ರರಾಗಿದ್ದಾರೆ. ಕೆಲವರು ನಮ್ಮೊಂದಿಗಿಲ್ಲ. ಈ ಎಲ್ಲ ಲೇಖಕರ ಪರಿಚಯಗಳಿಗೆ ಹೊಸ ಸೇರ್ಪಡೆಗಳನ್ನು ಮಾಡಿಕೊಟ್ಟ ಡಾ|| ಆರ್. ಪೂರ್ಣಿಮಾ ಮತ್ತು ಶ್ರೀಮತಿ ರೋಸಿ ಡಿ'ಸೋಜಾ ಅವರ ನೆರವನ್ನು ಸ್ಮರಿಸುತ್ತೇವೆ.

ಮರುಮುದ್ರಣದ ಈ ಕಾರ್ಯದಲ್ಲಿ ನೆರವಾದ ಎಲ್ಲರನ್ನೂ ನೆನೆಯುತ್ತೇವೆ.

ಯುಗಾದಿ, 2011
ಬೆಂಗಳೂರು

ಆರ್. ಎಸ್. ರಾಜಾರಾಮ್
ವ್ಯವಸ್ಥಾಪಕ ನಿರ್ದೇಶಕ, ನವಕರ್ನಾಟಕ ಪ್ರಕಾಶನ

ಪ್ರಸ್ತಾವನೆ

1

ಐರ್‌ಲೆಂಡ್ ಎಂದು ಈಗ ನಾವು ಗುರುತಿಸುವ ದ್ವೀಪದೇಶ ರೂಪುಗೊಂಡದ್ದು ಇಂದಿಗೆ ಹತ್ತು ಸಾವಿರ ವರ್ಷ ಹಿಂದೆ, ಎರಡನೆಯ ಹಿಮಯುಗದ ಅಂತ್ಯದಲ್ಲಿ. ಎತ್ತರಕ್ಕೆ ದಟ್ಟೈಸಿದ್ದ ಮಂಜುಗುಡ್ಡೆ ಕರಗಿ ಹರಿದಾಗ, ಸಮುದ್ರದ ಮಟ್ಟ ಏರಿತು. ಐರ್‌ಲೆಂಡ್-ಇಂಗ್ಲೆಂಡ್‌ಗಳ ನಡುವಣ, ಇಂಗ್ಲೆಂಡ್-ಯೂರೋಪ್ ನಡುವಣ ತಗ್ಗು ನೆಲ ಜಲಾವೃತವಾಗಿ, ಇವು ಎರಡು ಪ್ರತ್ಯೇಕ ದ್ವೀಪಗಳಾದುವು. (ಐರ್‌ಲೆಂಡ್-ಇಂಗ್ಲೆಂಡ್‌ಗಳ ನಡುವೆ ಕನಿಷ್ಠ ದೂರ 11 ಮೈಲು; ಗರಿಷ್ಠ 120 ಮೈಲು. ಆ ಸಮುದ್ರದ ಆಳ 500 ಅಡಿಗಳಿಗಿಂತಲೂ ಕಮ್ಮಿ. ಕಿರಿಯ ದ್ವೀಪದ ಅತಿ ಹೆಚ್ಚು ಅಗಲ 171 ಮೈಲು; ಉದ್ದ 302 ಮೈಲು.)

ಆಹಾರ ಸಂಚಯನಕ್ಕಾಗಿ ಐರ್‌ಲೆಂಡಿಗೆ ಬಂದ, ಬಂದು ನೆಲೆಸಿದ, ಹಲವು ಬುಡಕಟ್ಟುಗಳ ಜನರಲ್ಲಿ ಮೊದಲಿಗರು ಶ್ಯಾಮಲವರ್ಣದ ಐಬೀರಿಯರು. ದಟ್ಟಕಾಡು, ಗಿಡ-ಮರ, ಹಂದಿಗಳ ಹಾಗೂ ಕಲ್ಲು ಬಂಡೆಗಳ ಸ್ವಾಗತ ಅವರಿಗೆ. ಹಿಮಕರಗಿ ಸಾವಿರ ವರ್ಷ ಆದಾಗ ಬಂದ ಇವರು ಮಧ್ಯ ಶಿಲಾಯುಗದವರು. ಹೆಚ್ಚಾಗಿ ಕರಾವಳಿ ಪ್ರದೇಶದಲ್ಲೂ ನದೀ ಪಾತ್ರಗಳಲ್ಲೂ ಇವರ ವಾಸ. ಮುಂದೆ ಮೂರು-ನಾಲ್ಕು ಸಾವಿರ ವರ್ಷಗಳ ಬಳಿಕ ನವ ಶಿಲಾಯುಗದ ಜನ ಕೃಷಿಯ ಜ್ಞಾನದೊಂದಿಗೆ ಮಡಿಕೆ-ಕುಡಿಕೆಗಳೊಂದಿಗೆ ಅಲ್ಲಿಗೆ ಬಂದರು. ದಿಮ್ಮಿಗಳನ್ನು ತೋಡಿ ಮಾಡಿದ ದೋಣಿಗಳಲ್ಲಿ ಅವರ ಯಾನ.

ಕ್ರಿಸ್ತಪೂರ್ವ 2,000. ಕುಶಲಕರ್ಮಿಗಳ ವಲಸೆ ಅಲೆ. ಅದು ಕಂಡು ಕಂಚು ಯುಗ. ಗಣಿಯಿಂದ ಅದಿರನ್ನೆತ್ತಿ, ಲೋಹವನ್ನು ಬೇರ್ಪಡಿಸಿ, ಮಿಶ್ರಣ ತಯಾರಿಸಿ ಕಂದು ಕಂಚಿನ ಉಪಕರಣ ಗಳನ್ನೂ ಆಯುಧಗಳನ್ನೂ ತಯಾರಿಸುವುದರಲ್ಲಿ ಲೋಹಕಾರರು ನಿಷ್ಣಾತರಾದರು. ಕ್ರಿ. ಪೂ. 300ರ ಸುಮಾರಿಗೆ ಬಂದವರು ಆರ್ಯ ಮೂಲದ ಕೆಲ್ಟ್ ಬುಡಕಟ್ಟಿನ ಜನ. ಅಪ್ಪಟ ಬಿಳಿಯರು. ಕಬ್ಬಿಣದ ಬಳಕೆಯನ್ನು ಅರಿತವರು. ಅವರು ಆಡುತ್ತಿದ್ದ ಭಾಷೆ ಇಂಡೋ-ಐರೋಪ್ಯ ಭಾಷಾಕುಟುಂಬಕ್ಕೆ ಸೇರಿದ್ದು. ಇವರೆಲ್ಲ ಬೆರೆತು ಹೊಸ

ಜನಾಂಗದ ಉದಯ ಸಾಧ್ಯವಾದದ್ದು, ಆ ಆರೆಂಟು ಸಹಸ್ರ ವರ್ಷಗಳ ಮಹತ್ತರ ಸಾಧನೆ. ಪ್ರಾಚೀನರಲ್ಲಿ ದ್ರುವಿದರು ಅರ್ಚಕರಾಗಿದ್ದರು; ಸಮಾಜದ ವಿವಿಧ ಬುಡಕಟ್ಟುಗಳ ಮೇಲ್ವಿಚಾರಕರೂ ಆಗಿದ್ದರು. ಜನರಿಗೆ ಶಕುನಗಳಲ್ಲಿ ನಂಬಿಕೆ. ದೇವರಿಗೆ ನರಬಲಿ. ಆ ದೇವರ ಮೂರ್ತಿ ದೊರೆತಿದೆ. ಕುಳಿತ ಭಂಗಿ. ತಲೆಯಲ್ಲಿ ಎರಡು ಕೋಡುಗಳು. ಕೊರಳಪಟ್ಟಿ. ಎಡಗೈಯಲ್ಲಿ ಸರ್ಪ. ಬಲಗೈಯಲ್ಲಿ ದುಂಡಗಿನ ಒಂದು ಪಟ್ಟಿಕೆ. ದೇವರ ಸುತ್ತಲೂ ಬಗೆಬಗೆಯ ಪ್ರಾಣಿಗಳು. ಜನರ ಆಹಾರಕ್ಕೆ – ಬೇಟೆಯಾಡಿದ ಮಿಕ, ಕಡಲಲ್ಲಿ ಹಿಡಿದ ಮೀನು, ನೆಲದಲ್ಲಿ ಬೆಳೆಸಿದ ದವಸಧಾನ್ಯ. ಹಸು ಕುರಿ ಪಾಲನೆಯೂ ಆರಂಭವಾಗಿತ್ತು.

ಸುಧಾರಿತ ದೋಣಿಗಳು ಸಿದ್ಧವಾದವು. ಭೂಮಿಯ ಮೇಲಿನ ಕುದುರೆ ಸವಾರಿಯಷ್ಟೇ ಸುಲಭವಾಯಿತು ನೀರಿನ ಮೇಲಣ ಯಾನ. ದೂರದ ತೀರಗಳಿಗೂ ಅವರು ಸಾಗುತ್ತಿದ್ದರು, ವ್ಯಾಪಾರಕ್ಕಾಗಿ. ಶಿಲಾಯುಗದಲ್ಲಿ ಚಕಮಕಿ ಕಲ್ಲುಗಳನ್ನೂ ಕೊಡಲಿಗಳನ್ನೂ ರಫ್ತು ಮಾಡುತ್ತಿದ್ದರು. ಕಂದು ಕಂಚು ಯುಗದಲ್ಲಿ, ತಯಾರಿಸಿದ ಉಪಕರಣಗಳ ಮತ್ತು ಬಂಗಾರದ ರಫ್ತು. ಅದು ವಿನಿಮಯ ವ್ಯಾಪಾರ. ತಾವು ಕೊಟ್ಟುದಕ್ಕೆ ಪ್ರತಿಯಾಗಿ ಇವರು ಪಡೆಯುತ್ತಿದ್ದುದು ಐಷಆರಾಮದ ವಸ್ತುಗಳನ್ನು, ಆಭರಣಗಳನ್ನು. ಬುಡಕಟ್ಟುಗಳ ನಾಯಕರು ಮಡಿದಾಗ ಕಲ್ಲಿನ ಗೋರಿಗಳಲ್ಲಿ ಶವಸಂಸ್ಕಾರ ನಡೆಯುತ್ತಿತ್ತು.

ಮುಂದಿನ ಅವಧಿಯಲ್ಲಿ ಬಂದು ನೆಲೆನಿಂತವರು ಪಿಕ್ಟರು, ಇರೇಯ್ನರು, ಗಾಲ್ ಜನರು.

ಕ್ರಿಸ್ತಪೂರ್ವ ಶತಕಗಳಲ್ಲಿ ಪ್ರಾಬಲ್ಯಕ್ಕೆ ಬಂದ ರೋಮನರು ಈಗಿನ ಐರ್‌ಲೆಂಡನ್ನು ಐವರ್ನಿಯ ಎಂದು ಕರೆಯುತ್ತಿದ್ದರು. ಸೀಜರ್ ಬ್ರಿಟನಿಗೆ ಬಂದ; ಆದರೆ ಐವರ್ನಿಯವನ್ನು ಅದರ ಪಾಡಿಗೆ ಬಿಟ್ಟ. ಕ್ರಿಸ್ತಾನಂತರದ ರೋಮನ್ ಆಕ್ರಮಣಕಾರರೂ ಅಷ್ಟೆ. ಐರ್‌ಲೆಂಡಿನ ವಿಶಿಷ್ಟ ಸಂಸ್ಕೃತಿಗೆ ಧಕ್ಕೆ ತಟ್ಟಲಿಲ್ಲ. ಸಂಸ್ಕೃತಿ ವಿಶಿಷ್ಟವೆಂದು, ಬಲಶಾಲಿಗಳು ಭೂಮಾಲಿಕರಾಗುವುದು, ಕೈಸೋತವರು ತೊತ್ತುಗಳಾಗುವುದು ತಪ್ಪುವಂತಿಲ್ಲವಲ್ಲ. ಒಬ್ಬ ಗುಲಾಮ ತಪ್ಪಿಸಿಕೊಂಡು ಯೂರೋಪಿಗೆ ಓಡಿಹೋದ, ಅಲ್ಲಿ ಕ್ರೈಸ್ತ ಮತಾನುಯಾಯಿಯಾಗಿ ಪ್ಯಾಟ್ರಿಕ್ ಎಂಬ ಹೊಸ ಹೆಸರು ಪಡೆದು, ಕೆಲ ವರ್ಷಗಳ ಬಳಿಕ ತಾಯ್ನಾಡಿಗೆ ಮರಳಿದ. ಮಾಜಿ ಗುಲಾಮನೀಗ ಧರ್ಮ ಪ್ರಸಾರಕ. ಹೀಗೆ ಕ್ರಿಸ್ತಶಕ 5ನೆಯ ಶತಮಾನದಲ್ಲಿ ಯೇಸುವಿನ ಕರೆ ಐರಿಷ್-ಕೆಲ್ಟ್ ಜನರನ್ನು ಮುಟ್ಟಿತು; ಅವರ ಹೃದಯಗಳಿಗೆ ತಟ್ಟಿತು. ರೋಮನ್ ಕ್ಯಾಥಲಿಕ್ ಪಂಥ ಆ ದ್ವೀಪದಲ್ಲಿ ಬೇರೂರಿತು. ಇಲ್ಲಿ ಈ ಮತಕ್ಕೆ ತನ್ನದೇ ಆದ ರಾಗ ತಾನ ಪಲ್ಲವಿ. ಕಲ್ಲಿನ ಶಿಲುಬೆಗಳು, ಅವುಗಳ ಮೇಲೆ ಕುಸುರಿ

ಕೆಲಸ. ಬೆಟ್ಟಗಳ ತುದಿಯಲ್ಲಿ ಪುಟ್ಟ ಗುಡಿಸಲುಗಳಲ್ಲಿ ಕ್ರೈಸ್ತ ಸನ್ಯಾಸಿಗಳ ವಾಸ. ಅವರದು ದೇಹವನ್ನು ದಂಡಿಸುವ ಬಡಬದುಕು. ಈ ಕಾರಣದಿಂದ ಆ ಧರ್ಮ ಸಮಾಜದ ಗೌರವಕ್ಕೆ ಪಾತ್ರವಾಯಿತು. ಮುಂದಿನ ಶತಮಾನಗಳಲ್ಲಿ ಧರ್ಮ ಪ್ರಸಾರಕರು ರೋಮ್‌ನಿಂದಲೇ ನೇರವಾಗಿ ಬಂದರು. ಇಗರ್ಜಿಗಳ ನಿರ್ಮಾಣ. ಅಲ್ಲಿ ಪ್ರವಚನ. ಸನ್ಯಾಸಿ ಮಠಗಳಲ್ಲಿ ಸಿರಿವಂತಿಕೆಯ ವೈಭವ ಈಗ. ಒಟ್ಟು 500 ವರ್ಷ ಅಲ್ಲಿದ್ದು ಐರಿಷ್ ಛಾಪಿನ ಕ್ರೈಸ್ತಧರ್ಮ. ಪಾಶ್ಚಾತ್ಯ ಇತಿಹಾಸಕಾರರ ದೃಷ್ಟಿಯಲ್ಲಿ 6-9ನೇ ಶತಮಾನಗಳ ಅವಧಿ ಐರ್‌ಲೆಂಡಿನ 'ಸ್ವರ್ಣಯುಗ'. ಆದರೆ ವಾಸ್ತವವಾಗಿ ಲಭಿಸಿದ್ದು, ಬಡವರನ್ನು ಸುಲಿಯುವ ಅಸ್ತ್ರಕ್ಕೆ ಧರ್ಮದ ಸ್ವರ್ಣಕವಚ. ಬರಬರುತ್ತ ಐರ್‌ಲೆಂಡ್ ಧರ್ಮಪ್ರಸಾರಕರನ್ನೂ ರಫ್ತು ಮಾಡ ತೊಡಗಿತು – ವೇಲ್ಸ್‌ಗೆ, ಸ್ಕಾಟ್‌ಲೆಂಡಿಗೆ, ಇಂಗ್ಲೆಂಡಿಗೆ.

ಉತ್ತರದಿಂದ ನಾರ್ಸ್ ಜನ (ವೈಕಿಂಗರು = ಯೋಧರು) ಐರ್‌ಲೆಂಡಿಗೆ 9ನೇ ಶತಮಾನದಲ್ಲಿ ಬಂದರು, ಕೊಳ್ಳೆಹೊಡೆಯಲು. ರುಚಿಕರವಾದ ಲೂಟಿ. ಇಲ್ಲಿಯೇ ನೆಲೆಸಿ, ಜನರೊಡನೆ ಬೆರೆತರು. ಪರಿಣಾಮ: ಮತ್ತೊಂದು ಪಂಗಡದಿಂದ ಇಲ್ಲಿನವರಿಗೆ ವೀರ್ಯದಾನ; ವಿಶಿಷ್ಟ ಐರಿಷ್ ಸಮಾಜದ ಮೆರುಗಿಗೆ ಇನ್ನೂ ಒಂದು ಲೇಪನ.

ವೈಕಿಂಗರು ಬಂದಾಗ ಪಟ್ಟಣಗಳಿರಲಿಲ್ಲ. ಗುಡ್ಡದ ತುದಿಯ ಕೋಟೆಗಳಲ್ಲಿ ಬುಡಕಟ್ಟುಗಳ ವಾಸ. ಮೆಲ್ಲಮೆಲ್ಲನೆ ಗ್ರಾಮೀಣ ಜೀವನ ವಿಸ್ತಾರಗೊಳ್ಳುತ್ತ, ಪಟ್ಟಣಗಳು ತಲೆ ಎತ್ತಿದುವು.

ಕೊನೆಯದಾಗಿ, ಐರಿಷ್ ಭೂಮಿಯ ಮೇಲೆ ಕಾಲಿಟ್ಟವರು ಆಂಗ್ಲೊ-ನಾರ್ಮನರು, 12ನೆಯ ಶತಮಾನದಲ್ಲಿ. ಇದಕ್ಕೆ ಮುನ್ನ ಆಕ್ರಮಣಕಾರರನ್ನು ಇದಿರಿಸಿ ವಿಜಯಿಯಾದವನು ಐರಿಷ್ 'ಅರಸು' ಬ್ರಯನ್ ಬೊರು. 1168ರಲ್ಲಿ ಪೋಪ್ "ಇಂಗ್ಲೆಂಡಿನ ದೊರೆಯೇ ಐರ್‌ಲೆಂಡಿನ ಸಾರ್ವಭೌಮ" ಎಂದು ಸಾರಿದ. ಅವನ ಘೋಷಣೆ ಘರ್ಷಣೆಯ ಕಿಡಿಯನ್ನು ಕಿಚ್ಚಾಗಿ ಮಾರ್ಪಡಿಸುವ ಊದುಗೊಳವೆ ಯಾಯಿತು. ದೊರೆಯ ಅಪ್ಪಣೆಯಂತೆ, ಪೆಂಬ್ರೋಕ್‌ನ ಭೂಮಾಲಿಕ ವೇಲ್ಸ್‌ನ ಸಮರ್ಥ ಅಶ್ವಾರೋಹಿ ಬಿಲ್ಲಾಳುಗಳೊಂದಿಗೆ ಐರ್‌ಲೆಂಡ್ ತಲಪಿ, ದಂಡಯಾತ್ರೆ ಆರಂಭಿಸಿದ. ('ಬಲಿಷ್ಠಬಿಲ್ಲು' ಎಂಬ ಅಡ್ಡ ಹೆಸರು ಅವನಿಗೆ.) ಐರಿಷ್ ಜನತೆಯ ಅಸ್ತ್ರಗಳು–ಕಲ್ಲುಕವಣೆ, ಕೊಡಲಿ, 'ಬಲಿಷ್ಠಬಿಲ್ಲಿ'ಗೆ ಗೆಲುವು. ಆತ ಡಬ್ಲಿನ್‌ನಲ್ಲಿದ್ದುಕೊಂಡು, ರಾಜಪ್ರತಿನಿಧಿಯಾಗಿ ಆಳತೊಡಗಿದ. ಪಾಳೆಯಗಾರ ಪದ್ಧತಿಯನ್ನು ಜಾರಿಗೆ ತಂದ. ವೆಲ್ಷ್ ಜನರೂ ಕೆಲ್ಟ್ ಬುಡಕಟ್ಟಿನವರ ಸಂಬಂಧಿಕರೇ. ಐರಿಷ್ ಸಮಾಜದಲ್ಲಿ ಅವರು ಸುಲಭವಾಗಿ ಲೀನವಾದರು.

ಸ್ಕಾಟ್‌ಲೆಂಡಿನ ಬ್ರೂಸ್ ಸೋದರರು 14ನೆಯ ಶತಮಾನದಲ್ಲಿ ದಾಳಿ ಮಾಡಿ ಆಂಗ್ಲರ ಪ್ರಾಬಲ್ಯವನ್ನು ಕುಗ್ಗಿಸಿದರು. ಆಂಗ್ಲರ ಅಧಿಕಾರ ಡಬ್ಲಿನ್ ಮತ್ತು ಅದರ ಸುತ್ತಲಿನ ಕೊಂಚ ಪ್ರದೇಶಕ್ಕಷ್ಟೇ ಸೀಮಿತ ವಾಯಿತು. 1534ರಲ್ಲಿ ಐರಿಷ್ ಜನತೆ ದಂಗೆ ಎದ್ದಾಗ, ಇಂಗ್ಲೆಂಡಿನಿಂದ ಭಾರೀ ಸೇನೆ ಬಂದು, ಸಾಟಿಯಿಲ್ಲದ ಕ್ರೌರ್ಯ ತೋರಿ, ದಂಗೆಯ ಹುಟ್ಟಡಗಿಸಿತು. ರಾಣಿ ಎಲಿಜಬೆಥಳ ದೀರ್ಘ ಆಳ್ವಿಕೆಯಲ್ಲಿ ಯುದ್ಧಕ್ಕಾಗಿ ಆದ ಒಟ್ಟು ವೆಚ್ಚ 50 ಲಕ್ಷ ಪೌಂಡ್. ಅದರಲ್ಲಿ ಸುಮಾರು ಅರ್ಧದಷ್ಟು ಐರ್‌ಲೆಂಡಿನ ಮೇಲೆ ನಡೆಸಿದ ಯುದ್ಧಕ್ಕಾಗಿಯೇ ವ್ಯಯವಾಯಿತು! ಆಂಗ್ಲರು ಐರ್‌ಲೆಂಡಿನ ಕಾಡುಗಳನ್ನು ಕಡಿದರು. ಅಗ್ಗದ ಇದ್ದಿಲಿಗಾಗಿ ಮರಗಳನ್ನು ಸುಟ್ಟರು. ಜತೆಗೆ ಆಹಾರವಸ್ತುಗಳನ್ನೂ ಕಚ್ಚಾ ಸಾಮಗ್ರಿಗಳನ್ನೂ ಹೇರಳವಾಗಿ ಒಯ್ದರು. ಒತ್ತಾಯದ ದುಡಿಮೆಯಲ್ಲಿ ಐರಿಷ್ ಜನ ನರಳಬೇಕಾಯಿತು. ಒಂದು ಕಾಲದಲ್ಲಿ ಬಹಳ ಶ್ರೀಮಂತ ರಾಷ್ಟ್ರವಾಗಿದ್ದ ಐರ್‌ಲೆಂಡ್ ಹಿಂದುಳಿದ ಬಡ ದೇಶವಾಯಿತು.

ಆಂಗ್ಲ ಮತ್ತು ಸ್ಕಾಟ್ ರೈತರು 17ನೆಯ ಶತಮಾನದ ಆರಂಭದಲ್ಲಿ ವಲಸೆಬರತೊಡಗಿದರು. ಉತ್ತು ಬಿತ್ತಿ ಬದುಕಲು ಯತ್ನಿಸಿದವರು ಒಂದೆರಡು ಪೀಳಿಗೆ ಕಳೆಯುವುದರೊಳಗೆ, ಈ ನೆಲದ ಮಕ್ಕಳ ಬಡತನದ ಕೆಳಮಟ್ಟಕ್ಕೆ ತಾವೂ ಇಳಿದರು.

ಮತ್ತೆ ಬಂಡಾಯದ ಕಹಳೆ ಮೊಳಗಿದ್ದು, 1641ರಲ್ಲಿ. ಅಶಾಂತಿ ಹೊಗೆಯಾಡುತ್ತಲೇ ಇತ್ತು. ಇಂಗ್ಲೆಂಡಿನಲ್ಲಿ ಅರಸೊತ್ತಿಗೆಯನ್ನು ಮುಗಿಸಿ ಕ್ರಾಂತಿಕಾರ ಎನಿಸಿದ್ದ ಕ್ರಾಮ್‌ವೆಲ್ ಸಾಮ್ರಾಜ್ಯವಾದಿಯ ಸಮವಸ್ತ್ರ ಧರಿಸಿ ಐರ್‌ಲೆಂಡಿನ ಮೇಲೆ ದಂಡೆತ್ತಿ ಹೋದ. ಆಗ ಆತ ಇಂಗ್ಲೆಂಡಿನ ಬಂಡವಾಳಗಾರರ ಮತ್ತು ಭೂಮಾಲಿಕರ ಆಜ್ಞಾಧಾರಕ. ಐರ್‌ಲೆಂಡಿನಲ್ಲಿದ್ದ ಪ್ರೊಟೆಸ್ಟೆಂಟರ ಬೆಂಬಲವೂ ದೊರೆಯಿತು. ಗೆದ್ದ ದೇಶದ ನೆಲವನ್ನು ವಿಭಜಿಸಿ ಕಮ್ಮಿ ಬೆಲೆಗೆ ಮಾರಿದ. ತನ್ನ ಸೈನ್ಯದ ಭಟರನ್ನೂ ಹೊಲದೊಡೆಯರಾಗಿ ಮಾಡಿದ.

ಯೂರೋಪಿನ ವಿವಿಧ ಬುಡಕಟ್ಟುಗಳ ಜನ ಅಟ್ಲಾಂಟಿಕ್ ಸಾಗರ ದಾಟಿ 'ನವಜಗತ್ತ'ನ್ನು ತಲಪಿ, ಹೊಸ ನಾಗರಿಕತೆಯನ್ನು ಸೃಷ್ಟಿಸುತ್ತಿದ್ದ ಕಾಲ. ಐರ್‌ಲೆಂಡಿನಿಂದಲೂ ಜನ (17ನೇ ಶತಮಾನದ ಅಂತ್ಯದಲ್ಲಿ) ಅಮೆರಿಕಕ್ಕೆ ವಲಸೆ ಹೊರಟರು. ಮುಂದಿನ ಶತಮಾನದ ಕೊನೆಯ ದಶಕಗಳಲ್ಲಿ ಇಂಗ್ಲೆಂಡಿಗಿದಿರಾಗಿ ಅಮೆರಿಕ ನಡೆಸಿದ ಸ್ವಾತಂತ್ರ್ಯ ಸಮರವೂ ಫ್ರಾನ್ಸಿನಲ್ಲಿ ಆಳುವವರ ವಿರುದ್ಧ ಬಡ ಜನತೆ ನಡೆಸಿದ ಕ್ರಾಂತಿಯೂ ಐರ್‌ಲೆಂಡಿನ ಮೇಲೆ ತೀವ್ರ ಪ್ರಭಾವ ಬೀರಿದುವು. ಮತೀಯ ಭಾವನೆಗಳನ್ನು ಮೀರಿ ಸಾಧ್ಯವಾಯಿತು, ಬೆಸೆಯಲಾದ ಒಗ್ಗಟ್ಟು. ಶಸ್ತ್ರಧಾರಿ ಸ್ವಯಂಸೇವಕರ ದಂಡು ಸಿದ್ಧವಾಯಿತು. ಅದು

80,000 ಜನರಿದ್ದ ಬಂಧವಿಮೋಚನಾ ಸೇನೆ. ಒಗ್ಗೂಡಿದ ಐರಿಷ್ ಜನ ತಮ್ಮ ಘೋಷಣೆಯಲ್ಲಿ (1791) ನುಡಿದರು:

"ಶ್ರೀಮಂತ ವರ್ಗ ಮುಂದೆ ಬಂದಾಗ ಜನತೆ ಹಿಂದಕ್ಕೆ ಸರಿಯುತ್ತಾರೆ. ಜನತೆ ಮುಂದಕ್ಕೆ ಹೆಜ್ಜೆ ಇಟ್ಟಾಗ ಸಿರಿವಂತರು, ತಾವು ಹಿಂದೆ ಬೀಳಬಹುದೆಂಬ ಹೆದರಿಕೆಯಿಂದ, ಜನರ ಶ್ರೇಣಿಯನ್ನು ಸೇರಿ ಕೊಳ್ಳುತ್ತಾರೆ; ಪುಕ್ಕಲು ನಾಯಕರಾಗಿ ಕಾಣಿಸಿಕೊಳ್ಳುತ್ತಾರೆ ಅಥವಾ ದ್ರೋಹವೆಸಗುವ ಸಹಾಯಕರಾಗುತ್ತಾರೆ."

ಆ ಭವಿಷ್ಯವಾಣಿ ನಿಜವಾಗಲು ತಗಲಿದ್ದು ಸ್ವಲ್ಪ ಸಮಯ ಮಾತ್ರ. ಶ್ರೀಮಂತ ಹಾಗೂ ಮಧ್ಯಮ ವರ್ಗದ ಮುಖಂಡರು ಸ್ವಯಂಸೇವಕರ ಶಸ್ತ್ರಾಸ್ತ್ರಗಳನ್ನು ತಮ್ಮ ವಶಕ್ಕೆ ತೆಗೆದುಕೊಂಡರು. ಮುಂದೆ ಲಷ್ಕರಿ ಆಳ್ವಿಕೆ. ಪ್ರೊಟೆಸ್ಟೆಂಟ್ ಪ್ರಮುಖರು ಐಕ್ಯರಂಗದಿಂದ ದೂರವಿರುವಂತೆ ಮಾಡಲು ಆಂಗ್ಲಪ್ರಭುತ್ವ 10 ಲಕ್ಷ ಪೌಂಡ್ ಲಂಚ ನೀಡಿತು. 1800ರಲ್ಲಿ ಐರ್‌ಲೆಂಡ್-ಇಂಗ್ಲೆಂಡ್‌ಗಳ ಒಕ್ಕೂಟ ಘೋಷಿತವಾಯಿತು. ಬಹುಜನ ಸಮುದಾಯ ನೀಡಿದ ಉತ್ತರ: "ಧಿಕ್ಕಾರ !"

ಐರ್‌ಲೆಂಡಿನ ಬಹ್ವಂಶ ಜನತೆಯ ಮುಖ್ಯ ಆಹಾರವಾಗಿದ್ದ ಬಟಾಟೆ ಬೆಳೆಗೆ 1845ರಲ್ಲಿ ರೋಗ ತಗಲಿತು. ಭೀಕರ ಕ್ಷಾಮ ನೆಲವನ್ನೂ ಜನರನ್ನೂ ಕಾಡಿತು. 10ಲಕ್ಷ ಜನ ಹೊಟ್ಟೆಗಿಲ್ಲದೆಯೂ ಅನಾರೋಗ್ಯ ಪೀಡಿತರಾಗಿಯೂ ಸತ್ತರು. 16 ಲಕ್ಷ ಜನ ಅನ್ಯ ದೇಶಗಳಿಗೆ ಹೋದರು. (ಮುಂದೆ ಅಮೆರಿಕ ಸಂಯುಕ್ತ ಸಂಸ್ಥಾನದ ಅಧ್ಯಕ್ಷನಾದ ಕೆನೆಡಿ ಮತ್ತು ಐರ್‌ಲೆಂಡಿನ ಅಧ್ಯಕ್ಷನಾದ ಡಿವಲೆರಾ ಈ ಇಬ್ಬರ ಪೂರ್ವಜರು ಆ ಜನರಲ್ಲಿದ್ದರು.) ನಿಜವಾಗಿಯೂ ಇದು ಎಂಥ ಕ್ಷಾಮ? ಜನ ಸಾಯುತ್ತಲಿದ್ದಾಗ 1 ಕೋಟಿ ಎಪ್ಪತ್ತು ಲಕ್ಷ ಪೌಂಡ್ ಮೌಲ್ಯದ ಆಹಾರಸಾಮಗ್ರಿ ಬ್ರಿಟಿಷ್ ಸೈನ್ಯದ ರಕ್ಷಣೆಯಲ್ಲಿ ಐರ್‌ಲೆಂಡಿನಿಂದ ರಫ್ತಾಯಿತು, ವಿಶೇಷವಾಗಿ ಇಂಗ್ಲೆಂಡಿಗೆ. ಜನ ತಲೆಮಾರಿನಿಂದ ತಲೆಮಾರಿಗೆ ಆಡಿಕೊಂಡರು: "ಬಟಾಟೆರೋಗ ಪ್ರಕೃತಿಯ ನೀಡಿಕೆ; ಕ್ಷಾಮ ಇಂಗ್ಲೆಂಡಿನ ಕೊಡುಗೆ!"

ಸ್ವಾತಂತ್ರ್ಯದಾಹ ಅಂಗಾತ ಮಲಗಿದವರನ್ನೂ ಬಡಿದೆಬ್ಬಿಸುತ್ತದೆ. ನವ ಜಾಗೃತಿಯ ನಾಯಕರು ಪಾರ್ನೆಲ್ ಮತ್ತು ಡೇವಿಟ್ಟ್. ಆಮಿಷಗಳಿಗೆ ತುತ್ತಾಗದ ಅವರನ್ನು 1881ರಲ್ಲಿ ಬಂಧಿಸಿದರು.

ಬಳಿಕ ಚಲಾವಣೆಗೆ ಬಂದುದು ನಮ್ಮ ದೇಶೀಯರಿಗೆ ಪರಿಚಿತವಾದ ಪದ ಪ್ರಯೋಗಗಳು: 'ಸಾಮ್ರಾಜ್ಯದ ಕಕ್ಷೆಯಲ್ಲಿ ಸ್ವಾಯತ್ತೆ', 'ಹೋಂ ರೂಲ್', 'ಸಾಮಂತ ಸ್ಥಾನಮಾನ', 'ಕಾಮನ್‌ವೆಲ್ತ್ ಸದಸ್ಯತ್ವ'. ಹೊರಗೆ ಆ ಮಾತು. ಒಳ ಒಳಗಿಂದ, ಸ್ವಾತಂತ್ರ್ಯ ಪಡೆಯಲ್ಲಿ ಒಡಕು ಹುಟ್ಟಿಸುವ ಪ್ರಯತ್ನ. ಅದಕ್ಕಾಗಿ ಬಳಸಿದ ಅಸ್ತ್ರ

ಧಾರ್ಮಿಕ ಸ್ವರೂಪವದ್ದು. ಆಗಿನ ಮುಖಂಡರು ಪ್ಯಾಟ್ರಿಕ್ ಪರ್ಸಿ ಮತ್ತು ಜೇಮ್ಸ್ ಕಾನಲ್ಲಿ. ಹೋರಾಟದಲ್ಲಿ ಕಾನಲ್ಲಿಯನ್ನು ಗಾಯಗೊಳಿಸಿ, ಸೆರೆಹಿಡಿದು, ತಲೆ ಕಡಿದರು.

ಮೊದಲ ಲೋಕ ಮಹಾಯುದ್ಧದ ವೇಳೆ ಐರ್‌ಲೆಂಡ್ ತಾಟಸ್ಥ್ಯ ವಹಿಸಿತು. 1921ರಲ್ಲಿ ಐರಿಷ್ ಸ್ವಾತಂತ್ರ್ಯ ಸಮರ ಪರಾಕಾಷ್ಠೆ ಮುಟ್ಟಿದಾಗ ಇಂಗ್ಲೆಂಡ್ ನೀಡಿದ್ದು ಸಾಮಂತ ಸ್ಥಾನಮಾನವನ್ನು. ಡಬ್ಲಿನಿನ ಜನರಲ್ ಪೋಸ್ಟ್ ಆಫೀಸು ಕ್ರಾಂತಿಕಾರರ ಮುಖ್ಯ ಠಾಣ್ಯ ವಾಗಿತ್ತು. ಆಳಲು ಉತ್ಸುಕರಾಗಿದ್ದವರು ರಾಜಿಗೆ ಸಿದ್ಧ. ಉಳಿದವರು, ಸ್ವತಂತ್ರ ರಾಜ್ಯಕ್ಕಾಗಿ – ಫ್ರೀ ಸ್ಟೇಟ್‌ಗಾಗಿ – ನಮ್ಮ ಹೋರಾಟ, ಎಂದರು. ಅನಿವಾರ್ಯವಾಗಿದ್ದ ಅಂತರ್ಯುದ್ಧವೂ ನಡೆಯಿತು.

ಈ ಶತಮಾನದಲ್ಲಿ ಐರ್‌ಲೆಂಡಿಗೆ ದೊರೆತ ಹಿರಿಯ ರಾಷ್ಟ್ರೀಯ ನಾಯಕ, ಡಿವಲೆರಾ (1882–1975). ಹುಟ್ಟಿದ್ದು ಅಮೆರಿಕದಲ್ಲಿ. ವಲಸೆ ಹೋದವರ ಮಗು. ತಂದೆ ಸ್ಪಾನಿಷ್ ಸಂಗೀತಜ್ಞ. ತಾಯಿ ಐರಿಷ್ ಮಹಿಳೆ. ಸ್ವದೇಶದಲ್ಲಿ ಬೆಳೆಯಲಿ ಎಂದು, ಎರಡು ವರ್ಷದ ಮಗುವನ್ನು ಆಕೆ ತನ್ನ ಬಂಧುಗಳಲ್ಲಿಗೆ ಕಳಿಸಿಕೊಟ್ಟಳು. ಚುರುಕು ಹುಡುಗ. ಓದಿ, ಪದವೀಧರನಾಗಿ, ಗಣಿತದ ಅಧ್ಯಾಪಕನಾದ. ದಾಸ್ಯದ ಬದುಕಿಗೆ ಸ್ಪಂದಿಸತೊಡಗಿದ್ದ ಯುವಕ. ಮನಶ್ಶಾಂತಿ ಇರಲಿಲ್ಲ. ತನ್ನ ಮೂಲದ ಐರಿಷ್ ಭಾಷೆ ಕಲಿತು, ಆ ಭಾಷೆಯ ಉಪಾಧ್ಯಾಯನಾದ. ತನ್ನ ದೇಶದ ಸ್ವಾತಂತ್ರ್ಯ ಸಮರದ ಸೈನಿಕನಾಗಿ, ದಂಡನಾಯಕನೂ ಆದ. ಮರಣದಂಡನೆ ಜೀವಾವಧಿ ಶಿಕ್ಷೆಯಾಗಿ ಮಾರ್ಪಟ್ಟುದರಿಂದ ಬದುಕಿ ಉಳಿದು, ರಾಷ್ಟ್ರಾಧ್ಯಕ್ಷನಾದ.

ದುರಾಲೋಚನೆ ದೂರಾಲೋಚನೆ ಎರಡೂ ಇದ್ದ ಬ್ರಿಟಿಷ್ ಮುತ್ಸದ್ದಿಗಳು ಐರ್‌ಲೆಂಡನ್ನು ವಿಭಜಿಸುವ ಯೋಜನೆ ರೂಪಿಸಿದರು. ದ್ವೀಪದ 32 ಜಿಲ್ಲೆಗಳಲ್ಲಿ 26 ಐರಿಷ್ ಜನರಿಗೆ; ಪ್ರೊಟೆಸ್ಟೆಂಟರೇ ಅಧಿಕ ಸಂಖ್ಯೆಯಲ್ಲಿರುವ 6 ಜಿಲ್ಲೆಗಳು ಆಂಗ್ಲರ ಅಧೀನ. ಅದಕ್ಕೆ ಉತ್ತರ ಐರ್‌ಲೆಂಡ್ ಅಥವಾ ಅಲ್ಸ್ಟರ್ ಎಂದು ಹೆಸರು. ಇದು ಒತ್ತಾಯದ ಹೇರಿಕೆ. 1932ರಲ್ಲಿ ಚುನಾವಣೆಯಲ್ಲಿ ಡಿವಲೆರಾ ಪಕ್ಷ ಪ್ರಚಂಡ ಬಹುಮತ ಗಳಿಸಿತು. ರಾಷ್ಟ್ರ ವಿಭಜನೆಯನ್ನು ತತ್ವಶಃ ಒಪ್ಪದೆಯೇ, 'ಐರ್' ಸಾರ್ವಭೌಮ ರಾಷ್ಟ್ರ – ಎಂದು 1937ರಲ್ಲಿ ಆತ ಸಾರಿದ. 1949ರಲ್ಲಿ ಕಾಮನ್‌ವೆಲ್ತ್ ಸಂಬಂಧವನ್ನೂ ತ್ಯಜಿಸಿ, ದೇಶಕ್ಕೆ 'ಐರ್‌ಲೆಂಡ್ ಗಣರಾಜ್ಯ' ಎಂದು ನಾಮಕರಣ ಮಾಡಿದ. ಐರಿಷ್ ಗಣರಾಜ್ಯ ಸೇನೆ ಕಾನೂನಿನ ದೃಷ್ಟಿಯಲ್ಲಿ ನಿಷಿದ್ಧ. ಆದರೆ ಉತ್ತರ ಐರ್‌ಲೆಂಡಿನಲ್ಲಿ ಅದರ ಕಾರ್ಯಾಚರಣೆ ಸಾಗಿದೆ; ಹಿಂಸಾತ್ಮಕ ಘಟನೆಗಳು ಆಗಾಗ್ಗೆ ನಡೆಯುತ್ತವೆ. ಸಹಬಾಳ್ವೆಯೋ ? ಬಂಧ

ವಿಮೋಚನೆಯೋ? ಇನ್ನೂ ಇತ್ಯರ್ಥವಾಗದೆ ಉಳಿದಿರುವ ಪ್ರಶ್ನೆ ಅದು.

ಐರ್‌ಲೆಂಡಿನ ಜನಸಂಖ್ಯೆ 32 ಲಕ್ಷ; ವಿಸ್ತೀರ್ಣ 27,000 ಚದರ ಮೈಲು. ಅಲ್ಸ್ಟರ್‌ನ ಜನಸಂಖ್ಯೆ 15 ಲಕ್ಷ, 5,450 ಚ. ಮೈಲು ವಿಸ್ತೀರ್ಣ. ವ್ಯವಸಾಯೋತ್ಪನ್ನಗಳಿಗೆ, ಒಳ್ಳೆಯ ಮಾದಕ ಪಾನೀಯ ಗಳಿಗೆ ಐರ್‌ಲೆಂಡ್ ಹೆಸರುವಾಸಿ. ವಿದ್ಯುದುಪಕರಣಗಳ ತಯಾರಿ, ವಾಹನ ಜೋಡಣೆ, ಲೋಹ ಉದ್ಯಮ ಮೊದಲಾದುವು ಕೈಗಾರಿಕಾ ಚಟುವಟಿಕೆಗಳು. (ಚಕಮಕಿ ಕಲ್ಲು-ಕೊಡಲಿಗಳನ್ನು ರಫ್ತು ಮಾಡುತ್ತಿದ್ದ ಕಾಲದಿಂದ ಬಹಳ ದೂರ ಬಂದಂತಾಯಿತು!) ಅಲ್ಸ್ಟರ್ ಮಾತ್ರ ಭೂಮಾಲಿಕರ ಹಿಡಿತದಲ್ಲಿರುವ ವ್ಯವಸಾಯ ಪ್ರಧಾನ ಭೂಮಿ.

*　*　*

1921ರಲ್ಲಿ ಆಗಿನ ಪ್ರಿನ್ಸ್ ಆಫ್ ವೇಲ್ಸ್ ಭಾರತಕ್ಕೆ ಬಂದಾಗ ಕಂಡುದು ಪ್ರತಿಭಟನೆಯನ್ನು, ಜನತೆಯ ತಿರಸ್ಕಾರವನ್ನು. 1980ರಲ್ಲಿ (ಈಗಿನ) ಪ್ರಿನ್ಸ್ ಆಫ್ ವೇಲ್ಸ್ ಆಗಮಿಸಿದಾಗ ಆತನಿಗೆ ದೊರೆತದ್ದು ಸಿಹಿ ಮುತ್ತಿನ ಸ್ವಾಗತ. (ಮುಂದಾದವಳು ಚಲಚ್ಚಿತ್ರ ತಾರೆ ಪದ್ಮಿನಿ ಕೊಲ್ಹಾಪುರೆ). ವೇಲ್ಸ್ ಒಂದು ರಾಷ್ಟ್ರವೆ? ಅಲ್ಲಿಯ ರಾಜಕುಮಾರನೆ ಪ್ರಿನ್ಸ್ ಆಫ್ ವೇಲ್ಸ್? ಅಲ್ಲ. ಅದು ಇಂಗ್ಲೆಂಡಿನ ಸಿಂಹಾಸನದ ಉತ್ತರಾಧಿಕಾರಿಗೆ ದೊರೆಯುವ ಬಿರುದು. ಇದು 1301ರಿಂದ ರೂಢಿಯಲ್ಲಿರುವ ಪದ್ಧತಿ.

ಪ್ರಾಚೀನ ಕಾಲದಲ್ಲಿ ಕೊನೆಯ ಹಿಮಯುಗ ಮುಕ್ತಾಯವಾದಾಗ ಕಾಣಿಸಿಕೊಂಡ ಗುಡ್ಡ ಕಣಿವೆಗಳಲ್ಲಿ ಬೇಗನೆ ಬೆಳೆದ ಕಾಡುಗಳಲ್ಲಿ, ಹುಲ್ಲು ಬಯಲುಗಳಲ್ಲಿ, ಪ್ರಕೃತಿಯೊಡನೆ ಸೆಣಸುತ್ತ ಮೊದಲು ನೆಲೆಸಿದವರು ವೆಲ್ಷ್ ಬುಡಕಟ್ಟಿನ ಜನ. ಅವರಿಂದಲೇ ಆ ಪ್ರದೇಶಕ್ಕೆ ವೇಲ್ಸ್ ಎಂದು ಹೆಸರು. ಬಳಿಕ ಬಂದ ಕೆಲ್ಟರು ವೆಲ್ಷ್ ಜನರೊಡನೆ ಬೆರೆತರು. ವೆಲ್ಷ್ ಜನಾಂಗ ಕೆಲ್ಟರ ಗುಣಗಳನ್ನೂ ಮೈಗೂಡಿಸಿಕೊಂಡು ಹೊಸ ರೂಪ ತಳೆಯಿತು.

ರೋಮನರು ಇಂಗ್ಲೆಂಡನ್ನು ಆಕ್ರಮಿಸಿದರು. ನೀರು ಬೆರೆಸದೆ ವೈನನ್ನು ಒಂದೇ ಗುಟುಕಿಗೆ ಕುಡಿಯುತ್ತಿದ್ದ ಕೆಲ್ಟರ ಸಾಮರ್ಥ್ಯ ಕಂಡು ಅವರಿಗೆ ವಿಸ್ಮಯ, ಭಯ. ವೇಲ್ಸ್‌ನ ಉಸಾಬರಿಗೆ ಅವರು ಹೋಗಲಿಲ್ಲ. ರಸ್ತೆ ನಿರ್ಮಾಣಕಾರ್ಯದಲ್ಲಿ ಅತ್ಯಂತ ನಿಪುಣರು ರೋಮನರು. ಆದರೆ ಅವರ ನೇರ ರಸ್ತೆಗಳು ಚಾಚಿಕೊಂಡದ್ದು ವೇಲ್ಸ್‌ನ (ಮತ್ತು ಸ್ಕಾಟ್‌ಲೆಂಡಿನ) ಎತ್ತರದ ಬೆಟ್ಟಗಳ ಬುಡದವರೆಗೆ ಮಾತ್ರ. ತಾವು ಆಕ್ರಮಿಸಿದ ಪ್ರದೇಶದಲ್ಲಿದ್ದ ಬ್ರಿಟನರನ್ನು ವೇಲ್ಸ್, ಸ್ಕಾಟ್‌ಲೆಂಡ್‌ಗಳತ್ತ ರೋಮನರು ಓಡಿಸಿದರು.

ಕಡಲ್ಗಾಲುವೆಯನ್ನು ದಾಟಿ 11ನೆಯ ಶತಮಾನದಲ್ಲಿ ಬಂದ

ನಾರ್ಮನರೂ ತಮ್ಮ ಆಳ್ವಿಕೆಯನ್ನು ಇಂಗ್ಲೆಂಡಿಗೆ ಪರಿಮಿತಗೊಳಿಸಿದರು. ಆದರೆ ಆಂಗ್ಲ ಸಮಾಜದ ಬುನಾದಿ ಭದ್ರವಾದ ಬಳಿಕ, ಪಶ್ಚಿಮಕ್ಕೂ ಉತ್ತರಕ್ಕೂ ಒತ್ತರಿಸುವುದು ಆರಂಭವಾಯಿತು. ಆಳುವವರು ಮೊದಲು ವೇಲ್ಸ್‌ನತ್ತ ಗಮನ ಹರಿಸಿದರು. ಕ್ರಮವಾಗಿ ವೆಲ್ಷರನ್ನು ಗುಡ್ಡ ಬೆಟ್ಟಗಳತ್ತ ತಳ್ಳಿದರು. ಸಮುದ್ರತೀರದಲ್ಲೂ ಕಣಿವೆಗಳಲ್ಲೂ ಇದ್ದ ಕೋಟೆಮನೆಗಳನ್ನು ವಶಪಡಿಸಿಕೊಂಡರು. ಹೊಸಬರಿಗೆ ನೆಲದಾಹ. ಚಿನ್ನದ ಗಣಿಗಳ ಮೇಲೆ ಕಣ್ಣು, ಆ ನೆಲದವರೇ ಆದ ಬುಡಕಟ್ಟು ನಾಯಕರಿಗೆ, ಪಾಳೆಯಗಾರರಿಗೆ ಅಳಿವು ಉಳಿವಿನ ಪ್ರಶ್ನೆ. ತಮ್ಮ ಹೋರಾಟದಲ್ಲಿ ಅವರ ಬಳಸಿದ ಇಂಧನ – ಬಡ ರೈತ ಸಮುದಾಯ. 150 ವರ್ಷ ಹೆಣಗಿದ ಮೇಲೆ ಆಂಗ್ಲರ ಕೈ ಮೇಲಾಯಿತು. (ವೆಲ್ಷ್ ಜನ ಅಂದರು: "ನಾವು ಮಾಡಿರುವ ಪಾಪಕ್ಕಾಗಿ ದೇವರು ಕೊಟ್ಟಿರುವ ಶಿಕ್ಷೆ – ಈ ಇಂಗ್ಲಿಷರು.") 13ನೆಯ ಶತಮಾನದಲ್ಲಿ ವೆಲ್ಷ್ ಜನತೆಯ ಮುಖಂಡನಾಗಿ ಬೆಳಗಿ ಕಳೆಗುಂದಿದವನು ಲೆವೆಲಿನ್. 1285ರಲ್ಲಿ ವೇಲ್ಸ್‌ನ ಮೇಲೆ ಆಂಗ್ಲರ ಸಂಪೂರ್ಣ ಹತೋಟಿ ಸಾಧ್ಯವಾಯಿತು. ಬೇರೆಡೆಗಳಲ್ಲಿ ಪಾಳೆಯಗಾರ ಪದ್ಧತಿ ಕುಸಿದರೂ ವೇಲ್ಸ್‌ನಲ್ಲಿ ಅದು ಉಗ್ರರೂಪ ತಳೆಯಿತು.

ಕ್ರೈಸ್ತಮತದ ಹಿಡಿತ ಬಲವಾದಾಗ ಕೆಲ್ಟರು ಪರ್ವತಗಳ ಆಶ್ರಯ ಪಡೆದಿದ್ದರು. ವೆಲ್ಷ್ ಜನಾಂಗದ ಅಂತಃಶಕ್ತಿ ಬಲವಾಗಿದ್ದುದರಿಂದ, ಇಂಗ್ಲಿಷರು ಬಂದಮೇಲೂ ತನ್ನ ಸ್ವಂತಿಕೆಯನ್ನು ಆ ಜನಾಂಗ ಉಳಿಸಿಕೊಂಡಿತು. 14ನೆಯ ಶತಮಾನದಲ್ಲಿ ಇಂಗ್ಲೆಂಡಿನ ಅರಸೊತ್ತಿಗೆಗೆ ಒಬ್ಬ ದೊರೆಯನ್ನು ಒದಗಿಸಿಕೊಟ್ಟಮೇಲೆ, ವೆಲ್ಷರ ಸ್ವಾಭಿಮಾನಕ್ಕೆ ರೆಕ್ಕೆಪುಕ್ಕ ಹುಟ್ಟಿದುವು. ಅದು ನಡೆದದ್ದು ಹೀಗೆ: ರಿಚ್‌ಮಂಡಿನ ಒಬ್ಬ ಭೂಮಾಲಿಕ ಹೆನ್ರಿ ಟ್ಯೂಡರ್. ಮಹತ್ವಾಕಾಂಕ್ಷಿ. ಆಗಿನ ಇಂಗ್ಲಿಷ್ ಅರಸನ ದೌರ್ಬಲ್ಯವೇ ಹೆನ್ರಿಯ ಬಂಡವಾಳ. ಫ್ರಾನ್ಸಿಗೆ ಹೋಗಿ ಸ್ವಲ್ಪ ಕಾಲವಿದ್ದ. ಪುಟ್ಟ ಪಡೆಯೊಡನೆ ತನ್ನ ತಾಯ್ನಾಡಿನ–ವೇಲ್ಸಿನ–ತೀರದಲ್ಲಿ ಬಂದಿಳಿದ. ವೆಲ್ಷ್ ಬಾವುಟವನ್ನು ಕೈಗೆತ್ತಿಕೊಂಡ. ಜನರ ರೋಮ ನಿಮಿರಿತು. ಅವನನ್ನು ಸೇರಿಕೊಂಡವರು ಬಹಳ ಜನ. ಕಾಲಾಳುಪಡೆ ಲಂಡನಿನತ್ತ ಹೊರಟಿತು. ಆಂಗ್ಲ ಅರಸನ ಪಡೆಯನ್ನು ಸೋಲಿಸಿ, ಸಿಂಹಾಸನವನ್ನು ಹೆನ್ರಿ ವಶಪಡಿಸಿಕೊಂಡು, ಟ್ಯೂಡರ್ ರಾಜಮನೆತನವನ್ನು ಸ್ಥಾಪಿಸಿದ. ಇತಿಹಾಸದ ಪುಟದಲ್ಲಿ 'ಎಂಟನೆಯ ಹೆನ್ರಿ' ಎಂದು ತನ್ನ ಹೆಸರು ಬರೆದ.

ವೆಲ್ಷ್ ಹಾಡುಗಾರರು ವಾದ್ಯದ ತಂತಿ ಮೀಟಿದ್ದೇ ಮೀಟಿದ್ದು:

"ಹಳೆಯ ಬಿಗುಮಾನದ ರಾಷ್ಟ್ರ
ಕೈಯಲ್ಲಿ ಅಸ್ತ್ರ, ಎಣೆಯಿಲ್ಲದಭಿಮಾನ..."

ರಾಷ್ಟ್ರವೂ ಇಲ್ಲ, ಪ್ರದೇಶವೂ ಇಲ್ಲ. ವೇಲ್ಸ್ ಎಂಬ ಹೆಸರು ಮಾತ್ರ. 1536ರಲ್ಲಿ ಸಂಪೂರ್ಣವಾಗಿ ಇಂಗ್ಲೆಂಡಿನೊಡನೆ ವೇಲ್ಸ್ ವಿಲೀನ ಗೊಂಡಿತು. ಮುಂದೆ ಐರ್‌ಲೆಂಡಿನ ಮೇಲೆ ಎರಗಿ ಅಲ್ಲಿನ ಬಡ ರೈತರ ಮೇಲೆ ಬಾಣ ಪ್ರಯೋಗಿಸುವ ಹೇಯ ಕೆಲಸವನ್ನೂ ವೆಲ್ಷ್ ಬಿಲ್ಲಾಳುಗಳು ಮಾಡಬೇಕಾಯಿತು.

27 ಲಕ್ಷ ಜನಸಂಖ್ಯೆಯ 8,015 ಚದರ ಮೈಲುಗಳ ವೇಲ್ಸ್‌ನ ಗುಡ್ಡ ಬೆಟ್ಟಗಳೀಗ ಪಡಬಿದ್ದಿವೆ. ಜನವಸತಿ ಸಾಂದ್ರವಾಗಿರುವುದು ದಕ್ಷಿಣ ವೇಲ್ಸ್‌ನಲ್ಲಿ. ಅಲ್ಲಿ ಕೈಗಾರಿಕೋದ್ಯಮಗಳಿವೆ. ಗಣಿಗಳು ಚಿನ್ನವನ್ನೂ ಕಲ್ಲಿದ್ದಲನ್ನೂ ನೀಡುತ್ತವೆ.

ಬದುಕು ಹೇಗೇ ಇರಲಿ, ಇಂಗ್ಲೆಂಡಿನ ಸಿಂಹಾಸನದ ಉತ್ತರಾಧಿಕಾರಿಗೆ ಪ್ರಿನ್ಸ್ ಆಫ್ ವೇಲ್ಸ್ ಎಂಬ ಬಿರುದಿದೆಯಲ್ಲ! ಇಲ್ಲದ ರಾಜ್ಯಕ್ಕೆ ಒಬ್ಬ ರಾಜಕುಮಾರ! ಹುರುಳಿಲ್ಲದಿದ್ದರೂ ಬಡಾಯಿ ಮಾತು ಕಿವಿಗೆ ಇಂಪು.

* * *

'ಗ್ರೇಟ್ ಬ್ರಿಟನ್' ದ್ವೀಪ ಸಮುಚ್ಚಯದ ಇತರ ಭಾಗಗಳಲ್ಲಿ ಆದಂತೆ ಉತ್ತರದ ಸ್ಕಾಟ್‌ಲೆಂಡಿನಲ್ಲೂ ಹಿಮಯುಗ ಮುಗಿದ ಮೇಲೆ ಪಶುಪ್ರಾಣಿಗಳು ಓಡಾಡಿದುವು, ಹಕ್ಕಿಗಳು ಹಾರಾಡಿದುವು, ಸಸ್ಯರಾಶಿ ಚಿಗುರೊಡೆಯಿತು. ಶತಮಾನಗಳು ಕಳೆಯುತ್ತ ವಾತಾವರಣ ಬೆಚ್ಚಗಾದಂತೆ ಓಕ್ ಮರಗಳು ಸೂರ್ಯನನ್ನು ಹುಡುಕುತ್ತ ಎತ್ತರಕ್ಕೆ ಬೆಳೆದುವು. ಹೋರಾಟದ ಬದುಕಿನ ಪಯಣದಲ್ಲಿ ಎಚ್ಚರದ ಹೆಜ್ಜೆ ಇಡುತ್ತ ಮನುಷ್ಯ ಜಾತಿ ಅಲ್ಲಿಗೆ ಬಂತು. ಮೊದಲು ಐಬೀರಿಯರು. ಬಳಿಕ ಕೆಲ್ಟರು, ಅವರ ಸಂಬಂಧಿಗಳೇ ಆದ ಪಿಕ್ಟರು, ಸ್ಕೋಟಿ ಜನ ಮತ್ತಿತರರು. ಬೆಟ್ಟ ಸಾಲುಗಳ ಎತ್ತರದ ನೆಲ. ದಕ್ಷಿಣವನ್ನು ಬಿಟ್ಟು ಉಳಿದೆಲ್ಲ ದಿಕ್ಕುಗಳಲ್ಲಿ ಕಡಲು. ನಾಲ್ಕಾರು ಸೆಲೆಗಳು ಸೇರಿ ಆದ ಜನಾಂಗದ್ದು ಹೃಷ್ಟಪುಷ್ಟ ಮೈ ಕಟ್ಟು. ತನ್ನದೇ ಆದ ಜೀವನ ವಿಧಾನ.

ಬ್ರಿಟನನ್ನು ಆಕ್ರಮಿಸಿದ ರೋಮನರು ರಸ್ತೆ ನಿರ್ಮಿಸುತ್ತ ಬಂದು ವೇಲ್ಸ್‌ನ ಬೆಟ್ಟಗಳ ಬುಡದಲ್ಲಿ ನಿಂತಂತೆ, ಉತ್ತರಕ್ಕೆ ಸ್ಕಾಟ್ಲೆಂಡಿನತ್ತ ಸಾಗಿದವರು ತಾವು ಕಡಿದ ದಾರಿಯಲ್ಲೇ ಮರಳಬೇಕಾಯಿತು. ಹಿಂತಿರುಗುವ ಮೊದಲು, ಪೂರ್ವದಿಂದ ಪಶ್ಚಿಮಕ್ಕೆ ಗೆರೆ ಎಳೆದಂತೆ ಬಲವಾದ ಎತ್ತರದ ಗೋಡೆ ಕಟ್ಟಿದರು. ಅದು ಕ್ರಿಸ್ತಶಕ 123ರಲ್ಲಿ. ಆ ಗೋಡೆಯವರೆಗೂ ಕೋಟೆಯಿಂದ ಕೋಟೆಗೆ ದಂಡುಗಳ ಪಥ ಸಂಚಲನ. ವೇಲ್ಸ್‌ನಲ್ಲಾದ ಅವಸ್ಥೆಯೇ 'ಸ್ಕಾಟ್‌ಲೆಂಡ್' ದೇಶದಲ್ಲೂ.

ಕ್ರಿ. ಪೂ. 200ರಲ್ಲಿ ರೋಮ್‌ನ ವೃದ್ಧ ಸಮ್ರಾಟನೊಬ್ಬ ಆ ಪ್ರದೇಶವನ್ನು ಗೆಲ್ಲಲು ಕೊನೆಯ ಪ್ರಯತ್ನ ಮಾಡಿದ. ದುಬಾರಿ

ಬೆಲೆಯ ವಿಜಯಕ್ಕಿಂತ ಸೋಲು ವಾಸಿ ಎನಿಸಿತು. "ನಾನು ಬದುಕಿನಲ್ಲಿ ಎಲ್ಲವನ್ನೂ ಅನುಭವಿಸಿದ್ದೇನೆ, ಸವಿದಿದ್ದೇನೆ, ಇದಕ್ಕೆಲ್ಲ ಯಾವ ಬೆಲೆಯೂ ಇಲ್ಲ" ಎಂದು ಆತ ಕೊರಗಿ ನುಡಿದ.

ರೋಮನರು ದ್ವೀಪದಿಂದ ಕಾಲ್ತೆಗೆದ ಬಳಿಕ, ಕೆಲ್ಟ್ ಗುಣ ವಿಶೇಷ ಗಳನ್ನು ಒಳಗೊಂಡಿದ್ದ ಪಿಕ್ಟರೂ ಸ್ಕೋಟಿ ಜನರೂ ಸ್ಕಾಟ್‌ಲೆಂಡ್ ದೇಶವನ್ನು ಕಟ್ಟಿದರು.

5-6ನೇ ಶತಮಾನಗಳಲ್ಲಿ ಕ್ರೈಸ್ತಮತ ಬಂತು ಐರ್‌ಲೆಂಡಿನಿಂದ. ಇದು ಧರ್ಮಪ್ರಸಾರಕರ ಸಾತ್ವಿಕ ದಂಡು.

ಪೂರ್ವ ಪಶ್ಚಿಮ ಎರಡು ದಿಕ್ಕುಗಳಿಂದಲೂ ಸ್ಕಾಂಡಿನೇವಿಯದ ಜನ ದಾಳಿ ಮಾಡಿದಾಗ ಪಿಕ್ಟ್ ಬುಡಕಟ್ಟು ದುರ್ಬಲಗೊಂಡು, ಸ್ಕಾಟ್ ಜನಾಂಗಕ್ಕೆ ಹೊಸ ಕಳೆ ಬಂತು. ಕೃಷಿ, ಪಶುಸಂಗೋಪನ. ಬಲಶಾಲಿ ಗಳಿಗೆ ಕೋಟೆಮನೆ. ಬಡ ರೈತರಿಗೆ ಮುರುಕು ಗುಡಿಸಲು. ಬಲಾಢ್ಯರು ಬಡವರನ್ನು ಸುಲಿದು ತಿನ್ನುವ ಲೋಕಪದ್ಧತಿಗೆ ಹೇಗೆ ಅಪವಾದವಾದೀತು ಸ್ಕಾಟ್‌ಲೆಂಡ್ ?

ಧರ್ಮ ಪ್ರಭುತ್ವದ ಅನುಜ್ಞೆಯಂತೆ ಎರಡನೆಯ ಹೆನ್ರಿ "ಐರ್‌ಲೆಂಡಿನಂತೆ ಸ್ಕಾಟ್‌ಲೆಂಡ್–ವೇಲ್ಸ್‌ಗಳಿಗೂ ನಾನು ಸಾರ್ವಭೌಮ" ಎಂದ. ಬರಿದೆ ಸಾರಿದರೆ ಏನು ಬಂತು? ಗೋಡೆ ದಾಟಿ ಉತ್ತರಕ್ಕೆ ಬರುವ ಸಾಮರ್ಥ್ಯವಿರಬೇಕಲ್ಲ? ಸ್ಕಾಟ್‌ಲೆಂಡಿನ ಪಾಳೆಯಗಾರರು ತಮ್ಮದೇ ಅರಸು ಮನೆತನ ನಿರ್ಮಿಸಿದರು. 13ನೆಯ ಶತಮಾನದಲ್ಲಿ ಅದು ನಿಸ್ಸಂತತಿಯಾದಾಗ, ಅದೇ ಅವಕಾಶವೆಂದು ಇಂಗ್ಲೆಂಡಿನ ಅರಸು ಎಡ್ವರ್ಡ್ ಧಾವಿಸಿ ಬಂದು, "ಪ್ರಿಯ ಪ್ರಜೆಗಳೇ !" ಎಂದು ಸ್ಕಾಟ್ ಜನರನ್ನು ಸಂಬೋಧಿಸಿದ. ಜನರ ಸ್ವಾಭಿಮಾನವನ್ನು ಕೆಣಕಿದಂತಾಯಿತು. ಜನಬೆಂಬಲವಿದ್ದ ನಾಯಕ ವಿಲಿಯಂ ವಾಲೇಸ್ ದಂಗೆ ಎದ್ದ. ಅಳೆದು ಸುರಿದು ಸಿರಿವಂತವರ್ಗದವರು ಅವನಿಗೆ ಬೆಂಬಲಕೊಟ್ಟರು. ಈತನಿಂದ ತಮಗೆ ಪ್ರಯೋಜನವಿಲ್ಲ ಎನಿಸಿ ದೊಡನೆ ಕೈಬಿಟ್ಟರು. ವಾಲೇಸ್ ಮರಣದಂಡನೆ ಅನುಭವಿಸಿ, ಜನರ ಸ್ಮೃತಿಯಲ್ಲಿ ಸ್ಥಾನಗಳಿಸಿದ. ಮುಂದಿನ ಶತಮಾನದಲ್ಲಿ ರಾಷ್ಟ್ರೀಯ ಸ್ವಾತಂತ್ರ್ಯವನ್ನು ದೊರಕಿಸಿಕೊಟ್ಟವನು ರಾಬರ್ಟ್ ಬ್ರೂಸ್. 90,000 ಎಕರೆ ಜಮೀನಿದ್ದ ಭೂಮಾಲಿಕ ಈತ.

ಮೇರಿ ಸ್ಟುವರ್ಟ್ 16ನೆಯ ಶತಮಾನದಲ್ಲಿ ಸ್ಕಾಟ್‌ಲೆಂಡಿನ ರಾಣಿ. ಹಂತಕನೊಬ್ಬ ಅವಳ ಗಂಡನನ್ನು ಕೊಂದ. ಆ ಹಂತಕನನ್ನೇ ಆಕೆ ಮದುವೆಯಾದಳು. ಅಲ್ಲಿನ ರೀತಿ ರಿವಾಜುಗಳಂತೆ ಅದೇನೂ ಆಕ್ಷೇಪಾರ್ಹವಾಗಿರಲಿಲ್ಲ. ಆದರೂ ಅವಳ ವಿರುದ್ಧ ಫಿತೂರಿ ನಡೆದು, ಲಂಡನಿಗೆ ಅವಳು ಧಾವಿಸಬೇಕಾಯಿತು. ಎಲಿಜಬೆಥ್ ಅಲ್ಲಿ

ಮಹಾರಾಣಿ. ಪ್ರೊಟೆಸ್ಟೆಂಟರ ಪ್ರಭಾವ ಆ ದೇಶದಲ್ಲಿ ಕುಗ್ಗಬೇಕಾದರೆ ಮೇರಿ ಪಟ್ಟಕ್ಕೆ ಬರಬೇಕು. ಕ್ಯಾಥಲಿಕರು ಅವಳಿಗೆ ಕುಮ್ಮಕ್ಕು ಕೊಟ್ಟರು. ಪರಿಣಾಮ ಬಂದೀಖಾನೆಯ ಆತಿಥ್ಯ; ಅಲ್ಲಿ ವಧೆ.

ಅಶ್ವಾರೋಹಿ ಬಿಲ್ಲಾಳುಪಡೆ ವೇಲ್ಸ್‌ನ ಕಾಣಿಕೆ. ಆ ಯುದ್ಧ ವಿಧಾನವನ್ನು ಆಂಗ್ಲರು ಅಭಿವೃದ್ಧಿಗೊಳಿಸಿದ್ದು ಐರ್‌ಲೆಂಡಿನಲ್ಲಿ. ಅದರ ಅಂತಿಮ ಪ್ರಯೋಗ ಸ್ಕಾಟ್‌ಲೆಂಡಿನಲ್ಲಿ. 17ನೆಯ ಶತಮಾನದಲ್ಲಿ ಕ್ರಾಮ್‌ವೆಲ್ ದಂಡೆತ್ತಿ ಬಂದ. ವಿಜಯಿಯಾದ. ಆ ವೇಳೆಗಾಗಲೇ ಒಂದುಗೂಡಿದ್ದ ಇಂಗ್ಲೆಂಡ್-ವೇಲ್ಸ್‌ಗಳ ಜತೆ 1707ರಲ್ಲಿ ಔಪಚಾರಿಕ ವಾಗಿ ಸ್ಕಾಟ್‌ಲೆಂಡಿನ ಸೇರ್ಪಡೆಯೂ ಆಯಿತು. ಇನ್ನು ಭೂವ್ಯವಸ್ಥೆ ಯಲ್ಲಿ ಬದಲಾವಣೆ. 18ನೆಯ ಶತಮಾನದ ಆರಂಭದಲ್ಲಿ, ಬಣಗಳ ನಾಯಕರ ಬದಲು, ವಿಂಗಡಿಸಿ ಮಾಡಿದ ಪ್ರದೇಶಗಳ ಅಧಿಪತಿಗಳು ಬಂದರು. ಸ್ಕಾಟ್ ಜನರ ವಿಶಿಷ್ಟ ಪೋಷಾಕೂ ಬ್ಯಾಗ್‌ಪೈಪ್ ವಾದ್ಯಗಳೂ ನಿಷೇಧಿಸಲ್ಪಟ್ಟವು. ಇವು ಯುದ್ಧದ ಉಪಕರಣಗಳೆಂದು ಆಂಗ್ಲ ಪ್ರಭುಗಳಿಗೆ ಅನಿಸಿದ್ದೇ ನಿಷೇಧಾಜ್ಞೆಗೆ ಕಾರಣ. 40,000 ಸ್ಕಾಟರು ಅಮೆರಿಕಕ್ಕೆ ತೆರಳಿದರು. ಅದಕ್ಕಿಂತಲೂ ಹೆಚ್ಚು ಜನ ಶ್ರಮ ಶಕ್ತಿಯನ್ನು ಮಾರಿ ಬದುಕಲು ಔದ್ಯೋಗಿಕ ಕೇಂದ್ರಗಳಿಗೆ ಸಾಗಿದರು.

ಇನ್ನೊಂದು ವಿಶಿಷ್ಟ ಕ್ಷೇತ್ರದಲ್ಲಿ ಸ್ಕಾಟ್ ಯುವಕರಿಗೆ ಉದ್ಯೋಗ ಕಾದಿತ್ತು. ಅದು ಭಾರತದಲ್ಲಿ ಬ್ರಿಟಿಷ್ ದಂಡಿನಲ್ಲಿ ಸೇವೆ. ಆಂಗ್ಲೊ-ಇಂಡಿಯನ್ ಕುಟುಂಬಗಳನ್ನು ಸೃಷ್ಟಿಸುವ ನಿರ್ದಿಷ್ಟ ಉದ್ದೇಶಕ್ಕಾಗಿಯೇ ದೃಢಕಾಯ ಸ್ಕಾಟ್ ಜವ್ವನಿಗರನ್ನು ಸೈನ್ಯಕ್ಕೆ ಭರ್ತಿಮಾಡಿಕೊಳ್ಳಲಾಯಿತು. (ಎಂದಿದ್ದಾರೆ ಇತಿಹಾಸಜ್ಞ ಪ್ರೊ. ಟ್ರೆವೆಲಿಯನ್)! ಸ್ಕಾಟ್‌ಲೆಂಡೂ ಪ್ರೊಟೆಸ್ಟೆಂಟ್ ಮತವನ್ನು ಸ್ವೀಕರಿಸಿದ್ದರಿಂದ, ಮುಂದೆ ಘರ್ಷಣೆಗೆ ಯಾವ ನೆಪವೂ ಉಳಿಯಲಿಲ್ಲ.

ಹಿಂದುಳಿದ ಸ್ಕಾಟ್‌ಲೆಂಡನ್ನೂ ತಲಪಿತ್ತು ಔದ್ಯೋಗಿಕ ಕ್ರಾಂತಿಯ ಅಲೆ. ವೇಲ್ಸ್‌ನಂತೆ ಇಲ್ಲಿಯೂ ಕಲ್ಲಿದ್ದಲು ಗಣಿಗಳಿದ್ದುವು. ಗ್ಲಾಸ್ಗೊ ನಗರದ ಸುತ್ತಲೂ ಕೈಗಾರಿಕೋದ್ಯಮಗಳು ಬೆಳೆಯತೊಡಗಿದುವು. ಪಶು ಸಂಗೋಪನದಲ್ಲೂ ಹೊಸ ತಿರುವು ಅನಿವಾರ್ಯವಾಯಿತು. ಬ್ರಿಟನಿನ ನವ ವಸಾಹತು ಆಸ್ಟ್ರೇಲಿಯ ಭೂಖಂಡದಿಂದ 1870ರ ಮೊದಲ್ಗೊಂಡು ಅಗ್ಗದ ಉಣ್ಣೆ ಬರತೊಡಗಿದ ಮೇಲೆ, ಸ್ಕಾಟ್ ರೈತರು ಕುರಿಗಳಿಗಿಂತ ಹೆಚ್ಚಾಗಿ ಜಿಂಕೆಗಳನ್ನು ಸಾಕಲು ಶುರುಮಾಡಿದರು.

ಎಡಿನ್‌ಬರೋ ಆಡಳಿತದ ಹಾಗೂ ಶೈಕ್ಷಣಿಕ-ಸಾಂಸ್ಕೃತಿಕ ಕೇಂದ್ರ. ಸ್ಕಾಟ್‌ಲೆಂಡಿನ ವಿಸ್ತೀರ್ಣ 30,415 ಚದರ ಮೈಲು, ಜನಸಂಖ್ಯೆ 52 ಲಕ್ಷ.

ಐರ್‌ಲೆಂಡ್, ವೇಲ್ಸ್, ಸ್ಕಾಟ್‌ಲೆಂಡ್ ಈ ಮೂರೂ ದೇಶಗಳಲ್ಲಿ ಕಳೆದ ಎರಡು ಸಹಸ್ರ ವರ್ಷಗಳ ಉದ್ದಕ್ಕೂ ಪ್ರಾಚೀನ ಕಾಲದ ಸ್ಮೃತಿಯೂ ಚಿಂತನೆಯೂ ಅಲ್ಲಲ್ಲಿನ ಜನಜೀವನದೊಡನೆ ಹಾಸು ಹೊಕ್ಕಾಗಿ, ಆಧುನಿಕ ಯೋಚನಾ ರೀತಿಯ ಮೇಲೆ ಗಾಢವಾದ ಪ್ರಭಾವ ಬೀರಿವೆ.

ಕ್ರಿಸ್ತಶಕ ನಾಲ್ಕು ಐದನೆಯ ಶತಮಾನಗಳಲ್ಲಿ ಐರ್‌ಲೆಂಡಿಗೆ ಬಂದ ರೋಮನ್ ಕ್ಯಾಥಲಿಕ್ ಮತಪ್ರಸಾರಕರು ಆ ದ್ವೀಪದ ಜನ ಗಾಲಿಕ್ ಭಾಷೆಯಲ್ಲಿ ಹಾಡುತ್ತಿದ್ದ ಗೀತೆಗಳನ್ನು, ಹೇಳುತ್ತಿದ್ದ ಕಥೆಗಳನ್ನು ಲ್ಯಾಟಿನ್ ಲಿಪಿಯಲ್ಲಿ ಬರೆದಿಟ್ಟರು. ಮತಪ್ರಸಾರಕ್ಕೆ ಆ ಚೌಕಟ್ಟುಗಳನ್ನು ಬಳಸಿದರು. ಮುಂದೆಯೂ ಸಹಸ್ರಾರು ವರ್ಷ ಕಾಲ ಐರ್‌ಲೆಂಡಿನಲ್ಲಿ ಸಾಧ್ಯವಾದದ್ದು ಜಾನಪದ ಸಾಹಿತ್ಯ ಸೃಷ್ಟಿ ಮಾತ್ರ.

ಆಗಾಗ್ಗೆ ಆಂಗ್ಲ ಸಂಕೋಲೆಗಳಲ್ಲಿ ಬಂಧನ. ಬಿಲ್ಲು-ಬಾಣ ಗುಂಡು ಬಯನೆಟುಗಳನ್ನು ದಾಟಿಯೂ ಮನುಷ್ಯ ಸಂಪರ್ಕ ಸಾಧ್ಯವಿತ್ತು. ಆಗ ಸೋಂಕಿದ್ದು ಬೆಳೆದು ಮೆರೆಯತೊಡಗಿದ್ದ ಆಂಗ್ಲ ಸಾಹಿತ್ಯ. ಕ್ಷಾಮ ಡಾಮರಗಳಿಂದ ನರಳುತ್ತಿರುವವರಿಗೆ ಸಾಹಿತ್ಯ ಸುಖವೇ ? ಆದರೆ ಸ್ವಾತಂತ್ರ್ಯ ಸಾಧನೆಯ ಮಾರ್ಗದಲ್ಲಿ ಕಲಾ ಅಭಿವ್ಯಕ್ತಿಯ ಹಂಬಲ ಸಹಪ್ರಯಾಣಿಕ. ಭಾಷಾ ಶಿಕ್ಷಣ ಲಭ್ಯವಾದಂತೆ ಬರವಣಿಗೆ ಸುಲಭ ವಾಯಿತು. ಸಾಹಿತ್ಯ ಸೃಷ್ಟಿಯಾದದ್ದು ಐರಿಷ್-ಇಂಗ್ಲಿಷ್ ಭಾಷೆಗಳಲ್ಲಿ. ಇಂಗ್ಲಿಷಿನ ಅನುಕರಣವಲ್ಲ. ಆ ಸಾಹಿತ್ಯಕ್ಕೇ ಅಪೂರ್ವ ಕೊಡುಗೆ. ಫ್ರೆಂಚ್ ಸಾಹಿತ್ಯಕ್ಕೆ ಕೂಡ. ವಿಶ್ವಸಾಹಿತ್ಯಕ್ಕೇ ಎನ್ನುವುದು ಹೆಚ್ಚು ಸಮಂಜಸ. 19ನೆಯ ಶತಮಾನದಲ್ಲಿ ಸ್ವಂತಿಕೆಯತ್ತ ಐರ್‌ಲೆಂಡ್ ದೃಢ ಹೆಜ್ಜೆ ಇಡುತ್ತಿದ್ದಂತೆ, ನಾಳೆಯ ಮಹಾನ್ ಸಂಭವದ ಹರಿಕಾರರಾಗಿ ಯುವ ಬರೆಹಗಾರರ ಪೀಳಿಗೆ ಸಿದ್ಧವಾಯಿತು.

"ವಿವೇಕ ಮೊದಲು ಪ್ರತಿಮೆಗಳ ಮೂಲಕ ಮಾತನಾಡುತ್ತದೆ," ಎಂದು ಹೇಳಿದ ಕವಿ, ಕಥೆಗಾರ, ನಾಟಕಕಾರ ವಿಲಿಯಂ ಬಟ್ಲರ್ ಯೇಟ್ಸ್ ತನ್ನ ನಾಡಿನ ಗತಕಾಲವನ್ನೆಲ್ಲ ಮೈಗೂಡಿಸಿಕೊಂಡು ಹೊಸ ದಾರಿ ತುಳಿದ. ಆತ ಒಮ್ಮೆ ಪ್ಯಾರಿಸಿನಲ್ಲಿದ್ದಾಗ ಐರ್‌ಲೆಂಡಿನ ಯುವ ಲೇಖಕ ಎಡ್ಮಂಡ್ ಜಾನ್ ಮಿಲ್ಲಿಂಗ್‌ಟನ್ ಸಿಂಗ್ ಅಲ್ಲಿಗೆ ಬಂದ. ಅವನಿಗೆ ಯೇಟ್ಸ್ ಹೇಳಿದ: "ದೇಶಕ್ಕೆ ವಾಪಸಾಗಿ ನಿನ್ನ ಬೇರುಗಳನ್ನು ಕಂಡುಹಿಡಿ; ದೂರದ ಆರನ್ ದ್ವೀಪಗಳ ಜನರ ಜತೆ ವಾಸ ಮಾಡು." ಪರಿಣಾಮ, ಸಿಂಗ್‌ನಿಂದ ಅದ್ಭುತ ನಾಟಕಗಳ ರಚನೆ.

ಡಬ್ಲಿನಿನಲ್ಲಿ ನೆಲೆಸಿದ್ದ ಆಂಗ್ಲ ಮಹಿಳೆ ಲೇಡಿ ಗ್ರೆಗರಿ ಒಂದು ಸಾಹಿತ್ಯ ರಂಗಮಂದಿರ ನಿರ್ಮಿಸಲು ಯೇಟ್ಸ್ ಮತ್ತಿತರ ಲೇಖಕರಿಗೆ ನೆರವಾದಳು. ಮ್ಲಾನತೆ, ಕನಸು, ನಿಗೂಢತೆಗಳ ಎರಕವಾದ-ಶ್ರೇಷ್ಠವೂ

ಬರ್ಬರವೂ ಆದ-ಪಾತ್ರಗಳು ರಂಗಸ್ಥಲದಲ್ಲಿ ಕಾಣಿಸಿಕೊಂಡುವು. ಮುಂದೆ ಆಬ್ಬಿ ಥಿಯೇಟರ್ ಐರಿಶ್ ನಾಟಕಕಾರರ ಕ್ಷೇತ್ರವಾಯಿತು. ಆಗ ಉದಿಸಿದ ಪ್ರತಿಭಾವಂತ ನಾಟಕಕಾರ - ಸಿಯಾನ್ ಅ'ಕ್ಯಾಸಿ. ಬಡ ಕುಟುಂಬದ ಹದಿಮೂರನೆಯ ಮಗು. ದಲಿತರ ಭಾಷೆ ಸಾಹಿತ್ಯಕ್ಕೆ ಬಂತು, ಕಾರ್ಮಿಕ ವರ್ಗದ ಬದುಕು ಆತ ಬರೆದ ನಾಟಕಗಳಿಗೆ ವಸ್ತುವಾಯಿತು. ಅವನು ಲಂಡನಿಗೆ ಹೋದ, ಕಮ್ಯೂನಿಸ್ಟನಾದ. ರಷ್ಯದಲ್ಲಾದ ಕ್ರಾಂತಿಯನ್ನು ಸಮರ್ಥಿಸಿದ. ಬರೆದು ಜೀವಿಸುವ ಛಲತೊಟ್ಟು ಲಂಡನಿಗೆ ಬಂದಿದ್ದ ಐರಿಷ್ ಬರೆಹಗಾರ ಜಾರ್ಜ್ ಬರ್ನಾರ್ಡ್ ಷಾನ ಸ್ನೇಹ ಅ' ಕ್ಯಾಸಿಗೆ. "ಸತ್ಯವನ್ನು ಹೇಳುವುದೇ ನನ್ನ ಹಾಸ್ಯ ನಿರೂಪಣೆಯ ವಿಧಾನ. ಯಾಕೆಂದರೆ, ಸತ್ಯವೇ ಈ ಜಗತ್ತಿನಲ್ಲಿ ಅತ್ಯಂತ ತಮಾಷೆಯ ಸಂಗತಿ" ಎಂದು ಹೇಳಿದ ಷಾ ತನ್ನ ನಾಟಕಗಳ ಮೂಲಕ ಸಮಾಜವಾದವನ್ನು ಪ್ರತಿಪಾದಿಸಿದ.

ಆಲಿವರ್ ಗೋಲ್ಡ್‌ಸ್ಮಿತ್ (ಈತ "ಕೈಯಾಡಿಸದ ಸಾಹಿತ್ಯ ಪ್ರಕಾರವೇ ಇಲ್ಲ. ಮುಟ್ಟಿದ್ದನ್ನೆಲ್ಲ ಅಂದಗೊಳಿಸಿದ್ದಾನೆ"– ಡಾ. ಜಾನ್‌ಸನ್), ಆಸ್ಕರ್ ವೈಲ್ಡ್ ತಮ್ಮ ಸಾಹಿತ್ಯ ರಚನೆಗಳಿಂದ ಕೀರ್ತಿವಂತರಾಗಿ ತಾಯ್ನಾಡಿನ ಕಿರೀಟದ ತುರಾಯಿಗಳಾದರು. ಎಲಿಜಬೆಥ್ ಓವೆನ್ ಇಂಗ್ಲಿಷ್ ಐರಿಷ್ ಭಾಷೆಗಳೆರಡರಲ್ಲೂ ಬರೆದು ಹೆಸರುಗಳಿಸಿದ ಕಥಾಲೇಖಿಕೆ.

ವರ್ಗಪ್ರಜ್ಞೆ ಮತ್ತು ಅಂತರ್ಯುದ್ಧ ಯೇಟ್ಸನ ಪುನರುದಯದ ರಮ್ಯ ಕಲ್ಪನೆಗೆ ಘಾಸಿಯುಂಟುಮಾಡಿದುವು. ಆ ಕಲ್ಪನೆಗಿದಿರಾದ ಬಂಡಾಯವೆನ್ನುವಂತೆ ಬಂದುವು ಜೇಮ್ಸ್ ಜಾಯ್ಸನ ಕಥೆ-ಕಾದಂಬರಿಗಳು. ನಾಟಕ ಕ್ಷೇತ್ರಕ್ಕೆ ವಿದಾಯ ನುಡಿದು ಸಣ್ಣ ಕಥೆಯ ಪ್ರಕಾರವನ್ನೆತ್ತಿಕೊಂಡವರು ಲಯಾಮ್ ಅ' ಫ್ಲ ಹಾರ್ಟಿ, ಅ' ಫಾವೊಲೇಯ್ನ್, ಫ್ರಾಂಕ್ ಅ' ಕಾನರ್ ಮೊದಲಾದವರು. ರಮ್ಯತೆ ಆಧುನಿಕತೆಗಳ ಮಿಶ್ರಣ ಅ' ಕೆಲ್ಲಿ, ಸ್ಟೀಫನ್ಸ್, ಕಾರ್ಕೆರಿ ಅವರ ಕೃತಿಗಳು. ಕಥೆಗಾರ-ವಿಮರ್ಶಕ ಫ್ರಾಂಕ್ ಅ' ಕಾನರ್‌ನ ಅಭಿಮತದಂತೆ "ಐರಿಷ್ ಸಣ್ಣ ಕಥೆ ಕಾದಂಬರಿಯಿಂದ ಹೊಮ್ಮಿದೆ; ಕಾದಂಬರಿಯಂತೆಯೇ ಕಲಾತ್ಮಕ ಮತ್ತು ವೈಜ್ಞಾನಿಕ ಸತ್ಯದ ಸಮೀಕರಣ ಸಾಧಿಸುವುದರಲ್ಲಿ ಯಶಸ್ವಿಯಾಗಿದೆ."

ಇಂತಹ ಐರ್‌ಲೆಂಡಿನ ದಂಡೆಗೆ ನೊಬೆಲ್ ಸಾಹಿತ್ಯ ಪಾರಿತೋಷಕ ಪದೇ ಪದೇ ಬಂದುದರಲ್ಲಿ ಆಶ್ಚರ್ಯವಿಲ್ಲ. ವಿಳಾಸದಾರರು ಲಂಡನಿನಲ್ಲೋ ಪ್ಯಾರಿಸಿನಲ್ಲೋ ಇದ್ದಾಗ, ಅವರನ್ನು ಹುಡುಕಿಕೊಂಡು ಆ ಊರುಗಳಿಗೂ ಅದು ಹೋಯಿತು.

ಅಂಥ ವಿಳಾಸದಾರರಲ್ಲೊಬ್ಬ ಸಾಮ್ಯುಯಲ್ ಬೆಕೆಟ್. ಪ್ಯಾರಿಸಿನಲ್ಲಿ ಇಂಗ್ಲಿಷ್ ಪ್ರಾಧ್ಯಾಪಕನಾಗಿದ್ದ ಈ ಐರಿಷ್ ಲೇಖಕ ಫ್ರೆಂಚ್ ಭಾಷೆಯಲ್ಲಿ

ಬರೆದ 'ಗೋಡೋನ ನಿರೀಕ್ಷಣೆಯಲ್ಲಿ' ನಾಟಕ ಇಂದು ಜಗದ್ವಿಖ್ಯಾತ. ಗೋಡೋ ಯಾರು? ಕರ್ತೃವಿನ ಪ್ರಕಾರ ಗೋಡೋ ದೇವರ ಸಂಕೇತವಲ್ಲವಂತೆ. ಬೆಕೆಟ್: "ಗೋಡೋ ಯಾರು ಎಂಬುದು ನನಗೆ ತಿಳಿದಿದ್ದರೆ ನಾಟಕದಲ್ಲಿ ನಾನೇ ಹೇಳಿಬಿಡುತ್ತಿದ್ದೆ." ಹೆಚ್ಚಿನ ಟಿಪ್ಪಣಿ ಅನಗತ್ಯ ಎನ್ನೋಣ?

* * *

ವೇಲ್ಸ್‌ನ ಜಾನಪದ ಸಾಹಿತ್ಯ ಸಂಪತ್ತು ಬಲು ಪ್ರಾಚೀನವಾದದ್ದು, ಅಮೂಲ್ಯವಾದದ್ದು. ಬಾಯ್ದೆರೆಯಾಗಿ ಉಳಿದುಬಂದ ಹಾಡುಗಳಲ್ಲಿ ಶಿಲಾಯುಗದ ಮಾನವನ ಚಟುವಟಿಕೆಗಳ ಚಿತ್ರಣವೂ ಇರುವುದು ಸೋಜಿಗವೇ ಸರಿ. ಆ ಹಿನ್ನೆಲೆಯಲ್ಲಿ, ಕ್ರಿ. ಶ. 6ನೆಯ ಶತಮಾನದಲ್ಲಿ ವೆಲ್ಷ್ ಭಾಷೆ ನಿರ್ದಿಷ್ಟ ರೂಪು ತಳೆಯಿತು. ಅಂದಿನಿಂದ ಇಂದಿನ ವರೆಗೂ ಅವ್ಯಾಹತವಾದ ಸಾಹಿತ್ಯ ಪರಂಪರೆ ಇದೆ ಆ ಜನತೆಗೆ. ಆ ಶತಮಾನದಲ್ಲಿ ಅನೆರಿನ್ ಎಂಬ ಕವಿ ರಚಿಸಿದ ಮಹಾಕಾವ್ಯ 'ಗೊಡೊಡ್ಡಿನ್', ಕಥಾವಸ್ತು ಇದು: ರೋಮನರು ಬಂದಾಗ ನಿರ್ಮಿತವಾದ ಒಂದು ಕೋಟೆ. ಮುಂದೆ ಅದು ಸ್ಯಾಕ್ಸನರ ವಶ ವಾಗುತ್ತದೆ. ಅವರನ್ನು ಓಡಿಸಿ ಕೋಟೆಯನ್ನು ತಮ್ಮ ಕೈಗೆ ತೆಗೆದು ಕೊಳ್ಳಲು ವೆಲ್ಷ್ ವೀರರು ಹೋರಾಡಿ, ವಿಫಲರಾಗುತ್ತಾರೆ. (ಈ ದುರಂತಕಾವ್ಯ ಸ್ಕಾಟ್‌ಲೆಂಡಿನ ಎಡಿನ್‌ಬರೋದಲ್ಲಿ ಅಲ್ಲಿಗೆ ನಿರಾಶ್ರಿತನಾಗಿ ಬಂದ ಕವಿಯಿಂದ ರಚಿತವಾಗಿರಬೇಕು; 13ನೆಯ ಶತಮಾನದಲ್ಲಿ ಅದು ಬರಹ ರೂಪಕ್ಕೆ ಇಳಿದಿರಬೇಕು ಎಂದು ಸಂಶೋಧಕರ ಅಭಿಮತ.) ಆ ಕಾವ್ಯದ ಒಂದು ತುಣುಕಿನ ಗದ್ಯಾನುವಾದ ಹೀಗಿದೆ:

"ಯೋಧರು ಕಟ್ರಾಯೆಥ್‌ಗೆ ಹೋದರು. ಅವರು ಖ್ಯಾತರು ಪ್ರಖ್ಯಾತರು. ಗೌರವದ ದೇಶಾಚಾರದಂತೆ ವರ್ಷವಿಡೀ ಮಿರುಮಿರುಗುವ ಪಾತ್ರೆಗಳಿಂದ ಅವರು ವೈನು ಹೀರಿದರು; ಹುಳಿಸಿದ ಜೇನು ನೀರನ್ನು ಕುಡಿದರು. ಮೂರು, ಮೂರಿಪ್ಪತ್ತು ಮತ್ತು ಮುನ್ನೂರು ಜನ, ಒಟ್ಟು. ಬಂಗಾರದ ಪಟ್ಟಿಗಳನ್ನು ಕಟ್ಟಿದವರು. ಶ್ರೇಷ್ಠ ಪಾನವನು ಸವಿದ ಬಳಿಕ ರಣರಂಗಕೆ ಧಾವಿಸಿದ ಅವರಲ್ಲಿ, ಬದುಕಿ ಉಳಿದವರು ಮೂವರೇ. ಇಬ್ಬರು ರಣಾಗ್ರೇಸರರಾದ ಎಇರನ್ ಮತ್ತು ಸೈನನ್ ಹಾಗೂ ಧಾರಾಕಾರವಾಗಿ ರಕ್ತ ಸುರಿಯುತ್ತಿದ್ದ ನಾನು – ನನ್ನ ಭವ್ಯ ಕಾವ್ಯಕ್ಕೋಸುಗ."

12–14ನೆಯ ಶತಮಾನಗಳಲ್ಲಿ ಆಸ್ಥಾನ ಕವಿಗಳ ವೈಭವ. ಅವರ ಧಣಿಗಳು ಹಳ್ಳದಲ್ಲೊಬ್ಬರು, ಕೊಳ್ಳದಲ್ಲೊಬ್ಬರು. ಸಂಪತ್ತು ಶೇಖರಿಸಿದ ಎಲ್ಲ ಭೂಮಾಲಿಕರೂ ತುಂಡರಸರೇ. ಅವರೆದುರು

ಕವಿಗಳ ಪಾಂಡಿತ್ಯ ಪ್ರದರ್ಶನ. ಯಾರ ಛಂದಸ್ಸು ಹೆಚ್ಚು ಜಟಿಲ ಎಂದು ಸ್ಪರ್ಧೆ. 14ನೆಯ ಶತಮಾನದ ಉತ್ತರಾರ್ಧದಲ್ಲಿ ಆ ಸಂಕೋಲೆಗಳನ್ನು ತುಂಡರಿಸಿ ಕಾವ್ಯವನ್ನು ಮುಕ್ತಗೊಳಿಸಿದವನು ಡೇಫಿಡ್ ಗ್ವಿಲಿಮ್. ಅಕ್ಷರಸ್ಥ ಜನತೆಯ ಆಡುಮಾತಿನಲ್ಲಿ ಆತ ಕಾವ್ಯ ರಚಿಸಿದ. 500 ವರ್ಷಗಳ ಬಳಿಕ ಸ್ವಚ್ಛಂದ ಛಂದಸ್ಸಿನ ವೈಭವ. ಆಗಿನ ಪ್ರಸಿದ್ಧ ಕವಿ ಗ್ರಫಿಡ್ ಗ್ವಿನ್‌ಜೋನ್ಸ್. ಆತ ಜರ್ಮನಿಯ ಕವಿ ಹೇಯ್ನ್‌ನ ಕೃತಿಗಳನ್ನೂ ಗಯಟೆಯ 'ಫೌಸ್ಟ್' ನಾಟಕವನ್ನೂ ವೆಲ್ಷ್‌ಗೆ ಭಾಷಾಂತರಿಸಿದ. ವೆಲ್ಷ್‌ನಲ್ಲಿ ಸ್ವತಂತ್ರ ನಾಟಕಗಳೂ ರಚಿತವಾದುವು. ಡೇನಿಯಲ್ ಓವೆನನ ಕಾದಂಬರಿಗಳು ಡಿಕೆನ್ಸನ ಕೃತಿಗಳಿಗೆ ಸಾಟಿ ಎನಿಸಿದವು. ಈ ಶತಮಾನದಲ್ಲಿ ಸಣ್ಣ ಕಥೆಗಳಿಗೆ ಅಗ್ರಸ್ಥಾನ. ಕೇಟ್ ರಾಬರ್ಟ್ಸ್, ರ್ಹೈ ಡೇವಿಸ್, ಜಾರ್ಜ್ ಇವಾರ್ಟ್ ಇವಾನ್ಸ್, ರೌಲೆಂಡ್ ಹ್ಯೂಸ್ ಇವರೆಲ್ಲ ಹೆಸರಾಂತ ಕಥೆಗಾರರು. ಅಸಾಧಾರಣ ಚೈತನ್ಯದಿಂದ ಕೂಡಿದ ಶೈಲಿಯ ಕವಿ ಡಿಲಾನ್ ಥಾಮಸ್ ಕಥೆಗಳನ್ನೂ ಬರೆದ.

ಕ್ರೈಸ್ತಮತ ಹಳೆಯ ಜಾನಪದ ಸಂಸ್ಕೃತಿಯ ಬಹಳಷ್ಟು ಭಾಗವನ್ನು ನಾಶಪಡಿಸಿತ್ತು. ಆದರೆ ವೆಲ್ಷ್ ಭಾಷೆಯನ್ನು ಉಳಿಯ ಗೊಟ್ಟಿತ್ತು. ಅದರ ಪರಿಣಾಮವಾಗಿ ಈ ದಿನ, ಉಳ್ಳವರ ಜತೆ ವೆಲ್ಷ್ ಗಣಿಕೆಲಸಗಾರರೂ ರೈತರೂ ಅಲ್ಲಿನ ಸಾಹಿತ್ಯ ಕೃತಿಗಳಲ್ಲಿ ಪಾತ್ರಗಳಾಗಿ ತಮ್ಮ ಮಾತನ್ನೇ ಆಡುತ್ತಾರೆ. ಉಳಿದೆಲ್ಲ ಕೆಲ್ಟ್ ಭಾಷೆಗಳಲ್ಲಿ ಒಟ್ಟಾಗಿ ಪ್ರಕಟವಾಗುವುದಕ್ಕಿಂತಲೂ ಹೆಚ್ಚು ಕೃತಿಗಳು ವೆಲ್ಷ್ ಭಾಷೆಯೊಂದರಲ್ಲೇ ಈಗ ಬೆಳಕು ಕಾಣುತ್ತವೆ.

ಆಧುನಿಕ ಪ್ರಭಾವಗಳೇನೇ ಇರಲಿ, ಅಲೆಮಾರಿ ಹಾಡುಗಾರರ ಸಂಗೀತವನ್ನೂ ಕಥನ ಕವನಗಳನ್ನೂ ವೆಲ್ಷ್ ಜನ ಈಗಲೂ ಇಷ್ಟಪಡುತ್ತಾರೆ.

* * *

ಕುದುರೆಗಳ ಮೇಲೆ ಕುಳಿತು ಗುಡ್ಡಗಳನ್ನು ಏರುತ್ತ ಇಳಿಯುತ್ತ ಸ್ಕಾಟ್ ಜನ ಯಾವ ಹಾಡು ಹಾಡಿದರೊ ? ದುಡಿಯುವ ರೈತರು ಯಾವ ಪಾಡ್ದನಗಳ ನೆರವಿನಿಂದ ತಮ್ಮ ದಣಿವನ್ನು ಕಡಿಮೆ ಮಾಡಿಕೊಂಡರೊ ? ಬಾಯ್ದೆರೆಯ ಬಳುವಳೀ ಹೆಚ್ಚಿಲ್ಲವಾದರೂ ಇರುವ ಜಾನಪದ ಸಾಹಿತ್ಯ ಕೌತುಕಪೂರ್ಣವಾದದ್ದು.

ವೆಲ್ಷ್ ಸಾಹಿತ್ಯ ಹಿಡಿದ ದಾರಿಗಿಂತ ಸ್ಕಾಟ್‌ಲೆಂಡ್ ಸಾಹಿತ್ಯದ್ದು ತುಸು ಭಿನ್ನ. ಸ್ಕಾಟಿಷ್–ಲಿಪಿ ಇಲ್ಲದ ಭಾಷೆ. 13-14ನೆಯ ಶತಮಾನ ಗಳಲ್ಲಿ ಇಂಗ್ಲೆಂಡಿನ ವಿರುದ್ಧ ಸ್ವಾತಂತ್ರ್ಯ ಸಮರಗಳು ನಡೆದಾಗ, ಪ್ರಬುದ್ಧ ಸಾಹಿತ್ಯಾಭಿವ್ಯಕ್ತಿಗೆ ಚಾಲನೆ ದೊರೆಯಿತು. ಸ್ವಾತಂತ್ರ್ಯವೀರ

ರಾಬರ್ಟ್ ಬ್ರೂಸ್‌ನ ಜೀವನ ವೃತ್ತವನ್ನು ಜಾನ್ ಬಾರ್ಬೋರಿ ಕಾವ್ಯರೂಪದಲ್ಲಿ ಬರೆದ. ಅದು ರಾಷ್ಟ್ರೀಯ ಮಹಾಕಾವ್ಯ ಎನಿಸಿ ಕೊಂಡಿತು. 1423ರಲ್ಲಿ, ಇಂಗ್ಲಿಷರ ಕೈದಿಯಾದ ಸ್ಕಾಟ್‌ಲೆಂಡಿನ ಅರಸ ಜೇಮ್ಸ್ ಸೆರೆಮನೆಯಲ್ಲಿ ಒಂದು ರಮ್ಯ ಕಥನಕವನ ರಚಿಸಿದ. ವಸ್ತು: ಸೆರೆಮನೆಯಲ್ಲಿ ಪ್ರಣಯ; ಬಂದಿಯಾದ ತಾನು ಆಂಗ್ಲ ವಧುವಿನ ಕೈಹಿಡಿದದ್ದು... ಇಂಗ್ಲಿಷ್ ಕವಿ ಚಾಸರನ ಶೈಲಿ. ಸಿಂಹಾಸನ ಮರಳಿ ದೊರೆತ ಬಳಿಕ, ಕಾವ್ಯ ಕೃಷಿ ಮುಂದುವರಿಸಲು ಜೇಮ್ಸ್‌ಗೆ ಕಾಲಾವಕಾಶ ಇರಲಿಲ್ಲ. ಪರಕೀಯ ಇಂಗ್ಲಿಷರ ವಿರುದ್ಧ ಮೊದಲು ದಂಗೆ ಎದ್ದ ಜನನಾಯಕ ವಾಲೇಸ್‌ನನ್ನು ಕುರಿತು ಕುರುಡ ಹಾಡುಗಾರ ಹ್ಯಾರಿ ಕಟ್ಟಿದ ಕಥನಕವನ ಬ್ರೂಸನ ಜೀವನ ವೃತ್ತಾಂತಕ್ಕಿಂತಲೂ ಹೆಚ್ಚು ಜನಪ್ರಿಯವಾಯಿತು.

ರಾಜಕೀಯದಲ್ಲಿದ್ದಂತೆ ಸಾಹಿತ್ಯದಲ್ಲೂ ಇಂಗ್ಲಿಷ್ ಭಾಷೆಯನ್ನು ಬಳಸುವುದು, ಅದರ ಮೇಲೆ ಪ್ರಭುತ್ವ ಸಾಧಿಸುವುದು ಸ್ಕಾಟ್‌ಲೆಂಡಿನ ಲೇಖಕರಿಗೆ ಅಗತ್ಯವಾಯಿತು. 15–16ನೇ ಶತಮಾನಗಳ ಪ್ರಮುಖ ಬರೆಹಗಾರರು ರಾಬರ್ಟ್ ಹೆನ್ರಿಸನ್ ಮತ್ತು ವಿಲಿಯಂ ಡನ್ಬರ್. ಹೆನ್ರಿಸನ್ ಪ್ರಾಣಿಗಳೂ ಪಾತ್ರಗಳಾಗಿದ್ದ ನೀತಿಬೋಧಕ ಕಥೆಗಳನ್ನು ಬರೆದ. ಡನ್ಬರ್‌ನದು ವಿಡಂಬನಾತ್ಮಕ ಕೃತಿಗಳು. ಶ್ರೀಸಾಮಾನ್ಯರು, ಧರ್ಮಾಧಿಕಾರಿಗಳು, ಅರಸ - ಎಲ್ಲರನ್ನೂ ಕೆಣಕುತ್ತ ಬರೆದವನು ಡೇವಿಡ್ ಲಿಂಡ್‌ಸೆ. 'ಮ್ಯಾಕ್‌ಬೆಥ್' ನಾಟಕ ಬರೆಯಲು ಶೇಕ್ಸ್‌ಪಿಯರನಿಗೆ ವಸ್ತು ಒದಗಿಸಿದ ಹಿರಿಮೆ ಸ್ಕಾಟ್‌ಲೆಂಡಿನದು.

ಆ ದೇಶ ತನ್ನದೇ ಮಹಾಕವಿಯನ್ನು ಕಂಡುಕೊಂಡದ್ದು 18ನೆಯ ಶತಮಾನದಲ್ಲಿ. ರಾಬರ್ಟ್ ಬರ್ನ್ಸ್ ಜಾನಪದ ಸಾಹಿತ್ಯ ಸತ್ವವನ್ನು ಹೀರಿ ಉಳುಮೆಗಾರನಾಗಿ ಜೀವನ ಆರಂಭಿಸಿದವನು. ಕವಿತೆ ಬರೆಯುವ ಖಯಾಲಿ. ಪಡಖಾನೆಯಲ್ಲೂ ಅವನ ಹಾಡು; ಅರಮನೆಯಲ್ಲೂ ಅವನದೇ ಹಾಡು. ಮನುಷ್ಯರನ್ನು ಮನುಷ್ಯನಿಂದ ಬೇರ್ಪಡಿಸುವ ಸಾಮಾಜಿಕ ಅಡೆತಡೆಗಳ ವಿರೋಧಿ ಅವನು. ಧಾರ್ಮಿಕ ಸೋಗಲಾಡಿತನದ ಕಡು ವೈರಿ. ಅಬ್ಕಾರಿ ಸುಂಕ ವಸೂಲಿಯ ಚಿಲ್ಲರೆ ಅಧಿಕಾರಿಯಾಗಿ ದುಡಿದು, ಕುಡಿದು - ಕುಡಿದು, ಬಡತನದಲ್ಲೇ 37ನೆಯ ವಯಸ್ಸಿನಲ್ಲಿ ಸತ್ತ. (ದೇಶ ಮಾತ್ರ ಪ್ರತಿ ವರ್ಷವೂ ಅವನ ಹುಟ್ಟು ದಿನ ಜನವರಿ 25ನ್ನು ರಾಷ್ಟ್ರೀಯ ದಿನವಾಗಿ ವಿಜೃಂಭಣೆಯಿಂದ ಆಚರಿಸುತ್ತ ಬಂದಿದೆ.)

ಸಮರ್ಥ ಗದ್ಯ ಲೇಖಕರು – ಥಾಮಸ್ ಕಾರ್ಲೈಲ್ ಮತ್ತು ಜೇಮ್ಸ್ ಬಾಸ್‌ವೆಲ್ (ಡಾ. ಜಾನ್‌ಸನ್ನನ ಜೀವನಚರಿತ್ರೆಯ ಕರ್ತೃ).

ವಿಶಿಷ್ಟ ಕಥಾ ಪ್ರಕಾರವನ್ನೇ ಆರಂಭಿಸಿ 19ನೆಯ ಶತಮಾನದಲ್ಲಿ

ಜಗದ್ವಿಖ್ಯಾತನಾದವನು ವಾಲ್ಟರ್ ಸ್ಕಾಟ್. ಮಧ್ಯಯುಗೀನ ಹಾಡು ಗಬ್ಬಗಳಿಂದ ಪ್ರೇರಿತನಾಗಿ ಕವಿತೆಗಳನ್ನು ಬರೆದ. ಕಥೆ-ಕಾದಂಬರಿ ಗಳಲ್ಲಿ ಕೈಯಾಡಿಸಿ ಮೇಲ್ಮೆಪಡೆದ. ಅಲ್ಲಿ ಮಹತ್ಸಾಧನೆ ಹಲವಾರು ಐತಿಹಾಸಿಕ ಕಾದಂಬರಿಗಳ ರಚನೆ. ಬಾಲ್ಯದಲ್ಲಿ ತಗಲಿದ ಪಾರ್ಶ್ವವಾಯುವಿನಿಂದಾಗಿ ಬದುಕಿನುದ್ದಕ್ಕೂ ಕುಂಟಿದವನು... ಪ್ರಕಾಶನ ಗೃಹದ ಸ್ಥಾಪನೆಯಲ್ಲಿ ಪಾತ್ರವಹಿಸಿ, ಆರ್ಥಿಕ ನಷ್ಟ ಅನುಭವಿಸಿದ. ಸಾಲ ತೀರಿಸಲೆಂದೇ ಹಲವು ಕಾದಂಬರಿಗಳನ್ನು ಬರೆದ. ಆದರೆ ಸಾಲ ಪೂರ್ತಿ ಸಂದಾಯವಾದದ್ದು ಅವನು ಸತ್ತ ಮೇಲೆಯೇ. ವಾರಸುದಾರರು ಸ್ಕಾಟನ ಕೃತಿಗಳ ಸ್ವಾಮ್ಯವನ್ನು ಮಾರಿ ಬಂದ ಹಣವನ್ನು ಸಾಲಗಾರರಿಗೆ ತೆತ್ತು 'ಬಿಡುಗಡೆ' ಪಡೆದರು !

19ರ ಉತ್ತರಾರ್ಧದಲ್ಲೂ 20ನೆಯ ಶತಮಾನದ ಪೂರ್ವಾರ್ಧ ದಲ್ಲೂ ಬರೆದು ಬೆಲೆಬಾಳುವ ಕೃತಿಗಳನ್ನು ಬಿಟ್ಟು ಹೋದವನು ರಾಬರ್ಟ್ ಲೂಯಿ ಸ್ಟೀವನ್‌ಸನ್. ಮಾನವನೊಳಗಿನ ದ್ವಂದ್ವದ ಅಸಾಧಾರಣ ಚಿತ್ರಣ ಆತನ 'ಡಾ. ಜೆಕಿಲ್ ಅಂಡ್ ಮಿ. ಹೈಡ್'. ದೇಶದಾಚೆಗೂ ದೂರದೂರ ಅವನು ದೃಷ್ಟಿಹಾಯಿಸಿದ. ಫಲ – 'ಟ್ರೆಷರ್ ಐಲೆಂಡ್' ಮತ್ತಿತರ ಕಾದಂಬರಿಗಳು.

ಮೊದಲನೆಯ ಲೋಕಮಹಾಯುದ್ಧದ ಬಳಿಕ ಸ್ಕಾಟಿಷ್ ಆಡು ಭಾಷೆ ನವೋದಯದ ಸುಖ ಅನುಭವಿಸಿತು. ಸಾಹಿತ್ಯಾಭಿವ್ಯಕ್ತಿಗೆ ಸಮರ್ಪಕವಾಗುವಂತೆ ಅಭಿವೃದ್ಧಿ ಹೊಂದಿತು. ಸ್ಕಾಟ್‌ಲೆಂಡಿನ ಸಾಹಿತ್ಯ ಚರಿತ್ರೆಯಲ್ಲಿ ಇದು ಮಹತ್ವದ ಘಟನೆ.

ಗ್ಲಾಸ್‌ಗೋ ನಗರದ ಕೌಟುಂಬಿಕ ಚಿತ್ರಗಳಿಗಾಗಿ ಪ್ರಖ್ಯಾತನಾದ ಜೆ. ಜೆ. ಬೆಲ್, ಕಡಲಿನ ಭೋರ್ಗರೆತವನ್ನು ಸಾಹಿತ್ಯಕ್ಕೆ ತಂದ ಬೆಸ್ತರವನಾದ ನೀಲ್ ಮಿಲ್ಲರ್ ಗನ್, ಬಡಜನತೆಯ ನೋವು ನಲಿವುಗಳಿಗೆ ಕಥೆಗಳಲ್ಲಿ ಸ್ಥಾನ ನೀಡಿದ ಫ್ರೆಡ್ ಉರ್ಕುಹಾರ್ಟ್, ಲೂಯಿ ಗಿಬ್ಬನ್ ಇವರೆಲ್ಲ ಸ್ಕಾಟ್‌ಲೆಂಡಿನ ಶ್ರೇಷ್ಠ ಕಥೆಗಾರರು.

3

ಐರ್‌ಲೆಂಡ್, ವೇಲ್ಸ್, ಸ್ಕಾಟ್‌ಲೆಂಡ್‌ಗಳಿಗಾಗಲೀ ಅಲ್ಲಿನ ಸಾಹಿತ್ಯ ಸಂಸಾರಕ್ಕಾಗಲೀ ನೀವೀಗ ಅಪರಿಚಿತರಲ್ಲ. ಜೇಮ್ಸ್ ಜಾಯ್ಸನ ಕಥೆ 'ಅರಬಿ' ಶೀರ್ಷಿಕೆಯಾಗಿರುವ ಈ ಸಂಪುಟದಲ್ಲಿ, ಆ ಮೂರೂ ದೇಶಗಳ ಒಟ್ಟು ಹದಿನೈದು ಪ್ರಾತಿನಿಧಿಕ ಕಥೆಗಳಿವೆ. ನಮ್ಮ ಕಥಾಪ್ರಿಯರು ಇವನ್ನು ಸಂತೋಷದಿಂದ ಸ್ವಾಗತಿಸುವರೆಂದು ನಂಬಿದ್ದೇನೆ.

ಯುಗಾದಿ 1981 **ನಿರಂಜನ**
ಬೆಂಗಳೂರು ಪ್ರಧಾನ ಸಂಪಾದಕ

ಐರ್‌ಲೆಂಡ್

○ ಜೇಮ್ಸ್ ಜಾಯ್ಸ್

ಅರಬಿ

ಉತ್ತರ ರಿಚ್ಮಂಡ್ ರಸ್ತೆಯೊಂದು ಒಮ್ಮೊಗದ ಕುರುಡು ಬೀದಿ. ಅಲ್ಲಿದ್ದ 'ಕ್ರಿಶ್ಚಿಯನ್ ಬ್ರದರ್ಸ್' ಶಾಲೆ ಬಿಟ್ಟಾಗ ಹೊರತು ಉಳಿದ ಹೊತ್ತು ಅದು ನಿಶ್ಶಬ್ದವಾಗಿರುತ್ತಿತ್ತು. ಆ ರಸ್ತೆಯ ಕುರುಡು ಕೊನೆಯಲ್ಲಿ ಎರಡು ಮಾಳಿಗೆಯ ಖಾಲಿ ಮನೆಯೊಂದು ಅಕ್ಕಪಕ್ಕದ ಮನೆಗಳಿಂದ ಪ್ರತ್ಯೇಕವಾಗಿ ಚೌಕನೆಯ ನೆಲದ ಮೇಲೆ ನಿಂತಿತ್ತು. ರಸ್ತೆಯ ಉಳಿದ ಮನೆಗಳು ತಮ್ಮೊಳಗೆ ಮರ್ಯಾದಸ್ಥ ಜನ ವಾಸವಾಗಿದ್ದಾರೆಂಬ ಅರಿವಿನಿಂದ ಒಂದಿನ್ನೊಂದನ್ನು ತಮ್ಮ ಕಂದು ಬಣ್ಣದ ನಿರ್ವಿಕಾರ ಮುಖಗಳಿಂದ ನೋಡುತ್ತ ನಿಂತಿದ್ದವು.

ನಮ್ಮ ಮನೆಯ ಹಿಂದಿನ ಬಾಡಿಗೆದಾರ ಒಬ್ಬ ಪಾದ್ರಿ. ಅವನು ಮನೆಯ ಹಿಂಬದಿಯ ದಿವಾನಖಾನೆಯಲ್ಲಿ ತೀರಿ ಕೊಂಡಿದ್ದ. ಬಹಳ ದಿನಗಳ ಕಾಲ ಮುಚ್ಚಿದ್ದುದರಿಂದ ಅಲ್ಲಿನ ಕೋಣೆಗಳಲ್ಲೆಲ್ಲ ಹಳಸಲು ಗಾಳಿ ದಟ್ಟಯಿಸಿತ್ತು. ಅಡಿಗೆಮನೆಯ ಹಿಂದಿದ್ದ ಪಾಳು ಕೋಣೆಯಲ್ಲಿ ಕೆಲಸಕ್ಕೆ ಬಾರದ ಹಳೆಯ ಕಾಗದಗಳು ತುಂಬಿದ್ದುವು. ಅವುಗಳ ಮಧ್ಯೆ ಕಾಗದದ ರಟ್ಟು ಹಾಕಿದ್ದು, ಪುಟಗಳು ಒದ್ದೆಯಾಗಿ ಸುರುಟಿಕೊಂಡಿದ್ದ ವಾಲ್ಟರ್ ಸ್ಕಾಟ್‌ನ 'ದಿ ಆ್ಯಬಟ್' ಕೃತಿಯೂ 'ದಿ ಡಿವೌಟ್ ಕಮ್ಯುನಿಕೆಂಟ್' ಮತ್ತು 'ದಿ ಮೆಮಾಯರ್ಸ್ ಆಫ್ ವಿದೋಕ್' ಪುಸ್ತಕಗಳೂ ಸಿಕ್ಕಿದವು. ಅವುಗಳಲ್ಲೆಲ್ಲ ಕೊನೆಯದೇ ನನಗೆ ಹೆಚ್ಚು ಮೆಚ್ಚಿಗೆ ಯಾದದ್ದು. ಅದರ ಪುಟಗಳು ಹಳದಿ ಬಣ್ಣಕ್ಕೆ ತಿರುಗಿದ್ದುದೇ ಇದಕ್ಕೆ ಕಾರಣ. ಕಾಡಾಗಿ ಬೆಳೆದ ಮನೆಯ ಹಿಂಭಾಗದ ತೋಟದಲ್ಲಿ ನಟ್ಟ ನಡುವೆ ಒಂದು ಸೇಬಿನ ಮರವಿತ್ತು, ಅಸ್ತವ್ಯಸ್ತವಾಗಿ ಹರಡಿಕೊಂಡ ಕೆಲವು ಪೊದೆಗಳಿದ್ದವು. ಆ ಪೊದೆಗಳೊಂದರ ಕೆಳಗೆ ನನಗೆ ನಮ್ಮ ಹಿಂದಿನ ಬಾಡಿಗೆದಾರನ ತುಕ್ಕು ಹಿಡಿದ ಬೈಸಿಕಲ್ ಪಂಪ್ ಸಿಕ್ಕಿತು. ಆ ಪಾದ್ರಿ ತುಂಬ ಉದಾರಿ. ಅವನು ತನ್ನ ಹಣಕಾಸೆಲ್ಲವನ್ನೂ ಸಂಘಸಂಸ್ಥೆಗಳಿಗೆ ಉಯಿಲು ಬರೆದಿದ್ದ. ಮನೆಯ ಪೀಠೋಪಕರಣಗಳನ್ನು ತಂಗಿಗೆ ಬಿಟ್ಟಿದ್ದ.

ಚಳಿಗಾಲದ ಕಿರುಹಗಲಿನ ದಿನಗಳು ಷುರುವಾದಾಗ ನಾವು ಊಟ ಮುಗಿಸುವ ಹೊತ್ತಿಗಾಗಲೇ ಕತ್ತಲಾಗಿ ಬಿಡುತ್ತಿತ್ತು. ನಾವು

ಬೀದಿಯಲ್ಲಿ ಒಟ್ಟಿಗೆ ಸೇರುವಾಗ ಮನೆಗಳು ಮಂಕಾಗಿರುತ್ತಿದ್ದವು. ತಲೆಯ ಮೇಲಿನ ಆಕಾಶದ ತುಣುಕಿನದು ಕ್ಷಣಕ್ಷಣಕ್ಕೆ ಹೊಸ ಹೊಸ ಛಾಯೆಗಳನ್ನು ಪ್ರದರ್ಶಿಸುತ್ತಿದ್ದ ನೇರಳೆ ಬಣ್ಣ. ಅದರ ಕಡೆಗೆ ಬೀದಿ ದೀಪಗಳು ತಮ್ಮ ಮಂಕುಗಾಜಿನ ಬುಡ್ಡಿಗಳನ್ನು ಚಾಚಿರುತ್ತಿದ್ದವು. ತಣ್ಣನೆಯ ಗಾಳಿ ನಮ್ಮ ದೇಹವನ್ನು ಕೊರೆಯುತ್ತಿತ್ತು. ಚಳಿಯಿಂದ ಮೈ ಕೆಂಪಾಗಿ ಹೊಳೆಯುವವರೆಗೂ ನಾವು ಆಡುತ್ತಿದ್ದೆವು. ಸ್ತಬ್ಧವಾದ ರಸ್ತೆಯಲ್ಲಿ ನಮ್ಮ ಕೂಗು ಪ್ರತಿಧ್ವನಿಸುತ್ತಿತ್ತು. ಆಟ ನಮ್ಮನ್ನು ಎಲ್ಲೆಲ್ಲೊ ಕರೆದೊಯ್ಯುತ್ತಿತ್ತು. ಮನೆಗಳ ಹಿಂಭಾಗದ ಕೆಸರು ತುಂಬಿದ ಕತ್ತಲ ಓಣಿಗಳಲ್ಲಿ ಅಲ್ಲಿನ ಗುಡಿಸಲುಗಳಲ್ಲಿ ವಾಸಿಸುತ್ತಿದ್ದ ಒರಟು ಜನರ ಉಗ್ರ ಟೀಕೆಗಳನ್ನು ಎದುರಿಸಿ ಹಾದು, ನೀರು ತೊಟ್ಟಿಕ್ಕುತ್ತಿದ್ದ ಕತ್ತಲ ತೋಟಗಳ ಹಿಂಬಾಗಿಲ ಬಳಿ ನಾವು ಬರುತ್ತಿದ್ದೆವು. ಅಲ್ಲಿ ಬೂದಿ ಗುಂಡಿಗಳಿಂದ ವಾಸನೆಯೇಳುತ್ತಿತ್ತು. ಅಲ್ಲಿಂದ ಮುಂದೆ ದುರ್ನಾತ ಬಡಿಯುತ್ತಿದ್ದ ಕತ್ತಲ ಲಾಯ. ಅಲ್ಲಿ ಗಾಡಿಯವನು ಕುದುರೆಗಳ ಮೈನೀವಿ ಮಾಲೀಷು ಮಾಡುತ್ತ, ಅವುಗಳ ಕಡಿವಾಣಗಳಿಂದ ಸಂಗೀತವನ್ನು ಅಲ್ಲಾಡಿಸಿ ತೆಗೆಯುತ್ತಿದ್ದ. ಮತ್ತೆ ಬೀದಿಯ ಮುಂದಕ್ಕೆ ಬಂದಾಗ ಅಡಿಗೆಕೋಣೆಗಳ ಕಿಟಿಕಿಗಳಿಂದ ಹೊರಟ ಬೆಳಕು ಅಲ್ಲೆಲ್ಲ ತುಂಬಿರುತ್ತಿತ್ತು. ನನ್ನ ಚಿಕ್ಕಪ್ಪನೇನಾದರೂ ಬೀದಿಯ ತಿರುವು ದಾಟಿ ಬರುತ್ತಿರುವುದು ಕಂಡರೆ ಅವನು ಸುರಕ್ಷಿತವಾಗಿ ಮನೆ ತಲುಪುವವರೆಗೂ ನಾವು ನೆರಳಲ್ಲಿ ಅವಿತುಕೊಳ್ಳುತ್ತಿದ್ದೆವು. ಅಥವಾ ಮ್ಯಾಂಗನನ ಅಕ್ಕ ತನ್ನ ತಮ್ಮನನ್ನು ಚಹಾಕ್ಕೆ ಕರೆಯಲು ಬಂದು ಬಾಗಿಲ ಮೆಟ್ಟಿಲ ಮೇಲೆ ನಿಂತುಕೊಂಡರೆ, ನಾವು ನಮ್ಮ ನೆರಳಿನ ತಾಣದಿಂದಲೇ ಅವಳು ದಾರಿಯುದ್ದಕ್ಕೂ ಮೇಲಿನಿಂದ ಕೆಳಗಿನವರೆಗೆ ಕಣ್ಣು ಹಾಯಿಸುವುದನ್ನು ನೋಡುತ್ತಿದ್ದೆವು. ಅವಳು ಅಲ್ಲಿಯೇ ನಿಲ್ಲುತ್ತಾಳೆಯೊ, ವಾಪಸಾಗುತ್ತಾಳೆಯೊ ಎಂದು ಕಾದುನೋಡಿ, ವಾಪಸಾಗದೆ ನಿಂತಲ್ಲಿ ನಾವು ಅನಿವಾರ್ಯವಾಗಿ ನೆರಳಿನ ತಾಣಬಿಟ್ಟು ಮ್ಯಾಂಗನನ ಮನೆಯ ಮೆಟ್ಟಿಲವರೆಗೂ ಹೋಗುತ್ತಿದ್ದೆವು. ಅವಳು ಅಲ್ಲಿಯೇ ನಮಗಾಗಿ ಕಾದಿರುತ್ತಿದ್ದಳು. ಅರೆತೆರೆದ ಬಾಗಿಲಿನಿಂದ ತೂರಿಬಂದ ಬೆಳಕಿನಲ್ಲಿ ಅವಳ ಆಕಾರ ಸ್ಪಷ್ಟವಾಗುತ್ತಿತ್ತು. ಅವಳ ತಮ್ಮ ಅಕ್ಕನ ಮಾತಿನಂತೆ ನಡೆಯುವ ಮುನ್ನ ಯಾವಾಗಲೂ ಅವಳನ್ನು ರೇಗಿಸುತ್ತಿದ್ದ. ನಾನು ಕಟಕಟೆಯ ಹತ್ತಿರ ಅವಳನ್ನು ನೋಡುತ್ತ ನಿಲ್ಲುತ್ತಿದ್ದೆ. ಅವಳ ಮೈ ಚಲಿಸಿದಂತೆ ತೊಟ್ಟ ಉಡುಪು ಸರಿದಾಡುತ್ತಿತ್ತು; ಮೃದು ಬಳ್ಳಿಯಂತಿದ್ದ ಅವಳ ಜಡೆ ಅತ್ತಿಂದಿತ್ತ ತೊನೆಯುತ್ತಿತ್ತು.

ದಿನವೂ ಬೆಳಗ್ಗೆ ನಾನು ಅವಳ ಮನೆಯ ಬಾಗಿಲನ್ನೇ ನೋಡುತ್ತ, ನಮ್ಮ ಮೊಗಸಾಲೆಯಲ್ಲಿ ಒರಗಿರುತ್ತಿದ್ದೆ. ನಾನು ಅವಳಿಗೆ ಕಾಣಿಸದಂತೆ ಕಿಟಕಿಯ ತೆರೆ ಒಂದಂಗುಲದಷ್ಟು ಜಾಗ ಬಿಟ್ಟು ಮುಚ್ಚಿರುತ್ತಿತ್ತು. ಅವಳು ಮೆಟ್ಟಿಲ ಬಳಿ ಬಂದಾಗ ನನ್ನ ಎದೆ ಹಾರುತ್ತಿತ್ತು. ನಾನು ತಕ್ಷಣ ಹಜಾರಕ್ಕೆ ಓಡಿ, ಪುಸ್ತಕ ಕೈಗೆತ್ತಿಕೊಂಡು ಅವಳನ್ನೇ ಹಿಂಬಾಲಿಸಿ ಹೋಗುತ್ತಿದ್ದೆ. ಆಗ ಅವಳ ಕಂದು ಆಕೃತಿಯ ಮೇಲೆಯೇ ಕಣ್ಣುಗಳನ್ನು ನೆಟ್ಟಿರುತ್ತಿದ್ದೆ. ನಮ್ಮ ದಾರಿ ಬೇರೆ ಬೇರೆಯಾಗುವ ಎಡೆ ಬಂದಾಗ ಸರಸರನೆ ಹೆಜ್ಜೆ ಹಾಕಿ ಅವಳನ್ನು ದಾಟಿಹೋಗುತ್ತಿದ್ದೆ. ದಿನವೂ ಬೆಳಗ್ಗೆ ಹೀಗೆಯೇ ಆಗುತ್ತಿತ್ತು. ಆಕಸ್ಮಿಕವಾಗಿ ಎಲ್ಲೋ ಒಂದೆರಡು ಶಬ್ದಗಳ ವಿನಿಮಯದ ಹೊರತು ನಾನೆಂದೂ ಅವಳೊಡನೆ ಮಾತಾಡಿದುದಿಲ್ಲ. ಆದರೂ ನನ್ನ ಹುಚ್ಚು ರಕ್ತವನ್ನು ಬಡಿದೆಬ್ಬಿಸಲು ಅವಳ ಹೆಸರಷ್ಟೇ ಸಾಕಾಗಿತ್ತು.

ಪ್ರಣಯಕ್ಕೆ ಅತ್ಯಂತ ಪ್ರತಿಕೂಲವಾದ ಸ್ಥಳಗಳಲ್ಲಿ ಸಹ ಅವಳ ಆಕೃತಿ ನನಗೆ ಜತೆಯಾಗಿರುತ್ತಿತ್ತು. ಪ್ರತಿ ಶನಿವಾರ ಸಂಜೆ ನನ್ನ ಚಿಕ್ಕಮ್ಮ ಸಾಮಾನು ತರಲು ಪೇಟೆಗೆ

ಹೋದಾಗ ಪೊಟ್ಟಣಗಳನ್ನು ನಾನು ಹೊತ್ತು ತರಬೇಕಾಗುತ್ತಿತ್ತು. ನಾವು ಗದ್ದಲದ ರಸ್ತೆಗಳನ್ನು ಹಾದುಬರುತ್ತಿದ್ದೆವು. ಅಲ್ಲಿ ಕುಡುಕರೂ ಚೌಕಾಶಿ ಮಾಡುವ ಹೆಂಗಸರೂ ನೂಕಾಡುವರು. ಕೂಲಿಯವರು ಬೈಗುಳ ಸುರಿಸುತ್ತಾ ಶಾಪ ಹಾಕುವರು. ತುಂಬಿದ ಪೀಪಾಯಿಗಳನ್ನು ಕಾವಲು ಕಾಯುತ್ತ ನಿಂತ ಅಂಗಡಿಯ ಹುಡುಗರು ಕೀರಲು ದನಿಯಲ್ಲಿ ತಮ್ಮ ತಿರುಮಂತ್ರ ಅರಚುವರು. ಬೀದಿಗಾಯಕರು "ಎಲ್ಲ ಬನ್ನಿ, ಎಲ್ಲ ಬನ್ನಿ" ಎಂಬಂತಹ ಹಾಡುಗಳನ್ನೊ, ನಮ್ಮ ತಾಯ್ನಾಡಿನ ಗೋಳನ್ನು ಬಣ್ಣಿಸುವ ಹಾಡುಗಬ್ಬಗಳನ್ನೊ ಮೂಗಿನಿಂದ ಗುಣುಗುಣಿಸುವರು, ನನ್ನ ಪಾಲಿಗೆ ಈ ಎಲ್ಲ ಶಬ್ದಗಳೂ ಒಗ್ಗೂಡಿ, ಬದುಕಿನ ಒಂದೇ ಒಂದು ಇಂದ್ರಿಯಾನುಭವವಾಗಿ ಪರಿಣಮಿಸುತ್ತಿತ್ತು. ಶತ್ರು ಗುಂಪಿನ ನಡುವೆ ನಾನು ನನ್ನ ಆ ದೇವಿಯ ಪುಷ್ಪ ಪಾತ್ರೆಯನ್ನು ಸುರಕ್ಷಿತವಾಗಿ ಸಾಗಿಸುತ್ತಿದ್ದೇನೆ ಎಂದು ಭಾವಿಸಿಕೊಳ್ಳುತ್ತಿದ್ದೆ. ಒಮ್ಮೊಮ್ಮೆ ಅವಳ ಹೆಸರು ನನಗೇ ಅರ್ಥವಾಗದ ವಿಚಿತ್ರ ಪ್ರಾರ್ಥನೆ, ಕೀರ್ತನೆಗಳಾಗಿ ತುಟಿಯ ಮೇಲೆ ಮೂಡುತ್ತಿತ್ತು. ಯಾಕೆಂದು ಹೇಳಲಾಗದಿದ್ದರೂ ಆಗಾಗ್ಗೆ ಕಣ್ಣುಗಳು ಕಂಬನಿಯಿಂದ ತುಂಬಿರುತ್ತಿದ್ದವು. ಒಮ್ಮೊಮ್ಮೆ ಯಾವುದೋ ನೆರೆಯೊಂದು ಒಳಗಿನಿಂದ ಎದೆಗೆ ಉಕ್ಕಿ ಬರುತ್ತಿತ್ತು. ನಾಳಿನ ಬಗ್ಗೆ ಹೆಚ್ಚು ಯೋಚಿಸುತ್ತಿರಲಿಲ್ಲ. ಅವಳೊಂದಿಗೆ ಎಂದಾದರೂ ಮಾತನಾಡುತ್ತೇನೆಯೊ ಇಲ್ಲವೊ ಗೊತ್ತಿರಲಿಲ್ಲ. ಅಥವಾ ಮಾತನಾಡಿದರೂ ಅವಳ ಬಗ್ಗೆ ನನ್ನ ಗೊಂದಲಮಯ ಮೆಚ್ಚಿಗೆಯನ್ನು ತಿಳಿಸುವುದಾದರೂ ಹೇಗೆ ? ನನ್ನ ದೇಹ ಒಂದು ತಂತಿಯ ವಾದ್ಯದಂತಿತ್ತು. ಅವಳ ಮಾತು ಹಾಗೂ ಕೈಸನ್ನೆಗಳು ಅದರ ತಂತಿಗಳನ್ನು ಮೀಟುವ ಬೆರಳುಗಳಾಗಿದ್ದವು.

ಒಂದು ಸಂಜೆ ನಾನು ನಮ್ಮ ಬಾಡಿಗೆದಾರ ಪಾದ್ರಿ ಕೊನೆಯುಸಿರೆಳೆದಿದ್ದ ದಿವಾನಖಾನೆಗೆ ಹೋದೆ. ಅದೊಂದು ಮಳೆಗಾಲದ ಮುಸ್ಸಂಜೆ, ಮನೆಯಲ್ಲಿ ಎಲ್ಲೆಲ್ಲೂ ನಿಶ್ಶಬ್ದ. ಮುರಿದ ಗಾಜಿನ ಕಿಟಿಕಿಯೊಂದರ ಮೂಲಕ ಮಳೆ ಭೂಮಿಗೆ ದಾಳಿಯಿಡುವುದು, ನೆಲಕ್ಕೆ ಬೀಳುತ್ತಿದ್ದ ನೀರಿನ ಸೂಜಿಗಳು ಕೆಸರಿನ ಮೇಲೆ ಆಟವಾಡುವುದು ಕೇಳಿಬರುತ್ತಿತ್ತು. ಕೆಳಗೆ ದೂರದಲ್ಲಿ ಯಾವುದೊ ದೀಪವೊ, ದೀಪದ ಕಿಟಿಕಿಯೊ ಹೊಳೆಯುತ್ತಿತ್ತು. ಅಷ್ಟು ಕಡಿಮೆ ಕಾಣಿಸುತ್ತಿದ್ದುದೇ ಪುಣ್ಯವೆನಿಸಿತು. ನನ್ನೊಳಗಿನ ಪ್ರಜ್ಞೆಗಳೆಲ್ಲವೂ ಮುಖ ಮುಚ್ಚಿಕೊಳ್ಳ ಬಯಸಿದಂತೆ ತೋರುತ್ತಿತ್ತು. ಎಲ್ಲಿ ಅವು ಜಾರಿ ಹೋಗುವುವೊ ಎಂಬ ಭಯದಿಂದ ನಾನು ಅಂಗೈಗಳೆರಡನ್ನೂ ಜೋಡಿಸಿ ಅವು ನಡುಗುವವರೆಗೂ ಜೋರಾಗಿ ಒತ್ತುತ್ತ 'ಓ ಪ್ರಿಯತಮೆ ! ಓ ಪ್ರಿಯತಮೆ !' ಎಂದು ಹಲವು ಸಲ ವಟಗುಟ್ಟಿದೆ.

ಕೊನೆಗೊಮ್ಮೆ ಅವಳು ನನ್ನನ್ನು ಮಾತನಾಡಿಸಿದಳು. ಅವಳ ನೇರ ಮಾತಿಗೆ ಏನು ಉತ್ತರ ಕೊಡಬೇಕೆಂದು ತಿಳಿಯದಷ್ಟು ನಾನು ಕಕ್ಕಾಬಿಕ್ಕಿಯಾದೆ. "ನೀನು ಅರಬಿಗೆ* ಹೋಗ್ತೀಯಾ?" ಎಂದು ಅವಳು ಕೇಳಿದಳು. ನಾನು ಹೌದೆಂದೆನೊ ಇಲ್ಲವೆಂದೆನೊ ನೆನಪಿಲ್ಲ. ಅದು ಬಹು ಭರ್ಜರಿ ಬಜಾರು ತನಗೂ ಹೋಗಲು ಆಸೆ — ಅಂದಳು.

---

* ಧರ್ಮಕಾರ್ಯಗಳಿಗೆ ಹಣವೆತ್ತಲು ಏರ್ಪಡಿಸುವ ಒಂದು ವಿಶೇಷ ಬಜಾರು. ಇದರಲ್ಲಿ ಮನೋರಂಜನೆಯ ಕಾರ್ಯಕ್ರಮಗಳೂ ಇರುತ್ತವೆ. ಇದನ್ನು ಭವ್ಯವಾದ ಒಂದು 'ಪೌರಸ್ತ್ಯ ಉತ್ಸವ' ಎಂದು ಕರೆಯುತ್ತಾರೆ.
ವರ್ತಕ ಅರಬರು ಬಂದು ತಮ್ಮ ಸರಕನ್ನು ಹರಡುವ ಸ್ಥಳವೂ ಅರಬಿ. ಮೈಸೂರು-ಮಡಿಕೇರಿ ರಸ್ತೆಯಲ್ಲಿರುವ ಅರಬಿತಿಟ್ಟು ಎಂದು ಹೆಸರು ಹೊತ್ತಿರುವ ಬೋಳುನೆಲ ಪ್ರಾಯಶಃ ಅಂಥದೊಂದು ಬಜಾರು ಆಗಿತ್ತು.

"ಹಾಗಾದರೆ ಯಾಕೆ ಹೋಗೋದಿಲ್ಲ?" ಎಂದು ನಾನು ಕೇಳಿದೆ.

ಮಾತನಾಡುವಾಗ ಅವಳು ತನ್ನ ಮಣಿಕಟ್ಟಿನ ಸುತ್ತ ಬೆಳ್ಳಿಯ ಕೈಬಳೆಯನ್ನು ತಿರುಗಿಸುತ್ತಿದ್ದಳು. ಆ ವಾರ ತನ್ನ ಕಾನ್‌ವೆಂಟಿನಲ್ಲಿ ರಿಟ್ರೀಟ್ ಸಮಾರಂಭವಿದೆ, ಆದ್ದರಿಂದ ಹೋಗಲಾಗುವುದಿಲ್ಲ ಅಂದಳು. ಅವಳ ತಮ್ಮನೂ ಇನ್ನಿಬ್ಬರು ಹುಡುಗರೂ ತಮ್ಮ ಟೋಪಿಗೆ ಕಾದಾಡುತ್ತಿದ್ದರು. ಮಹಡಿಯ ಕಟಕಟೆಯ ಬಳಿ ನಾನೊಬ್ಬನೇ ಇದ್ದೆ. ಮೊನಚು ಕಂಬಿಯೊಂದನ್ನು ಹಿಡಿದು ಅವಳು ನನ್ನ ಕಡೆ ತಲೆ ಬಾಗಿಸಿದ್ದಳು. ಬಾಗಿಲೆದುರಿನ ಬೀದಿ ದೀಪದ ಬೆಳಕು ಅವಳ ಕೊರಳ ತಿರುವನ್ನು ಎತ್ತಿ ತೋರಿಸುತ್ತ ಅದರ ಮೇಲೆ ಹರಡಿದ ಅವಳ ತಲೆಗೂದಲನ್ನೂ ಕಟಕಟೆಯ ಮೇಲಿದ್ದ ಅವಳ ಕೈಯನ್ನೂ ಬೆಳಗಿಸಿತ್ತು. ಆ ಬೆಳಕು ಅವಳ ಉಡುಪಿನ ಒಂದು ಕಡೆಯ ಮೇಲೆಯೂ ಬಿದ್ದು, ಅವಳು ಬಿಡುಬೀಸಾಗಿ ನಿಂತಾಗ ಹೊರಗೆ ಇಣಿಕು ಹಾಕುತ್ತಿದ್ದ ಅವಳ ಒಳಲಂಗದ ಬಿಳಿಯ ಅಂಚನ್ನು ತೋರಿಸುತ್ತಿತ್ತು.

"ನಿನಗಾದರೆ ಬಜಾರಿಗೆ ಹೋಗೋದು ಸುಲಭ," ಅವಳೆಂದಳು.

"ಹೋದರೆ ನಿನಗೇನಾದರೂ ತಂದುಕೊಡ್ತೀನಿ", – ಎಂದೆ ನಾನು.

ಆ ಸಂಜೆಯ ಅನಂತರ ಏನೆಲ್ಲ ಹುಚ್ಚುಗಳು ನನ್ನ ಸುಪ್ತ ಹಾಗೂ ಜಾಗೃತ ವಿಚಾರಗಳನ್ನು ಹಾಳುಗೆಡಿಸಿದವೋ! ಬಜಾರು ಏರ್ಪಡಲು ಇನ್ನೂ ಇದ್ದ ದಿನಗಳನ್ನು ನಾನು ನಿರ್ನಾಮಗೊಳಿಸಬಯಸಿದೆ. ಶಾಲೆಯ ಪಾಠವೆಂದರೆ ನನಗೆ ರೇಗುತ್ತಿತ್ತು. ರಾತ್ರಿ ಮಲಗುವ ಕೋಣೆಯಲ್ಲಾಗಲಿ ಅಥವಾ ಹಗಲು ಹೊತ್ತಿನಲ್ಲಿ ಶಾಲೆಯಲ್ಲಾಗಲಿ ನಾನು ಓದಲು ಪ್ರಯತ್ನಿಸಿದಾಗ, ನನ್ನ ಮತ್ತು ಪುಸ್ತಕದ ಪುಟದ ನಡುವೆ ಅವಳ ಮೂರ್ತಿ ಅಡ್ಡವಾಗುತ್ತಿತ್ತು. ನನ್ನ ಅಂತರಂಗ ಮೌನದಲ್ಲಿ ಓಲಾಡುತ್ತಿತ್ತು. ಆ ಮೌನದ ನಡುವೆ 'ಅರಬಿ' ಪದದ ಶಬ್ದಗಳು ಮೊಳಗಿ ನನ್ನ ಮೇಲೆ ಯಾವುದೋ ಪೌರಸ್ತ್ಯ ಮಾಯೆಯನ್ನು ಕವಿಸುತ್ತಿದ್ದವು. ಶನಿವಾರ ರಾತ್ರಿ ಅರಬಿ ಬಜಾರಿಗೆ ಹೋಗಲು ಮನೆಯಲ್ಲಿ ಅಪ್ಪಣೆ ಕೇಳಿದೆ. ಚಿಕ್ಕಮ್ಮನಿಗೆ ಆಶ್ಚರ್ಯವಾಯಿತು. ಅದು ಯಾವುದೋ ಧರ್ಮ ವಿರೋಧಿ ಚಟುವಟಿಕೆಯಲ್ಲ ತಾನೆ ಅಂದಳು. ತರಗತಿಯಲ್ಲಿ ನಾನು ಪ್ರಶ್ನೆಗಳಿಗೆ ಉತ್ತರ ಕೊಡುವುದು ಕಡಿಮೆಯಾಯಿತು. ಮೇಷ್ಟರ ಮುಖಮುದ್ರೆ ಸ್ನೇಹಪರತೆಯಿಂದ ನಿಷ್ಠುರತೆಗೆ ಬದಲಾಗುವುದನ್ನು ಕಂಡೆ. ನಾನು ಮೈಗಳ್ಳನಾಗಬಾರದೆಂದು ಅವರು ಹಾರೈಸಿದರು. ಚೆಲ್ಲಾಪಿಲ್ಲಿಯಾಗಿ ಚದರಿದ್ದ ನನ್ನ ಯೋಚನೆಗಳನ್ನು ಹಿಡಿದಿಡಲಾಗಲಿಲ್ಲ. ಬದುಕಿನ ಗಂಭೀರ ವಿಷಯಗಳ ಬಗ್ಗೆ ಕೊಂಚವಾದರೂ ತಾಳ್ಮೆ ಉಳಿದಿರಲಿಲ್ಲ. ಅವು ಈಗ ನನಗೂ ನನ್ನ ಆಸೆಗಳಿಗೂ ನಡುವೆ ನಿಂತು ಬೇಸರ ತರುವ ಅಸಹ್ಯವಾದ ಹುಡುಗಾಟವಾಗಿ ಕಾಣತೊಡಗಿದವು.

ಶನಿವಾರ ಬೆಳಗ್ಗೆ ನಾನು ಆ ಸಂಜೆ ಬಜಾರಿಗೆ ಹೋಗಬಯಸುವುದಾಗಿ ಚಿಕ್ಕಪ್ಪನ ನೆನಪು ಮಾಡಿದೆ. ಚಿಕ್ಕಪ್ಪ ಹಜಾರದಲ್ಲಿ ಬಡುವಿನ ಹತ್ತಿರ ಹ್ಯಾಟ್‌ಬ್ರಷ್ ಹುಡುಕುತ್ತ ನಿಂತಿದ್ದವನು ಒರಟಾಗಿ ಉತ್ತರಿಸಿದ:

"ಹೌದು ಕಣೊ, ಗೊತ್ತು."

ಅವನು ಹಜಾರದಲ್ಲಿದ್ದುದರಿಂದ ನಾನು ಮೊಗಸಾಲೆಗೆ ಹೋಗಿ ಕಿಟಕಿಯ ಬಳಿ ಒರಗುವಂತಿರಲಿಲ್ಲ. ಅಸಮಾಧಾನದಿಂದ ಮನೆ ಬಿಟ್ಟು ಶಾಲೆಯ ದಾರಿ ಹಿಡಿದು ನಡೆದೆ. ಚಳಿಗಾಳಿ ನಿರ್ದಯವಾಗಿ ಬೀಸುತ್ತಿತ್ತು. ಎದೆಯಲ್ಲಿ ಶಂಕೆ ತಲೆಹಾಕಿತ್ತು.

ರಾತ್ರಿ ಊಟಕ್ಕೆ ಮನೆಗೆ ಹಿಂದಿರುಗಿದಾಗ ಚಿಕ್ಕಪ್ಪನಿನ್ನೂ ಬಂದಿರಲಿಲ್ಲ. ಇನ್ನೂ

ಸಮಯವಿತ್ತು. ಕೊಂಚ ಹೊತ್ತು ಗಡಿಯಾರದ ಕಡೆಯೇ ದುರುಗುಟ್ಟಿ ನೋಡುತ್ತ ಕುಳಿತುಕೊಂಡೆ. ಅದರ ಬಡಿತಕ್ಕೆ ಕೆರಳಿ ಅಲ್ಲಿಂದ ಎದ್ದೆ. ಮಹಡಿ ಮೆಟ್ಟಲು ಹತ್ತಿ ಮನೆಯ ಮೇಲ್ಭಾಗಕ್ಕೆ ಬಂದೆ. ಅಲ್ಲಿನ ಎತ್ತರವಾದ ತಣ್ಣನೆಯ ಮಂಕು ಬಡಿದ ಖಾಲಿ ಕೋಣೆಗಳನ್ನು ನೋಡಿ ಮನಸ್ಸು ಹಗುರವಾಯಿತು. ನನಗೆ ನಾನೇ ಹಾಡಿಕೊಳ್ಳುತ್ತ ಕೋಣೆಯಿಂದ ಕೋಣೆಗೆ ಓಡಾಡಿದೆ. ಮುಂದಿನ ಕಿಟಿಕಿಯ ಕೆಳಗೆ ನನ್ನ ಸಂಗಾತಿಗಳು ಆಟವಾಡುತ್ತಿದ್ದುದು ಕಾಣಿಸಿತು. ಅವರ ಕೂಗು ದುರ್ಬಲವಾಗಿ, ಅಸ್ಪಷ್ಟವಾಗಿ ನನ್ನನ್ನು ಮುಟ್ಟುತ್ತಿತ್ತು. ಹಣೆಯನ್ನು ತಣ್ಣನೆಯ ಕಿಟಿಕಿಯ ಗಾಜಿಗೆ ಊರಿ ಅವಳು ವಾಸಿಸುತ್ತಿದ್ದ ಕತ್ತಲ ಮನೆಯತ್ತ ಕಣ್ಣಾಡಿಸಿದೆ. ನನ್ನ ಕಲ್ಪನೆಯಲ್ಲಿ ಅವಳ ಆಕೃತಿ ಮೂರ್ತಿಗೊಂಡಿತ್ತು. ಬೀದಿಯ ದೀಪದ ಬೆಳಕು ಎಚ್ಚರಿಕೆಯಿಂದ ನೇವರಿಸಿದ್ದ ಅವಳ ಕೊರಳಿನ ತಿರುವು, ಕಟಕಟೆಯ ಕಂಬಿಯ ಮೇಲೆ ಊರಿದ ಕೈ, ಉಡುಪಿನ ಕೆಳಗಿನ ಅಂಚು. ಸುಮಾರು ಒಂದು ಗಂಟೆಯ ಹೊತ್ತು ಅದನ್ನೇ ನೋಡುತ್ತಿದ್ದೆ.

ಮತ್ತೆ ಕೆಳಗಿಳಿದು ಬಂದಾಗ ಮರ್ಸರನ ಹೆಂಡತಿ ಬೆಂಕಿಗೂಡಿನ ಬಳಿ ಕುಳಿತಿದ್ದಳು. ಆಕೆ ವಾಚಾಳಿ ಮುದುಕಿ. ಗಂಡ ಬದುಕಿದ್ದಾಗ ಗಿರವಿ ಅಂಗಡಿ ಇಟ್ಟಿದ್ದ. ಉಪಯೋಗಿಸಿ ಬಿಟ್ಟ ಅಂಚೆಚೀಟಿಗಳನ್ನು ಯಾವುದೋ ಧರ್ಮಕಾರ್ಯಕ್ಕಾಗಿ ಆಕೆ ಕಲೆಹಾಕುತ್ತಿದ್ದಳು. ಆದುದರಿಂದ ಚಹಾದ ಮೇಜಿನ ಬಳಿಯ ಹರಟೆಯನ್ನು ನಾನು ಸಹಿಸಿಕೊಳ್ಳಬೇಕಾಗಿತ್ತು.

ಊಟ ನಿಧಾನವಾಗಿ ಸಾಗಿತು. ಒಂದು ಗಂಟೆ ಹೊತ್ತು ದಾಟಿದರೂ ಚಿಕ್ಕಪ್ಪನಿನ್ನೂ ಬರಲಿಲ್ಲ. ಮರ್ಸರನ ಹೆಂಡತಿ ಹೊರಡಲು ಎದ್ದುನಿಂತಳು. ಎಂಟು ಗಂಟೆ ಆಗಲೇ ಹೊಡೆದಾಗಿತ್ತು. ಇನ್ನು ಕಾಯಲಾಗದಿದ್ದುದಕ್ಕೆ ಆಕೆ ವ್ಯಥೆ ತೋರಿಸಿದಳು. ರಾತ್ರಿಯ ಗಾಳಿ ಒಗ್ಗದ ಕಾರಣ ಹೊತ್ತು ಮೀರಿ ಹೊರಗುಳಿಯುವುದು ತನಗಾಗದೆಂದಳು. ಅವಳು ಹೋದಮೇಲೆ ನಾನು ಕೋಣೆಯಲ್ಲಿ ಮುಷ್ಟಿ ಬಿಗಿಹಿಡಿದುಕೊಂಡು ಆ ಕಡೆಯಿಂದ ಈ ಕಡೆಗೆ ಠಳಾಯಿಸತೊಡಗಿದೆ.

ಚಿಕ್ಕಮ್ಮ ಹೇಳಿದಳು:

"ನೀನು ಬಜಾರಿಗೆ ಹೋಗೋದನ್ನು ಇನ್ನೊಂದು ದಿನಕ್ಕೆ ಇಟ್ಟುಕೋಬೇಕಾಗುತ್ತೆ ಅಂತ ಕಾಣುತ್ತೆ."

ಒಂಬತ್ತು ಗಂಟೆಗೆ ಚಿಕ್ಕಪ್ಪ ಮುಂಬಾಗಿಲ ಕೀಲಿ ತಿರುಗಿಸುವುದು ಕೇಳಿಸಿತು. ಅವನು ತನಗೆ ತಾನೇ ಮಾತಾಡಿಕೊಳ್ಳುತ್ತಿದ್ದ. ಅವನ ಮೇಲಂಗಿಯ ಭಾರಕ್ಕೆ ಹಜಾರದ ಗೂಟ ಜಗ್ಗಿದುದೂ ಕೇಳಿಸಿತು. ಅವುಗಳ ಅರ್ಥ ನನಗೆ ಗೊತ್ತಾಯಿತು. ಆತನ ಊಟ ಅರ್ಧ ಮುಗಿದಿದ್ದಾಗ ಬಜಾರಿಗೆ ಹೋಗಲು ಹಣ ಕೊಡೆಂದು ಅವನೊಂದಿಗೆ ನಾನು ಕೇಳಿದೆ. ಆತ ಮರೆತೇಬಿಟ್ಟಿದ್ದ.

"ಈಗ ಜನರಾಗಲೇ ಹಾಸಿಗೆ ಸೇರಿ ಮೊದಲ ನಿದ್ರೆ ತೆಗೆದಿದ್ದಾರೆ," ಅಂದ.

ನನಗೆ ನಗು ಬರಲಿಲ್ಲ. ಚಿಕ್ಕಮ್ಮ ಹುರುಪಿನಿಂದ ಚಿಕ್ಕಪ್ಪನಿಗೆ ಹೇಳಿದಳು:

"ಅವನಿಗೆ ದುಡ್ಡು ಕೊಟ್ಟು ಕಳಿಸಬಾರದೆ ? ಪಾಪ, ಇದುವರೆಗೆ ಅವನನ್ನು ಕಾಯಿಸಿದ್ದೀರಿ."

ಚಿಕ್ಕಪ್ಪ ಅದನ್ನು ತಾನು ಮರೆತಿದ್ದುದಕ್ಕೆ ವಿಷಾದ ವ್ಯಕ್ತಪಡಿಸಿದ. ಆಟವಿಲ್ಲದ ಬರಿಯ ಪಾಠವೇ ಆದರೆ ಹುಡುಗರು ದಡ್ಡರಾಗಿಬಿಡುತ್ತಾರೆಂಬ ಹಳೆಯ ಗಾದೆಯಲ್ಲಿ ತನಗೆ ನಂಬಿಕೆಯಿದೆ ಎಂದ. ನಾನು ಎಲ್ಲಿಗೆ ಹೊರಟಿದ್ದೇನೆಂದು ಕೇಳಿದ. ಅದಕ್ಕೆ ಒಂದಲ್ಲ, ಎರಡು ಸಲ ಉತ್ತರ ಕೊಟ್ಟ ಮೇಲೆ, ಅರಬರವನು ತನ್ನ ಕುದುರೆಗೆ ವಿದಾಯ ಹೇಳುವ ಪದ

ಕೇಳಿದ್ದೀಯಾ ಅಂದ. ನಾನು ಅಡಿಗೆಕೋಣೆ ಬಿಟ್ಟು ಹೊರಡಲಿದ್ದಾಗ ಅವನು ಅದರ ಮೊದಲ ಸಾಲುಗಳನ್ನು ಚಿಕ್ಕಮ್ಮನಿಗೆ ಹೇಳಿ ತೋರಿಸಲು ಹೊರಟಿದ್ದ.

ಕೈಯಲ್ಲಿ ಒಂದು ಫ್ಲಾರಿನ್ ನಾಣ್ಯ ಹಿಡಿದು ನಾನು ಬಕಿಂಗ್‌ಹ್ಯಾಮ್ ರಸ್ತೆಯಿಂದ ರೈಲು ನಿಲ್ದಾಣದ ಕಡೆಗೆ ಬೇಗ ಬೇಗ ಹೆಜ್ಜೆ ಹಾಕುತ್ತ ಹೊರಟೆ. ಗಿರಾಕಿಗಳಿಂದ ಕಿಕ್ಕಿರಿದಿದ್ದ ರಸ್ತೆ, ಕಣ್ಣು ಕುಕ್ಕುವ ಗ್ಯಾಸ್ ದೀಪಗಳನ್ನು ನೋಡಿದಾಗ ನನ್ನ ಯಾತ್ರೆಯ ಉದ್ದೇಶ ನೆನಪಾಯಿತು. ಖಾಲಿ ರೈಲಿನ ಮೂರನೇ ತರಗತಿಯ ಡಬ್ಬಿಯೊಂದರಲ್ಲಿ ಕೂತೆ. ಗಾಡಿ ತಾಳ್ಮೆ ಮೀರಿಸುವಷ್ಟು ತಡವಾಗಿ ನಿಲ್ದಾಣ ಬಿಟ್ಟು ಹೊರಟಿತು. ಪಾಳು ಮನೆಗಳ ನಡುವೆ, ಮಿನುಗುವ ನದಿಯ ಮೇಲೆ ಅದು ಹರಿದಾಡುತ್ತ ನಡೆಯಿತು. ವೆಸ್ಟ್‌ಲ್ಯಾಂಡ್‌ರೋ ನಿಲ್ದಾಣ ಬಂದಾಗ ಜನರ ಗುಂಪು ಹೊರಗಿನಿಂದ ಬಾಗಿಲತ್ತ ನುಗ್ಗಿತು. ಆದರೆ ಕೂಲಿಯಾಳುಗಳು ಇದು 'ಬಜಾರಿನ ಸ್ಪೆಷಲ್' ಎಂದು ಹೇಳಿ ಗುಂಪನ್ನು ಹಿಂದೆ ತಳ್ಳಿದರು. ಆ ಖಾಲಿ ಡಬ್ಬಿಯಲ್ಲಿ ನಾನು ಒಂಟಿಯಾಗಿಯೇ ಉಳಿದೆ. ಕೆಲವೇ ನಿಮಿಷಗಳಲ್ಲಿ ಗಾಡಿ ತಾತ್ಕಾಲಿಕ ಉಪಯೋಗಕ್ಕಾಗಿ ಕಟ್ಟಿದ್ದ ಒಂದು ಮರದ ನಿಲ್ದಾಣಕ್ಕೆ ಬಂದು ನಿಂತಿತು. ನಾನು ಗಾಡಿಯಿಂದ ಇಳಿದು ರಸ್ತೆಗೆ ಬಂದೆ. ದೀಪದಿಂದ ಬೆಳಗುತ್ತಿದ್ದ ದೊಡ್ಡ ಗಡಿಯಾರದ ಮುಖ ಹತ್ತಕ್ಕೆ ಇನ್ನೂ ಹತ್ತು ನಿಮಿಷವಿದೆಯೆಂದು ತೋರಿಸುತ್ತಿತ್ತು. ನನ್ನ ಮುಂದೆ ಬಜಾರಿನ ಮಂತ್ರಸದೃಶವಾದ ಹೆಸರನ್ನು ಎತ್ತಿ ತೋರಿಸುತ್ತಿದ್ದ ದೊಡ್ಡ ಕಟ್ಟಡವಿತ್ತು.

ಅಲ್ಲೆಲ್ಲೂ ಆರು ಪೆನ್ನಿಯ ಪ್ರವೇಶದ್ವಾರ ಕಾಣಿಸಲಿಲ್ಲ. ಬಜಾರು ಮುಚ್ಚುವುದೆಂದು ಹೆದರಿ, ಒಂದು ತಿರುಗು ಬಾಗಿಲಿನೊಳಗೆ ಸುಸ್ತಾದಂತೆ ಕಾಣುತ್ತಿದ್ದ ಬಾಗಿಲಾಳಿನ ಕೈಯಲ್ಲಿ ಒಂದು ಷಿಲಿಂಗ್ ಇಟ್ಟು ಒಳನುಗ್ಗಿದೆ. ಈಗ ನಾನೊಂದು ವಿಶಾಲವಾದ ಅಂಗಣದಲ್ಲಿದ್ದೆ. ಸುತ್ತಲೂ ಅದರ ಎತ್ತರದ ಅರ್ಧಕ್ಕೆ ಗ್ಯಾಲರಿ ಕಟ್ಟಿದ್ದರು. ಬಹುಮಟ್ಟಿಗೆ ಅಂಗಡಿಗಳೆಲ್ಲ ಮುಚ್ಚಿದ್ದವು. ಅಂಗಣದ ಹೆಚ್ಚು ಭಾಗ ಕತ್ತಲಲ್ಲಿ ಮುಳುಗಿತ್ತು. ಇಗರ್ಜಿಗಳಲ್ಲಿ ಸೇವೆ ಮುಗಿದ ಮೇಲೆ ಕವಿಯುವ ಸ್ತಬ್ಧತೆಯನ್ನು ಅಲ್ಲಿ ನಾನು ಗುರುತಿಸಿದೆ. ಅಂಜುತ್ತ ಅಂಜುತ್ತಲೇ ಬಜಾರಿನ ನಡುಭಾಗಕ್ಕೆ ಬಂದೆ. ಇನ್ನೂ ಅಲ್ಲಲ್ಲಿ ತೆರೆದಿದ್ದ ಅಂಗಡಿಗಳ ಸುತ್ತಮುತ್ತ ಕೆಲವಾರು ಜನ ಮುತ್ತಿದ್ದರು. ಒಂದು ಪರದೆಯ ಮುಂದೆ ಬಣ್ಣದ ದೀಪಗಳು 'ಕೆಫೆ ಶ್ಯಾಂತಾ' (ಹಾಡಿನ ಕೆಫೆ) ಎಂದು ಎತ್ತಿ ತೋರಿಸುತ್ತಿದ್ದಲ್ಲಿ, ಇಬ್ಬರು ಒಂದು ತಟ್ಟೆಯ ಮೇಲೆ ಹಣವಿಟ್ಟುಕೊಂಡು ಎಣಿಸುತ್ತಿದ್ದರು. ಅದರ ಝಣಝಣ ಶಬ್ದವನ್ನು ಕಿವಿಗೊಟ್ಟು ಕೇಳಿದೆ.

ನಾನು ಬಂದ ಉದ್ದೇಶವನ್ನು ಕಷ್ಟದಿಂದ ಜ್ಞಾಪಿಸಿಕೊಂಡು ಒಂದು ಅಂಗಡಿಗೆ ನುಗ್ಗಿ, ಪಿಂಗಾಣಿಯ ಹೂದಾನಿಗಳನ್ನೂ ಹೂ ಬಿಡಿಸಿದ ಚಾ ಕಪ್ಪುಗಳನ್ನು ಪರಿಶೀಲಿಸಿದೆ. ಅಂಗಡಿಯ ಬಾಗಿಲ ಬಳಿ ಒಬ್ಬ ಹುಡುಗಿ ಇಬ್ಬರು ಹುಡುಗರೊಡನೆ ನಗುನಗುತ್ತ ಮಾತಾಡುತ್ತಿದ್ದಳು. ಅವರಾಡುತ್ತಿದ್ದ ಮಾತನ್ನು ಅಸ್ಪಷ್ಟವಾಗಿ ಕೇಳಿಸಿಕೊಂಡು ಅವರ ಇಂಗ್ಲಿಷ್ ಉಚ್ಚಾರಣೆಯನ್ನು ಗಮನಿಸಿದೆ.

"ಓ, ನಾನೆಂದೂ ಹಾಗನ್ನಲಿಲ್ಲ."

"ಓ, ನೀನಂದೆ!"

"ಇಲ್ಲ; ಖಂಡಿತ ಇಲ್ಲ !"

"ಅವಳು ಹಾಗೆ ಅನ್ನಲಿಲ್ಲವೇನೊ?"

"ಹೌದು, ನಾನೂ ಕೇಳಿದೆ."

"ಓ, ಅದು... ಬರೀ ಬುರುಡೆ."

ನನ್ನನ್ನು ಕಂಡು ಆ ಹುಡುಗಿ ಹತ್ತಿರ ಬಂದು ಏನಾದರೂ ಕೊಳ್ಳಬೇಕೆ ಎಂದು ಕೇಳಿದಳು. ಅವಳ ಧ್ವನಿ ಉತ್ತೇಜಕವಾಗಿರಲಿಲ್ಲ. ಕೇವಲ ಕರ್ತವ್ಯಕ್ಕಾಗಿ ಕೇಳಿದಂತಿತ್ತು. ಮಸುಕು ಮಸುಕಾದ ಅಂಗಡಿಯ ಪ್ರವೇಶದ್ವಾರದ ಎರಡೂ ಕಡೆ ಪೌರಸ್ತ್ಯ ದ್ವಾರಪಾಲಕರಂತೆ ನಿಂತಿದ್ದ ಆ ದೊಡ್ಡ ಹೂದಾನಿಗಳನ್ನು ನಮ್ರನಾಗಿ ನೋಡುತ್ತ ನಾನು ವಟಗುಟ್ಟಿದೆ.

"ಇಲ್ಲ, ಏನೂ ಬೇಡ."

ಆ ಹುಡುಗಿ ಹೂದಾನಿಗಳಲ್ಲಿ ಒಂದನ್ನು ಕೊಂಚ ಸರಿಸಿ, ಮತ್ತೆ ಹುಡುಗರ ಬಳಿ ಬಂದಳು. ಅವರು ಮತ್ತೆ ಮೊದಲಿನ ವಿಷಯವನ್ನೇ ಎತ್ತಿಕೊಂಡು ಮಾತಾಡತೊಡಗಿದರು. ಹುಡುಗಿ ಒಂದೆರಡು ಸಲ ಓರೆನೋಟದಿಂದ ನನ್ನ ಕಡೆ ನೋಡಿದಳು.

ಅಲ್ಲಿದ್ದು ಪ್ರಯೋಜನವಿಲ್ಲವೆಂದು ಗೊತ್ತಿದ್ದರೂ ಅವಳು ಮಾರಾಟಕ್ಕಿಟ್ಟಿದ್ದ ವಸ್ತುಗಳಲ್ಲಿ ನನಗೆ ನಿಜವಾದ ಆಸಕ್ತಿಯಿದೆಯೆಂದು ತೋರಿಸಿಕೊಳ್ಳಲು ನಾನಿನ್ನೂ ಅಂಗಡಿಯ ಮುಂದೆ ನಿಂತೇ ಇದ್ದೆ. ಆಮೇಲೆ ನಿಧಾನವಾಗಿ ಬಜಾರಿನ ಮಧ್ಯಕ್ಕೆ ಬಂದೆ. ಕೈಯಲ್ಲಿ ಹಿಡಿದಿದ್ದ ಎರಡು ಪೆನ್ನಿಗಳನ್ನು ಜೇಬಿನಲ್ಲಿದ್ದ ಆರು ಪೆನ್ನಿಗಳ ಮೇಲೆ ಇಳಿಬಿಟ್ಟೆ. ಗ್ಯಾಲರಿಯ ಆ ಕೊನೆಯಿಂದ, ಇನ್ನೇನು ದೀಪ ಆರುವುದೆಂದು ಯಾರೋ ಕೂಗಿದರು. ಅಂಗಣದ ಮೇಲು ಭಾಗವೆಲ್ಲ ಈಗ ಕತ್ತಲಾಗಿತ್ತು.

ಕತ್ತೆತ್ತಿ ಆ ಕತ್ತಲ ಕಡೆ ನೋಡಿದಾಗ ನಾನೆಂತಹ ಜಂಬದ ಪ್ರಾಣಿ ಅನ್ನಿಸಿತು. ನನ್ನ ಕಣ್ಣುಗಳು ಕೋಪ ಆತುರಗಳಿಂದ ಉರಿಯುತ್ತಿದ್ದವು.   ⊙

○ ಜಾರ್ಜ್ ಮೂರ್

ಜೂಲಿಯಾಳ ಶಾಪ

"**ಕೊ**ನೆಗೆ ಮಾರ್ಗರೆಟ್ಟಳ ಗತಿ ಏನಾಯಿತು ?"

"ಹ್ಞ, ಅವಳಿಗೆ ಮಗುವಾದ ತಕ್ಷಣ ಅವರಮ್ಮ ಅವಳನ್ನು ಅಮೆರಿಕಕ್ಕೆ ಕಳಿಸಿಬಿಟ್ಟಳಲ್ವೆ? ಇಲ್ಲಿ ಮದುವೆಯಾಗುವ ಮುನ್ನ ಒಬ್ಬ ಹೆಂಗಸು ತಾಯಿಯಾದಳು ಅಂತಾದ್ರೆ ಆಮೇಲೆ ಅವಳು ಊರು ಬಿಟ್ಟು ಹೋಗಲೇಬೇಕು. 'ನಿನಗೆ ನಾನು ಸೊಪ್ಪು ಹಾಕೋಳಲ್ಲ' ಅಂತ ಪಾದ್ರಿಗೆ ಉತ್ತರ ಕೊಟ್ಟ ಒಬ್ಬಳೇ ಒಬ್ಬ ಹೆಣ್ಣು ಜೂಲಿಯಾ ಸಹ ಕೊನೆಗೆ ಊರು ಬಿಟ್ಟು ಹೋಗಬೇಕಾಗ್ಲಿಲ್ವೇ ?"

"ಜೂಲಿಯಾ ಅಂದರೆ ಯಾರು ?" ನಾನು ಕೇಳಿದೆ.

"ಜೂಲಿಯಾ ಕ್ಯಾಹಿಲ್."

ಆ ಹೆಸರು ನನ್ನ ಕಲ್ಪನೆಯನ್ನು ಕೆರಳಿಸಿತು. ಅವಳ ಕತೆ ಹೇಳುವಂತೆ ನಾನು ಗಾಡಿಯವನನ್ನು ಕೇಳಿದೆ.

"ಫಾದರ್ ಮ್ಯಾಡನರು ತಾನೆ ಅವಳನ್ನು ಊರಿಂದ ಹೊರ ಹಾಕಿದೋರು? ಅದಕ್ಕೆ ಪ್ರತಿಯಾಗಿ ಅವಳು ಊರಿನ ಮೇಲೆ ಶಾಪ ಹಾಕಿದಳು. ಆ ಶಾಪ ಇವತ್ತಿನ ತನಕ ನಡಕೊಂಡು ಬಂದಿದೆ."

"ನೀನು ಶಾಪಗಳನ್ನು ನಂಬುತ್ತೀಯಾ ?"

"ನಮ್ಮಪ್ಪನಾಣೆಯಾಗಿಯೂ ನಂಬತೀನಿ. ಇನ್ನೊಬ್ಬರ ಮೇಲೆ ಶಾಪ ಹಾಕೋದು ಅಂದರೆ ಎಷ್ಟು ಘೋರ, ಸ್ವಾಮಿ. ಅದರಲ್ಲೂ ಫಾದರ್ ಮ್ಯಾಡನರ ಪ್ಯಾರಿಷ್‌ನ* ಮೇಲೆ ಜೂಲಿಯಾ ಹಾಕಿದ ಶಾಪವಂತೂ ಬಲು ಕೆಟ್ಟದಾಗಿತ್ತು. ಆಗ ಸೂರ್ಯ ನೆತ್ತಿಯ ಮೇಲಿದ್ದ. ಜೂಲಿಯಾ ಗುಡ್ಡದ ಮೇಲೆ ನಿಂತು, ಎರಡು ಕೈಗಳನ್ನೂ ಮೇಲೆತ್ತಿದ್ದಳು. ವರ್ಷಕ್ಕೊಂದು ಸಲ ಯಾವುದಾದರೂ ಮನೆಯ ಸೂರು ಮುರಿದು ಬೀಳಲಿ, ಯಾವುದಾದರೂ ಒಂದು ಸಂಸಾರ ಊರು ಬಿಟ್ಟು ಅಮೆರಿಕಕ್ಕೆ ಹೋಗಲಿ ಅಂತ ಶಾಪ ಹಾಕಿದಳು. ಶಾಪ ಅಂದರೆ ಅದು,

---

* ಪ್ಯಾರಿಷ್ : ಧಾರ್ಮಿಕ ವಿಷಯಗಳಿಗೆ ಸಂಬಂಧಿಸಿದಂತೆ ಒಂದು ಇಗರ್ಜಿಯ ಮತ್ತು ಅದರ ಪಾದ್ರಿಯ ಅಧಿಕಾರ ವ್ಯಾಪ್ತಿಗೆ ಒಳಪಟ್ಟ ಪ್ರದೇಶ.

ಸ್ವಾಮಿ. ಅದರ ಒಂದೊಂದು ಅಕ್ಷರವೂ ನಿಜವಾಗಿದೆ. ಆ ಊರ ಗಡಿ ಮುಟ್ಟಿದ ತಕ್ಷಣ ನೀವೇ ಕಣ್ಣಾರೆ ನೋಡುವಿರಂತೆ."

"ಜೂಲಿಯಾಳ ಮಗುವಿನ ಗತಿ ಏನಾಯಿತು?"

"ಅವಳಿಗೆ ಮಗು ಇತ್ತು ಅಂತ ನಾನು ಕೇಳಿಲ್ಲ, ಸ್ವಾಮಿ."

ಯೋಚನೆಯಲ್ಲಿ ಮುಳುಗಿದ್ದ ಗಾಡಿಯವನು ಕೈಯಲ್ಲಿದ್ದ ಚಾವಟಿಯಿಂದ ಛಟೀರನೆ ಕುದುರೆಯ ಬೆನ್ನಿಗೆ ಹೊಡೆದ. ಶಾಪದ ಶಕ್ತಿಯ ಬಗ್ಗೆ ನಾನು ಅಪನಂಬಿಕೆ ವ್ಯಕ್ತ ಪಡಿಸಿದ್ದುದರಿಂದ ಅವನಿಗೆ ಮಾತು ಮುಂದುವರಿಸಲು ಇಷ್ಟವಾಗಲಿಲ್ಲವೇನೊ ?

ಆದರೂ ನಾನು ಕೇಳಿದೆ:

"ಜೂಲಿಯಾ ಕ್ಯಾಹಿಲ್ ಅಂದರೆ ಯಾರು ? ಇಡೀ ಊರಿಗೆ ಶಾಪ ಹಾಕೋ ಅಷ್ಟು ಶಕ್ತಿ ಅವಳಿಗೆಲ್ಲಿಂದ ಬಂತು ?"

"ದಿನಾ ಬೆಟ್ಟಕ್ಕೆ ಹೋಗಿ ಅವಳು ಮೋಹಿನಿಯರನ್ನು ಕಂಡು ಬರ್ತಿದ್ದಳು. ಊರಿಗೆ ಶಾಪ ಹಾಕೋ ಶಕ್ತೀನ ಅವಳಿಗೆ ಅವರಲ್ಲದೆ ಮತ್ತ್ಯಾರು ಕೊಟ್ಟಾರು ?"

"ಒಂದು ರಾತ್ರೀಲಿ ಆಕೆ ಅಷ್ಟು ದೂರ ನಡಕೊಂಡು ಹೋಗಿ ಬರ್ತಿದ್ದಳು ಅಂದರೆ ಅದು ಹೇಗೆ ಸಾಧ್ಯ ?"

"ಅದೇನು ಮಹಾ ? ಮೋಹಿನೀರನ್ನು ಒಲಿಸಿಕೊಂಡೋರು ಇನ್ನೂ ದೂರ ಹೋಗಿ ಬರ್ಬಹುದು, ಸ್ವಾಮಿ. ಅವಳು ಹೋಗೋದನ್ನ ಒಬ್ಬ ಕುರುಬರೋನು ನೋಡಿದ್ದ. ಗಡಿ ಮುಟ್ಟಿದ ತಕ್ಷಣ ಪಾಳುಬಿದ್ದ ಗುಡಿಸಲುಗಳನ್ನ ನೀವೇ ನೋಡುವಿರಂತೆ. ಊರು ಬಿಟ್ಟು ಹೋಗೋದಕ್ಕೆ ಮುಂಚೆ ಜೂಲಿಯಾ ಒಬ್ಬಳು ಕುರುಡು ಮುದುಕಿಯ ಜತೆ ವಾಸವಾಗಿದ್ದಳು. ಆ ಮುದುಕಿಯ ಗುಡಿಸಲನ್ನೂ ತೋರಿಸ್ತೀನಿ."

"ಅವಳು ಹೋಗಿ ಎಷ್ಟು ವರ್ಷವಾಯಿತು ?"

"ಸುಮಾರು ಇಪ್ಪತ್ತು ವರ್ಷ. ಈ ಪ್ರಾಂತದಲ್ಲಿ ಎಲ್ಲೂ ಅವಳಂಥ ಇನ್ನೊಬ್ಬ ಹುಡುಗಿ ಇರ್ಲಿಲ್ಲ. ಆಗ ನಾನಿನ್ನೂ ಚಿಕ್ಕ ಹುಡುಗ. ಆದರೆ ಅವಳು ನಾನೀಗ ಎಷ್ಟು ಎತ್ತರವಾಗಿದ್ದೀನೋ ಅಷ್ಟೇ ಎತ್ತರವಾಗಿದ್ದು, ಪಾಪ್ಲಾರ್ ಮರ ಇದ್ದ ಹಾಗೆ ನೆಟ್ಟಗಿದ್ದಳು ಅಂತ ಕೇಳಿದೀನಿ. ಅವಳು ಮೈಕೈ ಓಲಾಡಿಸಿಕೊಂಡು ನಡಿಯೋಳು. ಹೀಗಾಗಿ, ಹುಡುಗರೆಲ್ಲಾ ಅವಳ ಹಿಂದೇನೇ ನೋಡ್ತಿದ್ರು. ಒಳ್ಳೆ ಕಪ್ಪು ಕಣ್ಣುಗಳು. ಯಾವಾಗ ನೋಡಲಿ, ನಗ್ತಿರೋಳು. ಫಾದರ್ ಮ್ಯಾಡನ್ ಆಗ ತಾನೇ ಈ ಪ್ಯಾರಿಷ್‌ಗೆ ಬಂದಿದ್ದರು. ಇಲ್ಲಿ ಆ ಕಾಲದಲ್ಲಿ ಮದುವೆಯಾಗೋದಕ್ಕೆ ಮುನ್ನ ಗಂಡು ಹೆಣ್ಣು ಪರಸ್ಪರರ ಒಲುಮೆ ಸಂಪಾದಿಸೋದಕ್ಕೆ ಪ್ರಯತ್ನಿಸೋ ಪದ್ಧತಿ ಬಳಕೇಲಿತ್ತು. ನಾವೂ ಇತರ ಜನರ ಹಾಗೇ ಅಲ್ವೆ ? ದೇಶಾಚಾರ ಒಪ್ಪಿದರೆ ನಮಗೂ ಹುಡುಗೀರ ಜತೆ ಓಡಾಡೋದಕ್ಕೆ ಇಷ್ಟ. ಫಾದರ್ ಮ್ಯಾಡನ್ ಬಂದ ತಕ್ಷಣ ಕುಣಿತದ ಕೂಟ ನಿಲ್ಲಿಸಿಬಿಟ್ಟರು. ಯಾಕೆ ಅಂದರೆ ಹುಡುಗರು ಇಗರ್ಜಿಗೆ ಪ್ರಾರ್ಥನೆ ಮಾಡೋದಕ್ಕೆ ಬರೋದು ಬಿಟ್ಟು ಅಲ್ಲೇ ಹೆಚ್ಚು ಹೊತ್ತು ಕಳೀತಾರೆ ಅಂತ. ಹಾಗೇನೇ, ಊರ ಕೂಡುದಾರಿಗಳಲ್ಲಿ ಹುಡುಗರೂ ಹುಡುಗೀರೂ ಕುಣಿಯೋದಕ್ಕೆ ಕೂಡ ಅವರು ತಡೆಹಾಕಿದರು. ಯಾಕೆ ಅಂದರೆ ಅದರಿಂದ ಮದುವೆ ಇಲ್ಲದೆ ಮಕ್ಕಳು ಹುಟ್ಟೋದು ಹೆಚ್ಚುತ್ತೆ, ತಮ್ಮ ಪ್ಯಾರಿಷ್‌ನಲ್ಲಿ ಅಂಥ ಮಕ್ಕಳಿರೋದು ಕೂಡದು ಅಂತ. ಆಗ ಜೂಲಿಯಾಳಷ್ಟು ಚೆನ್ನಾಗಿ ಕುಣಿಯೋರೇ ಇಲ್ಲಿ ಇರ್ಲಿಲ್ಲ. ಹುಡುಗರು ಅವಳು ಕುಣಿಯೋದನ್ನ ನೋಡೋದಕ್ಕೇ ಸೇರ್ತಿದ್ದರು. ಬೇಸಿಗೇಲಿ ಹಸಿರು ಬೇಲಿಗಳ

ನೆರಳಿನಲ್ಲಿ ಅವಳ ಜತೆ ಓಡಾಡಿದೋರು ಯಾರೂ ಮತ್ತೆ ಇನ್ನೊಬ್ಬ ಹುಡುಗಿಯ ಕಡೆ ಕಣ್ಣು ಹಾಕ್ತಿರ್ಲಿಲ್ಲ. ಅವಳನ್ನು ಕುರಿತು ಊರಿಗೆ ಊರೇ ತಲೆಕೆಡಿಸಿಕೊಂಡಿತ್ತು. ಊರಲ್ಲಿ ಹೊಡೆದಾಟಗಳಾಗ್ತಿದ್ದವು. ಆದಕಾರಣ ಪಾದ್ರಿಯವರು ಅವಳನ್ನ ಊರು ಬಿಡಿಸಿದ್ದೇನೋ ಸರಿಯಾಗಿದ್ದಿರ್ಬಹುದು; ಆದರೆ ಅವಳ ವಿಷಯದಲ್ಲಿ ಅವರು ಅಷ್ಟು ಕಠೋರವಾಗಿ ಮಾತ್ರ ವರ್ತಿಸಬೇಕಾಗಿರ್ಲಿಲ್ಲ ಅಂತ ನನ್ನ ಅಭಿಪ್ರಾಯ.

"ಒಂದು ಸಂಜೆ ಪಾದ್ರಿಯವರು ಅವಳ ಮನೆಗೆ ಹೋದರು. ಅವಳ ಅಪ್ಪ ಐಶ್ವರ್ಯವಂತ. ಊರಲ್ಲಿ ದಿನಸಿ ಅಂಗಡಿ ಇಟ್ಟಿದ್ದ. ಪಾದ್ರಿಯವರು ಅಂಗಡಿಗೆ ಬಂದಾಗ ಅಲ್ಲಿ ಯಾರಿದ್ದರು ಅಂತೀರಿ ? ಈ ಪ್ರಾಂತ್ಯದ ಅತ್ಯಂತ ಶ್ರೀಮಂತ ರೈತ. ಮೈಕೆಲ್ ಮೊರಾನ್ ಅಂತ ಹೆಸರು. ಜೂಲಿಯಾಳನ್ನ ಮದುವೆಯಾಗ್ಬೇಕು ಅಂತ ಬಯಸಿ ಆತ ಮಾತುಕತೆಗೆ ಬಂದಿದ್ದ. ಅಂಗಡೀಲಿ ಎರಡು ಮೇಜಿರೋದು. ಎಡಗಡೆಯ ಮೇಜಿನ ಹತ್ತಿರ ಜೂಲಿಯಾ ಮಾರೋದಕ್ಕೆ ನಿಂತುಕೋತಿದ್ದಳು. ಅಪ್ಪ ಅಮ್ಮನಿಗೆ ಅವಳು ಅದೆಷ್ಟು ಹಣ ಸಂಪಾದಿಸಿ ಕೊಡೋಳು ಅಂತೀರಿ. ಮೈಕೆಲ್ ಮೊರಾನ್ ಅವಳ ಅಪ್ಪನ್ನ 'ಹುಡುಗಿ ಜತೆ ಎಷ್ಟು ವರದಕ್ಷಿಣೆ ಕೊಡ್ತಿ ?' ಅಂತ ಕೇಳಿದ. 'ಒಂದು ಬಿಡಿಗಾಸೂ ಕೇಳದೆ ಮದುವೆ ಮಾಡಿಕೊಳ್ಳೋರು ಬೇಕಾದಷ್ಟು ಜನ ಇದಾರೆ,' ಅಂದ ಅಪ್ಪ. ಹೀಗೇ ಮಾತುಕತೆ ನಡೆದಿತ್ತು. ಜೂಲಿಯಾ ಎದುರು ಮೇಜಿನ ಬಳಿಯಿಂದ ಅದೆಲ್ಲವನ್ನೂ ಕೇಳಿಸಿಕೊಳ್ತಿದ್ದಳು. ಅವಳು ಎಂಥ ದಿಟ್ಟೆ ಅಂತ ಮೈಕೆಲ್ ಕಾಣ. ಅವಳ ಅಪ್ಪ ಐವತ್ತು ಪೌಂಡು ವರದಕ್ಷಿಣೇಗೆ ಒಪ್ಪೋ ತನಕ ಅವನು ವಾದ ಮಾಡ್ತಾನೇ ಹೋದ. ಆಮೇಲೆ ಇವನು ಬಲೆಗೆ ಬಿದ್ದ ಅಂದುಕೊಂಡು 'ಮೇಲೆ ಎರಡು ಕರು ಕೊಡೋವರೆಗೆ ನಾನು ಕೈಹಿಡಿಯೋದಿಲ್ಲ' ಅಂದ, ಜೂಲಿಯಾ ತುಟಿಪಿಟಿಕ್ಕೆನ್ನದೆ ಕೇಳುತ್ತಲೇ ಇದ್ದಳು. ಪಾದ್ರಿಯವರು ಅಲ್ಲಿಗೆ ಬಂದದ್ದು ಅದೇ ಹೊತ್ತಿಗೆ. ಅವರು ಜೂಲಿಯಾಳ ಬಳಿ ಹೋಗಿ ಹೇಳಿದರು:

"ನಿಮ್ಮಪ್ಪನಿಂದ ನಿನಗಿಷ್ಟೊಂದು ಐಶ್ವರ್ಯ ಸಿಗ್ತಿರೋದು ಹೆಮ್ಮೆ ಅನ್ನಿಸೋದಿಲ್ವೆ ? ನಿನಗೆ ಮದುವೆಯಾದರೆ ಸಂತೋಷವಾಗೋದು ನನಗೆ. ಯಾಕೆ ಅಂದರೆ ಈ ಪ್ಯಾರಿಷ್‌ನಲ್ಲಿ ಇನ್ನು ಹೆಚ್ಚು ದಿನ ನಿನ್ನ ಆಟ ನಡೆಯೋದು ನನಗಿಷ್ಟವಿಲ್ಲ. ಇಲ್ಲಿ ನಡೆದಿರೋ ಕುಣಿತ, ಬೇಟಕ್ಕೆಲ್ಲಾ ಕುಮ್ಮಕ್ಕು ಸಿಗ್ತಿರೋದು ನಿನ್ನಿಂದಲೇ. ಅದನ್ನೆಲ್ಲಾ ನಿಲ್ಲಿಸ್ತೀನಿ, ನೋಡ್ತಿರು."

"ಜೂಲಿಯಾ ಪಾದ್ರಿಯವರ ಮಾತಿಗೆ ಜವಾಬು ಕೊಡ್ಲಿಲ್ಲ. ಅವರು ಅಲ್ಲಿ ಅರವತ್ತು ಪೌಂಡುಗಳ ಚರ್ಚೆ ನಡೀತಿದ್ದಲ್ಲಿಗೆ ಹೋದರು. 'ಆಯಿತು. ಇಬ್ಬರೂ ಐವತ್ತೈದಕ್ಕೆ ಒಪ್ಪಿಕೊಳ್ಳಿ' ಅಂತ ಬಾಯಿ ಹಾಕಿದರು.

"ಪಾದ್ರಿಯವರು ಹೇಳಿದರಲ್ಲ ಅಂತ ಜೂಲಿಯಾಳ ಅಪ್ಪ ಒಪ್ಪಿದ. ಮೂವರೂ ಇನ್ನು ಮದುವೆ ನಿಷ್ಕರ್ಷೆಯಾಯಿತು ಅಂದುಕೊಂಡರು. "ನೀವೇನು ಕುಡೀತೀರಿ, ಫಾದರ್ ಟಾಮ್ ? ನೀನು ಮೈಕೆಲ್" ಅಂತ ಕ್ಯಾಹಿಲ್ ಕೇಳಿದ. ಮೈಕೆಲ್ ಜೂಲಿಯಾಳಿಗೆ ಇಷ್ಟವಾದನೆ ಇಲ್ಲವೆ ಅಂತ ಯಾರೂ ಅವಳನ್ನ ಕೇಳೋ ಗೋಜಿಗೆ ಹೋಗದ್ದು ದುರದೃಷ್ಟ. ಅವಳ ಮನಸ್ಸಿನಲ್ಲಿ ಏನು ನಡೀತಿತ್ತು ಅಂತ ಯಾರೂ ಊಹಿಸ್ಲಿಲ್ಲ. ಅವರು ಅವಳ ಹತ್ತಿರ ಬಂದು ತಾವೇನು ನಿಷ್ಕರ್ಷೆ ಮಾಡಿದೀವಿ ಅಂತ ತಿಳಿಸಿದಾಗ ಅವಳಂದಳು:

'ನಾನು ನೀವಾಡಿದ್ದನ್ನೆಲ್ಲ ಕೇಳಿದೀನಿ. ನನ್ನ ಬಗ್ಗೆ ಚರ್ಚೆ ಮಾಡ್ತಾ ಸುಮ್ಮನೆ ಕಾಲಹರಣ ಮಾಡ್ತೀದೀರಿ ಅಷ್ಟೆ.'

ಬಳಿಕ ತಲೆಕೊಡವಿ ಆಕೆ ಮತ್ತೂ ಹೇಳಿದ್ಲು:

"ಊರಲ್ಲಿ ನನಗೆ ಯಾವನು ಇಷ್ಟವಾಗ್ತಾನೋ ಅವನನ್ನ ಆರಿಸಿಕೋತೀನಿ."

"ಪಾದ್ರಿಯವರಿಗೆ ತುಂಬ ಕೋಪ ಬಂದದ್ದು ಅಂದರೆ ಅವಳ ಆ ಮಾತಿನ ಧಾಟಿಯಿಂದ – 'ಮದುವೆಯಾಗೋನು ನನ್ನನ್ನ ಮದುವೆಯಾಗ್ತಾನೆಯೇ ಹೊರತು ಮದುವೆ ಹೊತ್ತಿನಲ್ಲಿ ಸಹಿ ಹಾಕುವಾಗ, ಇಲ್ಲವೇ ಮೊದಲ ಮಗು ಆದಾಗ ಸಿಗೋ ಹಣಾನಲ್ಲ'. ಹುಡುಗೀರು ತಮ್ಮ ಇಷ್ಟ ಬಂದ ಹಾಗೆ ಮದುವೆಯಾಗೋದರ ವಿರುದ್ಧ ಫಾದರ್ ಮ್ಯಾಡನ್ ಪಣ ತೊಟ್ಟಿದ್ದರು. ಹಿಂದಿನ ಭಾನುವಾರ ತಮ್ಮ ಉಪದೇಶದಲ್ಲಿ ಹುಡುಗ ಹುಡುಗೀರು ತಾವು ತಾವೇ ಹೊರಗೆ ಓಡಾಡೋದಕ್ಕೆ ತಂದೆ ತಾಯಿಯರು ಅವರನ್ನು ಬಿಡಬಾರದು, ತಾವೇ ಅವರ ಮದುವೇನ ಗೊತ್ತು ಮಾಡಬೇಕು ಅಂತ ಹೇಳಿದ್ದರು. ಜೂಲಿಯಾ ತಾನು ಎಂಥ ಮೇಲುಪಂಕ್ತಿ ಹಾಕಿಕೊಡ್ತೀನಿ ಅಂತ ಹೇಳಿದಾಗ ಅವರು ಹುಚ್ಚೆದ್ದು ಹೋದರು. ಎಷ್ಟು ತಾಳ್ಮೆ ತಂದುಕೊಳ್ಳೋದಕ್ಕೆ ಪ್ರಯತ್ನಿಸಿದರೂ ಅದು ಅವರ ಕೈಮೀರಿ ಹೋಯಿತು. ಜೂಲಿಯಾ ಹೇಳಿದ್ಲು:

"ನನ್ನ ಕೈ ಹಿಡಿಯೋ ಹುಡುಗ ಈಗ ಈ ಊರಲ್ಲಿಲ್ಲ. ಇಲ್ಲಿಗೆ ಹೊರಟು ಬರ್ತಿದಾನೆ, ನಾಳೆಯೊ ನಾಡಿದ್ದೊ ಬರ್ಬಹುದು."

ಜೂಲಿಯಾ ಹೀಗೆ ಮಾತಾಡೋದನ್ನ ಕೇಳಿದಾಗ ಅವಳನ್ನ ಇನ್ನು ಯಾರೂ ತಡೆಯೋದಕ್ಕಾಗೋದಿಲ್ಲ ಅಂತ ಅವಳ ಅಪ್ಪ ತಿಳಿದ್ಕೊಂಡ. ಅವನು ಹೇಳ್ದ:

'ಅಯ್ಯಾ ಮೈಕೆಲ್ ಮೊರಾನ್, ಇನ್ನು ನೀನು ಹೊರಡೋದೇ ವಾಸಿ. ನಿನಗೆ ಅವಳು ಎಂದೆಂದಿಗೂ ಗಿಟ್ಟೋಳಲ್ಲ.'

"ಅನಂತರ ಅವನನ್ನು ಕಳಿಸಿಕೊಟ್ಟು ಬಂದು ಜೂಲಿಯಾ ಪಾದ್ರಿಗೆ ಏನು ಹೇಳುತ್ತಿದ್ದಾಳೋ ಕೇಳೋಣ ಅಂತ ಅವನು ಆ ಕಡೆ ಹೋದಾಗ ಮಾತಾಡುತ್ತಿದ್ದವರು ಪಾದ್ರಿ. ಅವರು ಜೂಲಿಯಾಳಿಗೆ ಹೇಳ್ತಿದ್ರು:

'ನೀನು ನಮ್ಮೂರ ಹುಡುಗರ ತಲೆಕೆಡಿಸೋದನ್ನ ನಾನು ನೋಡ್ತಾ ಕೂತಿರ್ತೀನಿ ಅಂತ ಅಂದುಕೊಂಡೆಯಾ ? ಇವತ್ತು ಒಬ್ಬ, ನಾಳೆ ಇನ್ನೊಬ್ಬ ಹೀಗೆ ನೀನು ಎಲ್ಲರ ಜತೆಯೂ ಪೋಲಿ ತಿರುಗೋದು, ಅವರು ನಿನ್ನಂಥವಳಿಗೆ ಕಚ್ಚಾಡೋದು ಇದೆಲ್ಲ ಸಹಿಸಿಕೊಂಡಿರ್ತೇನೆ ಅಂತ ಭಾವಿಸಿದ್ದೀಯಾ ? ನಿನ್ನ ನಡವಳಿಕೆಯಿಂದಾಗಿ ಪಾಪ ಆ ಬಡಪಾಯಿ ಪ್ಯಾಟ್ಸಿಕ್ಯಾರಿಗೆ ಹುಚ್ಚು ಹಿಡಿದಿದೆ ಅಂತ ಹೋದ ವಾರ ತಿಳೀತು. ಅಂಥ ಕತೆಗಳನ್ನು ಕೇಳ್ತಾ ನಾನು ಸುಮ್ಮಗೆ ಕೂತಿರ್ತೀನಿ ಅಂದುಕೊಂಡೆಯಾ ? ಇನ್ನು ಅದೆಲ್ಲಾ ಸಾಧ್ಯವಿಲ್ಲ. ನಿನ್ನನ್ನ ಮದುವೆ ಮಾಡಿ ಕಳಿಸ್ತೀನಿ, ಇಲ್ಲವೇ ಊರಿಂದ ಹೊರಗೆ ಅಟ್ತೀನಿ,'

"ಇದಕ್ಕೆ ಜೂಲಿಯಾ ಉತ್ತರ ಕೊಡಲಿಲ್ಲ. ತಿರಸ್ಕಾರದಿಂದ ತಲೆ ಕೊಡುವುತ್ತ, ಚಹಾ, ಸಕ್ಕರೆಗಳ ಪೊಟ್ಟಣ ಕಟ್ಟೋದನ್ನು ಆಕೆ ಮುಂದುವರಿಸಿದಳು; ನಿಚ್ಚಣಿಕೆ ಹತ್ತಿ, ಬೇಡದಿದ್ದರೂ ಮೋಂಬತ್ತಿಗಳನ್ನು ಕೆಳಗಿಳಿಸಿದಳು – ನಿಮ್ಮ ಪಾಡಿಗೆ ನೀವು ಒದರಿಕೊಳ್ಳಿ ಅಂತ ಪಾದ್ರಿಯವರಿಗೆ ಹೇಳೋಳ ಹಾಗೆ. ಅಷ್ಟು ಹೊತ್ತೂ ಅವಳ ಅಪ್ಪ ಮುಂದೇನಾಗುವುದೊ ಅಂತ ತಿಳೀದೆ ನಡುಗುತ್ತ ನಿಂತಿದ್ದ. ಯಾಕೆಂದರೆ ಪಾದ್ರಿಯವರ ಕೈಯಲ್ಲಿ ದೊಣ್ಣೆಯಿತ್ತು. ಅವರು ಅವಳಿಗೆ ಎರಡು ಬಿಗೀದೇ ಇರೋರಲ್ಲ ಅಂತ ಹೇಳೋಹಾಗಿರ್ಲಿಲ್ಲ. ಕ್ಯಾಹಿಲ್ ಪಾದ್ರಿಯವರನ್ನ ಸಮಾಧಾನ ಪಡಿಸಲು ಪ್ರಯತ್ನಿಸಿದ. ಇನ್ನು ಮುಂದೆ ಸಂಜೆಯ ಹೊತ್ತು ಜೂಲಿಯಾ ಹೊರಗೆ ಹೋಗೋದಿಲ್ಲ ಅಂತ ಮಾತು ಕೊಟ್ಟ. ಆದರೆ, ದೇವರಾಣೆ, ಜೂಲಿಯಾ ಅವತ್ತು

ಸಂಜೆಯೇ ಯಾರೋ ಒಬ್ಬ ಹುಡುಗನ ಜತೆ ಹೊರಗೆ ಹೋದಳು. ಅದನ್ನ ಪಾದ್ರಿ ಕಂಡರು. ಮಾರನೆಯ ದಿನ ಸಂಜೆ ಇನ್ನೊಬ್ಬನ ಜತೆ ಹೊರಗೆ ಹೋದಳು. ಅದನ್ನೂ ಪಾದ್ರಿ ಕಂಡರು. ತಿಂಗಳಾದರೂ ಜೂಲಿಯಾಳಿಗೆ ಅವರಲ್ಲಿ ಯಾರನ್ನಾದರೂ ಮದುವೆಯಾಗೋ ಮನಸ್ಸಿದೆ ಅನ್ನೋದು ಕಂಡುಬರಲಿಲ್ಲ. ಅವಳಿಗೆ ಬುದ್ಧಿ ಹೇಳೋದಕ್ಕೆ ಅಂತ ಪಾದ್ರಿಯವರು ಇನ್ನೊಂದು ಸಲ ಅಂಗಡಿಗೆ ಹೋದರು; ಮತ್ತೂ ಒಂದು ಸಲ ಹೋದರು. ಮೂರನೆಯ ಸಲ ಅವರು ಅವಳಿಗೆ ಏನು ಹೇಳಿದರು ಅಂತ ಯಾರಿಗೂ ತಿಳೀದು. ಯಾಕೆ ಅಂದರೆ ಆಗ ಅಲ್ಲಿ ಯಾರೂ ಹತ್ತಿರ ಇರಲಿಲ್ಲ. ಮುಂದಿನ ಭಾನುವಾರ ತಮ್ಮ ಉಪದೇಶದಲ್ಲಿ, ದೊಡ್ಡವರ ಮಾತು ಕೇಳದ ಹೆಣ್ಣುಮಕ್ಕಳು ನರಕಕ್ಕೆ ಹೋಗ್ತಾರೆ, ಅಲ್ಲಿ ಕೆಟ್ಟ ದೆವ್ವಗಳು ಅವರನ್ನ ಕಾಡ್ತವೆ ಅಂತ ಹೇಳಿದರು. ಸ್ವತಃ ಜೂಲಿಯಾಳೇ ಮನುಷ್ಯರನ್ನ ಹುಚ್ಚು ಹಿಡಿಸೋದಕ್ಕೆ ಹುಟ್ಟಿಬಂದಿರೋ ಒಂದು ದುಷ್ಟ ಮೋಹಿನೀಂತ ಸಾರಿದರು ಅಂತ ಜನ ಹೇಳೋದು ಕೇಳಿದೀನಿ. ಆದರೆ ಆಗ ಇದ್ದೋರಲ್ಲಿ ಅನೇಕರು ಈಗ ಸತ್ತುಹೋಗಿದ್ದಾರೆ, ಇಲ್ಲವೇ ಊರು ಬಿಟ್ಟು ಅಮೆರಿಕಾಕ್ಕೆ ಹೋಗಿದಾರೆ. ಆದ್ದರಿಂದ ಪಾದ್ರಿ ಏನು ಹೇಳಿದರು ಅಂತ ಯಾರಿಗೂ ಸರಿಯಾಗಿ ಗೊತ್ತಿಲ್ಲ. ಆದರೆ ಅವರ ಬಾಯಿಂದ ಮಾತು ಮಳೆಯಾಗಿ ಸುರೀತಂತೆ. ಅವತ್ತಿನ ಬಳಿಕ ಯಾರು ಎಲ್ಲಿ ಜೂಲಿಯಾಳನ್ನ ನೋಡಲಿ, ದೇವರನ್ನ ನೆನೆದು ಎದೆಯ ಮೇಲೆ ಶಿಲುಬೆಯ ವಂದನೆ ಮಾಡಿಕೋತಿದ್ದರು. ಅವಳಿಗಾಗಿ ತಲೆಕೆಡಿಸಿಕೊಂಡಿದ್ದ ಹುಡುಗರು ಸಹ ಅವಳ ಜತೆ ಮಾತಾಡೋದಕ್ಕೆ ಹೆದರ್ತಿದ್ದರು. ಕೊನೆಗೆ ಅವರಪ್ಪ ಅವಳನ್ನ ಮನೆಬಿಟ್ಟು ಹೋಗು – ಅನ್ಬೇಕಾಯ್ತು."

"ಏನು, ತಂದೇನೇ ಮಗಳನ್ನ ಮನೆಯಿಂದ ಹೊರ ಹಾಕಿದ್ನೆ?" ನಾನು ಕೇಳಿದೆ.

"ಹೌದು, ಹಾಗೆ ಅಟ್ಟದೇ ಇದ್ದರೆ ಅವನನ್ನ ಒಂದು ಮೊಲ ಮಾಡಿಬಿಡ್ತೀನಿ ಅಂತ ಪಾದ್ರಿಯವರು ಹೆದರಿಸಲಿಲ್ವೇ? ಆಮೇಲೆ ಊರಲ್ಲಿ ಯಾರೂ ಜೂಲಿಯಾಳ ಜತೆ ಮಾತಾಡ್ತಿರ್ಲಿಲ್ಲ. ಅವರಿಗೆಲ್ಲ ಫಾದರ್ ಮ್ಯಾಡನ್‌ರನ್ನ ಕಂಡರೆ ಎಷ್ಟು ಹೆದರಿಕೆ ಅಂದರೆ, ನಾನು ಈಗ ಹೇಳ್ತಿದ್ದೆನಲ್ಲ ಆ ಕುರುಡಿ, ಅವಳಿಲ್ಲದೇ ಹೋಗಿದ್ದಿದ್ದರೆ ಜೂಲಿಯಾ ಅನಾಥಾಶ್ರಮ ಸೇರಬೇಕಾಗಿ ಬಂದಿರೋದು. ಊರಾಚೆ ಜೌಗಿನಂಚಿನಲ್ಲಿ ಕುರುಡಿಗೊಂದು ಗುಡಿಸಲಿತ್ತು. ಅದನ್ನ ನಿಮಗೆ ತೋರಿಸ್ತೀನಿ, ನಾವು ಅದರ ಮುಂದೇನೇ ಹಾದುಹೋಗ್ತೀವಿ. ಅಪ್ಪನಿಗೂ ಬೇಡವಾದ ಮೇಲೆ ಜೂಲಿಯಾ ಎರಡು ವರ್ಷ ಆ ಕುರುಡಿಯ ಜತೆ ಇದ್ಲು. ಅವಳು ಉಟ್ಟ ಬಟ್ಟೆಗಳೆಲ್ಲ ಹರಿದು ಚಿಂದಿಯಾದವು. ಆ ಚಿಂದೀಲೇ ಅವಳು ಬಟ್ಟೆ ಉಟ್ಟಾಗ ಕಾಣೊದಕ್ಕಿಂತ ಹೆಚ್ಚು ಸುಂದರವಾಗಿ ಕಾಣ್ತಿದ್ಲು. ಹಿಂದಿರುಗಿ ಅವಳನ್ನ ನೋಡಕೂಡದು ಅಂತ ಹುಡುಗರಿಗೆ ಅಪ್ಪಣೆಯಾಗಿತ್ತು. ಆದರೆ ಅವರಿಗೆ ನೋಡದೇ ಇರೋದಕ್ಕೆ ಆಗ್ತಿರಲಿಲ್ಲ.

"ಒಟ್ಟಿನಲ್ಲಿ ಫಾದರ್ ಮ್ಯಾಡನ್‌ಗೆ ಜೂಲಿಯಾಳ ಬಾಯಿ ಮುಚ್ಚಿಸೋದಕ್ಕೆ ತುಂಬ ದಿನ ಹಿಡೀತು. ಜೂಲಿಯಾ ಬೀದಿಪಾಲಾಗೋದನ್ನ ನಾನು ಕಣ್ಣಾರೆ ನೋಡಲಾರೆ ಅಂದ್ಲು ಕುರುಡಿ ಮುದುಕಿ. ಜೂಲಿಯಾ ಅಮೆರಿಕಕ್ಕೆ ಹೋಗೋವರೆಗೆ, ಅಥವಾ ಕೆಲವರು ಹೇಳೋ ಹಾಗೆ ಮೋನಿಯರನ್ನ ಕೂಡಿಕೊಳ್ಳೋವರೆಗೆ ಮುದುಕಿ ಎರಡು ವರ್ಷ ಕಾಲ ಮಾತು ಉಳಿಸಿ ಕೊಂಡಳು. ಆದರೆ ಒಂದಂತೂ ನಿಜ, ಅವಳು ಊರು ಬಿಟ್ಟು ಹೋದ ದಿನ ಯಾರೋ ಪ್ಯಾಟ್ ಕ್ವಿನ್ನನ ಕಿಟಿಕಿ ಬಡಿದು ರೈಲಿಗೆ ಹೋಗೋದಕ್ಕೆ ಗಾಡಿ ಬೇಕು ಅಂತ ಕೇಳಿದ್ರು. ಆ ಕುಂಭಕರ್ಣ ಮಲಗಿದ್ದೋನು ಏಳಲಿಲ್ಲ. ಹಾಗೆ ಗಾಡಿ ಕೇಳಿದವಳು ಜೂಲಿಯಾ, ರೈಲಿಗೆ ಹೋಗೋದಕ್ಕೆ ಅಂತ ಜನ ಹೇಳ್ತಾರೆ. ನಿಲ್ದಾಣ ಇರೋದು ಹತ್ತು ಮೈಲಿ ದೂರ, ಅದು

ಹೇಗೋ ಗಾಡಿ ಇಲ್ಲದೇನೇ ಜೂಲಿಯಾ ನಿಲ್ದಾಣ ತಲಪಿದ್ಲು."

"ಅದೇನೋ ಶಾಪ ಅಂತಿದ್ದೇಯಲ್ಲ?" ಎಂದು ನಾನು ಗಾಡಿಯವನನ್ನು ಕೇಳಿದೆ.

"ಹೌದು ಸ್ವಾಮಿ, ಇನ್ನೇನು ಆ ಗುಡ್ಡ ಬಂತು, ನೋಡೋರಂತೆ, ಜಾತ್ರೆಗೆ ಕುರಿಗಳನ್ನ ಹೊಡಕೊಂಡು ಹೋಗ್ತಿದ್ದ ಒಬ್ಬ ಮುದುಕ ಅವಳನ್ನ ಅಲ್ಲಿ ಕಂಡ. ಆಗ ತಾನೇ ಬೆಳಕು ಹರೀತಿತ್ತು. ಜೂಲಿಯಾ ಎರಡು ಕೈಗಳನ್ನೂ ಮೇಲೆತ್ತಿ ಹಿಡಿದು, ಶಾಪ ಹಾಕಿದ್ದನ್ನ ಅವನು ನೋಡಿದ. ಅವಳು ಶಾಪ ನುಡಿದಾಗಿನಿಂದ ಪ್ರತಿವರ್ಷ ಒಂದು ಸೂರು ಕೆಳಗುರುಳಿದೆ–ಒಂದೊಂದು ಸಲ ಎರಡು, ಮೂರು ಉರುಳಿದ್ದೂ ಇದೆ."

ಗಾಡಿಯವನು ಆ ಕಥೆಯನ್ನು ನಂಬಿದ್ದನೆಂದು ಸ್ಪಷ್ಟವಾಗಿತ್ತು. ತನ್ನ ದೈವಿಕತೆಯನ್ನು ಒಪ್ಪದವರ ಪಾಲಿಗೆ ಊರ ಮಾರಿಯಾಗಿ ಪರಿಣಮಿಸಿದ ಆ ಪರಿತ್ಯಕ್ತೆ ವೀನಸ್ ದೇವತೆಯಲ್ಲಿ ನನಗೆ ಕೂಡ ಆ ಕ್ಷಣದ ಮಟ್ಟಿಗೆ ನಂಬಿಕೆ ಹುಟ್ಟಿತು.

"ಅಲ್ಲಿ ನೋಡಿ ಸ್ವಾಮಿ. ರಸ್ತೆ ಇಳಿದು ಬರ್ತಿದಾಳಲ್ಲ, ಅವಳು ಬ್ರಿಜೆಟ್ ಕೋಯ್ನ್. ಅದು ನೋಡಿ, ಅವಳ ಮನೆ."

ಅವನು ಗಾರೆ ಹಾಕದೆ ಬರಿಯ ಬಿಡಿಗಲ್ಲುಗಳನ್ನೇ ಜೋಡಿಸಿ ಕಟ್ಟಿದ್ದ ಒಂದು ಮನೆ ತೋರಿಸಿದ. ಅದು ಫಾದರ್ ಮೆಕ್‌ಟರ್ನಾನ್‌ರವರ ಪ್ಯಾರಿಷ್‌ನಲ್ಲಿ ನೋಡಿದ್ದ ಮಣ್ಣು ಗುಡಿಸಲುಗಳಿಗಿಂತ ಕೊಂಚ ವಾಸಿಯಾಗಿತ್ತು.

ಅನಂತರ ಗಾಡಿಯವನು ಪುನಃ ಹೇಳಿದ:

"ಇಡೀ ಐರ್ಲೆಂಡಿನಲ್ಲೇ ಅತಿ ಹೆಚ್ಚು ಪಾಳುಬಿದ್ದಿರೋ ಊರನ್ನ ಈಗ ನೀವು ನೋಡೋರಂತೆ."

ನಾನು ಸುತ್ತಮುತ್ತ ಕಣ್ಣು ಹಾಯಿಸಿದೆ. ಹಸನಾದ ಭೂಮಿ. ಆದರೂ ಅಲ್ಲಿ ಕೆಲವೇ ಜನರು ವಾಸವಾಗಿದ್ದಂತೆ ಕಂಡಿತು. ನೇಗಿಲು ಕಾಣದ ಹೊಲಗದ್ದೆಗಳಿಗಿಂತಲೂ ಅಲ್ಲಿನ ಪಾಳುಮನೆಗಳು ಹೆಚ್ಚು ಅರ್ಥಪೂರ್ಣವಾಗಿದ್ದವು. ಇಪ್ಪತ್ತು, ಮೂವತ್ತು, ನಲವತ್ತು ವರ್ಷಗಳಷ್ಟು ಹಿಂದೆ ಜನ ಹೊರದೂಡಲ್ಪಟ್ಟು ಅವರ ಹೊಲಗದ್ದೆಗಳು ಹುಲ್ಲುಬಯಲಾಗಿ ಪರಿವರ್ತಿಸಲ್ಪಟ್ಟ ಕಾಲದ ಅವಶೇಷಗಳಾಗಿರಲಿಲ್ಲ ಅವು – ಬದಲು ಇತ್ತೀಚೆಗೆ ಜನ ಬಿಟ್ಟು ಹೋದ ಪಾಳುಬಿದ್ದ ಮನೆಗಳಾಗಿದ್ದವು.

ಬಳಿಕ ನನ್ನತ್ತ ನೋಡಿ ಗಾಡಿಯವ ಮಾತು ಮುಂದುವರಿಸಿದ:

"ಇದೇನೂ ಭೂಮಾಲಿಕನ ಉಪಟಳದ ಪರಿಣಾಮವಲ್ಲ; ಅವರು ಹಿಂದಿರುಗಿ ಬಂದರೆ ಅವನಿಗೆ ಸಂತೋಷವಾಗ್ತದೆ. ಆದರೆ ಅವರನ್ನ ವಾಪಸು ಕರೆಸೋ ಬಗೆ ಹೇಗೆ? ಇಲ್ಲಿದ್ದವರು ಎಲ್ಲರೂ ಊರುಬಿಟ್ಟು ಹೋಗಲೇ ಬೇಕು, ಪಾದ್ರಿ ಖಾಲಿ ಇಗರ್ಜಿಯಲ್ಲಿ ಪ್ರಾರ್ಥನೆ ನಡೆಸ್ಬೇಕು, ಬ್ರಿಜೆಟ್ ಒಬ್ಬಳ ಹೊರತು ಅಲ್ಲಿ ಬೇರೆ ಯಾರೂ ಇರೋದಿಲ್ಲ; ಪಾದ್ರಿಯಿಂದ ಪ್ರಸಾದ ಪಡೆಯೋದಕ್ಕೆ ಅವಳೇ ಕೊನೆ. ಜೂಲಿಯಾಳನ್ನ ಅಮೆರಿಕದಲ್ಲಿ ನೋಡಿದೋರು ಇದಾರಂತೆ. ಈ ಚಳಿಗಾಲ ಮುಗಿದ ಮೇಲೆ ನಾನೂ ಅಲ್ಲಿಗೆ ಹೋಗ್ತೀನಿ. ಅವಳು ನಗ್ತಾಳೆಯೇ ಅಂತ ನೋಡ್ತೀನಿ."

"ಇದೆಲ್ಲ ನಡೆದದ್ದು ಇಪ್ಪತ್ತು ವರ್ಷಗಳ ಹಿಂದೆ. ಅವಳನ್ನ ಈಗ ಗುರುತು ಹಿಡಿಯೋದಕ್ಕೆ ನಿನ್ನಿಂದ ಆದೀತೇ? ಇಪ್ಪತ್ತು ವರ್ಷಗಳಲ್ಲಿ ಒಬ್ಬ ಹೆಂಗಸು ತುಂಬ ಬದಲಾಗ್ತಾಳೆ."

"ಜೂಲಿಯಾ ಬದಲಾಗಿರೋದಿಲ್ಲ, ಸ್ವಾಮಿ. ಅವಳು ಮೋಹಿನೀರನ್ನ ವಶಪಡಿಸಿ ಕೊಂಡೋಳಲ್ವೆ?"

O

○ ಫ್ರಾಂಕ್ ಅ' ಕಾನರ್

ರಾಷ್ಟ್ರದ ಅತಿಥಿಗಳು

ಸಂಜೆಯಾದೊಡನೆ ಆ ದಡಿಯ ಆಂಗ್ಲ–ಬೆಲ್ಚರ್–ಕೋಣೆಯೊಲೆಯ ಬೂದಿಯೊಳಗಿಂದ ತನ್ನ ನೀಳ್ಗಾಲುಗಳನ್ನು ತೆಗೆಯುತ್ತ "ಹ್ಲೂ, ಏನಂತೀರಿ, ಚಮ್ಸ್*?" ಎಂದು ಕೇಳುತ್ತಿದ್ದ. ಇಂಗ್ಲಿಷರಿಂದ ಅವರ ಕೆಲವಾರು ವಿಚಿತ್ರ ನುಡಿಗಟ್ಟುಗಳನ್ನು ಕಲಿತಿದ್ದ ನಾನೊ ನೋಬ್‌ಲನೊ ಅದಕ್ಕೆ "ಆಗಲಿ, ಚಮ್" ಎಂದೇ ಉತ್ತರಿಸುತ್ತಿದ್ದೆವು. ಚಿಕ್ಕ ಮೈಕಟ್ಟಿನ ಆಂಗ್ಲರವರು–ಹಾಕಿನ್ಸ್–ದೀಪ ಹಚ್ಚಿ, ಆಟದೆಲೆಗಳನ್ನು ಹೊರ ತೆಗೆಯುತ್ತಿದ್ದ. ಒಮ್ಮೊಮ್ಮೆ ಜೆರೆಮಿಯಾ ಡೊನೊವಾನನೂ ಬಂದು ಸೇರಿ ಆಟದ ಮೇಲೆ ಉಸ್ತುವಾರಿ ನಡೆಸುತ್ತಿದ್ದ. ಹಾಕಿನ್ಸ್ ಯಾವಾಗಲೂ ಆಡುತ್ತಿದ್ದದ್ದು ಕಳಪೆ ಆಟ. ಡೊನೊವಾನ್ ಅವನಿಗೆ ಬಿದ್ದ ಎಲೆಗಳನ್ನು ನೋಡಿ ಉದ್ರೇಕಗೊಂಡು, ಅವನೂ ನಮ್ಮಲ್ಲೊಬ್ಬನೋ ಎಂಬಂತೆ ಅವನ ಮೇಲೆ "ಅಯ್ಯೋ ದೆವ್ವ, ಟ್ರೇ ಯಾಕೆ ಆಡಲಿಲ್ಲವೊ ?" ಎಂದು, ಕೂಗಾಡುತ್ತಿದ್ದ.

ಸಾಧಾರಣವಾಗಿ ಡೊನೊವಾನ್ ದಡಿಯ ಬೆಲ್ಚರನಂತೆಯೇ ಶಾಂತ ಚಿತ್ತದ ಆತ್ಮತೃಪ್ತಿ ಆಸಾಮಿ. ಕಾಗದ ಪತ್ರಗಳನ್ನು ಬರೆಯುವುದರಲ್ಲಿ ಗಟ್ಟಿಗನಾದ್ದರಿಂದ ಅವನಿಗೆ ಮರ್ಯಾದೆ ಸಿಗುತ್ತಿತ್ತು. ಅದರಲ್ಲಿ ಸಹ ಅವನದು ನಿಧಾನ ಪ್ರವೃತ್ತಿಯೆ. ಅವನು ಒಂದು ಸಣ್ಣ ಬಟ್ಟೆಯ ಹ್ಯಾಟನ್ನು ಹಾಕಿಕೊಳ್ಳುತ್ತಿದ್ದ. ನೀಳವಾದ ಷರಾಯಿಗಳ ಮೇಲೆ ದಪ್ಪ ಕಾಲುಚೀಲಗಳನ್ನು ಕಟ್ಟುತ್ತಿದ್ದ. ಅವನು ಜೇಬಿನಿಂದ ಕೈ ತೆಗೆದುದನ್ನು ನಾವು ನೋಡಿದುದೇ ಅಪರೂಪ. ಮಾತಾಡಿಸಿದಾಗೆಲ್ಲ ಅವನ ಮುಖ ಕೆಂಪಾಗುತ್ತಿತ್ತು. ಆಗ ಅವನು ಹೊಲದ ದುಡಿಮೆಯ ತನ್ನ ದಪ್ಪನೆಯ ಪಾದಗಳತ್ತ ನೋಡುತ್ತ, ಅದನ್ನು ಹಿಮ್ಮಡಿಯ ಮೇಲಿಂದ ಹೆಬ್ಬೆಟ್ಟಿನ ಮೇಲಕ್ಕೂ ಮತ್ತೆ ಹಿಮ್ಮಡಿಯ ಮೇಲಕ್ಕೂ ಬಿಟ್ಟು ಬಿಟ್ಟು ಊರಿಕೊಳ್ಳುತ್ತ ನಿಂತಿರುತ್ತಿದ್ದ. ನೋಬ್‌ಲನೂ ನಾನೂ ಪಟ್ಟಣದಿಂದ ಬಂದವರಾದ್ದರಿಂದ ಅವನ ಹಳ್ಳಿಯ ಹರಹಿನ ಉಚ್ಚಾರವನ್ನು ಹಾಸ್ಯಮಾಡುತ್ತಿದ್ದೆವು.

---

* ಚಮ್– ಆಪ್ತಮಿತ್ರ

ಬೆಲ್ಚರ್ ಮತ್ತು ಹಾಕಿನ್ಸರನ್ನು ನೋಬ್‌ಲನೂ ನಾನೂ ಯಾಕೆ ಕಾವಲು ಕಾಯಬೇಕಾಗಿತ್ತೆಂದು ನನಗಾಗ ಅರ್ಥವಾಗುತ್ತಿರಲಿಲ್ಲ. ಯಾಕೆಂದರೆ ಆ ಜೋಡಿಯನ್ನು ಇಲ್ಲಿಂದ ಹಿಡಿದು ಕ್ಲಾರೆಗಲ್ ವರೆಗೆ ಎಲ್ಲಿ ನೆಟ್ಟರೂ ಅವರು ಕಾಡುಗಿಡದಂತೆ ಬೇರೂರುತ್ತಿದ್ದರೆಂದು ನನ್ನ ನಂಬಿಕೆ. ನನ್ನ ಅಲ್ಪಾನುಭವದಲ್ಲಿ ಅವರಂತೆ ಹಳ್ಳಿಗಾಡಿಗೆ ಒಗ್ಗಿಕೊಳ್ಳಬಲ್ಲ ಮತ್ತಿಬ್ಬರನ್ನು ನಾನು ಕಂಡಿರಲಿಲ್ಲ.

ಅವರ ಕಡೆಯವರು ಅವರಿಗಾಗಿ ತೀವ್ರ ಶೋಧೆಯಲ್ಲಿ ತೊಡಗಿದಾಗ ಎರಡನೆಯ ಪಟಾಲಂನವರು ಅವರನ್ನು ನಮ್ಮ ಕಾವಲಿಗೆ ವಹಿಸಿದ್ದರು. ನೋಬ್‌ಲನೂ ನಾನು ಚಿಕ್ಕವರಾಗಿದ್ದುದರಿಂದ ಯುವಕರಿಗೆ ಸಹಜವಾದ ಜವಾಬ್ದಾರಿಯೊಂದಿಗೆ ಆ ಕೆಲಸ ವಹಿಸಿಕೊಂಡಿದ್ದೆವು. ಹಾಕಿನ್ಸ್ ತಾನು ನಮಗಿಂತ ಚೆನ್ನಾಗಿ ಈ ದೇಶ ಬಲ್ಲವನೆಂದು ತೋರಿಸಿಕೊಟ್ಟು ನಮ್ಮನ್ನು ಮೂರ್ಖರನ್ನಾಗಿ ಮಾಡಿದ.

ಅವನು ನನ್ನನ್ನೊಮ್ಮೆ ಕೇಳಿದ–"ಬೋನಾಪಾರ್ಟೆ ಅಂತ ಕರೀತಾರಲ್ಲ ಅವನು ನೀನೇ ಅಲ್ಲವೇ ? ಮೇರಿ ಬ್ರಿಗಿಡ್ ಅ' ಕಾನೆಲ್‌ಳ ಅಣ್ಣನಿಂದ ನೀನು ಒಂದು ಜೊತೆ ಕೋಳೀನ ಕಡ ತೊಗೊಂಡಿದ್ದೆಯಂತಲ್ಲ ? ಅದನ್ನ ಏನು ಮಾಡಿದ ಕೇಳು ಅಂತ ಅವಳು ಹೇಳಿದಾಳೆ."

ಅವರು ಎರಡನೆಯ ಪಟಾಲಂನ ಕಾವಲಿನಲ್ಲಿದ್ದಾಗ ಆಗಾಗ ಅಲ್ಲಿ ಸಂಜೆಯ ಕೂಟ ಗಳಾಗುತ್ತಿದ್ದವು. ಅದಕ್ಕೆ ನೆರೆಹೊರೆಯ ಕೆಲವು ಹುಡುಗಿಯರೂ ಬರುತ್ತಿದ್ದರು. ಈ ಇಬ್ಬರು ಇಂಗ್ಲಿಷಿನವರು ಎಷ್ಟು ಸಂಭಾವಿತರಾಗಿದ್ದರೆಂದರೆ ಇವರನ್ನು ಕೂಟದಿಂದ ಹೊರಗಿಡಲಾಗಲಿಲ್ಲ. ಹಾಕಿನ್ಸ್ 'ದಿ ವಾಲ್ಸ್ ಆಫ್ ದಿ ಲಿಮರಿಕ್', 'ದಿ ಸೀಜ್ ಆಫ್ ಎನ್ನಿಸ್', 'ದಿ ವೇವ್ಸ್ ಆಫ್ ಟೋರಿ' ಮುಂತಾದ ನೃತ್ಯಗಳನ್ನು ಇತರರಷ್ಟೇ ಸಮರ್ಥವಾಗಿ ಕುಣಿಯಲು ಕಲಿತ. ಆ ಕಾಲದಲ್ಲಿ ತಾತ್ವಿಕ ಕಾರಣಗಳಿಂದಾಗಿ ನಮ್ಮ ಹುಡುಗರು ವಿದೇಶೀ ನೃತ್ಯಗಳನ್ನು ಕುಣಿಯುತ್ತಿರಲಿಲ್ಲ. ಹೀಗಾಗಿ ಹಾಕಿನ್ಸ್ ಅವರಿಗೆ ತನ್ನ ನಾಡಿನ ಕುಣಿತಗಳನ್ನು ಕಲಿಸಿ ಕೊಡಲಿಲ್ಲ – ಹೀಗೆಂದು ಒಮ್ಮೆ ಅವರೇ ವಿವರಿಸಿ ಹೇಳಿದ್ದರು.

ಬೆಲ್ಚರ್–ಹಾಕಿನ್ಸರು ಎರಡನೆಯ ಪಟಾಲಮಿನಲ್ಲಿ ಸಂಪಾದಿಸಿದ್ದ ಹಕ್ಕುಗಳನ್ನು ಸ್ವಾಭಾವಿಕ ವಾಗಿಯೇ ನಮ್ಮಿಂದಲೂ ಪಡೆದರು. ಮೊದಲ ಒಂದೆರಡು ದಿನಗಳ ಬಳಿಕ ಅವರ ಮೇಲೆ ಕಣ್ಣಿಡುವ ನಟನೆಯನ್ನು ನಾವು ಬಿಟ್ಟುಬಿಟ್ಟೆವು. ತಪ್ಪಿಸಿಕೊಂಡರೂ ಅವರು ಬಹುದೂರ ಹೋಗಲಾಗುತ್ತಿರಲಿಲ್ಲ. ಯಾಕಂದರೆ ಅವರ ಉಚ್ಚಾರಣೆಯಿಂದಲೇ ಅವರನ್ನು ಎಲ್ಲೂ ಗುರುತಿಸ ಬಹುದಾಗಿತ್ತು. ಮೇಲೆ, ಜನಸಾಮಾನ್ಯರ ಷರಾಯಿ ಬೂಟುಗಳನ್ನು ತೊಟ್ಟು, ಖಾಕಿಯ ಅಂಗಿ, ಮೇಲಂಗಿಗಳನ್ನು ಹಾಕಿಕೊಂಡಿರುತ್ತಿದ್ದರು. ಹಾಗೆ ತಪ್ಪಿಸಿಕೊಂಡು ಹೋಗುವ ವಿಚಾರ ಅವರಿಗಿರಲಿಲ್ಲ. ತಾವಿದ್ದಲ್ಲೇ ಅವರು ತೃಪ್ತರಾಗಿದ್ದರು ಎಂದು ನನ್ನ ನಂಬಿಕೆ.

ನಾವು ತಂಗಿದ್ದ ಮನೆಯ ಮುದಿ ಮಾಲಿಕಳೊಂದಿಗೆ ಬೆಲ್ಚರ್ ಎಷ್ಟು ಚೆನ್ನಾಗಿ ಹೊಂದಿ ಕೊಂಡಿದ್ದನೆಂದು ನೋಡುವುದೊಂದು ಖುಷಿ. ಯಾರೊಡನೆಯೇ ಆಗಲಿ, ಅಟ್ಟಿಕೊಂಡು ಮಾತಾಡುವುದು ತನ್ನ ಅಧಿಕಾರವೆಂಬಂತೆ, ಎಲ್ಲರನ್ನೂ ಅವಳು ದಬಾಯಿಸುತ್ತಿದ್ದಳು. ನಮ್ಮೊಂದಿಗೂ ಅವಳು ವಕ್ರವಾಗಿ ವರ್ತಿಸುತ್ತಿದ್ದಳು. ಆದರೆ ಅವಳು ನಮ್ಮ 'ಅತಿಥಿ'ಗಳಿಗೆ -- ಅವರನ್ನು ಹಾಗೆ ಕರೆಯಬಹುದಾದರೆ – ತನ್ನ ನಾಲಿಗೆಯ ರುಚಿ ತೋರಿಸುವ ಮೊದಲೇ ಬೆಲ್ಚರ್ ಅವಳೊಂದಿಗೆ ಆಜೀವ ಸ್ನೇಹ ಬೆಳೆಸಿಬಿಟ್ಟಿದ್ದ. ಬೆಲ್ಚರ್ ಮನೆಯಲ್ಲಿ ಕಾಲಿಟ್ಟು ಇನ್ನೂ ಹತ್ತು ನಿಮಿಷವಾಗಿರಲಿಲ್ಲ, ಕುರ್ಚಿಯಿಂದ ದಡಾರನೆ ಎದ್ದು, ಒಲೆಗೆ ಸೌದೆ ತುಂಡುಮಾಡುತ್ತಿದ್ದ ಅವಳಲ್ಲಿಗೆ ನೇರವಾಗಿ ಹೋಗಿದ್ದ. ಮುಖದ ಮೇಲೆ ವಿಚಿತ್ರವಾದ ಮೆಲುನಗೆ ಬೀರುತ್ತ

ಹೇಳಿದ್ದ – "ಅಯ್ಯೋ, ನಾನು ಮಾಡ್ತೀನಮ್ಮ, ದಯವಿಟ್ಟು ಇದನ್ನು ನನಗೆ ಬಿಡಿ" ಎನ್ನುತ್ತ ಅವಳ ಕೈ ಕೊಡಲಿಯನ್ನು ಕಸಿದುಕೊಂಡೇ ಬಿಟ್ಟಿದ್ದ. ಅವಳು ಮಾತು ಹೊರಡದಷ್ಟು ಮೂಕಳಾಗಿದ್ದಳು. ಅಲ್ಲಿಂದಾಚೆಗೆ ಸಂದರ್ಭಾನುಸಾರ ಬಕೆಟ್ಟು, ಬುಟ್ಟಿ, ಹುಲ್ಲು, ಉರುವಲು ಹೀಗೆ ಏನನ್ನಾದರೂ ಹೊತ್ತುಕೊಂಡು ಅವಳ ಬೆನ್ನ ಹಿಂದೆಯೇ ಓಡಾಡುತ್ತಿದ್ದ. 'ನೋಡಿ ಹಾರು' ಎಂಬ ಗಾದೆಯನ್ನು ಬದಲಿಸಿ ನೋಬ್‌ಲ್ ಅನ್ನುತ್ತಿದ್ದಂತೆ ಅವಳು ಹಾರುವುದಕ್ಕೆ ಮುಂಚೆ ಇವನು ನೋಡುತ್ತಿದ್ದ. ಅವಳಿಗೆ ಬಿಸಿನೀರು ಅಥವಾ ಮತ್ತೇನಾದರೂ ಬೇಕಾದರೆ ಬೆಲ್ಚರ್ ಅದನ್ನು ಹಿಡಿದು ಸಿದ್ಧನಾಗಿರುತ್ತಿದ್ದ. ಅವನಂತಹ ಎತ್ತರದ ಆಸಾಮಿಗೆ – ಐದಡಿ ಹತ್ತಂಗುಲದ ನಾನೇ ಅವನನ್ನು ನೋಡುವಾಗ ಕತ್ತೆತ್ತಿ ನೋಡಬೇಕಾಗುತ್ತಿತ್ತು – ಮಾತು ಅಸಾಧಾರಣವೆನಿಸುವಷ್ಟು ಕಡಿಮೆ. ಅಥವಾ ಇಲ್ಲವೇ ಇಲ್ಲವೆಂದರೂ ಸರಿಯೇ. ಒಂದು ಮಾತೂ ಇಲ್ಲದೆ ದೆವ್ವದಂತೆ ಒಳಗೂ ಹೊರಗೂ ಓಡಾಡುತ್ತಿದ್ದ ಅವನಿಗೆ ಹೊಂದಿಕೊಳ್ಳಲು ನಮಗೆ ಸ್ವಲ್ಪ ಸಮಯವೇ ಬೇಕಾಯಿತು. ಹಾಕಿನ್ಸ್ ಒಬ್ಬನೇ ಇಡೀ ಪಡೆಗೆ ಸಾಕಾಗುವಷ್ಟು ಮಾತಾಡುತ್ತಿದ್ದುದರಿಂದ, ಈ ದಡಿಯ ಬೆಲ್ಚರ್ ಕಾಲಿನ ಹೆಬ್ಬೆರಳನ್ನು ಬಿಸಿಬೂದಿಯಲ್ಲಿ ಹೂತಿಟ್ಟು 'ಕ್ಷಮಿಸು, ಚಮ್', 'ಅದು ಸರಿ, ಚಮ್' ಎಂದು ಚುಟುಕಾಗಿ ಮಾತಾಡುವುದನ್ನು ಕೇಳುವಾಗ ವಿಚಿತ್ರವೆನಿಸುತ್ತಿತ್ತು. ಅವನಿಗಿದ್ದ ಒಂದೇ ಒಂದು ವ್ಯಾಮೋಹವೆಂದರೆ ಇಸ್ಪೀಟಾಟ. ಅವನು ಒಳ್ಳೆಯ ಆಟಗಾರನೆಂದು ಹೇಳಲೇಬೇಕು. ಆಟದಲ್ಲಿ ನಾವು ಅವನಿಗೆ ಕಕ್ಕಿದ್ದನ್ನು ಹಾಕಿನ್ಸ್ ನಮಗೆ ಕಕ್ಕುತ್ತಿದ್ದ. ಹಾಕಿನ್ಸ್, ಆಡುತ್ತಿದ್ದುದು ಬೆಲ್ಚರನ ಹಣದಿಂದ. ಇಲ್ಲವಾದರೆ ಅವನು ನನ್ನನ್ನೂ ನೋಬ್‌ಲನನ್ನೂ ಎಂದೋ ಬೋಳಿಸಿ ಮುಗಿಸಿರುತ್ತಿದ್ದ ಅನ್ನಬೇಕು.

ಹಾಕಿನ್ಸ್ ತನ್ನ ಅತಿ ಮಾತಿನಿಂದಾಗಿ ಆಟದಲ್ಲಿ ನಮಗೆ ಕಳೆದುಕೊಳ್ಳುತ್ತಿದ್ದ. ನಾವು ಬೆಲ್ಚರನಿಗೆ ಕಳೆದುಕೊಳ್ಳುತ್ತಿದ್ದುದಕ್ಕೂ ಬಹುಶಃ ಅದೇ ಕಾರಣ. ಹಾಕಿನ್ಸನೋ ನೋಬ್‌ಲನೂ ಮತಧರ್ಮದ ಮಾತು ತೆಗೆದು ಬೆಳಕು ಹರಿಯುವವರೆಗೂ ಒಬ್ಬರಿಗೊಬ್ಬರು ಬೈದಾಡುವರು. ನೋಬ್‌ಲನ ಅಣ್ಣ ಪಾದ್ರಿ. ಹಾಕಿನ್ಸ್ ಸ್ವತಃ ಕಾರ್ಡಿನಲ್‌ಗಳನ್ನೇ ಗೊಂದಲಕ್ಕೆ ಕೆಡವಬಲ್ಲಂತಹ ಪ್ರಶ್ನೆಗಳ ಸರಮಾಲೆಯನ್ನು ಹಾಕುತ್ತ ನೋಬ್‌ಲನ ಆತ್ಮಕ್ಕೆ ಆತಂಕವುಂಟುಮಾಡುತ್ತಿದ್ದ. ಇನ್ನೂ ಹಾಳೆಂದರೆ, ಪವಿತ್ರವಾದ ವಿಷಯಗಳ ಬಗ್ಗೆ ಚರ್ಚಿಸುವಾಗಲೂ ಹಾಕಿನ್ಸ್ ಹೊಲಸಾಗಿಯೇ ಮಾತಾಡುತ್ತಿದ್ದ. ಅಷ್ಟರಮಟ್ಟಿಗೆ ಬಗೆ ಬಗೆಯ ಬೈಗುಳ ಮತ್ತು ಕೆಟ್ಟ ಭಾಷೆಗಳನ್ನು ಬೆರೆಸಿ ವಾದವನ್ನು ಸೃಷ್ಟಿಸಬಲ್ಲ ಇನ್ನೊಬ್ಬನನ್ನು ನಾನು ನನ್ನ ಇಡೀ ಜೀವಮಾನದಲ್ಲೇ ನೋಡಲಿಲ್ಲ. ಅವನೊಬ್ಬ ಭೀಕರ ಮನುಷ್ಯ, ವಾದ ಭಯಂಕರ. ಒಂದು ಚೂರಾದರೂ ಕೆಲಸ ಮಾಡುತ್ತಿರಲಿಲ್ಲ. ಮಾತಿಗೆ ಯಾರೂ ಸಿಗದಿದ್ದರೆ ಮನೆಯ ಮುದುಕಿಗೇ ಗಂಟು ಬೀಳುತ್ತಿದ್ದ.

ಆದರೆ ಅವಳು ಅವನಿಗೆ ಸೇರಿಗೆ ಸವಾಸೇರಿನ ಜೋಡಿ. ಒಂದು ದಿನ ಮಾತಿನ ಮಧ್ಯೆ ಅನಾವೃಷ್ಟಿಯ ವಿಷಯ ಬಂದು ಅವಳು ಅದನ್ನು ಕುರಿತು ಸಿಕ್ಕಾಬಟ್ಟೆ ಬೈಯುವಂತೆ ಮಾಡಲು ಅವನು ಪ್ರಯತ್ನಿಸಿದ. ಅವಳು ಅನಾವೃಷ್ಟಿಯ ತಪ್ಪನ್ನೆಲ್ಲ ಜೂಪಿಟರ್ ಪ್ಲೂವಿಯಸ್‌ನ ಮೇಲೆ ಹೊರಿಸಿ ಹಾಕಿನ್ಸನ ಬೆವರಿಳಿಸಿದಳು. ಆ ದೇವತೆ ಯಾರೆಂದು ನಾನಾಗಲೀ ಹಾಕಿನ್ಸನಾಗಲೀ ಕೇಳಿರಲಿಲ್ಲ. ಬಹುದೇವೋಪಾಸಕರಾಗಿದ್ದ ಪುರಾತನ ಜನರ ನಂಬಿಕೆಯ ಪ್ರಕಾರ ಆ ದೇವತೆಗೂ ಮಳೆಗೂ ಏನೋ ಬಾದರಾಯಣ ಸಂಬಂಧವಿತ್ತೆಂದು ನೋಬ್‌ಲ್ ಹೇಳಿದ. ಇನ್ನೊಂದು ದಿನ ಜರ್ಮನಿ ಯುದ್ಧವನ್ನು ಷುರುಮಾಡಿದ್ದಕ್ಕೆ ಅವನು ಬಂಡವಾಳಶಾಹಿಗಳ

ಮೇಲೆ ಶಾಪ ಹಾಕುತ್ತಿದ್ದಾಗ, ಆ ಮುದುಕಿ ಕೈಲಿದ್ದ ಕಬ್ಬಿಣದ ಸರಳನ್ನು ಕೆಳಗಿಟ್ಟು, ತನ್ನ ನಳ್ಳಿ ಬಾಯಿಯನ್ನು ಸಿಂಡರಿಸಿ ಹೇಳಿದಳು :

"ನಾನೊಬ್ಬ ಬಡ ಹಳ್ಳಿಗೊಡ್ಡಾದ್ದರಿಂದ ಯುದ್ಧದ ಬಗ್ಗೆ ಏನು ಬೇಕಾದರೂ ಹೇಳಿ ಮೋಸ ಮಾಡ್ಬಹುದು ಅಂತ ನೀನಂದುಕೋಬಹುದು. ಆದರೆ ಯುದ್ಧ ಯಾಕೆ ಷುರುವಾಯಿತು ಅಂತ ನಾನು ಬಲ್ಲೆ, ಹಾಕಿನ್ಸ್. ಇಟಲಿಯ ಒಬ್ಬ ಕೌಂಟ್ ಒಂದು ಜಪಾನೀ ದೇವಾಲಯದಿಂದ ವಿಧರ್ಮೀಯ ದೇವತೆಯೊಂದನ್ನು ಕದ್ದುಕೊಂಡು ಹೋದದ್ದು ಅದಕ್ಕೆ ಕಾರಣ. ಗುಪ್ತಶಕ್ತಿಗಳ ತಂಟೆಗೆ ಬಂದವರನ್ನು ದುಃಖ, ಬರಗಳು ಬೆನ್ನಟ್ಟದೇ ಬಿಡೋದಿಲ್ಲ, ನಂಬು, ಹಾಕಿನ್ಸ್."

ಖಂಡಿತವಾಗಿ ಅವಳೊಬ್ಬ ವಿಚಿತ್ರ ಮುದುಕಿ.

* * *

ಒಂದು ಸಂಜೆ ನಾವೆಲ್ಲರೂ ಚಹ ಕುಡಿದು ಮುಗಿಸಿದ್ದೆವು. ಹಾಕಿನ್ಸ್ ದೀಪ ಹಚ್ಚಿದ. ಇಸ್ಪೀಟ್ ಆಟಕ್ಕೆ ಕುಳಿತೆವು. ಜೆರೆಮಿಯಾ ಡೊನೊವಾನನೂ ಬಂದು ಕೂತು, ಕೊಂಚ ಹೊತ್ತು ಆಟ ನೋಡುತ್ತಿದ್ದ. ಅವನಿಗೆ ಆ ಇಬ್ಬರು ಆಂಗ್ಲರ ಬಗ್ಗೆ ಯಾವ ವಿಶೇಷ ಪ್ರೀತಿಯೂ ಇಲ್ಲವೆಂಬುದು ತಕ್ಷಣ ಹೊಳೆಯಿತು. ಅದಕ್ಕೆ ಮೊದಲು ಅವನನ್ನು ಸೂಕ್ಷ್ಮವಾಗಿ ಗಮನಿಸಿರಲಿಲ್ಲವಾದ್ದರಿಂದ ಅದು ನನಗೆ ಆಶ್ಚರ್ಯದ್ದಾಗಿ ಕಂಡಿತು. ಸಂಜೆ ಇಳಿ ಹೊತ್ತಾದ ಮೇಲೆ ಹಾಕಿನ್ಸ್ ಮತ್ತು ನೋಬ್‌ಲರ ನಡುವೆ ಬಂಡವಾಳಶಾಹಿಗಳು, ಧರ್ಮೋಪದೇಶಕರು, ಸ್ವದೇಶಪ್ರೇಮ ಇವುಗಳ ಬಗ್ಗೆ ನಿಜವಾದ ಭಯಂಕರ ವಿವಾದ ಹತ್ತಿಕೊಂಡಿತು.

ಹಾಕಿನ್ಸ್ ಕೋಪದಿಂದ ಉಗುಳು ನುಂಗಿಕೊಳ್ಳುತ್ತ ಹೇಳಿದ:

"ನಿನಗೆ ಪರಲೋಕದ ಬಗ್ಗೆ ಉಪದೇಶ ಮಾಡಲಿ ಅಂತ ಬಂಡವಾಳಶಾಹಿಗಳು ಧರ್ಮೋಪದೇಶಕರಿಗೆ ಹಣಕೊಡ್ತಾರೆ. ಯಾಕೆ ಅಂದರೆ, ಆ ಸೂಳೇಮಕ್ಕಳು ಈ ಲೋಕದಲ್ಲಿ ಮಾಡ್ತಿರೋದು ನಿನಗೆ ಗೊತ್ತಾಗಬಾರದು ಅಂತ."

ನೋಬ್‌ಲನೂ ಅಷ್ಟೇ ಸಿಟ್ಟಾಗಿ ಉತ್ತರಿಸಿದ:

"ಎಲ್ಲಿಯ ಹುಚ್ಚು ಮಾತಯ್ಯ. ಬಂಡವಾಳಶಾಹಿಗಳು ಹುಟ್ಟೋದಕ್ಕೆ ಮುಂಚೆಯೇ ಜನರಿಗೆ ಪರಲೋಕದಲ್ಲಿ ನಂಬಿಕೆಯಿತ್ತು."

ಹಾಕಿನ್ಸ್ ಸ್ವತಃ ಉಪದೇಶ ಕೊಡುತ್ತಿದ್ದಾನೆಯೊ ಎಂಬಂತೆ ಎದ್ದು ನಿಂತು ಮುಖ ಸಿಂಡರಿಸಿ ನುಡಿದ:

"ಓಹೋ ನಂಬಿಕೆ ಇತ್ತೋ, ಇತ್ತೊ? ನೀನು ನಂಬಿರೋದನ್ನೆಲ್ಲಾ ಅವರೂ ನಂಬಿದ್ದರು ಅಂತಲ್ಲವೇ ನಿನ್ನ ಅರ್ಥ? ದೇವರು ಆದಮ್‌ನನ್ನು ಸೃಷ್ಟಿಸಿದ, ಆದಮ್ ಷೆಮ್‌ನನ್ನು, ಷೆಮ್ ಜೆಹೋಷೊಫತ್‌ನನ್ನು ಸೃಷ್ಟಿಸಿದರು ಅಂತ ನೀನು ನಂಬಿದಿ. ಈವ್, ಈಡನ್, ಸೇಬಿನ ಹಣ್ಣುಗಳ ಅಜ್ಜೀ ಕಥೇನ ನಂಬಿದಿ. ಹಾಗಾದರೆ ಕೇಳಿಲ್ಲಿ, ಮಿತ್ರ. ನಿನಗೆ ಅಂಥ ಹುಚ್ಚು ನಂಬಿಕೆ ಇಟ್ಟುಕೊಳ್ಳೋ ಅಧಿಕಾರ ಇದ್ದರೆ ನನಗೂ ನನ್ನ ಹುಚ್ಚು ನಂಬಿಕೆ ಇಟ್ಟುಕೊಳ್ಳೋ ಅಧಿಕಾರ ಇದೆ. ಅದೇನೂ ಅಂದರೆ ನಿಮ್ಮ ದೇವರು ಮೊದಲು ಸೃಷ್ಟಿಸಿದ್ದು ಒಬ್ಬ ನೆತ್ತರ ಮಾರಿ ಬಂಡವಾಳಗಾರನನ್ನ, ಅವನ ನೀತಿಬೋಧೆ, ರೋಲ್ಸ್ ರಾಯ್ಸ್‌ಗಳ ಸಮೇತ, ಸಂಪೂರ್ಣವಾಗಿ."

ಅನಂತರ ಬೆಲ್ಚರನ ಕಡೆ ತಿರುಗಿ ಅವನು ಕೇಳಿದ:

"ಏನು ಚಮ್, ನಾನು ಹೇಳೋದು ಸರಿ ತಾನೆ?"

ಬೆಲ್ಚರ್ ತಮಾಷೆಯೆನಿಸಿದಂತೆ ನಗುತ್ತಾ "ಸರಿ, ಚಮ್, ಸರಿ" ಅಂದು, ಮೀಸೆ ಸರಿ

ಮಾಡಿಕೊಂಡು ತನ್ನ ನೀಳ್ಗಾಲುಗಳನ್ನು ಬೆಂಕಿಯ ಬದಿ ಚಾಚಲೆಂದು ಮೇಜು ಬಿಟ್ಟೆದ್ದ. ಅದೇ ಹೊತ್ತಿಗೆ ಜೆರೆಮಿಯಾ ಡೊನೊವಾನನೂ ಎದ್ದುದನ್ನು ನೋಡಿ, ಧರ್ಮ ಸಂಬಂಧವಾದ ಆ ವಾದ ಯಾವಾಗ ಮುಗಿಯುವುದೆಂಬ ಎಣಿಕೆಯಿಲ್ಲದೇ ನಾನೂ ಅವನ ಜತೆ ಹೊರ ಹೊರಟೆ. ಇಬ್ಬರೂ ಹಳ್ಳಿಯ ದಾರಿ ಹಿಡಿದು ನಡೆಯತೊಡಗಿದೆವು. ಮಧ್ಯೆ ಅವನು ನಿಂತು ನಾಚಿಕೆಯಿಂದ ಮುಖ ಕೆಂಪು ಮಾಡಿಕೊಂಡು, ಬಂದಿಗಳ ಮೇಲೆ ಕಾವಲಿರಲು ನಾನು ಹಿಂದುಳಿಯಬೇಕೆಂದು ತೊದಲುತ್ತಾ ಹೇಳಿದ. ಅವನ ಮಾತಿನ ಧಾಟಿ ನನಗೆ ಇಷ್ಟವಾಗಲಿಲ್ಲ. ಏನೇ ಆಗಲಿ, ನನಗೆ ಆ ಹಳ್ಳಿ ಮನೆಯ ಬದುಕು ಬೇಸರವಾಗಿತ್ತು. ಯಾವ ಪುರುಷಾರ್ಥಕ್ಕಾಗಿ ಅವರ ಮೇಲೆ ಕಾವಲಿರಬೇಕೆಂದು ಮರುಪ್ರಶ್ನೆ ಹಾಕಿ ಅವನ ಪ್ರಶ್ನೆಗೆ ಉತ್ತರಕೊಟ್ಟೆ. "ನೋಬ್‌ಲನ ಜತೆ ಮಾತಾಡಿದೀನಿ. ನಮಗೆ ಇಲ್ಲಿರೋದಕ್ಕಿಂತ ಯುದ್ಧ ಭೂಮೀಲಿ ಕಾದೋದು ಇಷ್ಟ" ಅಂದೆ. ಅನಂತರ ನಾನು ಕೇಳಿದೆ:

"ಇವರನ್ನ ನಾವು ಯಾಕೆ ಇಟ್ಟುಕೊಂಡಿದೀವಿ ?" ನನ್ನ ಕಡೆ ಆಶ್ಚರ್ಯದಿಂದ ನೋಡುತ್ತ ಅವನು ಹೇಳಿದ:

"ಅವರನ್ನ ನಾವು ಒತ್ತೆಯಾಗಿಟ್ಟುಕೊಂಡಿದೀವಿ ಅಂತ ನಿನಗೆ ಗೊತ್ತಿದೆ ಅಂದುಕೊಂಡಿದ್ದೆ."

"ಒತ್ತೆ ?"

"ಶತ್ರುಗಳು ನಮ್ಮವರನ್ನ ಹಿಡಿದಿಟ್ಟುಕೊಂಡಿದಾರೆ. ಈಗ ಅವರಿಗೆ ಗುಂಡಿಡ್ತೀವಿ ಅಂತ ಮಾತಾಡ್ತಿದಾರೆ. ಅವರು ನಮ್ಮವರಿಗೆ ಗುಂಡಿಟ್ಟರೆ ನಾವು ಇವರಿಗೆ ಗುಂಡಿಡ್ತೀವಿ."

"ಇವರಿಗೆ ಗುಂಡಿಡ್ತೀವಿ ?"

"ಇವರನ್ನ ನಾವು ಮತ್ತೆ ಯಾಕೆ ಇಟ್ಟುಕೊಂಡಿದೀವಿ ಅಂದ್ಕೊಂಡೆ ?"

"ಹೀಗೆ ಅಂತ ನೀನು ನನಗೂ ನೋಬ್‌ಲನಿಗೂ ಮೊದಲೇ ಎಚ್ಚರಿಕೆ ಕೊಟ್ಟಿದ್ದಿದ್ದರೆ..."

"ಅದು ನಿಮಗೆ ಗೊತ್ತಿರಬೇಕಾಗಿತ್ತು."

"ನಮಗೆ ಗೊತ್ತಾಗೋದಕ್ಕೆ ಕಾರಣವೇ ಇಲ್ಲ, ಜೆರೆಮಿಯಾ ಡೊನೊವಾನ್. ಅವರು ಅಷ್ಟು ದಿನದಿಂದ ನಮ್ಮ ಜತೇಲಿರೋವಾಗ ಹೇಗೆ ಗೊತ್ತಾಗ್ತದೆ ?"

"ಅಷ್ಟು ದಿನವೇನು ? ಇನ್ನೂ ಹೆಚ್ಚು ದಿನದಿಂದ ನಮ್ಮ ಬಂದಿಗಳು ಶತ್ರುಗಳ ಬಳಿ ಇಲ್ಲವೆ ?"

"ಅವೆರಡೂ ಒಂದೇನೆ ?" ನಾನಂದೆ.

"ಮತ್ತೆ ! ಏನು ವ್ಯತ್ಯಾಸ ಎರಡರಲ್ಲಿ ?" ಎಂದ ಆತ.

ವ್ಯತ್ಯಾಸ ಏನೆಂದು ಅವನಿಗೆ ನಾನು ಹೇಳಲಿಲ್ಲ. ಯಾಕೆಂದರೆ ಅದು ಅವನಿಗೆ ಅರ್ಥವಾಗುವುದಿಲ್ಲವೆಂದು ನನಗೆ ಗೊತ್ತಿತ್ತು. ಒಂದು ಮುದಿ ನಾಯಿಯನ್ನು ಸಾಯಿಸಲೆಂದು ಡಾಕ್ಟರರ ಬಳಿ ಕಳಿಸುವಾಗ ಸಹ ಅದರ ಮೇಲೆ ಪ್ರೀತಿ ಬೆಳೆಯದಿರಲೆಂದು ನಾವು ದೂರವಿರಲು ಪ್ರಯತ್ನಿಸುತ್ತೇವೆ. ಆದರೆ ಡೊನೊವಾನ್ ಎಂದೂ ಅಂತಹ ಅಪಾಯಕ್ಕೆ ಸಿಕ್ಕಿಬೀಳುವ ಸ್ವಭಾವದವನಲ್ಲ.

"ಇದು ಇತ್ಯರ್ಥವಾಗೋದು ಯಾವಾಗ ?" ನಾನು ಕೇಳಿದೆ.

"ಇವತ್ತು ರಾತ್ರಿ ಗೊತ್ತಾಗ್ಬಹುದು. ಅಥವಾ ನಾಳೆ. ಹೆಚ್ಚೆಂದರೆ ನಾಡಿದ್ದು. ಇಲ್ಲಿರೋದು ಕಷ್ಟ ಅನ್ನೋದಾದರೆ ನಿನಗೆ ಬೇಗ ಬಿಡುಗಡೆಯಾಗ್ತದೆ."

ಈಗ ನನಗೆ ಕಷ್ಟವಾಗಿದ್ದದ್ದು ಅಲ್ಲಿರುವುದಲ್ಲ. ತಲೆ ಚಚ್ಚಿಕೊಳ್ಳುವುದಕ್ಕೆ ಇನ್ನೂ ಗಂಭೀರವಾದ ವಿಷಯಗಳಿದ್ದವು. ಮನೆಗೆ ನಾವು ಹಿಂದಿರುಗಿದಾಗ ಅಲ್ಲಿ ವಾದವಿನ್ನೂ ನಡೆದೇ

ಇತ್ತು. ಹಾಕಿನ್ಸ್ ತನ್ನ ಭವ್ಯಶೈಲಿಯಲ್ಲಿ ಒದರುತ್ತ ಪರಲೋಕವೆಂಬುದೇ ಇಲ್ಲ ಎಂದು ವಾದಿಸುತ್ತಿದ್ದ. ನೋಬ್ಲ್ ಇದೆ ಅನ್ನುತ್ತಿದ್ದ. ಹಾಕಿನ್ಸನದೇ ಮೇಲುಗೈ ಎಂಬುದು ಸ್ಪಷ್ಟವಾಗಿತ್ತು.

ತುಂಟ ನಗೆ ಸೂಸುತ್ತ ಅವನು ಹೇಳುತ್ತಿದ್ದ:

"ಕೇಳಿಲ್ಲಿ, ಏನೂ ಅಂತ ಹೇಳ್ತೇನೆ; ನೀನು ನನ್ನಷ್ಟೇ ದೊಡ್ಡ ನಾಸ್ತಿಕ ಅಂತ ನನಗನಿಸ್ತದೆ. ನಿನಗೆ ಪರಲೋಕದ ಬಗ್ಗೆ ನಂಬಿಕೆ ಇದೆ ಅಂತೀಯೆ. ಪರಲೋಕದ ವಿಷಯ ನಿನಗೆ ಗೊತ್ತಿರೋದು ನನಗೆ ಗೊತ್ತಿರೋ ಅಷ್ಟೆ. ಅರ್ಥಾತ್ ಸೊನ್ನೆ. ಸ್ವರ್ಗ ಅಂದರೇನು ಅಂತ ನೀನು ಕಾಣೆ. ಅದು ಎಲ್ಲಿದೆ ಅಂತ ನೀನು ಕಾಣೆ. ನಿನಗೆ ಗೊತ್ತಿರೋದು ಸೊನ್ನೆ. ಎಲ್ಲಿ ಹೇಳು ನೋಡೋಣ. ಅವರು ರೆಕ್ಕೆ ಕಟ್ಟಿಕೋತಾರೆಯೇ ?"

ಅದಕ್ಕೆ ನೋಬ್ಲ್ ನುಡಿದ :

"ಓಹೋ, ಹಾಗೊ ? ಹೌದು, ಕಟ್ಟಿಕೋತಾರೆ. ಸಾಕೋ ಈ ಉತ್ತರ ? ಅವರು ರೆಕ್ಕೆ ಕಟ್ಟಿಕೋತಾರೆ."

"ಹಾಗಾದರೆ ಈ ರೆಕ್ಕೆಗಳು ಎಲ್ಲಿಂದ ಬರ್ತವೆ ? ಅವನ್ನ ಯಾರು ತಯಾರು ಮಾಡ್ತಾರೆ ? ಅಲ್ಲಿ ರೆಕ್ಕೆ ಮಾಡೋ ಕಾರ್ಖಾನೆ ಇದೆಯೊ ? ಈ ಕಡೆ ಚೀಟಿಕೊಟ್ಟು ಆ ಕಡೆ ರೆಕ್ಕೆ ತೊಗೋಳೋದಕ್ಕೆ ಅಂಗಡಿ ಅಂಥಾದ್ದು ಏನಾದರೂ ಇದೆಯೊ ?"

"ನಿನ್ ಹತ್ತಿರ ಯಾರು ವಾದ ಮಾಡೋಕ್ಕಾಗ್ತದೆ?" ನೋಬ್ಲ್ ಹೇಳಿದ.

"ಇಲ್ಲಿ ಕೇಳಿಲ್ಲಿ –"

ಸರಿ, ಮತ್ತೆ ಅವರು ಮೊದಲಿನಿಂದ ಶುರು ಮಾಡಿದರು.

ನಾವು ಕೋಣೆಯ ಬೀಗ ಹಾಕಿ ಮಲಗಲು ಹೋಗುವಾಗ ನಡುರಾತ್ರಿ ಕಳೆದು ಬಹಳ ಹೊತ್ತಾಗಿತ್ತು. ಮೋಂಬತ್ತಿ ಆರಿಸುತ್ತಾ ಜೆರೆಮಿಯಾ ಡೊನೊವಾನ್ ನನಗೆ ಹೇಳಿದ ಸಂಗತಿಯನ್ನು ನೋಬ್ಲನಿಗೆ ನಾನು ತಿಳಿಸಿದೆ. ನೋಬ್ಲ್ ಶಾಂತವಾಗಿ ಕೇಳಿಕೊಂಡ. ಆದರೆ ಹಾಸಿಗೆಯಲ್ಲಿ ಒರಗಿ ಸುಮಾರು ಒಂದು ಗಂಟೆಯಾದ ಬಳಿಕ ಈ ವಿಷಯವನ್ನು ಬೆಲ್ಚರ್ ಮತ್ತು ಹಾಕಿನ್ಸರಿಗೆ ತಿಳಿಸಬೇಕೆ, ಬೇಡವೆ ಎಂದು ನೋಬ್ಲ್ ಕೇಳಿದ. ಇಂಗ್ಲಿಷ್ ಪಡೆಯವರು ನಮ್ಮ ಬಂದಿಗಳನ್ನು ಕೊಲ್ಲದೆ ಇರುವ ಸಾಧ್ಯತೆಯೇ ಹೆಚ್ಚಾಗಿದ್ದುದರಿಂದ ಅವರಿಗೆ ತಿಳಿಸಕೂಡದೆಂದು ನಾನು ಅಭಿಪ್ರಾಯಪಟ್ಟೆ. ಒಂದು ಪಕ್ಷ ಅವರು ಹಾಗೆ ಕೊಂದದ್ದಾದರೂ ಬ್ರಿಗೇಡಿನ ಅಧಿಕಾರಿಗಳು ಎರಡನೆಯ ಪಟಾಲಂಗೆ ಹೋಗಿಬರುತ್ತಿದ್ದು ಈ ಇಬ್ಬರು ಇಂಗ್ಲಿಷಿನವರನ್ನು ಚೆನ್ನಾಗಿ ಬಲ್ಲ ಕಾರಣ, ಇವರನ್ನು ಪ್ರತಿಯಾಗಿ ಕೊಲ್ಲಬಯಸಲಾರರು. "ಹೌದು, ನನಗೂ ಹಾಗನ್ನಿಸುತ್ತೆ, ಅವರಿಗೆ ಸುಮ್ಮನೆ ಈಗಲೇ ಸುಳಿವು ಕೊಡುವುದು ತುಂಬ ಕ್ರೂರತನ" ಅಂದ ನೋಬ್ಲ್.

"ಏನೇ ಇರಲಿ, ಜೆರೆಮಿಯಾ ಡೊನೊವಾನ್ ಮುಂಚೆಯೇ ತಿಳಿಸದಿದ್ದುದು ತಪ್ಪು" ಎಂದು ನಾನಂದೆ.

ಮಾರನೆಯ ಬೆಳಗ್ಗೆ ಬೆಲ್ಚರ್ ಮತ್ತು ಹಾಕಿನ್ಸರಿಗೆ ಮುಖ ತೋರಿಸುವುದು ನಮಗೆ ಬಲು ಕಷ್ಟವಾಯಿತು. ಇಡೀ ದಿನ ನಾವು ಏನೂ ಮಾತಾಡದೆ ಓಡಾಡುತ್ತಿದ್ದೆವು. ಬೆಲ್ಚರ್ ಅದನ್ನು ಗಮನಿಸಿದಂತೆ ಕಾಣಲಿಲ್ಲ. ಎಂದಿನಂತೆ ಏನೋ ಅನಿರೀಕ್ಷಿತವಾದ್ದೊಂದು ನಡೆಯಲಿರುವುದಕ್ಕೆ ಕಾಯುವವನಂತೆ ಮುಖಮಾಡಿಕೊಂಡು ಆತ ಮಾಮೂಲಿನಂತೆ ಬಿಸಿಬೂದಿಯೊಳಗೆ ಕಾಲಿಟ್ಟು ಕುಳಿತಿದ್ದ. ನಮ್ಮ ಮೌನವನ್ನು ಗಮನಿಸಿದ ಹಾಕಿನ್ಸ್ ಹಿಂದಿನ ರಾತ್ರಿ ವಾದದಲ್ಲಿ

ನೋಬ್‌ಲ್ ಸೋತದ್ದಕ್ಕೂ ಅದಕ್ಕೂ ಗಂಟು ಹಾಕಿದ. ಅವನು ಕಟುವಾಗಿ ಕೇಳಿದ:

"ಚರ್ಚೆಯನ್ನು ಚರ್ಚೆಯಾಗಿ ತೊಗೊಳ್ಳದೆ ಅಪಾರ್ಥಮಾಡಿಕೊಂಡರೆ ಹೇಗೆ ? ನೀನೊ, ನಿನ್ನ ಆಡಮ್ ಈವರೊ ! ನಾನು ಕಮ್ಯೂನಿಸ್ಟ್. ಹೌದು, ನಾನು ಅದೇ. ಕಮ್ಯೂನಿಸ್ಟ್‌ಅನ್ನು ಕ್ರಾಂತಿಕಾರಿ ಅನ್ನು ಎರಡೂ ಸುಮಾರಾಗಿ ಒಂದೇ."

ಅನಂತರ ಗಂಟೆಗಟ್ಟಲೆ ಮನೆಯಲ್ಲೆಲ್ಲ ಸುತ್ತಾಡುತ್ತ ಹುಚ್ಚೇರಿದಾಗ "ಆಡಮ್-ಈವ್, ಆಡಮ್-ಈವ್, ಹಾಳು ಸೇಬಿನ ಹಣ್ಣು ಕೀಳೋದು ಬಿಟ್ಟರೆ ಅವರಿಗೆ ಬೇರೆ ಕೆಲಸವೇ ಇರಲಿಲ್ಲ" ಎಂದು ಆತ ಗೊಣಗುತ್ತಿದ್ದ.

* * *

ಆ ದಿನವನ್ನು ನಾವು ಹೇಗೆ ಕಳೆದೆವೊ ನಾನು ಕಾಣೆ. ಆದರೆ ದಿನ ಮುಗಿದು, ಚಹದ ತಟ್ಟೆಬಟ್ಟಲನ್ನು ತೆಗೆದಿಟ್ಟು, ಬೆಲ್ಚರ್ ತನ್ನ ಸೌಮ್ಯ ಧ್ವನಿಯಲ್ಲಿ "ಹ್ಲೂ, ಏನಂತೀರಿ ಚಮ್ಸ್" ಅಂದಾಗ ನನಗೆ ಹಾಯೆನಿಸಿತು. ನಾವು ಮೇಜಿನ ಸುತ್ತ ಕುಳಿತೆವು. ಹಾಕಿನ್ಸ್ ಇಸ್ಪೀಟೆಲೆ ತೆಗೆದ. ಅದೇ ಹೊತ್ತಿಗೆ ಹೊರಗೆ ಜೆರೆಮಿಯಾ ಡೊನೊವಾನನ ಹೆಜ್ಜೆಯ ಸಪ್ಪಳ ಕೇಳಿ ಬಂತು. ಮನಸ್ಸಿನಲ್ಲಿ ಯಾವುದೊ ಕೆಟ್ಟ ಶಂಕೆ ಹಾದುಹೋಯಿತು. ಮೇಜಿನಿಂದೆದ್ದು ಬಾಗಿಲಿಗೆ ಬರುವ ಮೊದಲೇ ಅವನನ್ನು ತಡೆದು ನಿಲ್ಲಿಸಿ, "ಏನು ಬೇಕು ?" ಎಂದು ನಾನು ಕೇಳಿದೆ.

ಅವನು ಮುಖ ಕೆಂಪು ಮಾಡಿಕೊಂಡು ಅಂದ:

"ನಿನ್ನ ಆ ಇಬ್ಬರು ಸಿಪಾಯಿ-ಸ್ನೇಹಿತರು."

"ಹಾಗೊ, ಜೆರೆಮಿಯಾ ಡೊನೊವಾನ್ ?"

"ಹೌದು, ಹಾಗೇ, ಇವತ್ತು ನಮ್ಮ ನಾಲ್ಕು ಹುಡುಗರನ್ನು ಅವರ ಕಡೆಯವರು ಗುಂಡಿಟ್ಟು ಕೊಂದರು. ಅವರಲ್ಲೊಬ್ಬ ಹದಿನಾರು ವರ್ಷದವನು."

"ಹಾಗಾದದ್ದು ಅನ್ಯಾಯ," ನಾನಂದೆ.

ಅದೇ ಹೊತ್ತಿಗೆ ನೋಬ್‌ಲ್ ನನ್ನನ್ನು ಹಿಂಬಾಲಿಸಿ ಬಂದ. ನಾವು ಮೂವರೂ ಪಿಸುದನಿಯಲ್ಲಿ ಮಾತಾಡುತ್ತ ಒಟ್ಟಿಗೆ ಮನೆಯ ಮುಂದಿನ ಕಾಲುದಾರಿಯಲ್ಲಿ ನಡೆದು ಹೋದೆವು. ಸ್ಥಳೀಯ ಗುಪ್ತಚಾರ ಫೀನಿ ಹೊರ ಬಾಗಿಲ ಬಳಿ ನಿಂತಿದ್ದ.

"ಹ್ಲೂ, ಏನು ಮಾಡಬೇಕು ಅಂತಿದಿ," ಡೊನೊವಾನನನ್ನು ನಾನು ಕೇಳಿದೆ.

"ಬೇರೆ ಕಡೆಗೆ ಸಾಗಿಸ್ತಿದೀವಿ ಅಂತ ಹೇಳಿ ನೀನೂ ನೋಬ್‌ಲನೂ ಅವರನ್ನ ಹೊರಗೆ ಕರಕೊಂಡು ಬನ್ನಿ, ಗಲಾಟೆಯಿಲ್ಲದೆ ಕೆಲಸವಾಗೋದಕ್ಕೆ ಅದೊಂದೇ ದಾರಿ."

"ನನ್ನನ್ನು ಅದರಲ್ಲಿ ಸಿಕ್ಕಿಸಬೇಡ," ಎಂದು ನೋಬ್‌ಲ್ ಉಸಿರು ಹಿಡಿದುಕೊಂಡು ಹೇಳಿದ. ಡೊನೊವಾನ್ ಅವನ ಕಡೆ ದುರುಗುಟ್ಟಿ ನೋಡಿದ.

"ಸರಿ ಹಾಗಾದರೆ, ನೀನೂ ಫೀನಿಯೂ ಷೆಡ್ಡಿನಿಂದ ಗುದ್ದಲಿ ಪಿಕಾಸಿ ತಂದು, ಜೌಗುನೆಲದ ಆಚೆ ಕೊನೇಲಿ ಹಳ್ಳ ತೋಡಿ. ಬೋನಾಪಾರ್ಟೆಯೂ ನಾನೂ ಹಿಂದಿನಿಂದ ಬರ್ತೇವೆ. ನಿನ್ನ ಕೈಯಲ್ಲಿ ಸಲಕರಣೆಗಳಿರೋದು ಯಾರಿಗೂ ಕಾಣೋದು ಬೇಡ. ಈ ವಿಷಯ ನಮ್ಮನ್ನ ಬಿಟ್ಟು ಹೊರಗಿನೋರಿಗೆ ಗೊತ್ತಾಗಕೂಡದು."

ಫೀನಿ ಮತ್ತು ನೋಬ್‌ಲ್ ಷೆಡ್ಡಿನ ಕಡೆ ಹೋದರು. ಬೆಲ್ಚರ್ ಹಾಕಿನ್ಸರಿಗೆ ವಿವರಣೆ ಕೊಡುವ ಕೆಲಸವನ್ನು ಡೊನೊವಾನನಿಗೇ ನಾನು ಬಿಟ್ಟುಕೊಟ್ಟೆ. ಅವರನ್ನು ಎರಡನೆಯ ಪಟಾಲಂಗೆ ಕಳಿಸಲು ಅಪ್ಪಣೆಯಾಗಿದೆಯೆಂದು ಡೊನೊವಾನ್ ಹೇಳಿದ. ಅದನ್ನು ಕೇಳಿ ಹಾಕಿನ್ಸ್ ಬಾಯಿತುಂಬ ಶಾಪ

ಹಾಕಿದ. ಬೆಲ್ಚರ್ ಏನೂ ಹೇಳಲಿಲ್ಲ. ಆದರೆ ಅವನ ಮನಸ್ಸೂ ಕದಡಿದ್ದುದು ಕಾಣುತ್ತಿತ್ತು. ನಾವೇನೇ ಹೇಳಲಿ, ಅವರು ಅಲ್ಲಿಯೇ ಉಳಿಯಬೇಕೆಂದು ಮುದುಕಿಯ ಹಟ. ಡೊನೊವಾನ್ ರೇಗಿ ಅವಳ ಮೇಲೆ ತಿರುಗಿ ಬೀಳುವವರೆಗೂ ಅವಳು ಬುದ್ಧಿ ಹೇಳುವುದನ್ನು ನಿಲ್ಲಿಸಲಿಲ್ಲ. ಡೊನೊವಾನನದು ಕೆಟ್ಟ ಸಿಡುಕಿನ ಸ್ವಭಾವವೆಂದು ಆಗ ಗೊತ್ತಾಯಿತು. ಅಷ್ಟು ಹೊತ್ತಿಗೆ ಮನೆಯೊಳಗೆ ಕತ್ತಲಾಗಿತ್ತು. ಆದರೆ ಯಾರೂ ದೀಪ ಹಚ್ಚುವ ಗೋಜಿಗೆ ಹೋಗಿರಲಿಲ್ಲ. ಆ ಇಬ್ಬರು ಇಂಗ್ಲಿಷಿನವರೂ ಕತ್ತಲಲ್ಲಿಯೇ ತಮ್ಮ ಮೇಲಂಗಿಗಳನ್ನು ಎತ್ತಿಕೊಂಡು ಮುದುಕಿಗೆ ವಿದಾಯ ಹೇಳಿದರು.

ಹಾಕಿನ್ಸ್ ಅವಳ ಕೈಕುಲುಕುತ್ತ ಹೇಳಿದ: "ಯಾವುದೋ ಒಂದು ಕೊಂಪೇನ ಮನೆಯಾಗಿ ಮಾರ್ಪಡಿಸೋದೇ ತಡ, ದೊಡ್ಡ ಕಚೇರೀಲಿ ಕೂತಿರೋ ಯಾವನಾದರೂ ಸೂಳೇಮಗ ನಾವು ಖುಷಿಯಾಗಿದೀವಿ ಅಂದುಕೊಂಡು, ಜಾಗಬಿಟ್ಟು ಹೊರಡಸ್ತಾನೆ."

ಅನಂತರ ಮುದುಕಿಯೊಂದಿಗೆ ಬೆಲ್ಚರ್ ನುಡಿದ:

"ನಿನಗೆ ಸಾವಿರ ವಂದನೆ, ತಾಯಿ, ಸಾವಿರ ವಂದನೆ, ಎಲ್ಲಾದಕ್ಕೂ" ಲೆಕ್ಕಾಚಾರ ಮುಗಿಯಿತೊ ಎಂಬಂತಿತ್ತು ಅವನ ಮಾತು.

ಮನೆಯ ಹಿಂದಿನ ದಾರಿ ಹಿಡಿದು, ನಾವು ಜೌಗಿನ ಕಡೆ ನಡೆದೆವು. ಜೆರೆಮಿಯಾ ಆಗ ಬಾಯಿತೆಗೆದ. ಉದ್ವೇಗದಿಂದ ಅವನ ಮೈ ನಡುಗುತ್ತಿತ್ತು.

"ಇವತ್ತು ಬೆಳಗ್ಗೆ ಕಾರ್ಕ್‌ನಲ್ಲಿ ನಮ್ಮ ನಾಲ್ಕು ಜನರನ್ನ ಗುಂಡಿಟ್ಟು ಕೊಂದಿದಾರೆ. ಅದಕ್ಕೆ ಪ್ರತಿಯಾಗಿ ನಿಮ್ಮನ್ನ ಕೊಲ್ಲಬೇಕಾಗಿದೆ."

ಹಾಕಿನ್ಸ್ ಥಟ್ಟನೆ ಕೇಳಿದ:

"ಅದೇನು ಅಂತಿರೋದು ನೀನು ? ಹೀಗೆ ಅರ್ಥವಿಲ್ಲದೆ ನಮ್ಮನ್ನು ಅಲೆದಾಡಿಸ್ತಿರೋದು ಸಾಲದು ಅಂತ, ಮೇಲೆ ಈ ಕೆಟ್ಟ ತಮಾಷೆ ಬೇರೆ."

"ತಮಾಷೆಯಲ್ಲ, ಕ್ಷಮಿಸು, ಹಾಕಿನ್ಸ್. ಅದು ನಿಜ," ಎನ್ನುತ್ತ, ಕರ್ತವ್ಯ ಹಾಗೂ ಅದನ್ನ ನಿರ್ವಹಿಸುವುದು ಎಷ್ಟು ಅಸಂತೋಷದ ಕೆಲಸ ಎಂಬ ಮಾಮೂಲಿನ ರಾಗ ಎಳೆಯಲು ಡೊನೊವಾನ್ ಷುರು ಮಾಡಿದ.

ಕರ್ತವ್ಯದ ಬಗ್ಗೆ ಬಾಯಿ ತುಂಬ ಮಾತಾಡುವವರಿಗೆ ಅದೊಂದು ದೊಡ್ಡ ತೊಂದರೆಯಾಗಿ ಕಾಣಿಸುವುದಿಲ್ಲವೆಂದು ನನಗೆ ಗೊತ್ತಿರಲಿಲ್ಲ.

"ಓ, ಸಾಕು ನಿಲ್ಲಿಸಯ್ಯ," ಅಂದ ಹಾಕಿನ್ಸ್.

ಹಾಕಿನ್ಸ್ ತನ್ನನ್ನು ನಂಬದಿರುವುದನ್ನು ಕಂಡು ಡೊನೊವಾನ್ ಹೇಳಿದ:

"ಬೇಕಾದರೆ ಬೋನಾಪಾರ್ಟೆಯನ್ನು ಕೇಳು. ಅಲ್ಲವೇ ಬೋನಾಪಾರ್ಟೆ ?"

"ಹೌದು," ಅಂದೆ ನಾನು.

ಹಾಕಿನ್ಸ್ ಥಟ್ಟನೆ ನಿಂತುಕೊಂಡ. "ದೇವರಾಣೆಯಾಗಿಯೂ, ಚಮ್ ?" ಎಂದು ಕೇಳಿದ.

"ನಿಜ, ಚಮ್," ನಾನಂದೆ.

"ನಿನ್ನ ಧ್ವನಿ ನೋಡಿದರೆ ನೀನು ನಿಜ ಹೇಳ್ತಿದಿ ಅನ್ನಿಸೋದಿಲ್ಲ."

"ಅವನು ನಿಜ ಹೇಳದೇ ಇದ್ದರೆ, ನಾನು ನಿಜ ಹೇಳ್ತಿದೀನಿ," ಡೊನೊವಾನ್ ಉದ್ರಿಕ್ತನಾಗಿ ನುಡಿದ.

"ನಾನು ನಿನಗೆ ಏನು ಕೇಡು ಮಾಡಿದೀನಿ ಅಂತ ನನ್ನ ಮೇಲೆ ಈ ಹಗೆ, ಜೆರೆಮಿಯಾ ಡೊನೊವಾನ್ ?"

"ನೀನು ತಪ್ಪು ಮಾಡಿದಿ, ನಿನ್ನ ಮೇಲೆ ಹಗೆ ಇದೆ ಅಂತಲ್ಲ. ಆದರೆ ನಿಮ್ಮವರು ನಮ್ಮ ನಾಲ್ಕು ಜನರನ್ನು ಗುಂಡಿಟ್ಟು ಕಗ್ಗೊಲೆ ಮಾಡಿದ್ರ್ಯಾಕೆ ?"

ಡೊನೊವಾನ್ ಹಾಕಿನ್ಸನ ರಟ್ಟೆ ಹಿಡಿದು ಎಳೆದುಕೊಂಡು ಹೊರಟ, ಆದರೆ ನಾವು ಹೇಳುತ್ತಿರುವುದು ನಿಜ ಎಂದು ಹಾಕಿನ್ಸನನ್ನು ನಂಬಿಸುವುದು ಅಸಾಧ್ಯವಾಗಿತ್ತು. ನನ್ನ ಜೇಬಿನಲ್ಲಿ ಸ್ಮಿತ್ ಅಂಡ್ ವೆಸ್ಸನ್ ರಿವಾಲ್ವರ್ ಇತ್ತು. ಅದರ ಮೇಲೆ ಕೈಯಾಡಿಸುತ್ತ ಅವರು ಹೋರಾಟಕ್ಕಿಳಿದರೆ ಇಲ್ಲವೇ ಓಡಿಹೋಗಲು ಪ್ರಯತ್ನಿಸಿದರೆ ಏನು ಮಾಡಬೇಕೆಂದು ನಾನು ಯೋಚಿಸತೊಡಗಿದೆ. ಅವರು ಆ ಎರಡರಲ್ಲೊಂದನ್ನು ಮಾಡುವಂತಾಗಲೆಂದು ದೇವರಲ್ಲಿ ಪ್ರಾರ್ಥಿಸಿದೆ. ಅವರು ಓಡತೊಡಗಿದರೆ ನಾನು ಗುಂಡು ಹಾರಿಸುವುದಿಲ್ಲವೆಂದು ನನಗೆ ಗೊತ್ತಿತ್ತು. ನೋಬ್‌ಲನೂ ಇದರಲ್ಲಿ ಶಾಮೀಲಾಗಿದ್ದಾನೆಯೇ ಎಂದು ಹಾಕಿನ್ಸ್ ತಿಳಿಯಬಯಸಿದ. ನಾವು ಹೌದೆಂದಾಗ 'ನೋಬ್‌ಲ್ ನನ್ನನ್ನು ಯಾತಕ್ಕೆ ಕೊಲ್ಲಬಯಸಿದ್ದಾನೆ ?' ಎಂದು ಕೇಳಿದ.

ಅವನೊಬ್ಬನೇ ಯಾಕೆ ? ನಾವು ಕೂಡ ಅವನನ್ನು ಯಾತಕ್ಕಾಗಿ ಕೊಲ್ಲಬಯಸಿದ್ದೆವು ? ನಾವೆಲ್ಲರೂ ಸ್ನೇಹಿತರೇ ಅಲ್ಲವೆ ? ನಾವು ಅವನನ್ನು ಅರ್ಥಮಾಡಿಕೊಂಡಿರಲಿಲ್ಲವೆ ? ಅವನು ನಮ್ಮನ್ನು ಅರ್ಥ ಮಾಡಿಕೊಂಡಿರಲಿಲ್ಲವೆ ? ಯಾವುದೊ ಬ್ರಿಟಿಷ್ ಪಡೆಯ ಯಾರು ಯಾರೊ ಅಧಿಕಾರಿಗಳಿಗಾಗಿ ಅವನು ನಮಗೆ ಗುಂಡಿಡಬಹುದೆಂದು ನಾವು ಕಲ್ಪಿಸಿಕೊಳ್ಳಬಹುದಾಗಿತ್ತೆ ? ಎಂದೆಲ್ಲ ಅವನು ಪ್ರಶ್ನಿಸಿದ.

ಆ ಹೊತ್ತಿಗೆ ನಾವು ಜೌಗನ್ನು ತಲಪಿದ್ದೆವು. ಅವನಿಗೆ ಉತ್ತರ ಕೊಡಲಾರದಷ್ಟು ನಾನು ಅಸ್ವಸ್ಥನಾಗಿದ್ದೆ. ಕತ್ತಲಲ್ಲಿ ನಾವು ಜೌಗಿನಂಚಿನಲ್ಲಿ ನಡೆದು ಹೋಗುತ್ತಿದ್ದೆವು. ಹಾಕಿನ್ಸ್ ನಡು ನಡುವೆ ನಿಂತು ಮತ್ತೆ ಮೊದಲಿನಿಂದ ಮಾತು ತೆಗೆಯುತ್ತಿದ್ದ ; ಇನ್ನು ನಮ್ಮ ಸ್ನೇಹ ಅಲ್ಲಿಗೆ ಮುಗಿಯಿತು ಎಂದ. ಗುಣಿಯನ್ನು ಕಣ್ಣಾರೆ ನೋಡುವವರೆಗೆ ಅವನಿಗೆ ನಂಬಿಕೆ ಬರಲಾರದೆಂದು ನನಗೆ ಗೊತ್ತಿತ್ತು. ಉದ್ದಕ್ಕೂ ಏನಾದರೂ ಆಗಬಾರದೆ, ಅವರು ಓಡಿ ಹೋಗಬಾರದೆ, ಇಲ್ಲವೇ ನೋಬ್‌ಲ್ ನನ್ನ ಜವಾಬ್ದಾರಿ ವಹಿಸಿಕೊಳ್ಳಬಾರದೆ ಎಂದು ನಾನು ಆಶಿಸುತ್ತಿದ್ದೆ. ನನಗಿಂತ ನೋಬ್‌ಲನಿಗೆ ಹೆಚ್ಚು ಕಷ್ಟವಾಗುತ್ತಿರಬೇಕು ಎಂದು ನನಗನ್ನಿಸಿತು.

*　　*　　*

ಕೊನೆಗೂ ನಮಗೆ ದೂರದ ಲಾಂದ್ರ ಕಾಣಿಸಿತು. ನಾವು ಆ ದಿಕ್ಕಿಗೆ ಕಾಲುಹಾಕಿದೆವು. ನೋಬ್‌ಲ್ ಲಾಂದ್ರ ಹಿಡಿದುಕೊಂಡಿದ್ದ. ಫೀನಿ ಅವನ ಹಿಂದೆ ಕತ್ತಲಿನಲ್ಲಿ ಎಲ್ಲೋ ನಿಂತುಕೊಂಡಿದ್ದ. ಅವರು ಆ ಜೌಗುಭೂಮಿಯಲ್ಲಿ ಅಷ್ಟು ನಿಶ್ಚಲರಾಗಿ ಮೌನದಿಂದ ನಿಂತಿರುವ ಚಿತ್ರವನ್ನು ನೋಡಿದಾಗ ಇದು ತಮಾಷೆಯಲ್ಲ ಎಂಬುದು ನನಗೆ ಖಚಿತವಾಗಿ, ನನ್ನಲ್ಲಿ ಇದ್ದ ಕೊನೆಯ ಆಸೆಯೂ ತೊಡೆದುಹೋಯಿತು.

ಬೆಲ್ಚರ್ ನೋಬ್‌ಲನನ್ನು ಗುರುತಿಸಿ ತನ್ನದೇ ಆದ ಶಾಂತರೀತಿಯಲ್ಲಿ "ಹಲೋ ಚಮ್" ಅಂದ. ಆದರೆ ಹಾಕಿನ್ಸ್ ಅವನ ಮೇಲೆ ಆ ಕ್ಷಣ ಎಗರಿಬಿದ್ದು, ಮತ್ತೆ ಮೊದಲಿನಿಂದ ವಾದಕ್ಕೆ ತೊಡಗಿದ. ನೋಬ್‌ಲನಿಗೆ ಈ ಬಾರಿ ತನ್ನ ಪರವಾಗಿ ಹೇಳುವುದೇನೂ ಇರಲಿಲ್ಲ. ಅವನು ಕಾಲುಗಳ ನಡುವೆ ಲಾಂದ್ರ ಹಿಡಿದು ತಲೆ ತಗ್ಗಿಸಿಕೊಂಡು ನಿಂತಿದ್ದ.

ಪ್ರಶ್ನೆಗಳಿಗೆ ಉತ್ತರ ಕೊಟ್ಟವನೆಂದರೆ ಜೆರೆಮಿಯಾ ಡೊನೊವಾನ್, ಹಾಕಿನ್ಸ್ ಸುಮಾರು ಇಪ್ಪತ್ತನೆಯ ಸಲವೋ ಏನೋ, ಅದು ತನ್ನನ್ನು ದೆವ್ವದಂತೆ ಕಾಡುತ್ತಿದೆಯೋ ಎಂಬಂತೆ, ಮತ್ತೆ ಅದೇ ಪ್ರಶ್ನೆ ಕೇಳಿದ:

"ನೋಬ್‌ಲನನ್ನು ನಾನು ಗುಂಡಿಟ್ಟು ಕೊಲ್ಲಬಲ್ಲೆ ಅಂತ ನೀವು ಯಾರಾದರೂ ಅಂದುಕೊಂಡಿದೀರಾ ?"

"ಹೌದು, ನೀನು ಕೊಲ್ಲಬಲ್ಲೆ" ಅಂದ ಜೆರೆಮಿಯಾ ಡೊನೊವಾನ್.

"ಇಲ್ಲ, ನಾನು ಕೊಲ್ಲಲಾರೆ. ಹಾಗಂದುಕೊಂಡವನು ಹಾಳಾಗ !"

"ನೀನು ಕೊಲ್ಲಬಲ್ಲೆ. ಯಾಕೆಂದರೆ ನೀನು ಕೊಲ್ಲದೇ ಹೋದರೆ ನಿನ್ನ ಅಧಿಕಾರಿಗಳು ನಿನ್ನನ್ನು ಕೊಲ್ತಾರೆ ಅಂತ ನಿನಗೆ ಗೊತ್ತಿರೋದರಿಂದ."

"ಖಂಡಿತವಾಗಿಯೂ ಇಲ್ಲ. ಮತ್ತೆ ಮತ್ತೆ ನನ್ನನ್ನ ಇಪ್ಪತ್ತು ಸಲ ಕೊಂದರೂ ಇಲ್ಲ. ಒಬ್ಬ ಸ್ನೇಹತನನ್ನ ನಾನು ಕೊಲ್ಲಲಾರೆ. ಬೆಲ್ಚರನೂ ಹಾಗೆ ಮಾಡಲಾರ. ಅಲ್ವೇನೊ ಬೆಲ್ಚರ್ ?"

"ನೀನು ಹೇಳಿದ್ದು ಸರಿ, ಚಮ್," ಬೆಲ್ಚರ್ ಉತ್ತರಿಸಿದ. ಅದರ ಧಾಟಿ ಪ್ರಶ್ನೆಗೆ ಉತ್ತರ ಕೊಡುತ್ತಿರುವಂತಿತ್ತು. ವಾದಕ್ಕಿಳಿಯುವಂತಿರಲಿಲ್ಲ. ತನಗೆ ಮುಂಗಾಣಲಾಗದಿದ್ದ ಯಾವ ವಿದ್ಯಮಾನಕ್ಕಾಗಿ ತಾನು ಸದಾ ಕಾಯುತ್ತಿದ್ದೆನೋ ಅದು ಕೊನೆಗೂ ನಿಜವಾಗುತ್ತಿದೆಯೆಂದು ಸೂಚಿಸುವಂತಿತ್ತು.

"ಏನೇ ಇರಲಿ, ನನ್ನನ್ನ ಕೊಲ್ಲದೇ ಬಿಟ್ಟರೆ ನಾನು ನೋಬ್‌ಲನನ್ನ ಕೊಲ್ಲಬಹುದು ಅಂತ ಯಾರು ಅಂತಾರೆ ? ಈ ಹಾಳು ಜೌಗಿನಲ್ಲಿ ನಾನು ಅವನ ಜಾಗದಲ್ಲಿದ್ದಿದ್ದರೆ ಏನು ಮಾಡ್ತಿದ್ದೆ ಗೊತ್ತೆ ?"

"ಏನು ಮಾಡ್ತಿದ್ದೆ ?" ಡೊನೊವಾನ್ ಕೇಳಿದ.

"ಅವನು ಎಲ್ಲಿ ಹೋಗ್ತಾನೋ ಅಲ್ಲಿಗೆ ಅವನ ಜತೆ ಹೋಗ್ತಿದ್ದೆ. ನನ್ನಲ್ಲಿರೋ ಕೊನೇ ರೊಟ್ಟೀನ ಅವನೊಂದಿಗೆ ಹಂಚಿಕೊಂಡು, ಕಷ್ಟಸುಖದಲ್ಲಿ ಅವನ ಜತೆ ಒಂದಾಗಿರ್ತಿದ್ದೆ. ಸ್ನೇಹಿತನ ಕೈಬಿಟ್ಟ ಅಂತ ಯಾರಿಗೂ ಆಡಿಕೊಳ್ಳೋದಕ್ಕೆ ಅವಕಾಶ ಕೊಡ್ತಿರ್ಲಿಲ್ಲ."

"ಸಾಕು ನಿಲ್ಲಿಸು, ಬೇಕಾದಷ್ಟಾಯ್ತು," ಅಂದವನೆ ಜೆರೆಮಿಯಾ ಕೈಯಲ್ಲಿದ್ದ ರಿವಾಲ್ವರಿನ ಕುದುರೆಯನ್ನು ಎಳೆದು ಹಿಡಿದು, "ಯಾರಿಗಾದರೂ ಏನಾದರೂ ಹೇಳಿಕಳಿಸೋದು ಇದೆಯೊ ?" ಎಂದು ಕೇಳಿದ.

"ಇಲ್ಲ, ಏನೂ ಇಲ್ಲ,"

"ಪ್ರಾರ್ಥನೆ ಮಾಡಬಯಸ್ತೀರಾ ?"

ಅದಕ್ಕೆ ಹಾಕಿನ್ಸ್ ನೀಡಿದ ಉತ್ತರ ಒಂದು ಕಠೋರನುಡಿ. ಅವನೆಂದ:

"ಇಲ್ಲಿ ಕೇಳು, ನೋಬ್‌ಲ್. ನಾನೂ ನೀನೂ ಸ್ನೇಹಿತರು. ನೀನು ನನ್ನ ಕಡೆಗೆ ಬರಲಾರೆ, ಆದ್ದರಿಂದ ನಾನೇ ನಿನ್ನ ಕಡೆ ಬರ್ತೇನೆ. ಆಗಲಾದ್ರೂ ನನ್ನ ಮಾತಿನ ಅರ್ಥ ನಿನಗೆ ಗೊತ್ತಾಗ್ತದೆ. ನನಗೊಂದು ಬಂದೂಕು ಕೊಡು. ನೀನೂ ನಿಮ್ಮವರೂ ಹೋದ ಕಡೆ ನಾನೂ ಬಂದು ಕಾದಾಡ್ತೇನೆ."

ಅದಕ್ಕೆ ಯಾರೂ ಉತ್ತರ ಕೊಡಲಿಲ್ಲ. ಅವನ ಸಲಹೆಯಿಂದ ಪರಿಹಾರ ದೊರೆಯದೆಂದು ನಮ್ಮೆಲ್ಲರಿಗೂ ಗೊತ್ತಿತ್ತು.

ಹಾಕಿನ್ಸ್ ಮತ್ತೆ ಹೇಳಿದ:

"ನಾನು ಅಂದದ್ದು ಕೇಳಿಸಿತೆ ? ನನ್ನ ಪಾಲಿಗೆ ನನ್ನ ದೇಶದ ಋಣ ಮುಗೀತು. ನನ್ನನ್ನ ದೇಶದ್ರೋಹಿ ಅನ್ನಿ, ಬೇಕಾದ್ದನ್ನಿ. ಹೌದು, ನಿಮ್ಮ ತತ್ವದಲ್ಲಿ ನನಗೆ ನಂಬಿಕೆ ಇಲ್ಲ. ಆದರೆ ಅದು ನನ್ನ ತತ್ವಕ್ಕಿಂತ ಕೆಟ್ಟದೇನಲ್ಲ. ಏನು, ಇದರಿಂದಲಾದರೂ ನಿಮಗೆ ನೆಚ್ಚಿಗೆ ಬರ್ತದೆಯೆ ?"

ನೋಬ್‌ಲ್ ಕತ್ತೆತ್ತಿದ. ಆದರೆ ಡೊನೊವಾನ್ ಮಾತಾಡಲಾರಂಭಿಸಿದುದನ್ನು ನೋಡಿ ಉತ್ತರ ಕೊಡದೆ ಮತ್ತೆ ತಲೆ ತಗ್ಗಿಸಿದ.

"ಕೊನೇ ಸಲ ಕೇಳ್ತಿದ್ದೇನೆ. ಯಾರಿಗಾದರೂ ಏನಾದರೂ ತಿಳಿಸೋದಿದೆಯೆ?" ಡೊನೊವಾನ್ ತಣ್ಣಗೆ ಕೊರೆಯುವಂಥ ಉದ್ರಿಕ್ತ ಸ್ವರದಲ್ಲಿ ಕೇಳಿದ.

"ಬಾಯಿಮುಚ್ಚು, ಡೊನೊವಾನ್, ನಿನಗೆ ನನ್ನನ್ನು ಅರ್ಥ ಮಾಡಿಕೊಳ್ಳೋಕಾಗೋದಿಲ್ಲ. ಈ ಹುಡುಗರಿಗೆ ಆಗ್ತದೆ. ಒಬ್ಬನನ್ನ ಸ್ನೇಹಿತ ಅಂದುಕೊಂಡ ಮೇಲೆ ಅವನನ್ನ ಕೊಲ್ಲೋ ಜಾತಿಯಲ್ಲ ಅವರು. ಯಾವ ಬಂಡವಾಳಗಾರನ ಕೈಗೊಂಬೆಗಳೂ ಅಲ್ಲ ಅವರು."

ಡೊನೊವಾನ್ ತನ್ನ ವೆಬ್ಲಿ ರಿವಾಲ್ವರನ್ನು ಹಾಕಿನ್ಸನ ಕತ್ತಿನ ಹಿಂಬದಿಗೆ ಎತ್ತಿ ಹಿಡಿದುದನ್ನು ಆ ಗುಂಪಿನಲ್ಲಿ ನೋಡಿದವನು ನಾನೊಬ್ಬನೇ. ಅವನು ಹಾಗೆ ಮಾಡಿದಾಗ ನಾನು ಕಣ್ಣು ಮುಚ್ಚಿ ಪ್ರಾರ್ಥಿಸಲು ಪ್ರಯತ್ನಿಸಿದೆ. ಹಾಕಿನ್ಸ್ ಇನ್ನೂ ಏನನ್ನೋ ಹೇಳಲು ಹೊರಟಿದ್ದ. ಅಷ್ಟರಲ್ಲಿ ಡೊನೊವಾನ್ ಗುಂಡು ಹೊಡೆದ. ಅದರ ಶಬ್ದಕ್ಕೆ ಕಣ್ಣು ತೆರೆದು ನೋಡಿದಾಗ ಹಾಕಿನ್ಸ್ ಮುಗ್ಗರಿಸಿ ನೋಬ್ಲನ ಕಾಲಬಳಿ ಅಂಗಾತ ಬಿದ್ದುದು ಕಂಡಿತು. ಮಗುವೊಂದು ನಿಧಾನವಾಗಿ ನಿದ್ರೆಯ ಮೌನದಲ್ಲಿ ಮುಳುಗುತ್ತಿದೆಯೋ ಎಂಬಂತೆ ಅವನು ಕಾಣುತ್ತಿದ್ದ. ಲಾಂದ್ರದ ಬೆಳಕು ಕದಿರುಗಡ್ಡಿಯಂತಿದ್ದ ಅವನ ಕಾಲುಗಳು ಮೇಲೆ, ಅವನು ತೊಟ್ಟಿದ್ದ ಫಳಫಳ ಮಿರುಗುವ ಬೇಸಾಯಗಾರನ ಬೂಟುಗಳ ಮೇಲೆ ಬಿದ್ದಿತ್ತು. ನಾವೆಲ್ಲರೂ ಅವನು ಅಂತಿಮ ಯಾತನೆ ಮುಗಿಸಿ, ಸ್ತಬ್ಧವಾಗುವುದನ್ನು ನೋಡುತ್ತಾ ಕಲ್ಲಾಗಿ ನಿಂತಿದ್ದೆವು.

ಆಗ ಬೆಲ್ಚರ್ ಜೇಬಿಂದ ಕರವಸ್ತ್ರವನ್ನು ತೆಗೆದು ತನ್ನ ಕಣ್ಣಿಗೆ ತಾನೇ ಪಟ್ಟಿ ಕಟ್ಟಿಕೊಳ್ಳತೊಡಗಿದ. ನಮ್ಮ ಉದ್ವೇಗದಲ್ಲಿ ಹಾಕಿನ್ಸನ ಕಣ್ಣಿಗೆ ಪಟ್ಟಿ ಕಟ್ಟುವುದನ್ನೂ ನಾವು ಮರೆತಿದ್ದೆವು. ಬೆಲ್ಚರನ ಕರವಸ್ತ್ರ ಸಾಕಷ್ಟು ದೊಡ್ಡದಾಗಿರಲಿಲ್ಲವಾದ್ದರಿಂದ ಅವನು ನನ್ನ ಕಡೆ ತಿರುಗಿ ನನ್ನದನ್ನು ಎರವಲು ಕೇಳಿದ, ಕೊಟ್ಟೆ. ಅವನು ಎರಡನ್ನೂ ಗಂಟು ಹಾಕಿ, ಕಾಲಿಂದ ಹಾಕಿನ್ಸನ ಕಡೆ ತೋರಿಸುತ್ತಾ ಹೇಳಿದ:

"ಅವನಿನ್ನೂ ಸತ್ತಿಲ್ಲ. ಅವನಿಗೆ ಇನ್ನೊಂದು ಗುಂಡು ಹಾಕಿ."

ನಿಜ, ಹಾಕಿನ್ಸನ ಎಡ ಮೊಣಕಾಲು ಹಾರುತ್ತಿತ್ತು. ಬಗ್ಗಿ ನಾನು ನನ್ನ ರಿವಾಲ್ವರನ್ನು ಅವನ ತಲೆಗಿಡಹೋದವನು ಎಚ್ಚರ ತಂದುಕೊಂಡು ಎದ್ದುನಿಂತೆ. ಬೆಲ್ಚರನಿಗೆ ನನ್ನ ಮನಸ್ಸು ಅರ್ಥವಾಯಿತು.

"ಪರವಾಗಿಲ್ಲ, ಹೊಡಿ, ನಾನೇನೂ ಅಂದುಕೊಳ್ಳೋದಿಲ್ಲ. ಬಡ ಮುಂಡೇದು, ಈಗ ಅವನಿಗೆ ಏನಾಗ್ತಿದೆ ಅಂತ ನಮಗೇನು ಗೊತ್ತು?"

ನಾನು ಬಗ್ಗಿ ಗುಂಡು ಹೊಡೆದೆ. ಈ ಹೊತ್ತಿಗೆ ನಾನೇನು ಮಾಡುತ್ತಿದ್ದೆನೆಂದು ನನಗೇ ಅರಿವಿರಲಿಲ್ಲ. ಕರವಸ್ತ್ರವನ್ನು ಕಣ್ಣಿಗೆ ಸರಿಯಾಗಿ ಕಟ್ಟಿಕೊಳ್ಳಲಾರದೆ ಒದ್ದಾಡುತ್ತಿದ್ದ ಬೆಲ್ಚರ್ ಗುಂಡಿನ ಶಬ್ದ ಕೇಳಿ ಜೋರಾಗಿ ನಕ್ಕ. ಅವನು ನಗುವುದನ್ನು ನಾನು ಕೇಳಿದುದು ಅದೇ ಮೊದಲು. ಅದನ್ನು ಕೇಳಿ ನನ್ನ ಮೈ ಜುಮ್ಮೆಂದಿತು. ಆ ನಗು ಅಷ್ಟು ಅಸಹಜವಾಗಿತ್ತು.

ಬೆಲ್ಚರ್ ಶಾಂತವಾಗಿ ಹೇಳಿದ, "ಬಡ ಮುಂಡೇದು, ನಿನ್ನೆ ರಾತ್ರಿ ಅವನಿಗೆ ಇದೆಲ್ಲದರ ಬಗ್ಗೆ ಅದೆಷ್ಟು ಕುತೂಹಲವಿತ್ತು ಅಂತೀರಿ. ನನಗೆ ಇದು ಯಾವಾಗಲೂ ತುಂಬ ವಿಚಿತ್ರ ಅಂತ ಅನ್ನಿಸ್ತದೆ – ಈಗ ಅವನಿಗೆ ತಿಳಿಯಬಹುದಾದಷ್ಟೂ ತಿಳಿದಿದೆ. ನಿನ್ನೆ ರಾತ್ರಿ ಏನೊಂದೂ ತಿಳೀದೆ ಕತ್ತಲಲ್ಲಿದ್ದ."

ಡೊನೊವಾನ್ ಬೆಲ್ಚರನಿಗೆ ಕಣ್ಣಿಗೆ ಬಟ್ಟೆ ಕಟ್ಟಿಕೊಳ್ಳಲು ಸಹಾಯ ಮಾಡಿದ. ಅವನು "ಥ್ಯಾಂಕ್ಸ್, ಚಮ್" ಅಂದ. ಯಾರಿಗಾದರೂ ಏನಾದರೂ ಹೇಳಿಕಳಿಸೋದಿದೆಯೇ – ಎಂದು ಡೊನೊವಾನ್ ಕೇಳಿದ.

"ಇಲ್ಲ ಚಮ್," ಬೆಲ್ಚರ್ ಹೇಳಿದ. "ನಿಮ್ಮಲ್ಲಿ ಯಾರಾದರೂ ಹಾಕಿನ್ಸನ ತಾಯಿಗೆ ಬರೆಯಬೇಕು ಅಂತಿದ್ದರೆ ಅವನ ಜೇಬಲ್ಲಿ ಅವಳದೊಂದು ಕಾಗದ ಇದೆ. ಅವನೂ ಅವನ ತಾಯಿಯೂ ಸ್ನೇಹಿತರಿಗಿಂತ ಹೆಚ್ಚಾಗಿದ್ದರು. ನನ್ನ ಹೆಂಡತಿ ನನ್ನನ್ನ ಬಿಟ್ಟು ಎಂಟು ವರ್ಷವಾಯಿತು. ಇನ್ಯಾವ್ನೋನನ್ನೋ ಕಟ್ಟಿಕೊಂಡು, ಇದ್ದ ಒಂದು ಮಗುವನ್ನೂ ಕರಕೊಂಡು ಹೋದಳು. ನೀವು ಗಮನಿಸಿರ್ಬಹುದು, ನನಗೆ ಮನೆ ಅಂದರೆ ತುಂಬ ಆಸೆ. ಆದರೆ ಅವಳು ಹೋದ ಮೇಲೆ ಹೊಸದಾಗಿ ಷುರುಮಾಡೋದಕ್ಕೆ ಆಗ್ಲಿಲ್ಲ."

ಅಸಾಧಾರಣ ಸಂಗತಿಯೆಂದರೆ, ಬೆಲ್ಚರ್ ಕಳೆದ ಹಲವಾರು ವಾರಗಳಲ್ಲಿ ಆಡದಷ್ಟು ಮಾತನ್ನು ಆ ಕೆಲವು ಕ್ಷಣಗಳಲ್ಲಿ ಆಡಿದ್ದ – ಗುಂಡಿನ ಶಬ್ದ ಅವನೊಳಗೆ ಮಾತಿನ ಕಟ್ಟೆ ಒಡೆಸಿ ನೆರೆ ಉಕ್ಕಿಸಿದೆಯೇನೋ ಎಂಬಂತೆ; ಅವನು ಇಡೀ ರಾತ್ರಿ ತನ್ನ ಬಗ್ಗೆ ತಾನೇ ಸಂತೋಷದಿಂದ ಮಾತಾಡುತ್ತ ಹೋಗುವನೊ ಎಂಬಂತೆ. ಈಗ ಕಣ್ಣಿಗೆ ಬಟ್ಟೆ ಕಟ್ಟಿದ್ದುದರಿಂದ ಅವನು ನೋಡಲಾಗುತ್ತಿರಲಿಲ್ಲ. ನಾವು ಅವನ ಸುತ್ತಲೂ ಮೂರ್ಖರಂತೆ ನಿಂತುಕೊಂಡಿದ್ದೆವು. ಡೊನೊವಾನ್ ನೋಬ್‌ಲನ ಕಡೆ ನೋಡಿದ. ನೋಬ್‌ಲ್ ತನ್ನಿಂದಾಗದೆಂಬಂತೆ ತಲೆಯಲ್ಲಾಡಿಸಿದ. ಆಗ ಡೊನೊವಾನ್ ತನ್ನ ವೆಬ್ಲಿ ರಿವಾಲ್ವರನ್ನು ಎತ್ತಿದ. ಆ ಕ್ಷಣ ಬೆಲ್ಚರ್ ಮತ್ತೊಮ್ಮೆ ತನ್ನ ವಿಲಕ್ಷಣವಾದ ನಗೆ ನಕ್ಕ. ನಾವು ಅವನ ಬಗ್ಗೆ ಮಾತಾಡಿಕೊಳ್ಳುತ್ತಿದ್ದೇವೆ ಎಂದು ಅಂದುಕೊಂಡನೇನೊ, ಅಥವಾ ನಾನು ಅವನಲ್ಲಿ ಗಮನಿಸಿದ ವಾಚಾಳಿತನವೇ ಸ್ವತಃ ಅವನಿಗೂ ಅರಿವಾಗಿ, ಅದು ಯಾಕೆಂದು ಅರ್ಥವಾಗಲಿಲ್ಲವೇನೊ ಅವನೆಂದ:

"ಕ್ಷಮಿಸಿ, ಚಮ್ಸ್, ಒಂದು ಹೊರೆ ಮಾತಾಡ್ತಿದೀನಿ ಅಂತ ಕಾಣ್ತದೆ, ಅದು ಕೂಡ ಹುಚ್ಚುಹುಚ್ಚಾಗಿ – ಮನೆ ಅಂದರೆ ನನಗೆ ತುಂಬ ಮೆಚ್ಚು ಅಂತೆಲ್ಲಾ. ಇದು ನನ್ನ ಪಾಲಿಗೆ ಹಠಾತ್ತನೆ ಬಂತು, ನೋಡಿ. ನೀವು ಕ್ಷಮಿಸ್ತೀರಿ, ನಾನು ಬಲ್ಲೆ."

"ಪ್ರಾರ್ಥನೆ ಮಾಡಿಕೊಳ್ಳೋದಕ್ಕೆ ಇಷ್ಟವಿಲ್ಲವೆ ?" ಡೊನೊವಾನ್ ಕೇಳಿದ.

"ಇಲ್ಲ, ಚಮ್. ಅದರಿಂದೇನೂ ಪ್ರಯೋಜನವಿಲ್ಲ. ನಾನು ಸಿದ್ಧವಾಗಿದೇನೆ. ನಿಮಗೂ ಬೇಗ ಮುಗಿಸಬೇಕಾಗಿದೆ ಅಲ್ಲವೆ ?"

"ನಾವು ನಮ್ಮ ಕರ್ತವ್ಯವನ್ನಷ್ಟೆ ಮಾಡ್ತಿದೇವೆ ಅನ್ನೋದು ನಿನಗೆ ಅರಿವಾಗಿರಬೇಕು," ಎಂದ ಡೊನಾವಾನ್.

ಕುರುಡರು ತಲೆಯನ್ನು ಮೇಲೆತ್ತುವಂತೆ ಬೆಲ್ಚರ್ ತನ್ನ ತಲೆಯನ್ನು ಮೇಲೆತ್ತಿದ. ಈಗ ಲಾಂದ್ರದ ಬೆಳಕಿನಲ್ಲಿ ಅವನ ಗಲ್ಲ, ಮೂಗಿನ ತುದಿಗಳಷ್ಟೇ ಕಾಣುತ್ತಿದ್ದವು. ಅವನು ಹೇಳಿದ:

"ಕರ್ತವ್ಯ ಅಂದರೇನು ಅಂತ ಯಾವತ್ತೂ ನನಗೆ ಅರ್ಥವಾಗಿಲ್ಲ. ನೀವೆಲ್ಲರೂ ಒಳ್ಳೆಯ ಜನ ಅಂತ ನನ್ನ ಭಾವನೆ, ನಿಮಗೆ ಆ ಬಗ್ಗೆ ಶಂಕೆ ಬೇಡ. ನಾನೇನೂ ಆಕ್ಷೇಪಿಸ್ತಾ ಇಲ್ಲ."

ಇನ್ನು ಸಹಿಸಲಾರದವನಂತೆ ನೋಬ್‌ಲ್ ಡೊನೊವಾನನ ಕಡೆ ಮುಷ್ಟಿ ಎತ್ತಿದ. ಡೊನೊವಾನ್ ಮಿಂಚಿನಂತೆ ಬಂದೂಕವೆತ್ತಿ ಹಾರಿಸಿದ. ಬೆಲ್ಚರನ ದಢೂತಿ ದೇಹ ಹಿಟ್ಟಿನ ಚೀಲದಂತೆ ಧೊಪ್ಪನೆ ಕೆಳಗುರುಳಿತು. ಈ ಸಲ ಎರಡನೆಯ ಬಾರಿ ಗುಂಡುಹಾರಿಸುವ ಅಗತ್ಯವೇ ಬೀಳಲಿಲ್ಲ.

ಅವರನ್ನು ಹೂಳಿದ ಬಗ್ಗೆ ನನಗೆ ಅಷ್ಟಾಗಿ ನೆನಪಿಲ್ಲ. ಆದರೆ ಅವರನ್ನು ನಾವೇ ಗುಣಿಗೆಳೆದುಕೊಂಡು ಹೋಗಬೇಕಾಗಿದ್ದುದರಿಂದ ಬೇರೆ ಎಲ್ಲಕ್ಕಿಂತ ಅದು ಹೆಚ್ಚು ಕಷ್ಟವಾಗಿತ್ತು. ಲಾಂದ್ರದ ತುಂಡು ಬೆಳಕನ್ನು ಬಿಟ್ಟರೆ ನಮಗೂ ಕತ್ತಲಿಗೂ ನಡುವೆ ಬೇರೇನೂ

ಇರಲಿಲ್ಲ. ಗುಂಡಿನ ಶಬ್ದಕ್ಕೆ ಚದರಿದ ಹಕ್ಕಿಗಳ ಅರಚು–ಕಿರಚುಗಳ ಹೊರತು ಎಲ್ಲೆಲ್ಲೂ ಹುಚ್ಚು ಹಿಡಿಸುವಷ್ಟು ಮೌನ ಆವರಿಸಿತ್ತು. ಹಾಕಿನ್ಸನ ತಾಯಿಯ ಕಾಗದ ಹುಡುಕಿ ತೆಗೆಯಲು ಅವನ ಬಟ್ಟೆಬರೆಗಳಲ್ಲೆಲ್ಲ ನೋಬ್‌ಲ್ ತಡಕಾಡಿದ. ಆಮೇಲೆ ಅವನ ಕೈಗಳನ್ನು ಜೋಡಿಸಿದ. ಅನಂತರ ಬೆಲ್ಚರನಿಗೂ ಹಾಗೆಯೇ ಮಾಡಿದ. ಗುಣಿಗಳನ್ನು ತುಂಬಿ ಮುಗಿಸಿದ ಮೇಲೆ ಜೆರೆಮಿಯಾ ಡೊನೊವಾನ್ ಮತ್ತು ಫೀನಿಯರಿಂದ ನಾವು ಬೇರೆಯಾಗಿ ಸಲಕರಣೆಗಳನ್ನು ಷೆಡ್ಡಿಗೆ ಕೊಂಡೊಯ್ದೆವು. ಒಂದು ಮಾತನ್ನಾದರೂ ಆಡಲಿಲ್ಲ. ಅಡಿಗೆಯಮನೆ ನಾವು ಬಿಟ್ಟುಬಂದಾಗ ಹೇಗಿತ್ತೋ ಹಾಗೆಯೇ ಕತ್ತಲಾಗಿ, ತಣ್ಣಗೆ ಕೊರೆಯುತ್ತಿತ್ತು. ಮುದುಕಿ ಕೋಣೆಯ ಒಲೆಯ ಮುಂದೆ ಜಪಮಾಲೆ ಹಿಡಿದು ಕುಳಿತಿದ್ದಳು. ಅವಳನ್ನು ಹಾದುಕೊಂಡು ನಾವು ಕೋಣೆಗೆ ಹೋದೆವು. ದೀಪ ಹಚ್ಚಲೆಂದು ನೋಬ್‌ಲ್ ಕಡ್ಡಿಗೀರಿದ. ಅವಳು ಮೆಲ್ಲಗೆ ಎದ್ದು ಬಾಗಿಲ ನಿಲವಿನವರೆಗೆ ಬಂದಳು. ಅವಳ ಗಯ್ಯಾಳಿತನವೆಲ್ಲ ಮಾಯವಾಗಿತ್ತು. "ಅವರನ್ನೇನು ಮಾಡಿ ಬಂದಿರಿ ?" ಅವಳು ಮೆಲುದನಿಯಲ್ಲಿ ಕೇಳಿದಳು. ನೋಬ್‌ಲ್ ಹೌಹಾರಿದ. ಪರಿಣಾಮವಾಗಿ ಅವನ ಕೈಯಲ್ಲಿದ್ದ ಕಡ್ಡಿ ಆರಿಹೋಯಿತು. ಅವನು ಹಿಂದುರುಗಿ ನೋಡದೆ ಕೇಳಿದ:

"ಏನು, ನೀನು ಹೇಳೋದು ?"

"ನನಗೆಲ್ಲಾ ಕೇಳಿಸ್ತು."

"ಏನು ಕೇಳಿಸ್ತು ?" ನೋಬ್‌ಲ್ ಪ್ರಶ್ನಿಸಿದ.

"ಕೇಳಿಸ್ತು. ನಾನೇನು ಕಿವುಡಿ ಅಂದುಕೊಂಡಿರಾ ? ನೀವು ಚಿಕ್ಕ ಮನೇಲಿ ಗುದ್ದಲಿಯಿಟ್ಟ ಶಬ್ದ ಕೇಳಿಸ್ಲಿಲ್ಲ ಅಂದುಕೊಂಡಿರಾ ?"

ನೋಬ್‌ಲ್ ಇನ್ನೊಂದು ಕಡ್ಡಿಗೀರಿದ. ಅವನ ಪುಣ್ಯಕ್ಕೆ ದೀಪ ಹೊತ್ತಿತು.

"ನೀವು ಅವರಿಗೆ ಅದೇ ತಾನೇ ಮಾಡಿದ್ದು ?" ಮುದುಕಿ ಕೇಳಿದಳು.

ಆಗ, ದೇವರಾಣೆಯಾಗಿ, ಅವಳು ಬಾಗಿಲ ಬಳಿಯೇ ಮಂಡಿಯೂರಿ ಪ್ರಾರ್ಥನೆ ಮಾಡತೊಡಗಿದಳು. ಅವಳನ್ನು ಒಂದೆರಡು ನಿಮಿಷ ನೋಡಿದ ಮೇಲೆ ನೋಬ್‌ಲ್ ಸಹ ಒಲೆಯ ಮುಂದೆ ಹಾಗೆಯೇ ಮಂಡಿಯೂರಿದ. ಅವರನ್ನು ಅವರ ಪ್ರಾರ್ಥನೆಗೆ ಬಿಟ್ಟು, ಮುದುಕಿಯನ್ನು ದಾಟಿಕೊಂಡು ನಾನು ಹೊರಬಂದೆ. ಮುಂಬಾಗಿಲ ಬಳಿ ನಕ್ಷತ್ರಗಳನ್ನು ನೋಡುತ್ತ ದೂರದ ಜೌಗಿನಲ್ಲಿ ಹಕ್ಕಿಗಳ ಸದ್ದಡಗುವುದನ್ನು ಕೇಳುತ್ತಾ ನಿಂತುಕೊಂಡೆ. ವಿಚಿತ್ರವೆಂದರೆ ಅಂತಹ ಹೊತ್ತಿನಲ್ಲಿ ನಮ್ಮಲ್ಲಿ ಉಕ್ಕುವ ಭಾವನೆಗಳನ್ನು ವರ್ಣಿಸಲಾಗುವುದಿಲ್ಲ. ನೋಬ್‌ಲನಿಗೆ ಅಲ್ಲಿನ ಪ್ರತಿಯೊಂದೂ ಹತ್ತು ಪಟ್ಟು ದೊಡ್ಡದಾಗಿ, ಇಡೀ ಜಗತ್ತಿನಲ್ಲಿ ಜೌಗುನೆಲದ ಆ ತುಂಡು, ಅದರಲ್ಲಿ ಮರಗಟ್ಟುತ್ತಿದ್ದ ಆ ಇಬ್ಬರು ಆಂಗ್ಲರ ಹೊರತು ಬೇರೇನೂ ಇಲ್ಲವೆನ್ನುವಂತೆ ಕಂಡಿತಂತೆ. ಆದರೆ ನನಗೆ ಆ ಆಂಗ್ಲರಿದ್ದ ಜೌಗುನೆಲ ಎಲ್ಲೋ ಕೋಟಿ ಮೈಲಿ ದೂರದಲ್ಲಿರುವಂತೆ ಭಾಸವಾಯಿತು. ಹಾಗೆಯೇ ನನ್ನ ಹಿಂದುಗಡೆ ಮಣಮಣಿಸುತ್ತಿದ್ದ ನೋಬ್‌ಲ್ ಮತ್ತು ಮುದುಕಿ, ಹಕ್ಕಿಗಳು, ಹಾಳು ನಕ್ಷತ್ರಗಳು ಎಲ್ಲವೂ ತುಂಬ ದೂರದಲ್ಲಿದ್ದಂತೆ, ನಾನು ಅದು ಹೇಗೋ ತುಂಬ ಸಣ್ಣವನಾದಂತೆ, ಮಂಜಿನಲ್ಲಿ ದಾರಿತಪ್ಪಿದ ಮಗುವಿನ ಹಾಗೆ ಏಕಾಕಿಯಾಗಿರುವಂತೆ ಭಾಸವಾಯಿತು. ಅದಾದ ಮೇಲೆ ನಾನು ಕಂಡ ಯಾವೊಂದರ ಬಗ್ಗೆಯೂ ನನಗೆ ಹಾಗೆನಿಸಲಿಲ್ಲ. ❍

○ ಲಿಯಾಮ್ ಅ' ಫ್ಲ ಹರ್ಟಿ

ಹೊಂಚು ಸಿಪಾಯಿ

ಜೂನ್ ತಿಂಗಳ ದೀರ್ಘ ಮುಸ್ಸಂಜೆ ಕರಗಿ ರಾತ್ರಿಯಾಯಿತು. ತುಪ್ಪುಳು ಮೋಡಗಳ ಮಧ್ಯದಿಂದ ಬರುತ್ತಿದ್ದ ಮಂಕಾದ ಬೆಳ್ದಿಂಗಳು ನಗರ ಮಾರ್ಗಗಳ ಮೇಲೆಯೂ ಲಿಫ್ಫಿ ನದಿಯ ಕರಿ ನೀರಿನ ಮೇಲೆಯೂ ಸೂರ್ಯೋದಯ ಹತ್ತಿರವಾದಾಗ ತೋರಿ ಬರುವಂತಹ ಒಂದು ಬಗೆಯ ಪೇಲವವಾದ ಬೆಳಕನ್ನು ಚೆಲ್ಲಿತ್ತು. ಅದರ ಹೊರತು ಡಬ್ಲಿನ್ ನಗರ ಕತ್ತಲಲ್ಲಿ ಮುಸುಕಿತ್ತು. ಮುತ್ತಿಗೆಗೆ ತುತ್ತಾಗಿದ್ದ ಫೋರ್‌ಕೋರ್ಟ್ಸ್‌ನ ಸುತ್ತು ತೋಪುಗಳು ಮೊರೆಯುತ್ತಿದ್ದವು. ಅಲ್ಲಲ್ಲಿ ಮೆಷಿನ್‌ಗನ್‌ಗಳೂ ಬಂದೂಕಗಳೂ ನಿರ್ಜನ ತೋಟಗಳಲ್ಲಿ ನಾಯಿಗಳು ಬೊಗಳಿದಂತೆ ಬಿಟ್ಟು ಬಿಟ್ಟು ರಾತ್ರಿಯ ಕತ್ತಲನ್ನು ಸೀಳುತ್ತಿದ್ದವು. ರಿಪಬ್ಲಿಕನ್ನರ ಹಾಗೂ ಫ್ರೀಸ್ಟೇಟರ್ಸ್‌ರ ನಡುವೆ ಅಂತರ್ಯುದ್ಧ ನಡೆಯುತ್ತಿತ್ತು.

ಅ' ಕಾನೆಲ್ ಸೇತುವೆಯ ಬಳಿ, ಒಂದು ಮನೆಯ ಛಾವಣಿಯ ಮೇಲೆ ರಿಪಬ್ಲಿಕನ್ ಪಕ್ಷದ ಒಬ್ಬ ಸಿಪಾಯಿ ಹೊಂಚು ಕಾಯುತ್ತ ಕುಳಿತಿದ್ದ. ಬದಿಯಲ್ಲಿ ಬಂದೂಕವಿತ್ತು, ಹೆಗಲಲ್ಲಿ ದುರ್ಬೀನು ನೇತಾಡುತ್ತಿತ್ತು. ಅವನ ಮುಖ ಒಬ್ಬ ವಿದ್ಯಾರ್ಥಿಯ ಮುಖ ದಂತಿದ್ದು, ಬಡಕಲಾಗಿ ವಿರಕ್ತವಾಗಿತ್ತು. ಆದರೆ ಅವನ ಕಣ್ಣುಗಳಲ್ಲಿ ಮಾತ್ರ ಮತಾಂಧನೊಬ್ಬನ ಕಣ್ಣುಗಳಲ್ಲಿರುವಂಥ ತೀಕ್ಷ್ಣ ಹೊಳಪಿತ್ತು. ಆ ಕಣ್ಣುಗಳು ಸಾವನ್ನು ಕಣ್ಣಲ್ಲಿ ಕಣ್ಣಿಟ್ಟು ನೋಡಿ ಅಭ್ಯಾಸ ವಾಗಿರುವವನ ಕಣ್ಣುಗಳಂತೆ ಆಳವಾಗಿ ವಿಚಾರ ಮಗ್ನವಾಗಿದ್ದವು.

ಹಸಿದಿದ್ದ ಅವನು ಒಂದು ಸ್ಯಾಂಡ್‌ವಿಚ್‌ಅನ್ನು ಗಬಗಬನೆ ಕಬಳಿಸುತ್ತಿದ್ದ. ಬೆಳಗಿನಿಂದ ಆತ ಏನನ್ನೂ ತಿಂದಿರಲಿಲ್ಲ. ಉದ್ವೇಗದಿಂದಾಗಿ ತಿನ್ನಲು ಸಾಧ್ಯವಾಗಿರಲಿಲ್ಲ. ಸ್ಯಾಂಡ್‌ವಿಚ್ ಮುಗಿಸಿ, ಜೇಬಿನಿಂದ ವಿಸ್ಕಿಯ ಬುಡ್ಡಿಯನ್ನು ಹೊರತೆಗೆದು ಆತ ಅದರಿಂದ ಒಂದು ಗುಟುಕು ಹೀರಿದ. ಮತ್ತೆ ಬುಡ್ಡಿಯನ್ನು ಜೇಬಿಗೆ ತುರುಕಿದ. ಸಿಗರೇಟ್ ಹೊತ್ತಿಸುವ ದುಸ್ಸಾಹಸ ಮಾಡುವುದೆ, ಬೇಡವೆ ಎಂದು ಯೋಚಿಸುತ್ತ ಒಂದು ಕ್ಷಣ ತಡೆದ. ಅದು ಗಂಡಾಂತರಕಾರಿ. ಮಿಂಚಿದ ಬೆಳಕು ಕತ್ತಲೆಯಲ್ಲಿ ಕಾಣಿಸುತ್ತದೆ, ಶತ್ರುಗಳು ಕಣ್ಣಿಟ್ಟು ನೋಡುತ್ತಿರುತ್ತಾರೆ. ಕೊನೆಗೆ, ಆದದ್ದಾಗಲಿ, ಹಚ್ಚಿಯೇ ಬಿಡುವುದು ಎಂದು ನಿರ್ಧರಿಸಿದ.

ತುಟಿಗಳ ನಡುವೆ ಸಿಗರೇಟ್ ಸಿಕ್ಕಿಸಿ, ಆತ ಕಡ್ಡಿ ಗೀರಿದ. ಅವಸರದಿಂದ ಹೊಗೆಯೆಳೆದು ಕೊಂಡು ಕಡ್ಡಿ ಆರಿಸಿದ. ಆ ಕ್ಷಣ ಗುಂಡೊಂದು ಹಾರಿಬಂದು ಛಾವಣಿಯ ಸುತ್ತುಗೋಡೆಗೆ ಬಡಿದು ಚಪ್ಪಟೆಯಾಯಿತು. ಸಿಪಾಯಿ ಇನ್ನೊಂದು ದಮ್ಮೆಳೆದು ಸಿಗರೇಟು ಆರಿಸಿದ. ಆಮೇಲೆ ಮೆಲುದನಿಯಲ್ಲಿ ಶಪಿಸುತ್ತ, ಎಡಗಡೆಗೆ ತೆವಳಿಕೊಂಡು ಹೋದ.

ಅನಂತರ ಎಚ್ಚರಿಕೆಯಿಂದ ಕತ್ತೆತ್ತಿ, ಆತ ಸುತ್ತುಗೋಡೆಯ ಆಚೆ ಇಣಿಕಿ ನೋಡಿದ. ಆ ಕ್ಷಣ ಫಳ್ಳನೆ ಬೆಳಕು ಮಿಂಚಿ ಒಂದು ಗುಂಡು ಅವನ ತಲೆಯ ಮೇಲಿಂದ ರೊಯ್ಯನೆ ಹಾರಿಹೋಯಿತು. ಅವನು ತಕ್ಷಣ ಕೆಳಗುರುಳಿಕೊಂಡ. ಬೆಳಕು ಮಿಂಚಿದ್ದುದನ್ನು ಆತ ಕಂಡಿದ್ದ. ಅದು ರಸ್ತೆಯ ಆಚೆಬದಿಯಿಂದ ಬಂದಿತ್ತು.

ಅವನು ಛಾವಣಿಯ ಮೇಲೆ ಉರುಳಿಕೊಂಡುಹೋಗಿ, ಅದರ ಹಿಂಭಾಗದಲ್ಲಿದ್ದ ಹೊಗೆಕೊಳವೆಗಳ ಒಡ್ಡಿನ ಹಿಂದೆ ಬಂದು, ಸುತ್ತುಗೋಡೆಯ ಎತ್ತರದ ಮಟ್ಟಕ್ಕೆ ಕಣ್ಣಿರುವಂತೆ ಎದ್ದುಕೂತ. ನೀಲಿಯ ಆಕಾಶದ ಹಿನ್ನೆಲೆಯಲ್ಲಿ ಎದುರು ಮನೆಯ ಸೂರಿನ ಮಂಕಾದ ಹೊರ ಅಂಚಿನ ಹೊರತು ಬೇರೇನೂ ಕಾಣಿಸುತ್ತಿರಲಿಲ್ಲ. ಅವನ ಶತ್ರು ಮರಸಿನಲ್ಲಿದ್ದ.

ಅದೇ ಹೊತ್ತಿಗೆ ಶಸ್ತ್ರಸಜ್ಜಿತವಾದ ಮೋಟಾರುಗಾಡಿಯೊಂದು ಸೇತುವೆಯ ಮೇಲಿಂದ ಬಂದು, ನಿಧಾನವಾಗಿ ರಸ್ತೆಯ ಮೇಲ್ಗಡೆಗೆ ಹಾದುಹೋಯಿತು. ಅದು ರಸ್ತೆಯ ಆಚೆಬದಿ ಐವತ್ತು ಗಜ ದೂರದಲ್ಲಿ ಹೋಗಿ ನಿಂತುಕೊಂಡಿತು. ಅದರ ಎಂಜಿನ್ನಿನ ಗಡಗಡ ಶಬ್ದ ಮಂದವಾಗಿ ಕೇಳಿ ಬರುತ್ತಿತ್ತು. ಸಿಪಾಯಿಯ ಎದೆ ತೀವ್ರವಾಗಿ ಹೊಡೆದುಕೊಳ್ಳತೊಡಗಿತು. ಅದು ಶತ್ರುಗಳ ಗಾಡಿ. ಗುಂಡು ಹಾರಿಸಬೇಕೆನ್ನಿಸಿತು ಅವನಿಗೆ. ಆದರೆ ಅದರಿಂದ ಪ್ರಯೋಜನವಿಲ್ಲ, ತನ್ನ ಗುಂಡು ಆ ಬೂದು ದೆವ್ವದ ಉಕ್ಕಿನ ಹೊದಿಕೆಯನ್ನು ಎಂದೂ ಭೇದಿಸಲಾರದು– ಎಂದು ಆತ ಅರಿತಿದ್ದ.

ಅಷ್ಟರಲ್ಲಿ ಪಕ್ಕದ ರಸ್ತೆಯ ಮೂಲೆಯಿಂದ ಒಬ್ಬ ಮುದುಕಿ ಬಂದಳು. ಹರಿದು ಚಿಂದಿಯಾದ ಒಂದು ಶಾಲಿನಿಂದ ತಲೆಯನ್ನು ಮುಚ್ಚಿದ್ದಳು. ಅವಳು ಮೋಟಾರುಗಾಡಿಯ ಬುರುಜಿನಲ್ಲಿ ಕೂತಿದ್ದವನೊಂದಿಗೆ ಮಾತಾಡತೊಡಗಿದಳು, ಸಿಪಾಯಿ ಅಡಗಿಕೊಂಡಿದ್ದ ಛಾವಣಿಯ ಕಡೆ ಬೊಟ್ಟುಮಾಡಿ ತೋರಿಸುತ್ತಿದ್ದಳು. ಬೇಹುಗಾರ್ತಿಯಾಗಿದ್ದಿರಬೇಕು.

ಬುರುಜು ತೆರೆಯಿತು. ಒಬ್ಬ ವ್ಯಕ್ತಿಯ ತಲೆ ಮತ್ತು ಹೆಗಲುಗಳು ಕಾಣಿಸಿದವು. ಅವನು ಸಿಪಾಯಿ ಇದ್ದ ಕಡೆ ನೋಡುತ್ತ ನಿಂತುಕೊಂಡ. ಸಿಪಾಯಿ ಬಂದೂಕವೆತ್ತಿ ಗುಂಡು ಹಾರಿಸಿದ. ಆ ವ್ಯಕ್ತಿಯ ತಲೆ ಧೊಪ್ಪನೆ ಬುರುಜಿನ ಮೇಲೆ ಬಿತ್ತು. ಮುದುಕಿ ಪಕ್ಕದ ಗಲ್ಲಿಯ ಕಡೆ ನುಗ್ಗಿದಳು. ಸಿಪಾಯಿ ಮತ್ತೆ ಗುಂಡು ಹೊಡೆದ. ಮುದುಕಿ ಗಿರ್ರನೆ ತಿರುಗಿ, ಕಿಟ್ಟನೆ ಕಿರಿಚುತ್ತ ರಸ್ತೆ ಬದಿಯ ಚರಂಡಿಯೊಳಗೆ ಬಿದ್ದಳು.

ಇದ್ದಕ್ಕಿದ್ದಂತೆ ಎದುರಿನ ಛಾವಣಿಯ ಮೇಲಿಂದ ಒಂದು ಗುಂಡು ಮೊಳಗಿತು. ಸಿಪಾಯಿ ಶಪಿಸುತ್ತ ತನ್ನ ಬಂದೂಕವನ್ನು ಕೆಳಕ್ಕೆ ಹಾಕಿದ. ಅದು ಸೂರಿಗೆ ತಾಕಿ ಠಣ್ಣೆಂದು ಶಬ್ದ ಮಾಡಿತು. ಆ ಶಬ್ದಕ್ಕೆ ಸತ್ತವರೂ ಏಳುವರೇನೊ ಎಂದುಕೊಂಡು, ಬಂದೂಕನ್ನು ಎತ್ತಿಕೊಳ್ಳಲೆಂದು ಸಿಪಾಯಿ ಬಗ್ಗಿದ. ಆದರೆ ಅವನಿಗೆ ಅದನ್ನು ಎತ್ತಲಾಗಲಿಲ್ಲ. ಅವನ ಮುಂದೋಳು ನಿಶ್ಚೇಷ್ಟಿತವಾಗಿತ್ತು.

"ಅಯ್ಯೋ ದೇವರೆ, ಗುಂಡು ತಾಕಿತು," ಎಂದು ಅವನು ಗೊಣಗಿದ.

ಸೂರಿನ ಮೇಲೆ ಮುಖ ಕೆಳಗೆ ಮಾಡಿ ಬಿದ್ದುಕೊಂಡು ಅವನು ಸುತ್ತುಗೋಡೆಯ ಕಡೆ

ಹಿಂದು ಹಿಂದಕ್ಕೆ ತೆವಳುತ್ತ ಹೋದ. ಗಾಯಗೊಂಡ ಬಲ ಮುಂದೋಳನ್ನು ಎಡಗೈಯಿಂದ ಸವರಿ ನೋಡಿದ. ಕೋಟಿನ ತೋಳಿನಿಂದ ರಕ್ತ ಒಸರುತ್ತಿತ್ತು. ನೋವು ಕಾಣುತ್ತಿರಲಿಲ್ಲ—ತೋಳು ಕತ್ತರಿಸಿ ಹೋಗಿದ್ದಂತೆ ಒಂದು ಜಡ ಸಂವೇದನೆ ಮಾತ್ರ. ಆತ ಬೇಗನೆ ಜೇಬಿನಿಂದ ಚಾಕುವನ್ನು ಹೊರತೆಗೆದು, ಅದನ್ನು ಸುತ್ತುಗೋಡೆಗೆ ಒತ್ತಿ ಬಿಚ್ಚಿದ; ಕೋಟಿನ ತೋಳನ್ನು ಕತ್ತರಿಸಿ ಹರಿದ. ಗುಂಡು ಒಳ ಹೋದಲ್ಲಿ ಒಂದು ಸಣ್ಣ ತೂತಿತ್ತು. ಆಚೆಬದಿಯಲ್ಲಿ ತೂತಿರಲಿಲ್ಲ. ಗುಂಡು ಮೂಳೆಯೊಳಗೆ ಹೂತಿತ್ತು. ಅದರಿಂದಾಗಿ ಮೂಳೆ ಮುರಿದಿರಬೇಕು. ಗಾಯದ ಕೆಳಗಿನ ಭಾಗವನ್ನು ಆತ ಬಗ್ಗಿಸಿದ; ಅದು ಸುಲಭವಾಗಿ ಬಾಗಿತು. ನೋವನ್ನು ತಾಳಿಕೊಳ್ಳಲೆಂದು ಅವನು ಕಟಕಟನೆ ಹಲ್ಲು ಕಡಿದ.

ಆಮೇಲೆ ಔಷಧೋಪಚಾರದ ಡಬ್ಬಿ ತೆಗೆದು ಆತ ಮತ್ತೆ ಚಾಕುವಿನಿಂದ ಅದನ್ನು ಹರಿದು ಬಿಚ್ಚಿದ. ಅಯೊಡಿನ್ ಸೀಸೆಯನ್ನು ಒಡೆದು ಆ ಉರಿದ್ರವವನ್ನು ಗಾಯದ ಮೇಲೆ ತೊಟ್ಟುತೊಟ್ಟಾಗಿ ಬಿಟ್ಟ. ನೋವಿನ ತೀಕ್ಷ್ಣ ಸೆಳಕು ಅವನ ಮೈಯಲ್ಲೆಲ್ಲ ಹರಿಯಿತು. ಅನಂತರ ಗಾಯದ ಮೇಲೆ ಹತ್ತಿಯ ಪಟ್ಟೆಯನ್ನಿಟ್ಟು ಅದನ್ನು ಬಟ್ಟೆಯಿಂದ ಆತ ಸುತ್ತಿದ. ಅದರ ತುದಿಗಳನ್ನು ಹಲ್ಲಿಂದ ಕಟ್ಟಿದ.

ಈಗ ಸಿಪಾಯಿ ಸುತ್ತುಗೋಡೆಗೆ ಒರಗಿ ನಿಶ್ಚಲವಾಗಿ ಕುಳಿತ. ಕಣ್ಣು ಮುಚ್ಚಿ ಬಲವಂತವಾಗಿ ನೋವನ್ನು ಗೆಲ್ಲಲು ಪ್ರಯತ್ನಿಸಿದ.

ಕೆಳಗೆ ರಸ್ತೆಯಲ್ಲಿ ಎಲ್ಲವೂ ಶಾಂತವಾಗಿತ್ತು. ಬುರುಜಿನ ಮೇಲೆ ಮೆಷಿನ್‌ಗನ್ನಿನವನ ತಲೆ ನಿರ್ಜೀವವಾಗಿ ನೇತಾಡುತ್ತಿರುವಂತೆಯೇ ಶಸ್ತ್ರಸಜ್ಜಿತ ಮೋಟಾರು ಸೇತುವೆಯ ಮೇಲೆ ವೇಗವಾಗಿ ಓಡಿ ಮರೆಯಾಗಿತ್ತು. ಮುದುಕಿಯ ಹೆಣ ಚರಂಡಿಯಲ್ಲಿ ನಿಶ್ಚಲವಾಗಿ ಬಿದ್ದಿತ್ತು.

ಬಹಳ ಹೊತ್ತು ಸಿಪಾಯಿ ಅಲ್ಲಿಯೇ ಗಾಯಕ್ಕೆ ಶುಶ್ರೂಷೆ ಮಾಡುತ್ತ, ಅಲ್ಲಿಂದ ತಪ್ಪಿಸಿಕೊಂಡು ಹೋಗುವುದು ಹೇಗೆಂದು ಯೋಚಿಸುತ್ತ ಸುಮ್ಮನೆ ಕುಳಿತಿದ್ದ. ಬೆಳಕು ಹರಿಯುವಾಗ ಅವನು ಹಾಗೆ ಗಾಯಗೊಂಡು ಛಾವಣಿಯ ಮೇಲೆ ಬಿದ್ದಿರುವುದು ಯಾರ ಕಣ್ಣಿಗೂ ಬೀಳಕೂಡದು. ಎದುರು ಛಾವಣಿಯ ಮೇಲಿನ ಶತ್ರು ಸಿಪಾಯಿ ಇವನು ತಪ್ಪಿಸಿಕೊಂಡು ಹೋಗದಂತೆ ಕಾವಲು ಕಾಯುತ್ತಿದ್ದ. ಆ ಸಿಪಾಯಿಯನ್ನು ಕೊಲ್ಲಬೇಕು. ಆದರೆ ಬಂದೂಕ ಎತ್ತುವ ಹಾಗಿರಲಿಲ್ಲ. ಅದನ್ನು ಸಾಧಿಸಲು ಅವನಲ್ಲಿದ್ದದ್ದು ಒಂದು ಚಿಕ್ಕ ಪಿಸ್ತೂಲು ಮಾತ್ರ. ಅವನೊಂದು ಉಪಾಯ ಹೂಡಿದ.

ಆತ ತನ್ನ ಟೋಪಿಯನ್ನು ತೆಗೆದು ಅದನ್ನು ಬಂದೂಕದ ಮೂತಿಗೆ ಸಿಕ್ಕಿಸಿದ. ಆಮೇಲೆ ಮೆಲ್ಲಗೆ ಬಂದೂಕನ್ನು ಸುತ್ತುಗೋಡೆಯ ಮೇಲೆ, ರಸ್ತೆಯ ಎದುರು ಬದಿಗೆ ಟೋಪಿ ಕಾಣಿಸುವಂತೆ ಎತ್ತಿಹಿಡಿದ. ತತ್‌ಕ್ಷಣ ಆ ಕಡೆಯಿಂದ ಗುಂಡು ಹಾರಿ ಬಂದಿತು. ಅದು ಟೋಪಿಯ ನಡುಭಾಗವನ್ನು ಹರಿದು ತೂರಿಕೊಂಡು ಹೋಯಿತು. ಸಿಪಾಯಿ ಬಂದೂಕನ್ನು ಮುಂದಕ್ಕೆ ಬಗ್ಗಿಸಿದ. ಟೋಪಿ ರಸ್ತೆಗೆ ಬಿತ್ತು. ಆಮೇಲೆ ಬಂದೂಕನ್ನು ಮಧ್ಯೆ ಹಿಡಿದು ತನ್ನ ಎಡಗೈಯನ್ನು ಅದು ಹಾಗೆಯೇ ನಿರ್ಜೀವವಾಗಿ ಕಾಣುವಂತೆ ಸೂರಿನ ಮೇಲಿಂದ ಕೆಳಗೆ ತೂಗುಬಿಟ್ಟ. ಕೆಲ ಕ್ಷಣಗಳ ಅನಂತರ ಬಂದೂಕನ್ನು ರಸ್ತೆಗೆ ಎಳೆದು ಬೀಳಿಸಿದ. ತರುವಾಯ ಸೂರಿನ ಮೇಲಕ್ಕೆ ಕೈಯನ್ನೂ ಎಳೆದುಕೊಂಡು ಕುಸಿದು ಬಿದ್ದ.

ಆಮೇಲೆ ಬೇಗ ಬೇಗನೆ ಎಡಕ್ಕೆ ತೆವಳುತ್ತ, ಅವನು ಸೂರಿನ ಮೂಲೆಯತ್ತ ಕತ್ತು ಚಾಚಿ ನೋಡಿದ. ತಂತ್ರ ಫಲಿಸಿತ್ತು. ಎದುರು ಛಾವಣಿಯ ಸಿಪಾಯಿ ಟೋಪಿ, ಬಂದೂಕುಗಳು

ಕೆಳಗೆ ಬಿದ್ದುದನ್ನು ನೋಡಿ ತಾನು ಇವನನ್ನು ಕೊಂದೆನೆಂದುಕೊಂಡಿದ್ದ. ಈಗ ಅವನು ಹೊಗೆ ಬುಡ್ಡಿಗಳ ಸಾಲಿನ ಮುಂದೆ ಆಚೆಕಡೆ ನೋಡುತ್ತ ನಿಂತಿದ್ದ. ಪಡುವಣ ಬಾನಿನ ಹಿನ್ನೆಲೆಯಲ್ಲಿ ಅವನ ತಲೆಯ ಛಾಯಾರೂಪ ಸ್ಪಷ್ಟವಾಗಿ ಎದ್ದು ಕಾಣುತ್ತಿತ್ತು.

ರಿಪಬ್ಲಿಕನ್ ಸಿಪಾಯಿ ಮುಗುಳು ನಗುತ್ತ ತನ್ನ ಪಿಸ್ತೂಲನ್ನು ಸುತ್ತು ಗೋಡೆಯ ಮೇಲೆ ಎತ್ತಿದ. ಸುಮಾರು ಐವತ್ತು ಗಜಗಳಷ್ಟು ದೂರ – ಆ ಮಸುಕು ಬೆಳಕಿನಲ್ಲಿ ಕಷ್ಟದ ಗುರಿ. ಜತೆಗೆ ಅವನ ಬಲದೋಳು ಒಳಗೆ ಸಾವಿರ ದೆವ್ವಗಳು ಕುಣಿಯುತ್ತಿದ್ದುವೊ ಎಂಬಷ್ಟು ನೋಯುತ್ತಿತ್ತು.

ಸಿಪಾಯಿ ಸ್ಥಿರವಾಗಿ ಗುರಿಯಿಟ್ಟ. ಆತುರದಲ್ಲಿ ಅವನ ಕೈ ನಡುಗುತ್ತಿತ್ತು. ತುಟಿ ಕಚ್ಚಿ, ಮೂಗಿನ ಹೊಳ್ಳೆಗಳಿಂದ ಆಳವಾಗಿ ಉಸಿರೆಳೆದುಕೊಂಡು ಆತ ಗುಂಡು ಹಾರಿಸಿದ. ಆ ಶಬ್ದಕ್ಕೆ ಅವನ ಕಿವಿಯೇ ಕಿವುಡಾದಂತಾಯಿತು. ಗುಂಡಿನ ಹಿಂದೇಟಿಗೆ ತೋಳು ನಡುಗಿತು.

ಹೊಗೆ ತಿಳಿದ ಮೇಲೆ ಅವನು ಆಚೆಕಡೆ ಕೊರಳೆತ್ತಿ ನೋಡಿ ಸಂತೋಷದಿಂದ ನಕ್ಕ. ಶತ್ರುಸಿಪಾಯಿಗೆ ಏಟು ಬಿದ್ದಿತ್ತು. ಅವನು ಯಮಯಾತನೆ ಅನುಭವಿಸುತ್ತ ತಾನು ನಿಂತಿದ್ದ ಛಾವಣಿಯ ಸುತ್ತುಗೋಡೆಯ ಮೇಲೆ ಗಿರ್ಕಿ ಹೊಡೆದು ಬೀಳುವುದರಲ್ಲಿದ್ದ. ಕಾಲ ಮೇಲೆ ನಿಲ್ಲಲು ತುಂಬ ಶ್ರಮಪಟ್ಟ, ಅದು ಸಾಧ್ಯವಾಗದೆ ಕನಸಿನಲ್ಲಿಯೊ ಎಂಬಂತೆ ಮುಗ್ಗರಿಸಿ ಬೀಳುತ್ತಿದ್ದ ಅವನ ಬಂದೂಕು ಹಿಡಿತ ತಪ್ಪಿ ಕೈಯಿಂದ ಜಾರಿ ಸುತ್ತುಗೋಡೆಗೆ ಬಡಿಯಿತು. ಬಳಿಕ ಅಲ್ಲಿಂದ ಉರುಳಿ, ಕೆಳಗಿನ ನಾಯಿಂದನ ಅಂಗಡಿಯ ಕಂಬಕ್ಕೆ ತಾಗಿ, ರಸ್ತೆಯ ಮೇಲೆ ಠಣ್ಣನೆ ಬಿದ್ದಿತು.

ಸಾಯುತ್ತಿದ್ದ ಆ ಮನುಷ್ಯ ಮುಂದಕ್ಕೆ ಮುದುಡಿಕೊಂಡು ಬಿದ್ದ. ಅವನ ದೇಹ ಗಾಳಿಯಲ್ಲಿ ಪಲ್ಟಿ ಹೊಡೆದು ಧೊಪ್ಪೆಂದು ಶಬ್ದ ಮಾಡುತ್ತ ನೆಲಕ್ಕೆ ಬಿತ್ತು. ಆಮೇಲೆ ಅದು ಸ್ತಬ್ಧವಾಯಿತು.

ಹೊಂಚುಸಿಪಾಯಿ ತನ್ನ ಶತ್ರು ಉರುಳಿ ಬೀಳುವುದನ್ನು ನೋಡಿ ನಡುಗಿದ. ಅವನಲ್ಲಿನ ಹೋರಾಟದ ದಾಹ ಬತ್ತಿ ಹೋಯಿತು. ಬದಲು ಪಶ್ಚಾತ್ತಾಪ ಕಿತ್ತುತಿನ್ನತೊಡಗಿತು. ಹಣೆಯ ಮೇಲೆ ಬೆವರಿನ ಹನಿಮಣಿಗಳು ಸಾಲುಗಟ್ಟಿದವು. ಬೇಸಿಗೆ ನಿಡುದಿನ ಹೊಟ್ಟೆಗಿಲ್ಲದೆ ಮಾಳಿಗೆಯ ಮೇಲೆ ಕಾದ ಕಾವಲಿನಿಂದ ದಣಿದಿದ್ದ ಹಾಗೂ ಗಾಯದಿಂದ ದುರ್ಬಲನಾಗಿದ್ದ ಅವನಿಗೆ ಶತ್ರು ದೇಹದ ಛಿದ್ರಛಿದ್ರವಾದ ಮಾಂಸದ ಮುದ್ದೆಯನ್ನು ಕಂಡಾಗ ಓಕರಿಕೆಯಾಯಿತು. ಹಲ್ಲುಗಳು ಕಟಕಟನೆ ಕಡಿಯುತ್ತಿದ್ದವು. ಯುದ್ಧವನ್ನು ಶಪಿಸುತ್ತ, ತನ್ನನ್ನೂ ಶಪಿಸಿಕೊಳ್ಳುತ್ತ, ಜತೆಗೇ ಎಲ್ಲರನ್ನೂ ಶಪಿಸುತ್ತ ಅವನು ತನಗೆ ತಾನೇ ವಟಗುಟ್ಟತೊಡಗಿದ.

ಕೈಯಲ್ಲಿ ಇನ್ನೂ ಹೊಗೆಯಾಡುತ್ತಿದ್ದ ಪಿಸ್ತೂಲನ್ನೊಮ್ಮೆ ಆತ ನೋಡಿದ. ಶಾಪಹಾಕುತ್ತ ಅದನ್ನು ತನ್ನ ಕಾಲ ಕೆಳಗಿನ ಸೂರಿನ ಮೇಲೆ ಎಸೆದ. ಬಿದ್ದ ರಭಸಕ್ಕೆ ಪಿಸ್ತೂಲಿನಿಂದ ಗುಂಡು ಹಾರಿ ಅವನ ತಲೆಯ ಮೇಲೆಯೇ ರೊಯ್ಯನೆ ಶಬ್ದಮಾಡುತ್ತ ಹೋಯಿತು. ಅದರ ಆಘಾತದಿಂದ ಉಂಟಾದ ಗಾಬರಿ ಅವನನ್ನು ಮತ್ತೆ ಪ್ರಜ್ಞಾ ಸ್ಥಿತಿಗೆ ತಂದಿತು. ನರಗಳು ಸ್ಥಿರಗೊಂಡವು. ಭಯದ ಮೋಡ ಚದರಿತು. ಅವನು ನಕ್ಕ.

ಬಳಿಕ ಜೇಬಿನಿಂದ ವ್ಹಿಸ್ಕಿಯ ಬುಡ್ಡಿಯನ್ನು ತೆಗೆದು ಆತ ಒಂದೇ ಗುಟುಕಿಗೆ ಅದನ್ನು ಖಾಲಿ ಮಾಡಿದ. ಮದ್ಯದ ಮತ್ತಿನಲ್ಲಿ ಅಪಾಯದ ಲಕ್ಷ್ಯವಿಲ್ಲದಂತಾಯಿತು. ತನ್ನ ತುಕಡಿಯ ನಾಯಕನನ್ನು ಹುಡುಕಿ ನಡೆದ ಸಂಗತಿಯನ್ನು ವರದಿ ಮಾಡಲೆಂದು, ಛಾವಣಿಯಿಂದ ಇಳಿಯಲು ಅವನೀಗ ನಿರ್ಧರಿಸಿದ. ಸುತ್ತಮುತ್ತ ಎಲ್ಲವೂ ಸ್ತಬ್ಧವಾಗಿತ್ತು. ಈಗ ಹೆಚ್ಚು ಅಪಾಯವಿಲ್ಲದೆ ರಸ್ತೆಯಲ್ಲಿ ನಡೆದು ಹೋಗಬಹುದಾಗಿತ್ತು. ಪಿಸ್ತೂಲನ್ನೆತ್ತಿಕೊಂಡು ಜೇಬಿಗೆ ಸೇರಿಸಿ, ಛಾವಣಿಯ ಬೆಳಕುಗುಂಡಿಯ ಮೂಲಕ ಆತ ತೆವಳಿಕೊಂಡು ಕೆಳಮನೆಗೆ ಬಂದ.

ರಸ್ತೆಗೆ ಬಂದು ಗಲ್ಲಿ ಮುಟ್ಟಿದಾಗ ಅವನಿಗೆ ಇದ್ದಕ್ಕಿದ್ದಂತೆ ತಾನು ಕೊಂದಿದ್ದ ಶತ್ರುಸಿಪಾಯಿ ಯಾರೆಂದು ತಿಳಿಯುವ ಕುತೂಹಲವಾಯಿತು. ಅವನು ಯಾರೇ ಆಗಿರಲಿ, ಅವನದು ಒಳ್ಳೆಯ ಕೈಗುರಿ. ಒಂದು ಪಕ್ಷ ಅವನು ತನಗೆ ಗೊತ್ತಿದ್ದವನಿರಬಹುದೆ ಎಂದು ಈತ ಯೋಚಿಸಿದ. ಸೈನ್ಯ ಒಡೆದು ಎರಡಾಗುವ ಮೊದಲು ಅವನು ತನ್ನ ತುಕಡಿಯಲ್ಲಿದ್ದವನೊ ಏನೊ, ಆ ಕಡೆ ಹೋಗಿ ಅವನನ್ನು ನೋಡಿಬರುವ ಭಂಡ ಧೈರ್ಯ ಮಾಡಿದ. ಅ' ಕಾನೆಲ್ ರಸ್ತೆಯ ತಿರುವಿನಲ್ಲಿ ಸುತ್ತ ಇಣಿಕಿ ನೋಡಿದ. ರಸ್ತೆಯ ಮೇಲುಗಡೆ ಆ ತುದಿಯಲ್ಲಿ ಘೋರ ಹೋರಾಟ ನಡೆಯುತ್ತಿತ್ತು. ಆದರೆ ಇಲ್ಲಿ ಎಲ್ಲ ಶಾಂತವಾಗಿತ್ತು.

ಸಿಪಾಯಿ ಚಂಗನೆ ರಸ್ತೆ ದಾಟಿದ. ಮೆಷಿನ್‌ಗನ್ನಿನಿಂದ ಬಂದ ಗುಂಡಿನ ಸುರಿಮಳೆ ಅವನ ಸುತ್ತಣ ನೆಲವನ್ನು ಹರಿದುಹಾಕಿತು. ಆದರೆ ಅವನು ತಪ್ಪಿಸಿಕೊಂಡಿದ್ದ. ಶತ್ರುಸಿಪಾಯಿಯ ಹೆಣದ ಪಕ್ಕದಲ್ಲಿ ಥಟ್ಟನೆ ಮುಖ ಕೆಳಮಾಡಿ ಬಿದ್ದುಕೊಂಡ. ಮೆಷಿನ್‌ಗನ್ ತಣ್ಣಗಾಯಿತು.

ಸಿಪಾಯಿ ಬದಿಯ ಹೆಣವನ್ನು ಹೊರಳಿಸಿ ನೋಡಿದಾಗ ಅವನು ಕಂಡದ್ದು ತನ್ನ ಒಡಹುಟ್ಟಿದವನ ಮುಖವನ್ನು. ❍

○ ಡೇನಿಯಲ್ ಕಾರ್ಕೆರಿ

ಮಕ್ಕಳು

"ಇಲ್ಲಮ್ಮ, ನೀನು ಅಜ್ಜಿ ಅಲ್ಲ. ನಾನು ಅಜ್ಜಿ ಆಗ್ತೀನಿ. ಅಲ್ವೇನೆ, ಪಿಡ್ಜಿ ?"

"ಹಾಗಾದರೆ ನಾನು ಆ ಹಸಿರು ಶಾಲು ಹೊದ್ದ ಹೆಂಗಸಾಗ್ತೀನಿ," ಮ್ಯಾಗಿ ಹೇಳಿದಳು.

"ಅವಳು ಅವನ ಹೆಂಡತಿ."

"ಯಾರ ಹೆಂಡತೀನೆ ?"

"ಮತ್ತೆ ಯಾರ ಹೆಂಡತಿ ? ಆ ಸತ್ತುಹೋದನಲ್ಲ, ಅವನ ಹೆಂಡತಿ."

"ನಾನು ಯಾರು ಆಗ್ತೀನೆ, ಪಿಡ್ಜಿ ?"

"ಆ ನಸ್ಯ ಹಾಕ್ಕೊಳ್ತಿದ್ದ ಒಂದು ಮುದುಕಿ ಇತ್ತಲ್ಲ, ಅದರ ನೆನಪಿದೆಯೆ ? ಸದಾ 'ದೇವರು ಮಾಡಿಸಿದ ಹಾಗಾಗುತ್ತೆ' ಅಂದುಕೊಂಡು ಓಡಾಡ್ತಿದ್ದಳಲ್ಲ."

"ಹಾಗಿದ್ರೆ, ನಾನು ಯಾರಾಗೋಣ ? ನನಗೆ ಯಾರೂ ಇಲ್ಲವಲ್ಲೆ ?"

ಪಿಡ್ಜಿ ಅದನ್ನೂ ಇತ್ಯರ್ಥ ಮಾಡಿದಳು. "ನೀನು ಹ್ಯಾಟಿನಲ್ಲಿ ಕರ್ಚೀಫ್ ಇಟ್ಟುಕೊಂಡಿರ್ತಿದ್ದನಲ್ಲ ಮುದುಕ, ಅವನಾಗು. ಗೊತ್ತಾಯ್ತೆ ?"

"ಆದರೆ ನಾನೇನು ಹೇಳ್ಬೇಕು ? ಅವನು ಏನು ಹೇಳ್ತಾ ಇರ್ತಿದ್ದ ಅಂತ ನನಗೆ ಗೊತ್ತಿಲ್ಲವಲ್ಲ !"

"ನೀನು ಯಾವಾಗಲೂ ಹಾಗೇನೇ. ಯಾಕೇಂದ್ರೆ ನೀನು ಸದಾ ಯಾರದಾದರೂ ಬಾಲಂಗೋಚಿಯಾಗಿ ಓಡಾಡ್ತಾ ಇರ್ತಿ. ನಿನಗೆ ಏನೂ ಗೊತ್ತಿಲ್ಲ. ಎಡಗೈಯಲ್ಲಿ ಹ್ಯಾಟನ್ನ ಚಾಚಿ ಹಿಡಿದು ಕೊಂಡು, ಇನ್ನೊಂದು ಕೈಯಿಂದ ಸಿಕ್ಕಿರೋದನ್ನ ಹಿಡಿದು ಎಳೀತಾ 'ಶವಯಾತ್ರೆ ಎಷ್ಟು ಹೊತ್ತಿಗಮ್ಮ ? ಅಯ್ಯೋ ದೇವರೆ !' ಅಂತ ಹೇಳ್ತಾ ಇರ್ಬೇಕು."

"ಅದೇನು, ಬಹು ಸುಲಭ. 'ಶವಯಾತ್ರೆ ಎಷ್ಟು...'

"ಊಹ್ಞೂ, ಹಾಗಲ್ಲ. ಕತ್ತೆತ್ತಿ ಜನರ ಮುಖಕ್ಕೆ ಮುಖವಿಟ್ಟು ನೋಡಬೇಕು. ಹ್ಞೂ, ಕಣ್ಣು ತೆಗಿ, ಕತ್ತೆತ್ತಿ ನೋಡು. ಅಗಲವಾಗಿ. ಇನ್ನೂ ಸ್ವಲ್ಪ ಕಣ್ಣು ಅಗಲಿಸು. ಭಿಕ್ಷೆ ಬೇಡೋ ಹಾಗೆ. "ಶವಯಾತ್ರೆ ಎಷ್ಟು ಹೊತ್ತಿಗೆ...?"

"ಮತ್ತೆ ಅವಳು, ಆ ತಲೆಕೂದಲು ಇಳಿಬಿಟ್ಟುಕೊಂಡು, ರವಿಕೇನ ಅಗಲವಾಗಿ ತೆರ ಕೊಂಡಿದ್ದೋಳು ? ಅವಳ ಆ ಮುಖ ? ಅದನ್ನ ನೀನು ನೋಡಿದ್ದೆಯಾ? ಬೆಳ್ಳಗೆ ಬಿಳಿಚಿಕೊಂಡಿತ್ತಲ್ಲ ?"

"ಅದು ಅವನ ಅಕ್ಕ ಕಣೇ. ಹೋಗೆ, ನಿನಗೂ ಏನೂ ಗೊತ್ತಿಲ್ಲ."

"ಅವಳೇನು ಹೇಳ್ತಿದ್ದಳು – ಆ ಬಿಳಿಚಿಕೊಂಡಿದ್ದೋಳು ?"

ಮಾಮಿ ನಡುವೆ ಬಾಯಿ ಹಾಕಿ ಉತ್ತರಿಸಿದಳು:

"ನನಗೆ ಗೊತ್ತು; ಉ್ಞ... ಉ್ಞ... ಇದು ಸಕಾಲ ಮರಣವಪ್ಪ..."

"ಹೋಗೆ, ಪೆದ್ದಿ !"

"ನನಗಂತೂ ಹಾಗೆ ಕೇಳಿಸ್ತು."

"ಉ್ಞ... ಉ್ಞ... ಇದು ಸಕಾಲ ಮರಣವಪ್ಪ..."

ಅವರೆಲ್ಲರೂ ಪಿಡ್ಜಿಯ ಅನುಕರಣೆಯನ್ನು ಕೇಳಿ ನಕ್ಕರು.

"ಆಹಾ, ಹಾಗಲ್ಲದಿದ್ರೆ ಮತ್ತೆ ಹೇಗೆ? ನಿನಗೇ ಗೊತ್ತಿಲ್ಲ, ನನ್ನನ್ನ ನೋಡಿ ನಗ್ತಿ."

"ಈ ಅಕಾಲ ಮರಣ – ಅಂತಲ್ವೆ ಅವಳು ಹೇಳ್ತಾ ಇದ್ದದ್ದು ? ಇನ್ನೇನು ?"

"ಅಕಾಲ ಮರಣ ಅಂದರೆ ?"

"ಅಂದರೆ, ಅವಳು ಅವನಿಗೆ ಹೊಟ್ಟೆಗೆ ಹಾಕದೆ ಸಾಯಿಸಿದಳು ಅಂತ."

"ಯಾರು ?"

"ಅವನ ಹೆಂಡತಿ, ಆ ಹಸಿರು ಶಾಲು ಹೊದ್ದಿದ್ದೋಳು."

"ಓ !"

"ಅವಳು ಆ ಇನ್ನೊಬ್ಬಳಿಗೆ ಯಾಕೆ ಜವಾಬು ಕೊಡಲಿಲ್ಲ ?"

"ಆ ನಸ್ಯ ಹಾಕ್ಕೊಳ್ತಿದ್ದ ಮುದುಕಿ ಅವಳನ್ನ ತಡೀತಿದ್ದದ್ದು ನೀನು ನೋಡಲಿಲ್ವೆ? ಆ ಬಿಳಚು ಮುಖದೋಳು ಕಾಲು ಕೆರೆದುಕೊಂಡು ಜಗಳಕ್ಕೆ ಬರೋಳ ಹಾಗಿರಲಿಲ್ವೆ? ಇನ್ನೇನು ?"

"ಅವಳು ಅವನಿಗೆ ಯಾಕೆ ಹೊಟ್ಟೆಗೆ ಹಾಕದೆ ಸಾಯಿಸಿದಳು?"

"ಅಯ್ಯೋ ಪೆದ್ದೆ, ಅವಳೇನೂ ಅವನಿಗೆ ಹೊಟ್ಟೆಗೆ ಹಾಕದೆ ಸಾಯಿಸ್ಲಿಲ್ಲ. ಅದು ಹೇಗೆ ಹೊಟ್ಟೆಗೆ ಹಾಕದೆ ಸಾಯಿಸೋಕಾಗುತ್ತೆ ನೋಡೋಣ. ಜನ ಮಾತಿಗೆ ಹಾಗಂತಾರೆ, ಅಷ್ಟೇ."

"ಅಬ್ಬಾ, ಅವನ ಹೆಣ ಅದೆಷ್ಟು ಘೋರವಾಗಿ ಕಾಣ್ತಿತ್ತು. ನಾನು ಇನ್ನು ಯಾವತ್ತೂ ಹೆಣದ ಜಾಗರಣೆಗೆ* ಹೋಗೋಲ್ಲಮ್ಮ."

"ಹೌದೌದು, ಹೋದ ಸಲವೂ ನೀನು ಹಾಗೇ ಅಂದಿದ್ದೆ."

"ಇನ್ನು ಮೇಲಂತೂ ಹೋಗಲ್ಲ. ಆ ಹೆಣ ಎಲ್ಲರೂ ಆಡೋ ಮಾತನ್ನು ಕೇಳ್ತಿದೆಯೇನೋ ಅನ್ನೋ ಹಾಗಿತ್ತು. ರಾತ್ರಿಯೆಲ್ಲಾ ನಾನು ಅದರ ಮುಖಾನೇ ನೋಡ್ತಿದ್ದೆ."

" 'ನಿಮ್ಮಮ್ಮನ ಮನೆ ಬಿಟ್ಟುಬಂದಾಗ ಅಷ್ಟು ಗಟ್ಟಿಮುಟ್ಟಾಗಿದ್ಯಲ್ಲೋ.' "

"ಅದೇನೇ ಅದು ?"

"ಅದು ಅವಳು ಆಡ್ತಿದ್ದದ್ದು. 'ಅಕಾಲ ಮರಣ, ಅಕಾಲ ಮರಣವಪ್ಪ... ಎಷ್ಟೊಂದು ಗಟ್ಟಿಮುಟ್ಟಾಗಿದ್ದೆ...' "

---

* 'ಹೆಣದ ಜಾಗರಣೆ' ('ವೇಕ್') – ಸತ್ತವನ ಬಂಧುಮಿತ್ರರು ಇಡೀ ರಾತ್ರಿ ಎಚ್ಚರವಾಗಿದ್ದು ಅವನ ಹೆಣ ಕಾಯುವ ಐರ್‌ಲೆಂಡಿನ ಒಂದು ಸಂಪ್ರದಾಯ.

"ಬನ್ನಿ, ಆಟ ಷುರುಮಾಡೋಣ. ನಾನು ಹಣ್ಣು ಹಣ್ಣು ಅಜ್ಜಿ."

"ಆಯ್ತು, ಪೆದ್ದು ಪೆದ್ದಾಗಿ ಓಡಾಡು. 'ಯಾರು ತೀರಿಕೊಂಡೋರು. ನನ್ನ ಬಡಪಾಯಿ ಗಂಡನೊ, ನನ್ನ ಪುಟ್ಟ ಮಗನೊ? ಅಥವಾ ನನ್ನ...' "

"ಈಗ ನಿನ್ನ ಸರದಿ, ಮ್ಯಾಗಿ."

" 'ಅಕಾಲ ಮರಣ, ಅಕಾಲ ಮರಣವಪ್ಪ, ಅಷ್ಟು ಗಟ್ಟಿ ಮುಟ್ಟಾಗಿ..' "

"ಈಗ ನಿನ್ನ ಸರದಿ, ಲಿಜ್."

"ನಾನು ಏನು ಅನ್ನಬೇಕು? ಹ್ಞಾ, ಗೊತ್ತಾಯ್ತು. 'ಶವಯಾತ್ರೆ ಎಷ್ಟು ಹೊತ್ತಿಗಮ್ಮ? ಅಯ್ಯೋ ದೇವರೆ! ಎಷ್ಟು..."

"ಆ್ಯಂಡಿ, ಈಗ ನೀನು ಕಾಲು ಚಾಚಿಕೊಂಡು ಹೆಣದ ಹಾಗೆ ಮಲಗಿಕೊ."

"ಊಹ್ಞೂ, ನಾನು ಮಲಗಿಕೊಳ್ಳೋದಿಲ್ಲ."

"ನೀನು ಮಲಗಿಕೊಳ್ಳಲೇಬೇಕು. ಹೆಣವೇ ಇಲ್ಲದೆ ಜಾಗರಣೆ ಹೇಗೆ ಸಾಧ್ಯ? ನೀನು ನಗಕೂಡದು. ಊಹ್ಞೂ, ಯಾರೂ ನಗೋಹಾಗಿಲ್ಲ. ಎಲ್ಲರೂ ಗೋಳುಮುಖ ಹಾಕಿಕೊಂಡಿರ್ಬೇಕು, ದುಃಖ ತೋರಿಸ್ತಾ, ಎಲ್ಲರೂ ಅಳ್ತಾ ಇರ್ಬೇಕು. ಹ್ಞೂ, ಷುರು ಮಾಡಿ."

ಪಕ್ಕದ ಕೋಣೆಯಿಂದ ಆ ಮಕ್ಕಳ ತಾಯಿಯ ಧ್ವನಿ ಕೇಳಿಸಿತು, "ಸುಮ್ಮನಿರಿ – ಶ್ – ಶ್... ಮಗೂನ ನೀವು ಎಬ್ಬಿಸ್ತೀರಿ, ನೋಡಿ."

ತಾಯಿ ಅವರಿದ್ದಲ್ಲಿಗೆ ಹೋಗುವವಳಿದ್ದಳು. ಆದರೆ ಅಷ್ಟು ಹೊತ್ತಿಗೆ ಮೇಲ್ಮನೆಯಿಂದ ಶ್ರೀಮತಿ ಡೀಲಿಂಗ್ ಇಳಿದು ಒಳಬಂದದ್ದರ ಅರಿವಾಗಿ ಸುಮ್ಮನಾದಳು. ಡೀಲಿಂಗ್ ಮೌನವಾಗಿ ಕದ್ದು ಒಳಬಂದಳು– ಯಾವುದೋ ನಿಶ್ಶಬ್ದ ಪ್ರಪಂಚದಿಂದ ಬರುತ್ತಿರುವವಳಂತೆ. ಶ್ರೀಮತಿ ಬುಟ್ಟಿಮರ್ ತಗ್ಗಿದ ದನಿಯಲ್ಲಿ ಕೇಳಿದಳು:

"ನಿಮ್ಮ ಅತ್ತೆಮ್ಮನೋರು ಇವತ್ತು ಹೇಗಿದಾರೆ?"

"ಓಹೋ ಚೆನ್ನಾಗಿದಾರೆ. ತುಂಬ ಚೆನ್ನಾಗಿ, ಸಂತೋಷವಾಗಿದಾರೆ."

"ಅವರಿಂದಾಗಿ ನಿಮಗೆ ಬಿಡುವೇ ಇಲ್ಲ. ಅವರೇನೊ ಹೆಚ್ಚು ದಿನ ಬದುಕೋರಲ್ಲ. ವಯಸ್ಸಾದ ಮೇಲೆ ಇವರೆಲ್ಲ ಕೊಡೋ ಕಷ್ಟ ದೇವರಿಗೇ ಪ್ರೀತಿ."

"ಅವರು ಬೇಗ ಹೋಗಲಿ ಅಂತ ಯಾರೂ ಬಯಸಿಲ್ಲ. ಅವರ ಹುಚ್ಚಾಟಿಕೆ ಏನೇ ಇರಲಿ. ಅವರು ಹೋದ ಮೇಲೆ ಮನೆ ಬಿಕೋ ಅನ್ನಿಸುತ್ತೇ."

"ಹೌದು, ಆ ಮುದಿ ಜೀವ ಹೋದರೆ ಏನೋ ಕಳಕೊಂಡ ಹಾಗಾಗೋದು ನಿಜ."

"ಅದರ ಬಗ್ಗೆ ನಾನೇನೂ ಚಿಂತೆ ಮಾಡ್ತಾ ಇಲ್ಲ. ಆದರೆ ನಡುರಾತ್ರೀಲಿ ಎದ್ದಾಗ ಇಡೀ ಮನೆ ನಿಶ್ಶಬ್ದವಾಗಿರೋದನ್ನ ನೋಡಬೇಕಾಗುತ್ತೆ ಅಂತ ಯೋಚಿಸಿದಾಗ."

ಶ್ರೀಮತಿ ಬುಟ್ಟಿಮರ್ ಮಕ್ಕಳು ಹೆಣದ ಜಾಗರಣೆಯ ಆಟವಾಡುತ್ತಾ ಕುಳಿತಿದ್ದ ಕೋಣೆಯ ಬಾಗಿಲು ತಟ್ಟಿದಳು. ಒಂದು ಕ್ಷಣ ಅವರ ಧ್ವನಿ ಸ್ತಬ್ಧವಾಯಿತು.

ಶ್ರೀಮತಿ ಡೀಲಿಂಗ್ ಮಾತು ಮುಂದುವರಿಸಿದಳು:

"ನಡುರಾತ್ರೀಲಿ ಸ್ವಲ್ಪವಾದರೂ ಸದ್ದುಗದ್ದಲವಿಲ್ಲದಿರೋವಾಗ, ಅವರು ತಮಗೆ ತಾವೇ ಹರಟಿಕೊಳ್ತಾ ಇರ್ತಾರೆ. ಎಪ್ಪತ್ತು ವರ್ಷದ ಹಿಂದೆ ತೀರಿಕೊಂಡ ತಮ್ಮನ ಜತೆ ಮಾತಾಡ್ತಾರೆ– 'ಬೇಡ, ಅದರ ಹತ್ತಿರ ಹೋಗಬೇಡ, ಅದು ನಿನ್ನನ್ನು ಕಚ್ಚಿಬಿಡುತ್ತೆ' ಅಂತ."

"ಏನು ಕಚ್ಚಿಬಿಡುತ್ತೆ?"

"ಮನೇಲಿದ್ದ ಯಾವುದೋ ಮುದಿ ಬಾತುಕೋಳಿ. ಅವರು ಹೇಗೆ ಹೇಳ್ತಾರೆ ಗೊತ್ತೆ?– 'ದೂರ ಇರೋ, ಜಾನಿ ದೂರ ಇರು. ಅದು ನಿನ್ನನ್ನು ಕಚ್ಚಿಬಿಡುತ್ತೆ ಕಣೊ.' ಮಿಸೆಸ್ ಬುಟ್ಟಿಮರ್, ಅವರು ಅವನ ಕೈಹಿಡಕೊಂಡು ಹೇಳ್ತಿದಾರೆ ಅಂತ ಆಣೆಯಿಟ್ಟು ಹೇಳ್ಬಹುದು– ಹಾಗಿರ್‍ತದೆ ಅವರು ಅದನ್ನು ಹೇಳೋ ರೀತಿ."

"ಅಬ್ಬಾ!"

"ಅವರು ಹೇಳೋದನ್ನ ಕೇಳಿಸಿಕೋಬೇಕು, ಕೇಳಿಸದೆ ಇದ್ದ ಹಾಗೆ ಇರ್‍ಬೇಕು. ನನ್ನ ಪಾಡು ಯಾವಾಗಲೂ ಹೀಗೇ. ಅದರಲ್ಲೂ ನೂರಾರು ಸಲ ಅದನ್ನೇ ಕೇಳಿದ ಮೇಲೂ. ಹೊರಗಡೆ ಅಲ್ಲಿ ಇಡೀ ಪ್ರಪಂಚ ಮಲಗಿರುತ್ತೆ. ಇಲ್ಲಿ ಇಡೀ ಮನೆ ಮಲಗಿರುತ್ತೆ."

"ಜತೆಗೆ ಆ ಬಡಪಾಯಿಗೆ ಯಾತನೆಯೂ ಆಗ್ತಾ ಇದ್ದಿದ್ರೆ ಇನ್ನಷ್ಟು ಕಷ್ಟವಾಗ್ತಿತ್ತು."

"ಅದೂ ನಿಜ ಅನ್ನಿ."

"ನೀವು ದೇವರಿಗೆ ಕೃತಜ್ಞರಾಗಿರ್‍ಬೇಕು."

"ಖಂಡಿತವಾಗಿ. ನಾನು ಹೇಳೋಕ್ಕೆ ಹೊರಟಿದ್ದು, ಆ ಕ್ರೂರವಾದ ಏಕಾಕಿತನ. ಒಂದೊಂದು ದಿನ ರಾತ್ರಿ ತಡೀಲಾರದೆ ಬಿಕ್ಕಿಬಿಕ್ಕಿ ಅತ್ತುಬಿಡ್ತೀನಿ."

"ಅಲ್ಲವೇ ಮತ್ತೆ!"

"ಈಗ ನಾನು ಬಂದಾಗ ಏನು ಮಾಡ್ತಿದ್ದರು ಅಂತೀರಿ. ಹೂವು ಕೀಳೋ ಹಾಗೆ ಆಡ್ತಿದ್ದರು."

"ಅಬ್ಬಾ!"

"ಅವರ ಆ ಮುದಿ ಧ್ವನಿ ಕೇಳಬೇಕು. ಒಂದು ಪುಟ್ಟ ಹಕ್ಕಿಯ ಸ್ವರದ ಹಾಗೆ ಇರುತ್ತೆ– 'ನೋಡು ಇಲ್ಲೊಂದು ಒಳ್ಳೇ ಹೂವಿದೆ. ತಾಳು, ಇದೋ ಈ ಪ್ರಿಮ್‌ರೋಸ್.' "

"ಅವರಿಗೆ ಅಷ್ಟು ಮೃದು ಮನಸ್ಸಿರೋದು ಪುಣ್ಯ ಅಲ್ಲವೆ?"

"ನಾನು ಅವರಿಗೆ ಏನಂದೆ ಗೊತ್ತೆ? 'ಇಲ್ಲಿ ಹೂವು ಬೇಕಾದರೆ ಈ ಕೋಲೇಸ್ ಲೇನ್‌ನಿಂದ ಒಂದೆರಡು ಮೈಲಿ ದೂರವಾದರೂ ಹೋಗಬೇಕು.' ಆಗ ಅವರು ಸುಮ್ಮನೇ ನನ್ನ ಕಡೆ ನೋಡಿದರು, ಆ ಹೆಸರನ್ನೇ ಕೇಳಿರಲಿಲ್ವೇನೋ ಅನ್ನೋ ಹಾಗೆ."

"ಓ ಎಷ್ಟು ತಮಾಷೆ! ನಿಮಗೆ ಗೊತ್ತೆ, ಶ್ರೀಮತಿ ಡೀಲಿಂಗ್, ನಾನು ಜನ್ಮದಲ್ಲಿ ಒಂದು ದಿನಾನೂ ಹಳ್ಳೀಲಿ ಕಳೆದೋಳಲ್ಲ. ನೀವು ನಂಬದೇ ಇರ್‍ಬಹುದು. ನಿಜವಾಗಿ ಒಂದು ದಿನ ವಾದರೂ ಬೆಳಗ್ಗೆ ಅಲ್ಲೇ ಇದ್ದು, ಅಲ್ಲೇ ಊಟ ಮಾಡಿ, ಅಲ್ಲೇ ಮಲಗಿ... ಉಹ್ಞೂ ಇಲ್ವೇ ಇಲ್ಲ."

"ಹೌದಾ? ನಾನು ಮದುವೆಯಾದ ಹೊಸದರಲ್ಲಿ ಆಗಾಗ ಕ್ಯಾಹೆರ್–ಲಾಗ್‌ನಲ್ಲಿದ್ದ ಈ ಮುದಿ ಅತ್ತೆ ಮನೆಗೆ ಹೋಗ್ತಿದ್ದೆ. ಅದಕ್ಕೇ ನೋಡಿ, ಅವರು ಬಡಬಡಿಸೋಕ್ಕೆ ಷುರು ಮಾಡಿದಾಗ ನನಗೆ ನಾನು ಅದೆಷ್ಟು ಒಂಟಿ ಅಂತ ಅನ್ನಿಸುತ್ತೆ. ಅವರ ಮನೆ ಹತ್ತಿರ ಹರೀತಿದ್ದ ಸಣ್ಣ ಝರಿ, ಅಲ್ಲಿದ್ದ ಕತ್ತೆಮರಿ, ನೀಲಿಯ ಗಂಟೆ ಹೂ – ಎಲ್ಲಾ ನೆನಪಿಗೆ ಬರುತ್ತೆ."

ಬಾಗಿಲು ಮುಚ್ಚಿದ್ದರೂ ಮಕ್ಕಳ ಮಾತಿನ ಧ್ವನಿ ಕೋಣೆಯೊಳಗೆ ತೂರಿ ಬರುತ್ತಿತ್ತು. ಶ್ರೀಮತಿ ಬುಟ್ಟಿಮರ್ ಹೇಳಿದಳು:

"ನಿಮಗೆ ಕಿರಿಕಿರಿಯಾಗ್ತಿದೆಯೇನೊ, ಈ ಮಕ್ಕಳು ಮಗೂನ ಎಬ್ಬಿಸಿ ಬಿಡ್ತಾರೆ."

"ಇಲ್ಲ, ಹಾಗೇನಿಲ್ಲ. ನಾನು ಮಗೂನ ನೋಡ್ತಾನೆ ಇದೀನಿ. ನೋಡಿ, ಅದು ಹೇಗೆ ನಗ್ತಿದೆ. ಅದರ ಮನಸ್ಸಿನಲ್ಲಿ ಏನೋ ನಡೀತಿದೆ."

"ನಾನೂ ಆಗಾಗ ಅದು ಹಾಗೆ ನಗೋದನ್ನ ನೋಡಿದೀನಿ."

ಪಕ್ಕದ ಕೋಣೆಯಲ್ಲಿ ಧ್ವನಿಗಳೂ ಮೇಲೇರುತ್ತಿದ್ದವು.

'ಅಕಾಲ ಮರಣ!' 'ಅಕಾಲ ಮರಣ!' 'ಶವಯಾತ್ರೆ ಎಷ್ಟು ಹೊತ್ತಿಗಮ್ಮ? ಅಯ್ಯೋ ದೇವರೆ!' 'ನೀನು ಅವನಿಗೆ ಹೊಟ್ಟೆಗೆ ಹಾಕದೆ ಸಾಯಿಸಿದೆ.'

ಶ್ರೀಮತಿ ಬುಟ್ಟಿಮರ್ ಎದ್ದು ಬಾಗಿಲನ್ನು ಕೆಟ್ಟದಾಗಿ ಕುಟ್ಟಿದಳು. ಮತ್ತೆ ಮಕ್ಕಳ ಗೋಳಾಟದ ಗಲಾಟೆ ಮೆತ್ತಗಾಯಿತು. ಶ್ರೀಮತಿ ಡೀಲಿಂಗ್ ತೊಟ್ಟಿಲಲ್ಲಿ ಬಗ್ಗಿ ನೋಡುತ್ತಿದ್ದವಳು, ತಲೆಯೆತ್ತಿ ಹೇಳಿದಳು :

"ತನಗೆ ತಾನೆ ನಕ್ಕೊಳ್ತಾ ಇದೆ. ಅದರ ಮುಷ್ಟಿ ನೋಡಿ. ನನಗೇನೊ ಅದು ಹೂ ಕೀಳ್ತಿರೊ ಹಾಗಿದೆ ಅಂತ ಅನ್ನಿಸುತ್ತೆ. ಬರ್ತೀನಿ; ಮೇಲೆ ಹೋಗಿ ನಮ್ಮ ಆ 'ಮಗು' ಏನು ಮಾಡ್ತಿದೆ ಅಂತ ನೋಡ್ತೀನಿ."

ಅವಳು ಬುಟ್ಟಿಮರಳ ಕಡೆ ನೋಡಿದಳು.

'ಯೋಚಿಸಿದರೆ ಎಷ್ಟು ವಿಚಿತ್ರ ಅನ್ನಿಸುತ್ತೆ. ಯಾರಾದರೂ ಈ ಪ್ರಪಂಚದಲ್ಲಿ ಕಷ್ಟನಿಷ್ಠುರ ಗಳನ್ನ ಎದುರಿಸಿ ಹೋರಾಡಿರೋದಾದರೆ, ಈಗ ಮೇಲೆ ಹಾಸಿಗೆ ಹಿಡಿದು ಮಲಗಿರೋ ಆ ಜೀವ, ನಮ್ಮ ಆ 'ಮಗು.' ಅದೆಷ್ಟು ಕಾಯಿಲೆ, ಯಾತನೆ, ಸಾವು, ಹಸಿವುಗಳನ್ನು ಅವರು ಕಂಡಿರಬೇಡ! ಈಗ ತಮ್ಮ ಪಾಡಿಗೆ ತಾವು ತೋಟದಲ್ಲಿ ಹೂ ಕೀಳ್ತಿದಾರೆ!"

"ನೀವೇ ಪುಣ್ಯಶಾಲಿಗಳು. ಅಲ್ಲಿ ಒಳಗೆ ಕೇಳಿಸುತ್ತೆಯೆ. ಈ ಮಕ್ಕಳ ಗಲಾಟೆ?" ಶ್ರೀಮತಿ ಡೀಲಿಂಗ್ ಎದ್ದು ಹೇಳಿದಳು.

"ಅವರು ಮತ್ತೆ ನಿದ್ದೆ ಹೋದರೆ, ಪುನಃ ಬರ್ತೀನಿ."

"ಹಾಗೇ ಮಾಡಿ."

ಡೀಲಿಂಗ್ ಸದ್ದು ಮಾಡದೆ ಹೊರಹೋದಳು – ಯಾವುದೋ ನಿಶ್ಶಬ್ದ ಪ್ರಪಂಚಕ್ಕೆ ಹೋಗುತ್ತಿರುವವಳಂತೆ. ಶ್ರೀಮತಿ ಬುಟ್ಟಿಮರ್ ತಲೆಯನ್ನು ಒಂದು ಪಕ್ಕಕ್ಕೆ ಕೊಂಚ ತಿರುಗಿಸಿ ತನ್ನದೇ ಕನಸು ಕಾಣುತ್ತ, ಆ ಕನಸಿನಲ್ಲಿ ದಡೂತಿಯಾಗಿ ಕಾಣುತ್ತಿದ್ದ ಮಗುವಿನ ಕಡೆ ನೋಡಿದಳು. ಬೇರೆ ಏನನ್ನೂ ಯೋಚಿಸದೆ, ಯೋಚಿಸಲಾರದಷ್ಟು ಸಂತೋಷದಿಂದ ತುಂಬ ಹೊತ್ತು ಅದನ್ನು ದಿಟ್ಟಿಸಿ ನೋಡಿದಳು.

ಪಕ್ಕದ ಕೋಣೆಯಲ್ಲಿ ಗದ್ದಲ ನಡೆದಿದ್ದರೂ ಅವಳಿಗೆ ಇಡೀ ಮನೆ, ಇಡೀ ಪ್ರಪಂಚ ನಿಶ್ಶಬ್ದವಾಗಿರುವಂತೆ ಕಂಡಿತು. ❍

○ ಡಬ್ಲ್ಯು. ಬಿ. ಯೇಟ್ಸ್

ಹುರಿಯ ಹಾಡು

ಒಂದು ದಿನ ಸೂರ್ಯ ಕಂತುವ ಹೊತ್ತು ಕವಿ ಹ್ಯಾನ್‌ರಾಹನ್ ಕಿನ್ವಾರದ ಬಳಿ ನಡೆದು ಹೋಗುತ್ತಿದ್ದಾಗ ದಾರಿಯಾಚೆಯ ಒಂದು ಮನೆಯಿಂದ ಪಿಟೀಲು ನುಡಿಸುವ ಶಬ್ದ ಕೇಳಿ ಬಂತು. ಎಲ್ಲಾದರೂ ಸಂಗೀತ, ಕುಣಿತ, ಒಳ್ಳೆಯ ಜತೆ ಇದೆ ಎಂದಾದರೆ ಅಲ್ಲಿಗೆ ಹೋಗದೆ ಇರುವುದು ಅವನ ಅಭ್ಯಾಸವಲ್ಲ. ಮನೆಯಾತ ಬಾಗಿಲ ಬಳಿ ನಿಂತಿದ್ದ. ಹ್ಯಾನ್‌ರಾಹನ್ ಹತ್ತಿರ ಬಂದಾಗ ಅವನಿಗೆ ಈತನ ಗುರುತು ಸಿಕ್ಕಿತು. ಅವನೆಂದ:

"ಬಾ, ಹ್ಯಾನ್‌ರಾಹನ್, ನಿನಗೆ ಸ್ವಾಗತ ಕಾದಿದೆ. ಇಷ್ಟು ದಿನ ನೀನು ನಮ್ಮ ಪಾಲಿಗೆ ಇಲ್ಲವಾಗಿದ್ದೆ."

ಅಷ್ಟರಲ್ಲಿ ಮನೆಯಾಕೆ ಬಾಗಿಲಿಗೆ ಬಂದು ಗಂಡನಿಗೆ ಹೇಳಿದಳು:

"ಹ್ಯಾನ್‌ರಾಹನ್ ಒಳಗೆ ಬರದಿದ್ದರೇ ನನಗೆ ಸಂತೋಷ. ಈಚೆಗೆ ಪಾದ್ರಿಗಳೂ ಗರತಿ ಹೆಂಗಸರೂ ಅವನ ಬಗ್ಗೆ ಒಳ್ಳೆಯ ಮಾತು ಆಡೋದಿಲ್ಲ. ಅವನ ನಡಿಗೆ ನೋಡಿದರೇ ಸಾಕು, ಒಂದು ಗುಟುಕು ಏರಿಸಿ ಬಂದಿದಾನೆ ಅನಿಸುತ್ತೆ."

ಆದರೆ ಮನೆಯಾತ ಅದಕ್ಕೆ ಒಪ್ಪಲಿಲ್ಲ. "ಕವಿಗಳಲ್ಲಿ ಹ್ಯಾನ್‌ರಾಹನ್ ! ನನ್ನ ಮನೆ ಬಾಗಿಲಿಂದ ಅವನನ್ನು ನಾನು ಎಂದಾದರೂ ಹಾಗೆಯೇ ಹಿಂದೆ ಕಳಿಸೋದುಂಟೆ ?" ಎನ್ನುತ್ತ ಆತ ಅವನನ್ನು ಒಳಗೆ ಬರಮಾಡಿಕೊಂಡ.

ಮನೆಯಲ್ಲಿ ನೆರೆಹೊರೆಯ ಅನೇಕರು ಸೇರಿದ್ದರು. ಅವರಲ್ಲಿ ಹಲವರಿಗೆ ಹ್ಯಾನ್‌ರಾಹನನ ನೆನಪಿತ್ತು. ಆದರೆ ಅಲ್ಲಲ್ಲಿ ಮೂಲೆಯಲ್ಲಿದ್ದ ಹುಡುಗರು ಮಕ್ಕಳಲ್ಲಿ ಕೆಲವರು ಅವನ ಹೆಸರನ್ನು ಮಾತ್ರ ಕೇಳಿಬಲ್ಲರು. ಅವನನ್ನು ಕಣ್ಣುತುಂಬ ನೋಡಲೆಂದು ಅವರು ಎದ್ದು ನಿಂತರು. ಅವರಲ್ಲೊಬ್ಬ ಹೇಳಿದ:

"ಇವನು ಶಾಲೆ ನಡೆಸ್ತಾ ಇದ್ದ ಹ್ಯಾನ್‌ರಾಹನನೇ ಅಲ್ಲವೆ ? ಅವನನ್ನ ಅವರು ಎಳೆದುಕೊಂಡು ಹೋಗಿದ್ದರಲ್ಲ ?"

ಅಷ್ಟರಲ್ಲಿ ಅವನ ತಾಯಿ ತನ್ನ ಕೈಯಿಂದ ಅವನ ಬಾಯಿ ಮುಚ್ಚುತ್ತ ಅಂತಹ ಮಾತಾಡದೆ ಸುಮ್ಮನಿರುವಂತೆ ಅಂದಳು:

"ಅದರ ಬಗ್ಗೆ ಯಾರಾದರೂ ಮಾತಾಡೋದು ಕೇಳಿದರೆ

ಅಥವಾ ಪ್ರಶ್ನೆಮಾಡಿದರೆ ಅವನು ಕೆಟ್ಟದಾಗಿ ವರ್ತಿಸ್ತಾನೆ."

ಅನಂತರ ಒಬ್ಬಿಬ್ಬರು ಹ್ಯಾನ್‌ರಾಹನನ್ನು ಹಾಡು ಹೇಳುವಂತೆ ಕೇಳಿಕೊಂಡರು. ಆದರೆ ಅದಕ್ಕೆ ಈಗ ಸಮಯವಲ್ಲ, ಅವನು ಸುಧಾರಿಸಿಕೊಳ್ಳುವವರೆಗೆ ಬೇಡ ಎಂದು ಮನೆಯಾತ ಹೇಳಿ ಅವನಿಗೆ ಗಾಜಿನ ಲೋಟದಲ್ಲಿ ವ್ಹಿಸ್ಕಿಯನ್ನು ಕುಡಿಯಲು ಕೊಟ್ಟ. ಹ್ಯಾನ್‌ರಾಹನ್ ಮನೆಯಾತನಿಗೆ ಧನ್ಯವಾದ ಹೇಳಿ, ಒಳ್ಳೆಯದಾಗಲೆಂದು ಹರಸಿ, ಅದನ್ನು ಹೀರಿದ.

ಪಿಟೀಲಿನವನು ಮುಂದಿನ ಕುಣಿತಕ್ಕೆ ಶ್ರುತಿ ಮಾಡುತ್ತಿದ್ದ. ಮನೆಯಾತ ಅಲ್ಲಿದ್ದ ಯುವಕರಿಗೆ ಹೇಳಿದ:

"ನಿಮಗೆ ಕುಣಿತ ಅಂದರೇನು ಅಂತ ಗೊತ್ತಾಗೋದು ನೀವು ಹ್ಯಾನ್‌ರಾಹನ್ ಕುಣಿಯೋದನ್ನ ನೋಡಿದ ಮೇಲೆಯೇ. ಅವನು ಕಳೆದ ಸಲ ಕುಣಿದು ಹೋದಾಗಿನಿಂದ ಮತ್ತೆ ಅಂಥಾದ್ದನ್ನು ಯಾರೂ ನೋಡಿಲ್ಲ."

ಅದಕ್ಕೆ ಹ್ಯಾನ್‌ರಾಹನ್ ಎಂದ:

"ಇಲ್ಲ, ನಾನು ಕುಣಿಯೋದಿಲ್ಲ. ಐರ್ಲೆಂಡಿನ ಪಂಚ ಪ್ರಾಂತಗಳಲ್ಲಿ ಪ್ರವಾಸ ಮಾಡ್ತಿರೋದರಿಂದ ಈಗ ನನ್ನ ಕಾಲಿನಿಂದ ಅದಕ್ಕಿಂತ ಒಳ್ಳೆಯ ಕೆಲಸ ಆಗ್ತಿದೆ."

ಅವನು ಹಾಗನ್ನುವ ಹೊತ್ತಿಗೆ ಮನೆಯ ಮಗಳು ಊನಾ ಕೈಯಲ್ಲಿ ಒಂದಿಷ್ಟು ಸೌದೆ ಚೂರುಗಳನ್ನು ಹಿಡಿದು ಸಣ್ಣ ಬಾಗಿಲಿನಲ್ಲಿ ಕಾಣಿಸಿಕೊಂಡಳು. ಅದನ್ನು ಅವಳು ಕೋಣೆಯಲ್ಲಿದ್ದ ಒಲೆಗೆ ಎರಚಿದಾಗ ಝುಗ್ಗನೆ ಉರಿಹೊತ್ತಿ ಅದರ ಬೆಳಕಿನಲ್ಲಿ ಅವಳ ಚೆಲುವಾದ ನಗೆ ಮುಖ ಎದ್ದುಕಂಡಿತು. ಕುಳಿತಿದ್ದ ಒಬ್ಬಿಬ್ಬರು ಯುವಕರೆದ್ದು, ಅವಳನ್ನು ತಮ್ಮೊಂದಿಗೆ ಕುಣಿಯ ಬಾ ಎಂದರು. ಅದನ್ನು ಕೇಳಿದ ಹ್ಯಾನ್‌ರಾಹನ್ ಎದ್ದು ಬಂದು ಅವರನ್ನು ಪಕ್ಕಕ್ಕೆ ತಳ್ಳಿ ತಾನು ಬಹುದೂರ ನಡೆದು ಅವಳಲ್ಲಿಗೆ ಬಂದಿದ್ದುದರಿಂದ ಅವಳು ತನ್ನೊಂದಿಗೇ ಕುಣಿಯಬೇಕೆಂದ. ಅವನು ಅವಳ ಕಿವಿಯಲ್ಲಿ ಮೆತ್ತಗೆ ಏನೋ ಉಸುರಿರಬೇಕು. ಅವಳ ಕೆನ್ನೆಗಳ ಮೇಲೆ ನಸುಗೆಂಪು ಕಾಣಿಸಿಕೊಂಡಿತು. ಅವಳು ಬೇಡವೆನ್ನದೆ ಅವನಿಗೆ ಜೋಡಿಯಾದಳು. ಆಗ ಇನ್ನೂ ಕೆಲವು ಜೋಡಿಗಳು ಕುಣಿಯಲು ಎದ್ದು ನಿಂತರು. ಆದರೆ ಇನ್ನೇನು ಕುಣಿತ ಷುರುವಾಗಬೇಕೆನ್ನುವಾಗ ಹ್ಯಾನ್‌ರಾಹನನ ದೃಷ್ಟಿ ಕೆಳಗೆ ಹರಿಯಿತು. ತಾನು ಮೆಟ್ಟಿದ್ದ ಸವೆದ ಹರಿದ ಬೂಟುಗಳು, ಅವುಗಳ ಒಳಗಿನಿಂದ ಇಣಿಕು ಹಾಕಿದ್ದ ಚಿಂದಿಯಾದ ಕಾಲಚೀಲ ಅವನ ಗಮನಕ್ಕೆ ಬಂದಿತು. ಆತ ಕೋಪದಿಂದ ಇಲ್ಲಿ ನೆಲ ಚೆನ್ನಾಗಿಲ್ಲ, ಸಂಗೀತದಲ್ಲಿ ಸೊಗಸಿಲ್ಲವೆನ್ನುತ್ತ ಒಲೆಯ ಪಕ್ಕದ ಕತ್ತಲ ಮೂಲೆಯಲ್ಲಿ ಕುಕ್ಕರಿಸಿದ. ಅವನು ಕುಳಿತಿದ್ದನ್ನು ನೋಡಿ ಹುಡುಗಿಯೂ ಅಲ್ಲೇ ಅವನ ಬದಿಯಲ್ಲಿ ಕುಳಿತುಕೊಂಡಳು.

ಕುಣಿತ ಮುಂದುವರಿಯಿತು. ಒಂದು ಮುಗಿದೊಡನೆಯೇ ಮುಂದಿನದಕ್ಕೆ ಬೇಡಿಕೆ ಬರುತ್ತಿತ್ತು. ಮೂಲೆಯಲ್ಲಿ ಕೂತಿದ್ದ ಊನಾಳನ್ನಾಗಲೀ ಕೆಂಚ ಹ್ಯಾನ್‌ರಾಹನನ್ನಾಗಲೀ ಸ್ವಲ್ಪ ಹೊತ್ತು ಯಾರೂ ಗಮನಿಸಲಿಲ್ಲ. ಆದರೆ ತಾಯಿಗೆ ಕಿರಿಕಿರಿಯಾಗತೊಡಗಿತು. "ಒಳಮನೆಯಲ್ಲಿ ಊಟದ ಸಿದ್ಧತೆಮಾಡಲು ಸಹಾಯ ಮಾಡು ಬಾ" ಎಂದು ಅವಳು ಮಗಳನ್ನು ಕರೆದಳು. ತಾಯಿಯ ಮಾತಿಗೆ ಎಂದೂ ಇಲ್ಲವೆನ್ನದ ಊನಾ "ಅಷ್ಟೇನು ಅವಸರ ? ಕೊಂಚ ತಡೆದು ಬರ್ತೇನೆ" ಅಂದಳು. ಹ್ಯಾನ್‌ರಾಹನ್ ತನ್ನ ಕಿವಿಯಲ್ಲಿ ಉಸುರುತ್ತಿದ್ದುದನ್ನು ಊನಾ ಕಿವಿಗೊಟ್ಟು ಕೇಳುತ್ತಾ ಕುಳಿತಿದ್ದಳು. ತಾಯಿಗೆ ಕಿರಿಕಿರಿ ಮತ್ತಷ್ಟು ಹೆಚ್ಚಾಯಿತು. ಅವಳು ಪದೇ ಪದೇ ಹತ್ತಿರ ಬಂದು ಒಲೆಯ ಬೆಂಕಿ ಕೆದಕುತ್ತಲೊ, ಬೂದಿ ಗುಡಿಸುತ್ತಲೊ ಒಂದು ನಿಮಿಷ

ನಿಂತು, ಕವಿ ತನ್ನ ಮಗಳಿಗೆ ಏನು ಹೇಳುತ್ತಿದ್ದಾನೆಂದು ಕೇಳಿಸಿಕೊಳ್ಳುತ್ತಿದ್ದಳು. ಒಂದು ಸಲ ಅವನು ಮಂಜುಬಿಳುಪಿನ ಕೈಯ ಡೀರ್‌ಡ್ರೆ*ಯ ಬಗ್ಗೆ ಹೇಳುತ್ತಾ, ಹೇಗೆ ಅವಳು ಉಸ್ನಾಚ್‌ನ ಮಕ್ಕಳ ಸಾವಿಗೆ ಕಾರಣಳಾದಳು. ಅವಳ ಕೆನ್ನೆಯ ನಾಚಿಕೆಗೆಂಪು ಅವಳಿಗಾಗಿ ರಕ್ತಸುರಿಸಿದ್ದ ದೊರೆಮಕ್ಕಳ ರಕ್ತದಷ್ಟು ಕೆಂಪಾಗಿರಲಿಲ್ಲ, ಲೋಕ ಹೇಗೆ ಅವಳ ದುಃಖವನ್ನು ಮರೆತಿಲ್ಲ ಎಂದೆಲ್ಲ ವಿವರಿಸುತ್ತಿದ್ದ. ಪ್ರಾಯಶಃ ಅವಳ ನೆನಪಿನಿಂದಾಗಿಯೊ ಏನೊ, ಜೌಗು ನೆಲದ ಪ್ಲೊವರ್ ಹಕ್ಕಿಯ ಇಂಚರ ಕೇಳಿದಾಗ, ತಮ್ಮ ಮೃತ ಸಂಗಾತಿಗಳನ್ನು ಕುರಿತು ಯುವಕರು ಹಲುಬುವ ಹಾಡಿನಲ್ಲಿನ ದುಃಖವನ್ನು ಕವಿಗಳು ಅದರಲ್ಲಿ ಗುರುತಿಸುತ್ತಾರೆ; ಇಂಥ ಕವಿಗಳು ತಮ್ಮ ಗೀತೆಗಳಲ್ಲಿ ಅವಳ ಚೆಲುವನ್ನು ತುಂಬದೆ ಹೋಗಿದ್ದರೆ ಅವಳ ನೆನಪೇ ಉಳಿಯುತ್ತಿರಲಿಲ್ಲ ಎಂದು ಹ್ಯಾನ್‌ರಾಹನ್ ಹೇಳುತ್ತಿದ್ದ. ತಾಯಿ ಮತ್ತೆ ಆ ಕಡೆ ಹೋದಾಗ ಅವನು ಏನು ಮಾತಾಡುತ್ತಿದ್ದನೆಂಬುದು ಸ್ಪಷ್ಟವಾಗಿ ತಿಳಿಯಲಿಲ್ಲ. ಆದರೆ ಅವಳಿಗೆ ಕೇಳಿಸಿದಷ್ಟು ಮಾತ್ರ – ಅದರಲ್ಲಿ ಪ್ರಾಸವಿಲ್ಲದಿದ್ದರೂ – ಕಾವ್ಯದಂತಿತ್ತು:

"ಸೂರ್ಯಚಂದ್ರರು ಹುಡುಗ ಹುಡುಗಿಯರು. ಅವರೇ ನನ್ನ ನಿನ್ನ ಜೀವ. ಅವರು ಆಕಾಶದಲ್ಲಿ ಒಂದೇ ಮುಸುಕಿನ ಕೆಳಗೊ ಎಂಬಂತೆ ಸದಾ ಪ್ರಯಾಣ ಮಾಡುತ್ತಿರುತ್ತಾರೆ. ಅವರನ್ನು ಒಬ್ಬರಿನ್ನೊಬ್ಬರಿಗೆಂದು ದೇವರು ಸೃಷ್ಟಿಸಿದ. ಪ್ರಪಂಚ ಹುಟ್ಟುವುದಕ್ಕೂ ಮೊದಲೇ ಅವನು ನನ್ನ ನಿನ್ನ ಜೀವಗಳನ್ನು ಸೃಷ್ಟಿಸಿದ. ಯಾಕೆ? ಉಳಿದವರೆಲ್ಲರೂ ಸೋತು ಗೋಡೆಗೊರಗಿದ ಮೇಲೂ ಕಣದಲ್ಲಿ ಮೇಲಿಂದ ಕೆಳಕ್ಕೆ ಹಸನಾಗಿ ನಗುನಗುತ್ತ ಕುಣಿತ ಮುಂದುವರಿಸುವ ಒಂದು ಉತ್ತಮ ನರ್ತಕರ ಜೋಡಿಯಂತೆ ನಾನೂ ನೀನೂ ಈ ಲೋಕದಲ್ಲಿ ಕುಣಿದಾಡಿ ಬರಲೆಂದು ಸೃಷ್ಟಿಸಿದ."

ಅದನ್ನು ಕೇಳಿದ ಆ ಮುದಿ ಹೆಂಗಸು ಗಂಡ ಇಸ್ಪೀಟು ಆಡುತ್ತಿದ್ದಲ್ಲಿಗೆ ಧಾವಿಸಿದಳು. ಆದರೆ ಅವನು ಅವಳನ್ನು ಗಮನಕ್ಕೆ ತೆಗೆದುಕೊಳ್ಳಲಿಲ್ಲ. ಆಗ ಅವಳು ನೆರೆಯಾಕೆಯೊಬ್ಬಳಲ್ಲಿಗೆ ಹೋಗಿ, "ಅವರನ್ನು ಬೇರ್ಪಡಿಸುವ ದಾರಿಯೇ ಇಲ್ಲವೆ?" ಎಂದು ಕೇಳಿದಳು. ಬಳಿಕ ಅವಳ ಉತ್ತರಕ್ಕೆ ಕಾಯದೆ ಅಲ್ಲಿ ಕೂತು ಮಾತನಾಡುತ್ತಿದ್ದ ಯುವಕರಿಗೆ ಆಕೆ ಸವಾಲು ಹಾಕಿದಳು:

"ಈ ಮನೆಯ ಚೆಲುವೆಯನ್ನ ಕುಣಿತಕ್ಕೆ ಸೆಳೆಯಲಾರದ ನೀವೆಲ್ಲರೂ ದಂಡಕ್ಕೆ. ಏಳಿ, ಹೋಗಿ ಅವಳನ್ನ ಆ ಕವಿಯ ಕವಿತೆಯಿಂದ ಬಿಡಿಸಿಕೊಂಡು ಬನ್ನಿ."

ಆದರೆ ಊನಾ ಅವರು ಯಾರಿಗೂ ಕಿವಿಗೊಡಲಿಲ್ಲ. ಅವರನ್ನು ಆಚೆಗಟ್ಟುವವಳಂತೆ ಸುಮ್ಮನೆ ಕೈ ಜಾಡಿಸಿದಳು.

ಆಗ ಅವರು ಹ್ಯಾನ್‌ರಾಹನನಿಗೆ ಹೇಳಿದರು:

"ನೀನು ಅವಳೊಂದಿಗೆ ಕುಣೀಬೇಕು, ಇಲ್ಲವೇ ನಮ್ಮ ಜತೆ ಕುಣಿಯೋದಕ್ಕೆ ಅವಳನ್ನು ಬಿಡಬೇಕು."

ಅವರ ಮಾತನ್ನು ಕೇಳೀ ಹ್ಯಾನ್‌ರಾಹನ್ ಅಂದ:

"ಹಾಗೋ ? ನಾನೇ ಕುಣೀತೀನಿ. ಈ ಮನೇಲಿ ನನ್ನನ್ನ ಬಿಟ್ಟು, ಅವಳ ಜತೆ ಕುಣಿಯೋರು ಬೇರೆ ಯಾರೂ ಇಲ್ಲ."

---

* 'ಡೀರ್‌ಡ್ರೆ ಅಥವಾ ಉಸ್ನಾಚ್‌ನ ಪುತ್ರರ ದುರದೃಷ್ಟ' ಎಂಬ ಪುರಾತನ ಐರಿಷ್ ಕಾವ್ಯದ ದುರಂತ ನಾಯಿಕೆ.

ಹ್ಯಾನ್‌ರಾಹನ್ ಎದ್ದು ನಿಂತ, ಊನಾಳನ್ನೂ ಎಬ್ಬಿಸಿ ನಿಲ್ಲಿಸಿದ. ಅವಳ ಕೈಹಿಡಿದು ಮುನ್ನಡೆದ. ಯುವಕರಲ್ಲಿ ಕೆಲವರು ಕುಣಿಯತೊಡಗಿದರು. ಇನ್ನು ಕೆಲವರು ಅವನ ಹರಿದ ಕೋಟು, ಮುರಿದ ಬೂಟುಗಳನ್ನು ಅಣಕಿಸತೊಡಗಿದರು. ಆದರೆ ಹ್ಯಾನ್‌ರಾಹನ್ ಅದಕ್ಕೆ ಗಮನಕೊಡಲಿಲ್ಲ. ಊನಾಳೂ ಗಮನಕೊಡಲಿಲ್ಲ. ಅವರು ಇಡೀ ಪ್ರಪಂಚ ತಮ್ಮಿಬ್ಬರಿಗಷ್ಟೇ ಸೇರಿದ್ದೆಂಬಂತೆ ಪರಸ್ಪರ ನೋಡಿದರು. ಅದೇ ಹೊತ್ತಿಗೆ, ನಲ್ಲನಲ್ಲೆಯರಂತೆ ಒಟ್ಟಾಗಿ ಕುಳಿತಿದ್ದ ಇನ್ನೊಂದು ಜೋಡಿ ಎದ್ದು ನಿಂತಿತು. ಅವರು ಒಬ್ಬರು ಇನ್ನೊಬ್ಬರ ಕೈಹಿಡಿದು, ಕಾಲು ಕುಣಿಸುತ್ತಾ ಹಾಡಿಗೆ ತಾಳ ಹಾಕತೊಡಗಿದರು. ಹ್ಯಾನ್‌ರಾಹನ್ ಕೋಪಗೊಂಡವನಂತೆ ಅವರ ಕಡೆ ಬೆನ್ನು ತಿರುಗಿಸಿ, ಕುಣಿಯುವುದನ್ನು ನಿಲ್ಲಿಸಿ ಹಾಡತೊಡಗಿದ. ಹಾಡುವಾಗ ಅವನು ಊನಾಳ ಕೈಹಿಡಿದಿದ್ದ. ಅವನ ದನಿ ಏರಿತು. ಯುವಕರು ಗೇಲಿ ಮಾಡುವುದನ್ನು ನಿಲ್ಲಿಸಿದರು. ಪಿಟೀಲಿನ ನುಡಿ ಸ್ತಬ್ಧವಾಯಿತು. ಅಲ್ಲಿ ಅವನ ಸ್ವರದ ಹೊರತು ಬೇರೇನೂ ಕೇಳಿಬರುತ್ತಿರಲಿಲ್ಲ. ಆ ಸ್ವರದಲ್ಲಿ ಬೀಸುವ ಗಾಲೀಯ ನಾದವಿತ್ತು. ಅವನು ಹಾಡುತ್ತಿದ್ದ ಹಾಡು ತಾನು ಎಲ್ಲೋ ಕೇಳಿದುದೊ, ಇಲ್ಲವೇ ಸ್ಲೀವ್ ಎಚ್‌ಗೆಯಲ್ಲಿ ಅಲೆದಾಡುವಾಗ ಸ್ವತಃ ಕಟ್ಟಿದುದೊ ಇರಬೇಕು. ಅದರ ಪಾಠ ಹೀಗಿತ್ತೆನ್ನಬಹುದು:

ಬೆಟ್ಟsದ ತಿಟ್ಟಿsನ ಮೇಲೊಂದು ಕಣಿವೆ
ರಂಗುsರಂಗೀನ ಪಟ್ಟsಣ ನಡುವೆ
ತಟ್ಟsದು ನಮಗಲ್ಲಿ ಸಾವಿsನ ನೆರಳು
ಮುಟ್ಟsದು ಮುದಿಗೈಯ ಮೂಳೆsಯ ಬೆರಳು
ಗಂಡು ಹೆಣ್ಣಿನು ಅಲ್ಲಿ ಬೆಸೆದಿsದೆ ಪ್ರೀತಿ
ಕೊಟ್ಟಷ್ಟುs ಮಿಗುವುsದೆ ಪ್ರೀತಿಯ ರೀತಿ
ವರುಷ ಹನ್ನೆರಡು ತಿಂಗsಳು ಮರಮರ ಜಗ್ಗಿ
ಕಣ್ಣರಸಿದಲ್ಲೆಲ್ಲ ಹೂ ಹಣ್ಣ ಸುಗ್ಗಿ
ಹೊಳೆಕೆsರೆ ನೆರೆಯೆದ್ದು ಹರಿದಿsದೆ ಮದ್ಯ
ಕೆಂಪಿsನ ಮದ್ಯ, ಕಂದುsಗೆಂಪಿsನ ಮದ್ಯ
ಮುದಿ ಅಜ್ಜನೆತ್ತಿsದ ತಿದಿಕೊಳಲ ಸೊಲ್ಲು
ಹಾಡಾಗಿ ಹರಿದಿsದೆ ಕಣಿವೇಲೆಲ್ಲೆಲ್ಲು
ಆ ಬಂಗಾರ ಕಣಿವೇಲಿ ಕುಣಿದಾರೆ, ನೋಡಿ
ಮಂಜು ನೀಲಿಯ ಕಣ್ಣ ರಾಣಿsರು ಕೂಡಿ.

ಬೆಟ್ಟsದ ತಿಟ್ಟಿsನ ಮೇಲೊಂದು ಕಣಿವೆ
ನಡಿ ಹೆಣ್ಣೆ, ಹೋಗೋಣ, ಆ ಕಣಿವೆ ನಡುವೆ.

ಅವನು ಅದನ್ನು ಹಾಡುತ್ತಿದ್ದಂತೆ ಊನಾ ಇನ್ನೂ ಹೆಚ್ಚು ಅವನ ಹತ್ತಿರ ಸರಿದಳು. ಅವಳ ಕೆನ್ನೆಗಳ ಕೆಂಪು ಮಾಯವಾಗಿತ್ತು. ಕಣ್ಣುಗಳಲ್ಲಿ ನೀಲಿಮೆಯಿರಲಿಲ್ಲ. ಬದಲು ಕಣ್ಣೀರು ತುಂಬಿ ಬೂದು ಬಣ್ಣ ತಳೆದಿದ್ದವು. ಯಾರು ಅವಳನ್ನು ನೋಡಿದರೂ, ಆ ಕ್ಷಣ ಅವನನ್ನು ಹಿಂಬಾಲಿಸಿ ಎಲ್ಲೆಂದರೆ ಅಲ್ಲಿಗೆ ಹೋಗಲು ಆಕೆ ಸಿದ್ಧವಾಗಿದ್ದಾಳೆಂದು ಅಂದುಕೊಳ್ಳುವಂತಿತ್ತು.

ಯುವಕರಲ್ಲೊಬ್ಬ ಕೂಗಿ ಹೇಳಿದ: "ಹುಷಾರು, ಊನಾ, ಅವನು ಹಾಡುತ್ತಿರೋ ಆ ನಾಡು ಎಲ್ಲಿದೆ? ತುಂಬ ದೂರ ಅದು. ಅದನ್ನು ತಲುಪಲು ನೀನು ಬಹಳ ದಿನ ದಾರಿ ನಡೆಯಬೇಕಾಗ್ಬಹುದು" ಇನ್ನೊಬ್ಬ ನುಡಿದ: "ಅವನ ಜತೆ ಹೋದರೆ ನೀನು ಹೋಗೋದು ಯುವಕರ ನಾಡಿಗಲ್ಲ, ಜೌಗು ನೆಲದ ಮೇಯೊ ಪ್ರಾಂತಕ್ಕೆ." ಊನಾ 'ಹೌದೆ?' ಎಂದು ಪ್ರಶ್ನಿಸುವಂತೆ ಹ್ಯಾನ್‌ರಾಹನನ ಕಡೆ ನೋಡಿದಳು. ಅವನು ಕೈಯಿಂದ ಅವಳ ಮುಖವೆತ್ತಿ ತನ್ನ ಹಾಡು, ಕೂಗುಗಳ ನಡುವೆ ಸಾರಿದ: "ಆ ದೇಶ ನಮಗೆ ತುಂಬ ಸಮೀಪ. ಅದು ನಮ್ಮ ಎಲ್ಲ ಕಡೆಯೂ ಇದೆ. ಹಿಂಬದಿಯ ಬರಡು ಬೆಟ್ಟದ ಮೇಲಿರಬಹುದು, ಕಾಡಿನ ನಟ್ಟನಡುವೆ ಇರಬಹುದು." ಬಳಿಕ ಸ್ಪಷ್ಟವಾದ ಧ್ವನಿಯಲ್ಲಿ ಆತ ಜೋರಾಗಿ ಹೇಳಿದ: "ಕಾಡಿನ ನಟ್ಟ ನಡುವೆ. ಓ, ಅಲ್ಲಿ ಸಾವು ನಮ್ಮನ್ನು ಹಿಡೀಲಾರದು. ನನ್ನೊಂದಿಗೆ ಅಲ್ಲಿಗೆ ಬರ್ತೀಯಾ, ಊನಾ?"

ಅವನು ಹಾಗೆ ಹೇಳುತ್ತಿರುವಾಗ ಇಬ್ಬರು ಮುದುಕಿಯರು ಎದ್ದು ಬಾಗಿಲ ಹೊರಗೆ ಹೋದರು. ಅಲ್ಲಿ ಊನಾಳ ತಾಯಿ ಅಳುತ್ತಿದ್ದಳು. ಅವಳೆಂದಳು:

"ಅವನು ಊನಾಳ ಮೇಲೆ ಮೋಡಿ ಹಾಕಿದಾನೆ. ಎಲ್ಲ ಸೇರಿ ಅವನನ್ನು ಮನೆಯಿಂದ ಹೊರಗೆ ಹಾಕಿ ಅಂತ ಗಂಡಸರಿಗೆ ಯಾಕೆ ಹೇಳಬಾರದು?"

ಅದಕ್ಕೆ ಒಬ್ಬಳು ಅಂದಳು:

"ಅದೊಂದನ್ನ ಮಾತ್ರ ಮಾಡೋ ಹಾಗಿಲ್ಲ. ಯಾಕೆ ಅಂದರೆ ಅವನು ನಮ್ ಗೇಲ್ ನಾಡಿನ ಕವಿ. ಗಾಲರ ಕವಿಯನ್ನು ಮನೆಯಿಂದ ಹೊರಗೆ ಅಟ್ಟಿದ್ದಾದರೆ ಅವನು ಶಾಪ ಹಾಕ್ತಾನೆ. ಆಗ ಹೊಲದಲ್ಲಿ ಕಾಳು ಒಣಗಿ ಹೋಗ್ತದೆ. ಆಕಳ ಮೊಲೆ ಬತ್ತಿ ಹೋಗ್ತದೆ. ಆ ಶಾಪ ಏಳು ವರ್ಷ ಕಾಡ್ತದೆ."

ಅದನ್ನು ಕೇಳಿ ತಾಯಿ ಹೇಳಿದಳು:

"ಹಾಗಾದ್ರೆ ದೇವರೇ ನಮ್ಮನ್ನ ಕಾಪಾಡ್ಬೇಕು. ಅಯ್ಯೋ, ಅವನನ್ನು ಯಾಕೆ ನಾನು ಮನೆಯೊಳಗೆ ಸೇರಿಸಿಕೊಂಡೆ? ಅದೂ, ಅವನಿಗೆ ಎಷ್ಟು ಕೆಟ್ಟ ಹೆಸರಿದೆ ಅಂತ ಗೊತ್ತಿದ್ದೂ!"

"ಅವನನ್ನ ಮನೆಯೊಳಕ್ಕೆ ಕರೀದೇ ಇದ್ದಿದ್ದರೆ ಏನೂ ಅನರ್ಥವಾಗ್ತಿರ್ಲಿಲ್ಲ. ಬಲವಂತವಾಗಿ ಹೊರಗಟ್ಟಿದರೆ ತುಂಬ ಕೇಡಾಗ್ತದೆ. ಆದರೆ ಯಾರೂ ಹೊರಹಾಕದೆ ಅವನು ತಾನೇತಾನಾಗಿ ಹೊರ ಹೋಗೋ ಹಾಗೆ ಮಾಡೋ ಒಂದು ಉಪಾಯ ಇದೆ, ಕೇಳಿಲ್ಲಿ."

ಕೊಂಚ ಹೊತ್ತು ಬಿಟ್ಟು ಆ ಇಬ್ಬರು ಹೆಂಗಸರೂ ಒಳಬಂದರು. ಒಬ್ಬೊಬ್ಬರ ಸೆರಗಿನಲ್ಲಿಯೂ ಒಂದೊಂದು ಹುಲ್ಲಿನ ಕಂತೆಯಿತ್ತು. ಹ್ಯಾನ್‌ರಾಹನ್ ಈಗ ಹಾಡುವುದನ್ನು ನಿಲ್ಲಿಸಿ ಊನಾಳೊಂದಿಗೆ ಮೆಲುದನಿಯಲ್ಲಿ ಬೇಗಬೇಗ ಮಾತಾಡುತ್ತಿದ್ದ– "ಮನೆ ಇಕ್ಕಟ್ಟಾಗಿರ್ಬಹುದು, ಆದರೆ ಜಗತ್ತು ವಿಶಾಲವಾಗಿದೆ. ನಿಜವಾದ ಪ್ರೇಮ ರಾತ್ರಿ–ಹಗಲು, ಸೂರ್ಯ–ನಕ್ಷತ್ರ, ಸಂಜೆಯ ನೆರಳು ಹಾಗೂ ಈ ನೆಲದ ಬೇರೆ ಯಾವುದಕ್ಕೂ ಹೆದರಬೇಕಾಗಿಲ್ಲ."

ಆಗ ತಾಯಿ ನಡುವೆ ಬಂದು ಅವನ ಬೆನ್ನು ತಟ್ಟುತ್ತ ಹೇಳಿದಳು :

"ಎಲ್ಲಿ, ಹ್ಯಾನ್‌ರಾಹನ್, ಒಂದು ಕ್ಷಣ ಕೊಂಚ ಕೈ ಕೊಡು."

ಅದಕ್ಕೆ ನೆರೆಯ ಹೆಂಗಸು ತನ್ನ ದನಿಗೂಡಿಸಿದಳು :

"ಹೌದಪ್ಪ, ಹ್ಯಾನ್‌ರಾಹನ್, ಈ ಹುಲ್ಲಿಂದ ಒಂದು ಹಗ್ಗ ಹುರಿ ಮಾಡೋದಕ್ಕೆ ನಮಗೊಂದಿಷ್ಟು ಸಹಾಯ ಮಾಡ್ತೀಯ? ಯಾಕೇಂದ್ರೆ ಒಳ್ಳೆ ಕೈಚಳಕದವನು ನೀನು. ಒಂದು ಬಿರುಗಾಳಿ ಬೀಸಿ ಹುಲ್ಲಿನ ಬಣವೆಯ ಸೂರು ಸಡಿಲವಾಗಿದೆ."

"ಓಹೋ, ಅದಕ್ಕೇನಂತೆ," ಅಂದ ಹ್ಯಾನ್‌ರಾಹನ್. ಕೈಯಲ್ಲಿ ಕೋಲಿನ ತುಂಡನ್ನು ಹಿಡಿದು, ತಾಯಿ ಹುಲ್ಲನ್ನು ಕೊಡುತ್ತ ಹೋದಂತೆ ಅವನು ಅದನ್ನು ತಿರುವುತ್ತ ಹೋದ. ಬೇಗ ಮುಗಿಸಿ ಕೈ ತೆರವು ಮಾಡಿಕೊಳ್ಳಬೇಕೆಂದು ಅವನು ಅವಸರವಾಗಿ ತಿರುವಲು ತೊಡಗಿದ. ಅವನು ತಿರುವಿದಷ್ಟೂ ಹೆಂಗಸರು ಹುಲ್ಲು ಕೊಡುತ್ತಾ ಹೋದರು. ಅವರು ಜತೆ ಜತೆಗೇ ಮಾತಾಡುತ್ತಾ, ತಾವು ಅಂತಹ ಹುರಿಗಾರನನ್ನೇ ನೋಡಿರಲಿಲ್ಲ. ಇತರ ಯುವಕರಿಗಿಂತೆಲ್ಲ ಆತ ಮೇಲು ಎಂದು ಹುರಿದುಂಬಿಸತೊಡಗಿದರು. ತಾನು ಹುಲ್ಲು ತಿರುವಿ ಹುರಿ ಮಾಡುವುದನ್ನು ಊನಾ ನೋಡುತ್ತಿದ್ದುದನ್ನು ಅವನು ಗಮನಿಸಿದ. ತನ್ನ ಕೈಯ ಚುರುಕು, ತಲೆಯಲ್ಲಿನ ಬುದ್ಧಿ, ರಟ್ಟೆಯ ಬಲಗಳ ಬಗ್ಗೆ ಜಂಬ ಕೊಚ್ಚಿಕೊಳ್ಳುವವನಂತೆ ಅವನು ತಲೆಯನ್ನು ಮೇಲೆತ್ತಿ ಬೇಗಬೇಗ ಹುರಿ ಮಾಡತೊಡಗಿದ. ಹಾಗೆ ಜಂಬ ತೋರಿಸುತ್ತಾ ಹಿಂದು ಹಿಂದಕ್ಕೆ, ಹಿಂದಿನ ತೆರೆದ ಬಾಗಿಲವರೆಗೂ ಹುರಿ ಮಾಡುತ್ತಾ ಆತ ಹೋದ. ಅಲ್ಲಿಂದ ಹೊಸಲು ದಾಟಿ, ತಾನು ಬೀದಿಗೆ ಬಂದುದೇ ಅವನಿಗೆ ಗೊತ್ತಾಗಲಿಲ್ಲ. ಅವನು ಹೊಸಲು ದಾಟಿದುದೇ ತಡ, ತಾಯಿ ಮುನ್ನುಗ್ಗಿ ಹುರಿಯನ್ನು ಅವನ ಮೇಲೆಸೆದು, ಬಾಗಿಲು, ಕಿರುಬಾಗಿಲುಗಳೆರಡನ್ನೂ ಬಡಿದು ಅಗಣಿ ಹಾಕಿದಳು.

ಹಾಗೆ ಮಾಡಿದೆನೆಂದು ಅವಳಿಗೆ ಸಂತೋಷವಾಯಿತು. ಅವಳು ಜೋರಾಗಿ ನಕ್ಕಳು. ಅಲ್ಲಿದ್ದ ನೆರೆಯವರೂ ನಗುತ್ತಾ ಅವಳನ್ನು ಹೊಗಳಿದರು. ಹ್ಯಾನ್‌ರಾಹನ್ ಹೊರಗೆ ಬಾಗಿಲು ಬಡಿಯುತ್ತಾ ಶಾಪ ಹಾಕುತ್ತಿದ್ದುದು ಕೇಳಿಸಿತು. ಊನಾ ಬಾಗಿಲು ತೆಗೆಯಲೆಂದು ಅಗಣಿಯ ಮೇಲೆ ಕೈಯಿಡಹೋದಳು. ತಾಯಿ ಕ್ಷಣ ಮಾತ್ರದಲ್ಲಿ ಅದನ್ನು ತಪ್ಪಿಸಿ, ಪಿಟೀಲಿನವನಿಗೆ ಸನ್ನೆ ಮಾಡಿದಳು. ಅವನು ಒಂದು ನುಡಿಯೆತ್ತಿದ. ಯುವಕರಲ್ಲೊಬ್ಬ ಊನಾಳ ಒಪ್ಪಿಗೆಯನ್ನೂ ಕೇಳದೆ ಅವಳ ಕೈ ಹಿಡಿದು ಕುಣಿತದ ಸೆಳವಿಗೆ ಎಳೆದು ತಂದ. ಅದು ಮುಗಿದು ಪಿಟೀಲಿನ ಶಬ್ದ ನಿಂತಾಗ, ಹೊರಗೆ ಯಾವೊಂದು ಸದ್ದೂ ಇರಲಿಲ್ಲ. ರಸ್ತೆ ಮೊದಲಿನಂತೆ ಸ್ತಬ್ಧವಾಗಿತ್ತು.

ಹ್ಯಾನ್‌ರಾಹನನಿಗೆ ತನ್ನನ್ನು ಹೊರದೂಡಿದ್ದಾರೆ. ಇನ್ನು ಆ ರಾತ್ರಿ ತಂಗಲು ನೆಲೆಯಿಲ್ಲ, ಕುಡಿತಕ್ಕೆ ಮದ್ಯವಿಲ್ಲ, ಮಾತಿಗೆ ಕಿವಿಗೊಡುವ ಹೆಣ್ಣಿಲ್ಲ ಎಂದು ಅರಿವಾದಾಗ, ಅವನ ಕೋಪ ಧೈರ್ಯಗಳು ಕುಂದಿದವು. ಅವನು ಅಲೆಯೆದ್ದು ಬಡಿಯುತ್ತಿದ್ದ ಕಡಲ ದಂಡೆಗೆ ನಡೆದ. ಒಂದು ದೊಡ್ಡ ಬಂಡೆಯ ಮೇಲೆ ಕುಳಿತು, ಬಲದೋಳನ್ನು ಬೀಸುತ್ತ ಮೆಲುದನಿಯಲ್ಲಿ ತನಗೆ ತಾನೇ ಹಾಡಿಕೊಳ್ಳತೊಡಗಿದ. ಅವನು ಯಾವಾಗಲೂ ಎಲ್ಲರಿಂದಲೂ ವಂಚಿತನಾದಾಗ ತನಗೆ ತಾನೇ ಧೈರ್ಯ ತಂದುಕೊಳ್ಳಲು ಹಾಗೆ ಮಾಡುತ್ತಿದ್ದ. ಈವೊತ್ತಿಗೂ 'ಹುರಿಯ ಹಾಡು' ಎಂದು ಪ್ರಸಿದ್ಧವಾಗಿರುವ 'ನನ್ನನ್ನಿಲ್ಲಿಗೆ ನೂಕಿದುದು ಅದಾವ ಸತ್ತ ಬೆಕ್ಕು?' ಎಂಬ ನುಡಿಯಿಂದ ಮೊದಲಾಗುವ ಆ ಹಾಡನ್ನು ಅವನು ಕಟ್ಟಿದುದು ಆಗಲೊ ಅಥವಾ ಬೇರೆ ಯಾವಾಗಲಾದರೊ ಎಂದು ಯಾರಿಗೂ ತಿಳಿಯದು.

ಕೊಂಚ ಹೊತ್ತು ಹಾಡಿದ ಮೇಲೆ ಅವನ ಸುತ್ತ ಮಂಜೂ ನೆರಳೂ ಕವಿಯ ತೊಡಗಿದವು. ಒಮ್ಮೆ ಸಮುದ್ರದಾಳದಿಂದ ಬಂದಂತೆ, ಮತ್ತೊಮ್ಮೆ ಸಮುದ್ರದ ಮೇಲೆ ಚಲಿಸಿ ಹೋಗುತ್ತಿರುವಂತೆ ಅವು ಕಾಣುತ್ತಿದ್ದವು. ಆ ನೆರಳುಗಳಲ್ಲೊಂದು ತಾನು ಸ್ಲೀವ್ ಎಚ್‌ಗೆಯಲ್ಲಿ ನೋಡಿದ್ದ, ಮಲಗಿ ನಿದ್ರಿಸುತ್ತಿದ್ದ ವಿಚಿತ್ರ ಹೆಂಗಸಿನದೆಂಬಂತೆ ಅವನಿಗೆ ತೋರಿತು. ಈಗ ಅವಳು ತನ್ನ ಹಿಂದುಗಡೆಯಿದ್ದವರಿಗೆ ಕೂಗಿ ಹೇಳಿಕೊಂಡು ಅಣಕಿಸುತ್ತಿದ್ದಳು – "ಅವನು ದುರ್ಬಲ, ದುರ್ಬಲ, ಅವನಿಗೆ ಧೈರ್ಯ ಸಾಲದಾಯಿತು" ಕೈಗಳಲ್ಲಿನ್ನೂ ಹುರಿಯ

ಎಳೆಗಳಿರುವಂತೆ ಭಾಸವಾಗಿ, ಅವನು ಅದನ್ನು ತಿರುವುತ್ತಲೇ ಹೋದ. ಹಾಗೆ ತಿರುವಿದಂತೆ ಜಗತ್ತಿನ ದುಃಖವೆಲ್ಲ ಅದರಲ್ಲಿ ತುಂಬಿದೆಯೆನ್ನಿಸಿತು. ಆಮೇಲೆ ಆ ಹಗ್ಗ ಅವನ ಕನಸಿನಲ್ಲಿ ಒಂದು ದೈತ್ಯಾಕಾರದ ನೀರ ಹುಳುವಾಗಿ ಮಾರ್ಪಟ್ಟಂತೆ ತೋರಿತು. ಅದು ಸಮುದ್ರದಾಳದಿಂದ ಬಂದಿತ್ತು. ಅವನ ಸುತ್ತ ಸುತ್ತಿಕೊಂಡು, ಬಿಗಿಯಾಗಿ ಅದುಮುತ್ತ ಅವನನ್ನು ಹೆಡಮುರಿಗಟ್ಟಿತು. ಇಡೀ ಭೂಮ್ಯಾಕಾಶಗಳೇ ಅದರಲ್ಲಿ ಸುತ್ತಿಕೊಳ್ಳುವವರೆಗೂ, ಸ್ವತಃ ನಕ್ಷತ್ರಗಳೇ ಅದರ ಚರ್ಮದ ಪದರಗಳಾಗಿ ಮಿನುಗುವವರೆಗೂ ಅದು ಆಕಾರದಲ್ಲಿ ದೊಡ್ಡದಾಗುತ್ತ ಹೋಯಿತು. ಕೊನೆಗೆ ಅವನು ಅದರಿಂದ ಬಿಡಿಸಿಕೊಂಡು ಸಮುದ್ರದ ದಂಡೆಯ ಮೇಲೆ ನಡುಗುತ್ತ, ಮೈ ಕೊಡವಿಕೊಳ್ಳುತ್ತ ನಡೆದುಹೋದ. ಅವನ ಸುತ್ತಮುತ್ತ ಎಲ್ಲೆಲ್ಲೂ ಬೂದುಬಣ್ಣದ ಆಕೃತಿಗಳು ಹಾರಾಡುತ್ತಿದ್ದವು. ಅವು ಹೀಗೆ ಹೇಳುತ್ತಿದ್ದವು – "ಶೀಧೆಯ* ಹೆಣ್ಣುಮಕ್ಕಳ ಕರೆಯನ್ನು ನಿರಾಕರಿಸಿದವನ ಪಾಡುಬೇಡ. ಬದುಕು, ಕಾಲಗಳ ಕೊನೆಯವರೆಗೂ ಭೂಮಿಯ ಯಾವ ಹೆಂಗಸಿನ ಪ್ರೀತಿಯಲ್ಲಿಯೂ ಅವನಿಗೆ ಸಮಾಧಾನ ಸಿಗದು. ಅವನ ಎದೆಯಲ್ಲಿ ಸದಾ ಗೋರಿಯ ಕೊರೆತ ಮನೆ ಮಾಡಿರುತ್ತದೆ. ಅವನು ಆರಿಸಿದುದು ಸಾವನ್ನು. ಅವನು ಸಾಯಲಿ ! ಅವನು ಸಾಯಲಿ ! ಅವನು ಸಾಯಲಿ !"

---

* ಶೀಧೆ – ಐರಿಷ್ ಪುರಾಣ ಕಥೆಗಳ ಕಿನ್ನರಿ.

○ ಸ್ಯಾಮ್ಯುಯೆಲ್ ಬೆಕೆಟ್

ದಾಂತೆ* ಮತ್ತು ಏಡಿ

ಬೆಳಗಿನ ಹೊತ್ತು. ಚಂದ್ರ ಪ್ರಕರಣದ ಮೊದಲನೆಯ ಅಧ್ಯಾಯದಲ್ಲಿ ಬೆಲಾಕ್ವುವ ಸಿಕ್ಕಿಬಿದ್ದಿದ್ದ. ಅವನ ಕಾಲು ಹಿಂದಕ್ಕಾಗಲೀ ಮುಂದಕ್ಕಾಗಲೀ ಚಲಿಸಲಾಗದಷ್ಟು ಕೆಸರಿನಲ್ಲಿ ಹೂತಿತ್ತು. ಆನಂದಮಯಿ ಬಿಯಾಟ್ರಿಸ್ ಅಲ್ಲಿದ್ದಳು, ದಾಂತೆಯೂ ಇದ್ದ. ಅವಳು ಬೆಲಾಕ್ವುವನಿಗೆ ಚಂದ್ರನ ಕಲೆಗಳನ್ನು ವರ್ಣಿಸಿ ಹೇಳಿದಳು. ಎಲ್ಲಕ್ಕಿಂತ ಮೊದಲು ಬೆಲಾಕ್ವುವ ಎಲ್ಲಿ ಎಡವಿದ್ದ ನೆಂಬುದನ್ನು ತೋರಿಸಿಕೊಟ್ಟಳು; ಆಮೇಲೆ ತನ್ನದೇ ವಿವರಣೆ ಯನ್ನು ಮುಂದಿಟ್ಟಳು. ಆ ಜ್ಞಾನ ಅವಳಿಗೆ ದೈವಿಕ ವರವಾಗಿ ಬಂದಿತ್ತು. ಆದ್ದರಿಂದ ಪ್ರತಿಯೊಂದು ವಿಷಯದಲ್ಲಿಯೂ ಅವಳ ವಿವರಣೆ ನಿಷ್ಕೃಷ್ಟ ಎಂದು ಒಪ್ಪಬಹುದಾಗಿತ್ತು. ಅವಳನ್ನು ಹೆಜ್ಜೆ ಹೆಜ್ಜೆಯಾಗಿ ಅನುಸರಿಸುವುದಷ್ಟೇ ಅವನು ಮಾಡಬೇಕಾಗಿದ್ದ ಕೆಲಸ. ಮೊದಲನೆಯ ಭಾಗ – 'ಖಂಡನೆ'. ಅದು ಸುಲಭ ಪ್ರಯಾಣ. ಅವಳು ತನ್ನ ವಾದದ ಬೀಜಾಂಶವನ್ನು ಸ್ಪಷ್ಟವಾಗಿ ಮಂಡಿಸಿದಳು. ಹೇಳುವುದನ್ನು ಯಾವ ಆಡಂಬರವೂ ಇಲ್ಲದೆ, ಕಾಲಹರಣ ಮಾಡದೆ ಹೇಳಿದಳು. ಎರಡನೆಯದು – 'ನಿರೂಪಣೆ'. ತಲೆಬಾಲಗಳೊಂದೂ ತಿಳಿಯದಷ್ಟು ದಟ್ಟವಾಗಿತ್ತು. 'ಅಪ್ರಮಾಣ ಸಾಧನೆ'. 'ಪುನಃ ಪ್ರಮಾಣ'ಗಳು ಸ್ಪಷ್ಟವಾಗಿದ್ದುವು. ಆಮೇಲೆ ಬಂದದ್ದು 'ಪ್ರಮಾಣ', ಸತ್ಯಸಂಗತಿಗಳ ಶೀಘ್ರ

---

* ದಾಂತೆ ಅಲಿಘಿಯೆರಿ (ಕ್ರಿ.ಶ. 1265–1321) ಇಟಲಿಯ ಅತ್ಯಂತ ಶ್ರೇಷ್ಠ ಕವಿ. 'ಡಿವೈನ್ ಕಾಮೆಡಿ' (ದೈವೀಲೀಲೆ) ಎಂಬ ಲೋಕವಿಖ್ಯಾತ ಕಾವ್ಯದ ಕರ್ತೃ. ನರಕ ಲೋಕ, ಶುದ್ಧೀಕರಣ ಲೋಕ ಮತ್ತು ಸ್ವರ್ಗ ಲೋಕಗಳಲ್ಲಿ ಕವಿ ದಾಂತೆಯ ಕಾಲ್ಪನಿಕ ಪ್ರವಾಸವೇ ಕಾವ್ಯದ ವಸ್ತು. ನರಕ ಮತ್ತು ಶುದ್ಧೀಕರಣ ಲೋಕಗಳ ಪ್ರವಾಸ ಪುರಾತನ ರೋಮನ್ ಕವಿ ವರ್ಜಿಲ್‌ನ ಮಾರ್ಗದರ್ಶನದಲ್ಲಿ. ಸ್ವರ್ಗಲೋಕ ಪ್ರವಾಸದ ಮಾರ್ಗದರ್ಶಿ ಕ್ರಿ.ಶ. 1290ರಲ್ಲಿ ಮೃತಳಾಗಿದ್ದ, ದಾಂತೆಯ 'ಪರಿಶುದ್ಧ ಪ್ರೇಮ'ಕ್ಕೆ ಪಾತ್ರಳಾಗಿದ್ದ ಬಿಯಾಟ್ರಿಸ್.
ಪ್ರಸ್ತುತ ಕಥೆಯಲ್ಲಿನ ಬೆಲಾಕ್ವುವ ಈ ಮಹಾಕಾವ್ಯದ 'ಸ್ವರ್ಗಲೋಕ' ವಿಭಾಗವನ್ನು ಅಭ್ಯಸಿಸುತ್ತಿರುವ ಒಬ್ಬ ವಿದ್ಯಾರ್ಥಿ.

ನಿರೂಪಣೆ. ಬೆಲಾಕ್ವುವ ನಿಜವಾಗಿಯೂ ಸಿಕ್ಕಿ ಬಿದ್ದಿದ್ದ. ಅವನಿಗೆ ಬೇಸರವೂ ಆಗಿತ್ತು. ಪಿಕಾರ್ಡಾಗೆ ಹೋಗಲು ಮನಸ್ಸು ತವಕ ಪಡುತ್ತಿತ್ತು. ಇಷ್ಟಾದರೂ ಆ ರಹಸ್ಯವನ್ನು ಕುರಿತು ಆತ ಚಿಂತಿಸದೆ ಬಿಡಲಿಲ್ಲ. ತಾನು ಸೋತೆನೆಂದು ಅವನು ಸುಲಭವಾಗಿ ಒಪ್ಪಿಕೊಳ್ಳುವವನಲ್ಲ. ಕೊನೆಗೆ, ಪದಗಳ ಅರ್ಥ, ಅವನ್ನು ಓದುವ ಕ್ರಮ, ಕವಿಯ ತಪ್ಪು ತಿಳುವಳಿಕೆಗೆ ಅವುಗಳಿಂದ ದೊರೆತ ಸಮಾಧಾನದ ಸ್ವರೂಪ – ಇವುಗಳನ್ನಾದರೂ ಅವನು ಅರ್ಥಮಾಡಿಕೊಳ್ಳಬೇಕಾಗಿತ್ತು. ಹೀಗಾಗಿ ಅದೆಲ್ಲ ಮುಗಿದ ಮೇಲೆ ಅವನ ಮನಸ್ಸು ಉಲ್ಲಾಸಗೊಂಡಿತು. ತನ್ನ ಅಭಿಪ್ರಾಯ ತಪ್ಪಾಗಿತ್ತೆಂದು ಒಪ್ಪಿದ ಸಂಕೇತವಾಗಿ ಭಾರವಾದ ತಲೆಯನ್ನೆತ್ತಿ ವಂದನೆ ಸೂಚಿಸಿದ.

ಅವನಿನ್ನೂ ಆ ಅಭೇದ್ಯವಾದ ಕಾವ್ಯಭಾಗದ ಗೋಡೆಗೆ ತಲೆ ಚಚ್ಚಿಕೊಳ್ಳುತ್ತಿರುವಾಗಲೇ ನಡುಹಗಲಿನ ಗಂಟೆ ಹೊಡೆಯಿತು. ಅವನು ಆ ಕ್ಷಣ ಗುಂಡಿಯೊತ್ತಿ ಬುದ್ಧಿಯ ಕೆಲಸ ನಿಲ್ಲಿಸಿದ. ಪುಸ್ತಕದ ಅಡಿಯಲ್ಲಿ ಬೆರಳುಗಳನ್ನು ಸರಿಸಿ ಅದನ್ನು ಇಡಿಯಾಗಿ ತನ್ನ ಅಂಗೈಗಳ ಮೇಲೆ ಕೂರಿಸಿದ. ಈಗ 'ಡಿವೈನ್ ಕಾಮೆಡಿ' ಅಂಗೈಪೀಠದಲ್ಲಿ ಮುಖ ಮೇಲಾಗಿ ಕೂತುಕೊಂಡಿತು. ಆ ಸ್ಥಿತಿಯಲ್ಲಿ ಆತ ಅದನ್ನು ಕಣ್ಣಿನ ನೇರಕ್ಕೆ ಮೇಲೆತ್ತಿ ಠಪ್ಪನೆ ಮುಚ್ಚಿದ. ಅದರ ಕಡೆ ವಕ್ರನೋಟ ಬೀರುತ್ತ ಕೈಯ ಹಿಮ್ಮಡಿಯಿಂದ ಅದರ ರಟ್ಟನ್ನೊತ್ತಿ ಕ್ಷಣಕಾಲ ಎತ್ತಿಹಿಡಿದ. ಆಮೇಲೆ ಅದನ್ನು ಪಕ್ಕಕ್ಕಿಟ್ಟ.

ಕುರ್ಚಿಯ ಬೆನ್ನಿಗೆ ಆತ ಒರಗಿದ. ಮನಸ್ಸು ಶಾಂತವಾಗತೊಡಗಿ, ಆ ಕ್ಷುದ್ರ ಶಾಸ್ತ್ರ ವಿಷಯದ ತುರಿಕೆ ಶಮನವಾದಂತೆ ಅನಿಸಿತು. ಮನಸ್ಸು ತಿಳಿಯಾಗುವವರೆಗೆ ಬೇರೆ ಏನನ್ನೂ ಮಾಡುವಂತಿರಲಿಲ್ಲ. ಅದು ನಿಧಾನವಾಗಿ ತಿಳಿಯಾಯಿತು. ಈಗ ಮುಂದೇನು ಮಾಡುವುದೆಂದು ಯೋಚಿಸುವ ಧೈರ್ಯಮಾಡಿದ. ಮಾಡಲು ಸದಾ ಮುಂದಿನದೊಂದು ಸಿದ್ಧವಾಗಿಯೇ ಇರುತ್ತದಲ್ಲವೆ ? ಕಣ್ಣಮುಂದೆ ಮೂರು ಮಹಾ ಕರ್ತವ್ಯಗಳು ಕಾಣಿಸಿಕೊಂಡವು. ಮೊದಲನೆಯದು ಮಧ್ಯಾಹ್ನದ ಊಟ. ಆಮೇಲೆ ಏಡಿ. ಬಳಿಕ ಇಟಲಿ ಭಾಷೆಯ ಪಾಠ. ಮುಂದುವರಿಸಲು ಇಷ್ಟು ಸಾಕು. ಇಟಲಿ ಭಾಷೆಯ ಪಾಠದ ಅನಂತರ ಏನೆಂದು ಸ್ಪಷ್ಟವಾದ ಯೋಚನೆಯಿರಲಿಲ್ಲ. ಅಪರಾಹ್ನಕ್ಕೂ ಸಂಜೆಗೂ ನಡುವೆ ಯಾರಾದರೂ ಯಾವುದಾದರೊಂದು ಕ್ಷುಲ್ಲಕವಾದ ಪಾಠಕ್ರಮವನ್ನು ಗೊತ್ತುಮಾಡಿಯೇ ಇರುತ್ತಾರೆ. ಅದೇನೆಂದು ಆತನಿಗೆ ತಿಳಿದಿರಲಿಲ್ಲ. ಏನಾದರೇನು ಈಗ ಮುಖ್ಯವಾಗಿ ಆಗಬೇಕಾದದ್ದು ಒಂದು, ಊಟ; ಎರಡು, ಏಡಿ; ಮೂರು, ಇಟಲಿ ಭಾಷೆಯ ಪಾಠ. ಮುಂದುವರಿಯಲು ಇಷ್ಟೇ ಬೇಕಾದಷ್ಟು ಸಾಕು. ಸರಿಯಾಗಿ ನೆರವೇರಿದರೆ ಊಟ ಬಲು ಸೊಗಸಾದ ವಿಷಯ. ಊಟ ಆನಂದದಾಯಕವಾಗಿರ ಬೇಕಾದರೆ – ನಿಜವಾಗಿ ಅದು ಬಹಳ ಆನಂದದಾಯಕವಾಗಿರಲು ಸಾಧ್ಯ! ಅದನ್ನು ಸಿದ್ಧಮಾಡಲು ಪರಿಪೂರ್ಣವಾದ ಮನಃಶಾಂತಿಯಿರಬೇಕು. ಏನಾದರೂ ಅಡ್ಡಿಯಾದರೆ, ಯಾವನಾದರೊಬ್ಬ ಬಡಬಡಕ ಒಂದು ಮನವಿಯೊಂದಿಗೊ ಇಲ್ಲವೇ ಮಹಾವಿಚಾರ ದೊಂದಿಗೊ ಬೀಸಿಬಂದರೆ ಮುಗಿಯಿತು, ಊಟ ಮಾಡದಿರುವುದೇ ಲೇಸು. ಯಾಕೆಂದರೆ ಆಗ ಊಟ ನಾಲಗೆಗೆ ಕಹಿಯಾಗುತ್ತದೆ. ಇಲ್ಲ, ಇನ್ನೂ ಕೇಡೆಂದರೆ, ರುಚಿ ಕಳೆದುಕೊಂಡು ಸಪ್ಪೆಯಾಗುತ್ತದೆ. ಊಟ ಸಿದ್ಧಮಾಡುವಾಗ ಕಟ್ಟುನಿಟ್ಟಾಗಿ ತಾನೊಬ್ಬನೇ ಇರಬೇಕು; ಸಂಪೂರ್ಣ ಶಾಂತಿ, ಏಕಾಂತಗಳಿರಬೇಕು.

ಈಗ ಮೊದಲು ಮಾಡಬೇಕಾದ ಕೆಲಸವೆಂದರೆ ಬಾಗಿಲಿಗೆ ಅಗಳಿ ಇಕ್ಕುವುದು. ಇನ್ನು ಯಾರೂ ಬರುವ ಹಾಗಿಲ್ಲ. ಬೆಲಾಕ್ವುವ ಹಳೆಯ ಹೆರಾಲ್ಡ್ ಪತ್ರಿಕೆಯೊಂದನ್ನು ಕೆಲಸಕ್ಕೆ

ಹಚ್ಚಿದ. ಅದನ್ನು ಮೇಜಿನ ಮೇಲೆ ಹಾಸಿ, ಕೈಯಿಂದ ಸವರಿ ಸಮಮಾಡಿದ. ಅದರ ಪುಟದಿಂದ ಹಂತಕ ಮೆಕಾಬೆಯ ಆಕರ್ಷಕವೆನ್ನಬಹುದಾದ ಮುಖ ಅವನನ್ನು ದುರುಗುಟ್ಟಿ ನೋಡಿತು. ಬೆಲಾಕ್ವುವ ಗ್ಯಾಸಿನ ಬಳೆಯನ್ನು ಹೊತ್ತಿಸಿ, ಮೊಳೆಗೆ ನೇತು ಹಾಕಿದ್ದ ಆಸ್‌ಬೆಸ್ಟಸ್ ಜಾಲರಿಯ ಚಚ್ಚೌಕನಾದ ಚಪ್ಪಟೆಯ ಟೋಸ್ಟರನ್ನು ಕಳಚಿ ತೆಗೆದು, ಉರಿಯ ಮೇಲೆ ಓರಣವಾಗಿಟ್ಟ. ಉರಿ ಕಡಿಮೆ ಮಾಡುವುದು ಅಗತ್ಯವೆನಿಸಿತು. ಟೋಸ್ಟನ್ನು ಯಾವಾಗಲೂ ತುಂಬ ಅವಸರದಲ್ಲಿ ಮಾಡಬಾರದು. ಕಾಯಿದೆಯಂತೆ ಬ್ರೆಡ್ ಒಳತನಕ ಸುಡಬೇಕಾದರೆ ಸ್ಥಿರವಾದ ಸಣ್ಣ ಉರಿಯೇ ಆಗಬೇಕು. ಇಲ್ಲವಾದರೆ ಹೊರಭಾಗ ಕರಕಲಾಗಿ ಒಳಭಾಗ ಹಸಕಲಾಗಿರುತ್ತದೆ. ಅವನಿಗೆ ಉಳಿದೆಲ್ಲಕ್ಕಿಂತ ಹೆಚ್ಚು ಹೇಸಿಗೆ ತರುವ ವಿಷಯ ಯಾವುದಾದರೂ ಇದ್ದದ್ದಾದರೆ, ಅದು ಹಸಕಲು ಹಿಟ್ಟಿಗೆ ಹಲ್ಲೂರಿ, ಭಾವಭಂಗವನ್ನನುಭವಿಸುವುದು. ಅದನ್ನು ನೆಟ್ಟಗೆ ಮಾಡುವುದು ಎಷ್ಟು ಸುಲಭದ ಕೆಲಸ! ಆದ್ದರಿಂದ ಉರಿಯನ್ನು ನಿಗದಿ ಮಾಡಿ ಜಾಲರಿಯನ್ನು ಹೊಂದಿಸಿಟ್ಟರೆ, ಬ್ರೆಡ್ಡನ್ನು ಕತ್ತರಿಸುವ ಹೊತ್ತಿಗೆ ಅದು ಕಾದಿರುತ್ತದೆ ಎಂದು ಅವನು ಯೋಚಿಸಿದ. ಈಗ ಬಿಸ್ಕಟ್ ಡಬ್ಬದೊಳಗಿಂದ ಉದ್ದನೆಯ ಪೀಪಾಯಿಯಾಕಾರದ ಬ್ರೆಡ್ ಹೊರಬಂತು. ಮೆಕಾಬೆಯ ಮುಖದ ಮೇಲೆ ಅದರ ತುದಿ ನೇರಗೊಂಡಿತು. ಅನಂತರ ಬ್ರೆಡ್ ಕತ್ತರಿಸುವ ಕಿರು ಗರಗಸದಲ್ಲಿ ಎರಡೇ ಎರಡು ಕಠೋರವಾದ ಸುತ್ತು, ಅವನ ಊಟದ ಜೀವಾಳವಾದ ಹಸಿ ಬ್ರೆಡ್ಡಿನ ಒಂದು ಜತೆ ಬಿಲ್ಲೆಗಳು ಅವನ ಸಂತೋಷವನ್ನು ಎದುರು ನೋಡುತ್ತಾ ಮುಂದೆ ಬಿದ್ದವು. ಬ್ರೆಡ್ಡಿನ ಉಳಿದ ಮೊಂಡು ಭಾಗ ಮತ್ತೆ ತನ್ನ ಬಂದೀಖಾನೆ ಸೇರಿತು. ಬ್ರೆಡ್ಡಿನಿಂದ ಉದುರಿದ ತುಣುಕುಗಳು ಈ ವಿಶಾಲ ಜಗತ್ತಿನಲ್ಲಿ ಗುಬ್ಬಚ್ಚಿಗಳೇ ಇಲ್ಲವೇನೊ ಎಂಬಂತೆ ರೋಷದಿಂದ ಗುಡಿಸಲ್ಪಟ್ಟು ಕೆಳಗೆ ಬಿದ್ದವು. ಬೆಲಾಕ್ವುವ ಬ್ರೆಡ್ಡಿನ ಬಿಲ್ಲೆಗಳನ್ನೆತ್ತಿ ಜಾಲರಿಯ ಮೇಲಿಟ್ಟ. ಈ ಎಲ್ಲ ಪೂರ್ವ ಕ್ರಿಯೆಗಳೂ ಆತುರದಲ್ಲಿ ಅನಾತ್ಮೀಯವಾಗಿ ನಡೆದುಹೋದವು.

ನಿಜವಾದ ಕೈಚಳಕದ ಅವಶ್ಯಕತೆಯಿರುವುದು ಈಗ. ಸಾಧಾರಣ ಜನ ಇಡೀ ವ್ಯವಹಾರವನ್ನು ಕುಲಗೆಡಿಸುವುದು ಈ ಘಟ್ಟದಲ್ಲಿಯೇ. ಬೆಲಾಕ್ವುವ ಮೆತ್ತನೆಯ ಬ್ರೆಡ್ಡನ್ನು ಕೆನ್ನೆಗೊತ್ತಿಕೊಂಡ. ಅದು ಸ್ಪಂಜಿನಂತೆ ಗೂಡು ಗೂಡಾಗಿ ಬೆಚ್ಚಗೆ ಜೀವಂತವಾಗಿತ್ತು. ಆದರೆ ಅದರ ಮೃದುವಾದ ಸ್ಪರ್ಶ ಅನತಿಕಾಲದಲ್ಲಿಯೇ ಕೊನೆಗಾಣಲಿತ್ತು. ಬಹುಬೇಗ ಅವನು ಅದರ ಆ ಕೊಬ್ಬಿದ ಬಿಳಿಯ ಮುಖವನ್ನು ಅಳಿಸಿ ಹಾಕುವವನಿದ್ದ. ಉರಿಯನ್ನು ಹೌದೋ ಅಲ್ಲವೋ ಎನ್ನುವಂತೆ ಒಂದಿಷ್ಟು ಕೆಳಮಾಡಿ, ಕೆಂಪಗೆ ಹೊಳೆಯುತ್ತಿದ್ದ ಜಾಲರಿಯ ಮೇಲೆ ಮುಖ ಜೋಲಾದ ಬ್ರೆಡ್ಡಿನ ಬಿಲ್ಲೆಯೊಂದನ್ನು ಆತ ಫಟ್ಟನೆ, ನಿಷ್ಕೃಷ್ಟವಾಗಿ ತೂರಿಸಿದ. ಇಡೀ ಚಿತ್ರ ಜಪಾನಿ ಬಾವುಟವನ್ನು ಹೋಲುತ್ತಿತ್ತು. ಹದವಾಗಿ ಸುಡುವಂತೆ ಎರಡನ್ನೂ ಅಕ್ಕಪಕ್ಕದಲ್ಲಿ ಜತೆಯಾಗಿಡುವಷ್ಟು ಅಲ್ಲಿ ಸ್ಥಳವಿರಲಿಲ್ಲ. ಆದ್ದರಿಂದ ಅವನು ಎರಡನೆಯದನ್ನು ಮೊದಲನೆಯದರ ಮೇಲೆ ಬಿಸಿಯಾಗಲೆಂದಿಟ್ಟ. ಯಾಕೆಂದರೆ ಹದವಾಗಿ ಸುಡಲಾಗದಿದ್ದರೆ ಈ ತೊಂದರೆ ತೆಗೆದುಕೊಳ್ಳುವುದಕ್ಕಿಂತ ಸುಮ್ಮಗಿರುವುದೇ ಲೇಸು. ಮೊದಲನೆಯದು ಸುಟ್ಟ ಬಳಿಕ, ಅಂದರೆ ಒಳತನಕ ಕಪ್ಪಾದ ಬಳಿಕ ಅದು ತನ್ನ ಜತೆಗಾರನೊಂದಿಗೆ ಸ್ಥಳ ಬದಲಾಯಿಸಿಕೊಂಡಿತು. ಈಗ ಮೇಲೆ ಕುಳಿತುಕೊಳ್ಳಲು ಅದರ ಸರದಿ. ಅದು ಕರ್ರಗೆ ಹೊಗೆಯಾಡತೊಡಗಿ, ಎರಡನೆಯದೂ ಅದೇ ಸ್ಥಿತಿಗೆ ಬರುವವರೆಗೆ ಹೀಗೆ ಮೇಲೆ ಕೂತು ಕಾಯತೊಡಗಿತು.

ರೈತನಿಗೆ ನೆಲ ಉಳುವಷ್ಟೇ ಸುಲಭವಾಗಿತ್ತು ಬೆಲಾಕ್ವುವನಿಗೆ ಈ ಕೆಲಸ. ಅವನು ಅದನ್ನು

ತನ್ನ ತಾಯಿಯಿಂದ ಕಲಿತಿದ್ದ. ಬ್ರೆಡ್ಡಿನ ಮೇಲಿನ ಕಲೆಗಳು ಕೇನ್‌ನ* ಮುಖದ ಕಲೆಗಳಂತಿದ್ದವು – ಲೋಕಕ್ಕೆ ಹೊರತಾಗೆಂದು ಶಾಪ ಪಡೆದು ಹಕ್ಕು ಕಳೆದುಕೊಂಡು, ದೇಶಭ್ರಷ್ಟನಾಗಿ, ನೆಲೆಯಿಲ್ಲದಾದ ಕೇನ್. ಚಂದ್ರಬಿಂಬದಂತಿದ್ದ ಆ ಬ್ರೆಡ್ಡಿನ ಬಿಲ್ಲೆ ಈಗ ಕೆಳಬಾಗಿ, ಸುಟ್ಟು, ದೇವರ ಕನಿಕರದ ಬರೆಯಿಂದ ಸೀದು ಕುಲಕ್ಕೆ ಹೊರಗಾದವನು ಬೇಗ ಸಾಯದಿರಲೆಂದು ಶಾಪ ಪಡೆದವನ ಮುಖದಂತಿತ್ತು. ಈ ರೈತ ಯಾವುದಕ್ಕೆ ಯಾವುದನ್ನೋ ಬೆರಸಿ ಕಲಸುಮೇಲೋಗರ ಮಾಡಿದ್ದ. ಇರಲಿ, ಪರವಾಗಿಲ್ಲ. ಇಂತಹ ಟೋಸ್ಟು ತಾಯಿಗೇ ಒಪ್ಪಿಗೆಯಾಗಿತ್ತೆಂದ ಮೇಲೆ ತನಗೂ ಒಪ್ಪಿಗೆಯೇ.

ಬೆಲಾಕ್ವುವ ಒಲೆಯ ಮುಂದೆ ಮಂಡಿಯೂರಿ ಕುಳಿತು, ಕಣ್ಣಲ್ಲಿ ಕಣ್ಣಿಟ್ಟು ಒಂದೊಂದು ಘಟ್ಟವನ್ನೂ ಹತೋಟಿಯಲ್ಲಿಟ್ಟುಕೊಂಡು ಬ್ರೆಡ್ಡನ್ನು ಸುಟ್ಟ. ಹೌದು, 'ಯಾವುದೇ ಆಗಲಿ ಸಮಯ ತಗೊಳ್ತದೆ.' ಆ ನಾಣ್ನುಡಿ ಸತ್ಯ. ಇನ್ನೂ ಕೆಲಸ ಮುಗಿಯುವ ಎಷ್ಟೋ ಮೊದಲೇ ಕೋಣೆಯ ತುಂಬ ಹೊಗೆ ತುಂಬಿಕೊಂಡು, ಸುಟ್ಟ ವಾಸನೆ ಬಡಿಯತೊಡಗಿತು. ಮಾನವಸಾಧ್ಯವಾದ ಎಲ್ಲ ಎಚ್ಚರಿಕೆ, ಉಪಾಯಗಳಿಂದ ಮಾಡಬಹುದಾದಷ್ಟನ್ನೂ ಮಾಡಿ ಬೆಲಾಕ್ವುವ ಗ್ಯಾಸ್ ಆರಿಸಿದ. ಜಾಲರಿಯನ್ನು ಗೋಡೆಯ ಮೇಲಿನ ಅದರ ಮೊಳೆಗೆ ಹಿಂದಿರುಗಿಸಿದ. ಅದೊಂದು ಹಾಳುಗೆಲಸ. ಗೋಡೆಗೆ ಹೊದಿಸಿದ ಕಾಗದದಲ್ಲಿ ಒಂದು ದೊಡ್ಡ ಬಾಸುಂಡೆಯೆದ್ದಿತು. ಇದು ಶುದ್ಧ ಪುಂಡತನ. ಆದರಾಯಿತು, ತನಗೇನಂತೆ? ಅದೇನು ತನ್ನ ಗೋಡೆಯೇ? ಅದೇ ದರಿದ್ರ ಕಾಗದ ಅಲ್ಲಿ ಐವತ್ತು ವರ್ಷಗಳಿಂದ ಇದೆ. ವಯಸ್ಸಿನಿಂದ ಬಣ್ಣಗೆಟ್ಟಿದೆ. ಏನೇ ಮಾಡಲಿ, ಅದನ್ನು ಇನ್ನೂ ಹೆಚ್ಚು ಕೆಡಿಸುವುದು ಸಾಧ್ಯವಿಲ್ಲ.

ಇದಾದ ಮೇಲೆ ಒಂದೊಂದು ಬಿಲ್ಲೆಯ ಮೇಲೂ, ಅದಿನ್ನೂ ಶಾಖಕ್ಕೆ ತೂತು ಬಿಟ್ಟುಕೊಂಡಿರುವಾಗಲೇ ಅದಕ್ಕೆ ಸ್ಯಾವೊರ, ಕೊಯೆನ್ ಮೆಣಸು, ಮತ್ತು ಉಪ್ಪಿನ ಒಂದು ದಪ್ಪ ಪದರ ಹಚ್ಚುವುದು. ಬೆಣ್ಣೆ ಬೇಡ, ದೇವರು ಅದನ್ನು ದೂರವಿಟ್ಟಿರಲಿ. ಸಾಸಿವೆಯ ಹುದುಗು, ಉಪ್ಪು, ಮೆಣಸುಗಳಷ್ಟೇ ಸಾಕು. ಬೆಣ್ಣೆ ಹಚ್ಚಿಕೊಳ್ಳುವುದು ಘೋರ ಪ್ರಮಾದ. ಅದು ಟೋಸ್ಟನ್ನು ಪಿಚಪಿಚ ಮಾಡುತ್ತದೆ. ಬೆಣ್ಣೆ ಹಚ್ಚಿದ ಟೋಸ್ಟು ಹಿರಿಯ ಮಂದಿಗೆ ಮೋಕ್ಷ ಸಾಧಕರಿಗೆ ಅಥವಾ ಅವರಂತೆ ತಲೆಯೊಳಗೆ ಕೃತಕ ದಂತಗಳ ಹೊರತು ಬೇರೇನೂ ಇಲ್ಲದವರಿಗೆ ಸರಿ. ಅದು ತನ್ನಂತಹ ಸಾಕಷ್ಟು ಬಲಶಾಲಿಯಾದ ಯುವ ಗುಲಾಬಿಗೆ ಮಾಡಿದ್ದಲ್ಲ. ತಾನು ಅಷ್ಟು ಶ್ರಮವಹಿಸಿ, ಸಿದ್ಧಮಾಡಿದ್ದ ಆ ಭೋಜನ – ಅದನ್ನು ವಿಜಯೋತ್ಸಾಹದಿಂದ, ದಿವ್ಯಾನಂದಪಡುತ್ತ ಉಣ್ಣಬೇಕು. ಕಣ್ಣುಮುಚ್ಚಿ ಅದಕ್ಕೆ ಬಾಯಿ ಹಾಕಬೇಕು; ಅಗಿದು ಅಗಿದು ಅದನ್ನು ಉಂಡೆ ಮಾಡಬೇಕು; ತನ್ನ ಚೂಪು ಹಲ್ಲುಗಳಿಂದ ಅದನ್ನು ಪೂರ್ಣವಾಗಿ ಪರಾಜಿತಗೊಳಿಸಬೇಕು. ಆಹಾ, ಒಂದೊಂದು ತುತ್ತೂ ನಾಲಿಗೆಯನ್ನುರಿಸಿ, ಕಣ್ಣಿನಲ್ಲಿ ನೀರು ತರುತ್ತ ನಿರ್ನಾಮವಾಗುತ್ತ ಹೋದಂತೆ ಉಂಟಾಗುವ ಆ ಖಾರದ ಚುರುಕು, ಸಂಬಾರದ ತೀಕ್ಷ್ಣತೆ!

---

* ಕೇನ್: ಆಡಮ್–ಈವರ ಮೊದಲ ಮಗ. ವೃತ್ತಿಯಿಂದ ಬೇಸಾಯಗಾರ. ದೇವರು ತನ್ನ ನೈವೇದ್ಯದ ಬದಲು ತಮ್ಮ ಏಬಲ್‌ನದನ್ನು ಸ್ವೀಕರಿಸಿದನೆಂದು ಕೋಪಗೊಂಡು ತಮ್ಮನನ್ನು ಕೊಲ್ಲುತ್ತಾನೆ. ಕೊಂದ ಪಾಪಕ್ಕೆ ದೇವರಿಂದ ಕುಲಕ್ಕೆ ಹೊರತಾಗಿ ನೆಲೆಯಿಲ್ಲದೆ ಅಲೆಯುವಂತಾಗೆಂದು ಶಾಪ ಪಡೆಯುತ್ತಾನೆ. (ಬೈಬಲ್, ಜೆನೆಸಿಸ್, 4.)

ಆದರೆ ಅವನಿನ್ನೂ ಪೂರ್ತಿ ಸಿದ್ಧನಾಗಿರಲಿಲ್ಲ, ಮಾಡುವುದು ಇನ್ನೂ ಬಹಳವಿತ್ತು. ಅವನು ನೈವೇದ್ಯವನ್ನಾಗಲೇ ಸುಟ್ಟು ಹಾಕಿದ್ದ, ಅದಕ್ಕೆ ಪೂರ್ತಿ ಪರಿಷ್ಕಾರ ಆಗಿರಲಿಲ್ಲ. ಹೌದು, ಅವನು ಗಾಡಿಯ ಹಿಂಬದಿಗೆ ಕುದುರೆ ಕಟ್ಟಿದ್ದ.

ಬೆಲಾಕ್ವುವ ಆ ಸುಟ್ಟ ಬಿಲ್ಲೆಗಳೆರಡನ್ನೂ ಒಂದಕ್ಕೊಂದು ತಾಗುವಂತೆ ಜೋರಾಗಿ ಬಡಿದ; ತಾಳಕ್ಕೆ ತಾಳ ಕೂಡಿಸುವಂತೆ ಎರಡನ್ನೂ ಬಿರುಸಾಗಿ ಒಟ್ಟಿಗೆ ಸೇರಿಸಿದ. ಸ್ಯಾವೊರದ ಜಿಗುಟು ಲೇಪದ ಮೇಲೆ ಅವು ಒಂದಕ್ಕೊಂದು ಅಂಟಿಕೊಂಡವು. ಸದ್ಯಕ್ಕೆ ಅವನು ಯಾವುದೋ ಹಳೆಯ ಕಾಗದದ ಹಾಳೆಯಲ್ಲಿ ಸುತ್ತಿ ಪ್ರಯಾಣಕ್ಕೆ ಸಿದ್ಧನಾದ.

ಈಗ ಅತ್ಯಂತ ಮಹತ್ವದ್ದೆಂದರೆ ದಾರಿಯಲ್ಲಿ ಯಾರೂ ಎದುರಾಗದಂತೆ ಎಚ್ಚರ ವಹಿಸುವುದು. ಈ ಘಟ್ಟದಲ್ಲಿ ಯಾರಿಂದಲಾದರೂ ತಡೆದು ನಿಲ್ಲಿಸಿಕೊಂಡು ಮಾತಿನ ಅನಿಷ್ಟಕ್ಕೆ ಗುರಿಯಾಗಬೇಕಾಗಿ ಬಂದರೆ ಅದು ಅನಾಹುತವೇ ಸರಿ. ಅವನ ಇಡೀ ಜೀವಾತ್ಮವೇ ತನಗಾಗಿ ಸಿದ್ಧವಾಗಿದ್ದ ಆ ಆನಂದದ ಸ್ವೀಕಾರಕ್ಕೆ ತುಡಿಯುತ್ತಿರುವಾಗ ಯಾರಾದರೂ ಎದುರಾದರೆಂದರೆ, ಊಟದ ಪೊಟ್ಟಣವನ್ನು ಬಚ್ಚಲಿಗೆಸೆದು ನೇರವಾಗಿ ಮನೆಗೆ ಹಿಂದಿರುಗಿ ಹೋಗುವುದೇ ಲೇಸು. ಒಮ್ಮೊಮ್ಮೆ ಅವನ ಹಸಿವು – ಅದು ದೈಹಿಕಕ್ಕಿಂತ ಹೆಚ್ಚಾಗಿ ಮಾನಸಿಕವಾಗಿತ್ತೆಂದು ಬೇರೆ ಹೇಳಬೇಕಾಗಿಲ್ಲ – ಉನ್ಮಾದದ ಮಟ್ಟಕ್ಕೇರುತ್ತಿತ್ತು. ಆ ಅವಸ್ಥೆಯಲ್ಲಿ ಅವನು ತನ್ನನ್ನು ತಡೆದು ನಿಲ್ಲಿಸುವ ಧಾರ್ಷ್ಟ್ಯ ತೋರಿಸಿದವನನ್ನು ಹೊಡೆಯಲೂ ಹಿಂಜರಿಯುತ್ತಿರಲಿಲ್ಲ. ಅಂತಹವನನ್ನು ಮುಲಾಜಿಲ್ಲದೆ ಅನಾಮತ್ತಾಗಿ ಎತ್ತಿ ರಸ್ತೆಯಾಚೆ ಒಗೆದು ಬಿಡುವವನೇ. ಮನಸ್ಸು ಊಟದ ಮೇಲಿದ್ದಾಗ ಅವನಿಗೆ ದಾರಿಗಡ್ಡವಾದವರ ಪಾಡು ಬೇಡ.

ಬೆಲಾಕ್ವುವ ತಲೆತಗ್ಗಿಸಿಕೊಂಡು ಸರಸರನೆ ನಡೆಯುತ್ತ, ಸುಪರಿಚಿತವಾದ ಓಣಿಗಳ ಚಕ್ರವ್ಯೂಹವನ್ನು ಹಾದು, ಇದ್ದಕ್ಕಿದ್ದಂತೆ ಒಂದು ಸಣ್ಣ ದಿನಸಿ ಅಂಗಡಿಯೊಳಗೆ ನುಗ್ಗಿದ. ಅಲ್ಲಿ ಯಾರಿಗೂ ಅವನನ್ನು ಕಂಡು ಆಶ್ಚರ್ಯವಾಗಲಿಲ್ಲ. ಎಷ್ಟೋ ದಿನ ಈ ಹೊತ್ತಿನಲ್ಲಿ ಅವನು ಹೀಗೆಯೇ ರಸ್ತೆಯಿಂದ ಅಂಗಡಿಗೆ ಧುಮುಕುತ್ತಿದ್ದ.

ಚೀಸಿನ ತುಂಡು ಸಿದ್ಧವಾಗಿತ್ತು. ಅದು ಬೆಳಗ್ಗೆಯೇ ಮುದ್ದೆಯಿಂದ ಬೇರ್ಪಟ್ಟು ಬೆಲಾಕ್ವುವ ಬಂದು ಒಯ್ಯಲೆಂದು ಕಾದಿತ್ತು. ಗೊರ್ಗೊಂಜೊಲಾದ ಚೀಸ್ ಅದು. ಗೊರ್ಗೊಂಜೊಲಾದ ಒಬ್ಬ ಮನುಷ್ಯ ಅವನಿಗೆ ಪರಿಚಿತನಾಗಿದ್ದ. ಅವನ ಹೆಸರು ಏಂಜೆಲೊ. ನೀಸ್‌ನಲ್ಲಿ ಹುಟ್ಟಿದ್ದರೂ ಬೆಲಾಕ್ವುವ ಯೌವನವನ್ನೆಲ್ಲ ಗೊರ್ಗೊಂಜೊಲಾದಲ್ಲಿ ಕಳೆದಿದ್ದ. ಆದ್ದರಿಂದ ಅದನ್ನು ಎಲ್ಲಿ ಹುಡುಕಬೇಕೆಂದು ಬಲ್ಲ. ಅದು ಪ್ರತಿದಿನವೂ ಅಲ್ಲೇ, ಅದೇ ಮೂಲೆಯಲ್ಲೇ ಬಂದು ಕೊಂಡುಕೊಳ್ಳಲಿ ಎಂದು ಕಾಯುತ್ತ ಕುಳಿತಿರುತ್ತಿತ್ತು. ಗೊರ್ಗೊಂಜೊಲಾದವರು ತುಂಬ ಉಪಕಾರೀ ಜನ.

ಬೆಲಾಕ್ವುವ ಚೀಸಿನ ತುಂಡಿನತ್ತ ಅನುಮಾನದಿಂದ ನೋಡಿದ. ಮೇಲು ಕೆಳಗು ಮಾಡಿ, ಇನ್ನೊಂದು ಬದಿಯೇನಾದರೂ ಹೆಚ್ಚು ವಾಸಿಯೇ ಎಂದು ನೋಡಿದ. ಆ ಬದಿ ಮತ್ತೂ ಕೆಟ್ಟದಾಗಿತ್ತು. ಅಂಗಡಿಯವರು ಚೆನ್ನಾಗಿದ್ದ ಬದಿಯನ್ನೇ ಮೇಲು ಮಾಡಿಟ್ಟಿದ್ದರು. ಪುಟ್ಟ ಮೋಸ, ಅಷ್ಟೇ. ಅವರನ್ನು ನಿಂದಿಸುವವರು ಯಾರು ? ಅವನು ಅದನ್ನು ಉಜ್ಜಿ ನೋಡಿದ. ತೂತುಗಳಿಂದ ನೀರು ಬೆವರಿಡುತ್ತಿತ್ತು. ಎಷ್ಟೋ ವಾಸಿ. ಬಗ್ಗಿ ಅದರ ವಾಸನೆ ನೋಡಿದ. ದುರ್ವ್ಯಾಪಾರದ ಹಗುರವಾದ ಘಮ. ಅದರಿಂದ ಏನು ಪ್ರಯೋಜನ ? ಅವನಿಗೆ ಬೇಕಾಗಿದ್ದುದು ಘಮವಲ್ಲ, ಕಟುವಾಸನೆ. ಅವನೇನೂ ರಸಭೋಜನ ಪಟುವಲ್ಲ. ನಾತ

ಹೊಡೆಯುವ ಹಸಿರುಗಟ್ಟಿದ ಗೋರ್ಗೊಂಜೊಲಾ ಚೀಸಿನ ಒಂದು ಕೊಳೆತ ಕುಪ್ಪೆ ಅವನಿಗೆ ಬೇಕಾಗಿತ್ತು. ದೇವರಾಣೆಯಾಗಿ ಅಂತಹ ಸಜೀವ ಕುಪ್ಪೆಯನ್ನು ಆತ ಪಡೆದೇ ತೀರಬೇಕು.

ಬೆಲಾಕ್ವುವ ಅಂಗಡಿಯವನ ಕಡೆ ರೋಷದಿಂದ ನೋಡುತ್ತ ಗುಡುಗಿದ :

"ಅದೇನದು ?"

ಅಂಗಡಿಯವನು ವಿಲಿವಿಲಿ ಒದ್ದಾಡಿದ.

"ಹ್ಞೂ? ಇದೇ ಏನು ನಿನ್ನಲ್ಲಿರೋ ಅತ್ಯುತ್ತಮ ಚೀಸ್ ?"

–ಬೆಲಾಕ್ವುವ ಅಬ್ಬರಿಸಿದ. ಕೋಪ ಬಂದರೆ ಅವನಿಗೆ ಭಯವೆಂಬುದೇ ಇರುತ್ತಿರಲಿಲ್ಲ.

"ಇಡೀ ಡಬ್ಲಿನ್ ನಗರದಲ್ಲಿ ಎಲ್ಲಿಂದೆಲ್ಲಿಗೆ ಹೋದರೂ ಈ ಹೊತ್ತು ಇದಕ್ಕಿಂತ ಕೆಟ್ಟ ತುಂಡು ಇನ್ನೊಂದು ಸಿಗೋದಿಲ್ಲ."

ಬೆಲಾಕ್ವುವನಿಗೆ ರೋಷ ಹತ್ತಿತ್ತು. ಈ ನಿರ್ಲಜ್ಜ ನಾಯಿಯನ್ನು ಹಾಗೆಯೇ ಹೊಡೆದು ಯಾಕೆ ಕೆಳಗುರುಳಿಸಬಾರದು ಎಂಬ ಯೋಚನೆಯೂ ಅವನಿಗೆ ಬಂತು. ಸಿಟ್ಟಿನಿಂದ ಹಲ್ಲು ಕಡಿಯುತ್ತಾ ಆತ ಅರಚಿದ.

"ಉಹ್ಞೂ, ಇದು ಆಗೋದಿಲ್ಲ. ನಾನು ಹೇಳಿದ್ದು ಕೇಳಿಸಿತೆ? ಇದು ಆಗೋದಿಲ್ಲ ಅಂದೆ, ಇದನ್ನ ನಾನು ತಗೊಳ್ಳೋದಿಲ್ಲ."

ಅಂಗಡಿಯವನು ಪಿಲಾತನಂತೆ* ಸುಮ್ಮನೆ ಕೈತೊಳೆದು ಮುಗಿಸುವ ಬದಲು, ಅರಿಕೆ ಮಾಡಿಕೊಳ್ಳುವವನಂತೆ ಹುಚ್ಚಾಗಿ ತೋಳುಗಳನ್ನು ಶಿಲುಬೆಯ ಭಂಗಿಯಲ್ಲಿ ಅಡ್ಡ ಚಾಚಿದ.

ಬೆಲಾಕ್ವುವ ಮುಖ ಗಂಟಿಕ್ಕಿಕೊಂಡು ತನ್ನ ಸಾಮಾನಿನ ಪೊಟ್ಟಣ ಬಿಚ್ಚಿ, ತಣ್ಣನೆಯ ಬಿರುಸಾದ ಟೋಸ್ಟಿನ ಕಪ್ಪು ಬಿಲ್ಲೆಗಳ ನಡುವೆ ಚೀಸಿನ ಸತ್ತ ಆ ತುಂಡನ್ನು ಇಳಿಬಿಟ್ಟ. ಕಾಲೆಳೆದುಕೊಂಡು ಬಾಗಿಲ ಕಡೆ ನಡೆದ. ಅಲ್ಲಿ ಥಟ್ಟನೆ ನಿಂತು ಹಿಂದಿರುಗಿ ನೋಡಿ ಕೂಗಿದ:

"ನಾನು ಹೇಳಿದ್ದು ಕೇಳಿಸಿತೆ ?"

ಅಂಗಡಿಯವನು "ಏನಂದಿರಿ ?" ಅಂದ. ಅದು ಪ್ರಶ್ನೆಯಾಗಿರಲಿಲ್ಲ, ಹೇಳಿದ್ದನ್ನು ಎದುರು ಮಾತಿಲ್ಲದೆ ಒಪ್ಪಿಕೊಂಡದ್ದರ ಸಂಜ್ಞೆಯೂ ಅಲ್ಲ. ಅವನು ಅದನ್ನು ಒದರಿದ ಧಾಟಿಯಿಂದ ಅವನ ಮನಸ್ಸಿನಲ್ಲಿ ಏನಿತ್ತೆಂದು ಹೇಳುವುದು ಅಸಾಧ್ಯವಾಗಿತ್ತು. ಬಲು ಚತುರವಾದ ಮಾರುತ್ತರ ಅದು.

ಬೆಲಾಕ್ವುವ ರೋಷದಿಂದ ಹೇಳಿದ :

"ಇಲ್ಲಿ ಕೇಳು, ಹೀಗಾದರೆ ಖಂಡಿತ ಆಗೋದಿಲ್ಲ."

ಬಳಿಕ ಪೊಟ್ಟಣವಿದ್ದ ತನ್ನ ಕೈಯನ್ನು ಮೇಲೆತ್ತಿ ಹಿಡಿದು ಅವನು ಮುಂದುವರಿಸಿದ : "ಇದಕ್ಕಿಂತ ಒಳ್ಳೇದನ್ನ ನೀನು ಇಡದೇ ಇದ್ದರೆ ನಾನು ಬೇರೆ ಅಂಗಡಿಗೆ ಹೋಗಬೇಕಾಗ್ತದೆ, ನೋಡ್ತಿರು."

"ಏನಂದಿರಿ ?" ಅಂಗಡಿಯವನು ಮತ್ತೆ ಉದ್ಗರಿಸಿದ.

ಅವನು ಬಾಗಿಲ ತನಕ ಬಂದು ಕೋಪಗೊಂಡ ಗಿರಾಕಿ ಕುಂಟಿಕೊಂಡು ಹೋಗುವುದನ್ನು

---

* ಪಾಂಟಿಯಸ್ ಪಿಲಾತೆ – ಕ್ರಿಸ್ತಶಕ ಸುಮಾರು 25ರಿಂದ 36ರ ತನಕ ಪ್ಯಾಲೆಸ್ತೀನಿನ ಪ್ರಾಂತಪಾಲ ನಾಗಿದ್ದು, ಯೇಸುಕ್ರಿಸ್ತನನ್ನು ವಿಚಾರಣೆ ಮಾಡಿದ ರೋಮನ್ ಅಧಿಕಾರಿ. ಆದರೆ ಕ್ರಿಸ್ತನನ್ನು ಶಿಲುಬೆಗೊಪ್ಪಿಸುವ ಮೊದಲು ಅದರಲ್ಲಿ ತನ್ನ ಜವಾಬ್ದಾರಿಯಿಲ್ಲವೆಂಬಂತೆ ಕೈತೊಳೆದುಕೊಂಡು ಆತ ತೃಪ್ತಿಪಟ್ಟಿದ್ದ. ಅದರ ಹೊಣೆಗಾರಿಕೆಯನ್ನು ಯೆಹೂದಿ ಅರ್ಚಕರ ಮೇಲೆ ಹೊರಿಸಿದ್ದ.

ನೋಡುತ್ತ ನಿಂತ. ಅಂಗಾಲು ಬೇನೆಯಿಂದಾಗಿ ಬೆಲಾಕ್ವುವನ ನಡಿಗೆ ಸೊಟ್ಟಾಗಿತ್ತು, ಅಂಗಾಲುಗಳು ಹಾಳಾಗಿದ್ದವು. ಅವನು ಎಡೆಬಿಡದೆ ಅದರಿಂದ ನರಳುತ್ತಿದ್ದ. ರಾತ್ರಿಯ ಹೊತ್ತು ಸಹ ಅವಕ್ಕೆ ಅಷ್ಟಾಗಿ ವಿಶ್ರಾಂತಿಯಿರುತ್ತಿರಲಿಲ್ಲ. ಆಗ ನರಗಳ ಸೆಡೆತ ಷುರುವಾಗಿ ಅದು ಆಣಿಯ ಒತ್ತು, ಬೆರಳಿನ ಊತಗಳಿಂದ ಕಾಲನ್ನು ತನ್ನ ಅಧೀನಕ್ಕೆ ತೆಗೆದುಕೊಂಡು, ಯಾತನೆಯನ್ನು ಮುಂದುವರಿಸುತ್ತಿತ್ತು. ಬೆಲಾಕ್ವುವ ಹತಾಶನಾಗಿ ಅಂಗಾಲಿನ ಅಂಚುಗಳನ್ನು ಮಂಚದ ಕಂಬಿಗೆ ಒತ್ತುತ್ತಿದ್ದ. ಇಲ್ಲವೇ, ಇನ್ನೂ ಮೇಲೆಂದರೆ ಕೈಚಾಚಿ ಅಂಗಾಲನ್ನು ಹಿಡಿದು ಹಿಂದಕ್ಕೂ ಮುಂದಕ್ಕೂ ಬಗ್ಗಿಸುತ್ತಿದ್ದ. ಇಷ್ಟೆಲ್ಲ ತಾಳ್ಮೆ ಕೌಶಲಗಳಿಂದ ನೋವೇನೋ ಪರಿಹಾರವಾಗುತ್ತಿತ್ತು. ಆದರೆ ರಾತ್ರಿಯ ವಿಶ್ರಾಂತಿ ಅಸ್ತವ್ಯಸ್ತವಾಗುತ್ತಿತ್ತು.

ಅಂಗಡಿಯವನು ಕಣ್ಣುಮಿಟುಕಿಸದೆ, ಮರೆಯಾಗುತ್ತಿದ್ದ ಆಕೃತಿಯಿಂದ ದೃಷ್ಟಿ ತಿರುಗಿಸದೆ ತೊಟ್ಟ ಮೇಲುಬಟ್ಟೆಗೆ ಮೂಗು ಸೀಟಿದ. ಅವನು ತುಂಬು ಹೃದಯದ ಮಾನವೀಯ ವ್ಯಕ್ತಿ. ಆದ್ದರಿಂದ ಸದಾ ಅಸ್ವಸ್ಥನಾಗಿ ಉತ್ಸಾಹಗುಂದಿದವನಂತೆ ಇರುತ್ತಿದ್ದ ಈ ವಿಚಿತ್ರ ಗಿರಾಕಿಯ ಬಗ್ಗೆ ಅವನಿಗೆ ಕನಿಕರವಿತ್ತು. ಆದರೆ ಜತೆಗೇ ಅವನೊಬ್ಬ ಸಣ್ಣ ವರ್ತಕನೂ ಆಗಿದ್ದ ಕಾರಣ, ಸಣ್ಣ ವರ್ತಕನಿಗಿರುವ ಆತ್ಮಗೌರವ, ಯಾವುದು ಹೇಗಿರಬೇಕು ಎನ್ನುವ ಅರಿವು ಅವನಿಗೂ ಇತ್ತೆಂಬುದನ್ನು ಮರೆಯುವಂತಿಲ್ಲ. ಮೂರು ಪೆನ್ನಿ, ಅವನು ಲೆಕ್ಕ ಹಾಕಿದ. ದಿನಕ್ಕೆ ಮೂರು ಪೆನ್ನಿಯ ಚೀಸು. ವಾರಕ್ಕೆ ಒಂದೂವರೆ ಷಿಲಿಂಗು. ಇಲ್ಲ, ಅಷ್ಟಕ್ಕೋಸ್ಕರ ಅವನು ಯಾರಿಗೂ, ದೇಶದ ಉತ್ತಮೋತ್ತಮ ವ್ಯಕ್ತಿಗೆ ಸಹ, ಸೊಪ್ಪು ಹಾಕುವವನಲ್ಲ, ಅವನಿಗೆ ತನ್ನದೇ ಆದ ಹಮ್ಮು ಇದ್ದಿತು.

ಇತ್ತ ದಿನಸಿ ಅಂಗಡಿಯಿಂದ ಹೊರಟ ಬೆಲಾಕ್ವುವನನ್ನು ಊರಿನ ಆ ಬಡ ಮದ್ಯದಂಗಡಿ ಇದಿರು ನೋಡುತ್ತಿತ್ತು. ಅಂದರೆ ಅವನ ವಿಕಟಾಕೃತಿ ಅಲ್ಲಿ ಯಾರ ಹಾಸ್ಯವನ್ನಾಗಲೀ ಟೀಕೆಯನ್ನಾಗಲೀ ಪ್ರಚೋದಿಸುತ್ತಿರಲಿಲ್ಲ. ಸುತ್ತು ಬಳಸಿನ ಹಾದಿಗಳಲ್ಲಿ ಸಣ್ಣಪುಟ್ಟ ಜನರ ನಡುವೆ ಮದ್ಯದಂಗಡಿಯ ಕಡೆ ಎಡವುತ್ತ ನಡೆದಂತೆ ಬೆಲಾಕ್ವುವ ತನ್ನ ಪಿತ್ತವನ್ನು ಹತೋಟಿಗೆ ತಂದುಕೊಂಡ. ಇನ್ನೇನು ಊಟ ಆದಂತೆಯೇ. ಯಾಕೆಂದರೆ ಸದಾ ಯಾವುದಾದರೂ ಮಹತ್ವದ ವಿಚಾರವನ್ನು ಪ್ರಕಟಪಡಿಸಲೊ, ಭೇಟಿಯನ್ನು ಗೊತ್ತುಮಾಡಿಕೊಳ್ಳಲೊ ಕಾತರ ಪಡುವ ಅವನ ಅಂತಸ್ತಿಗೆ ಸೇರಿದ ಅಸಂಯಮಿಗಳಾರೂ ಈ ಕೊಳಕು ಬಡಾವಣೆಯಲ್ಲಿ ಓಡಾಡುವುದಿಲ್ಲ. ಈಗ ಪಟ್ಟಿಯ ಎರಡು ಮತ್ತು ಮೂರನೆಯ ಅಂಶಗಳಾದ ಏಡಿ ಮತ್ತು ಇಟಲಿ ಭಾಷೆಯ ಪಾಠಗಳನ್ನು ಕುರಿತು ಹೆಚ್ಚು ವಿಶದವಾಗಿ ಆಲೋಚಿಸಬಹುದು.

ಮೂರಕ್ಕೆ ಹದಿನೈದು ನಿಮಿಷ ಮುಂಚೆ ಅವನು ಶಾಲೆಯಲ್ಲಿ ಹಾಜರಾಗಬೇಕು. ಕೊನೆಗೆ ಮೂರಕ್ಕೆ ಐದು ನಿಮಿಷ ಮುಂಚೆಯಾದರೂ ಸರಿಯೆ. ಎರಡೂವರೆಗೆ ಮದ್ಯದಂಗಡಿ ಮುಚ್ಚುತ್ತದೆ. ಮೀನಿನಂಗಡಿ ಮತ್ತೆ ತೆರೆಯುತ್ತದೆ. ಆದುದರಿಂದ ತನ್ನ ಪುಂಡ ಹುಡುಗ ಮಧ್ಯಾಹ್ನ ಬಂದಾಗ ಏಡಿ ಸಿದ್ಧವಾಗಿ ಕಾಯುತ್ತಿರಬೇಕು, ಅವನಿಗೆ ಒಂದು ಕ್ಷಣವೂ ಹೊತ್ತಾಗ ಬಾರದು ಎಂದು ಅವನ ಆ ಮೈಗಳ್ಳಿ ಮುದಿ ಚಿಕ್ಕಮ್ಮನೇನಾದರೂ ಮೀನಿನಂಗಡಿಯವನಿಗೆ ಹೇಳಿಟ್ಟಿದ್ದ ಪಕ್ಷದಲ್ಲಿ, ತಾನು ಕೊನೆಯ ಕ್ಷಣದವರೆಗೂ ಮದ್ಯದಂಗಡಿಯಲ್ಲಿ ಕೂತಿದ್ದು, ಅದು ಮುಚ್ಚಿದ ಮೇಲೆ ಅಲ್ಲಿಂದ ಹೊರಡಬಹುದು ಎಂದು ಬೆಲಾಕ್ವುವ ಯೋಚಿಸಿದ. ಬೆನಿಸ್ಸಿಮೊ ಅವನಲ್ಲಿ ಅರ್ಧ ಕ್ರೌನ್ ಇತ್ತು. ಅಂದರೆ ಅನುಮಾನವಿಲ್ಲದೆ ಎರಡು ಪೈಂಟ್ ಮದ್ಯ, ಪ್ರಾಯಶಃ ಮೇಲೆ ಮುಕ್ತಾಯಕ್ಕೊಂದು ಬುಡ್ಡಿ. ಬಾಟಲಿನಲ್ಲಿ ಸಿಗುವ ಇವರ ಸ್ಟೌಟ್

ವಿಶೇಷವಾಗಿ ಚೆನ್ನಾಗಿರುತ್ತದೆ, ಜತೆಗೆ ಭರ್ತಿಯಾಗಿರುತ್ತದೆ. ಇಷ್ಟೆಲ್ಲ ಆದ ಮೇಲೂ ಹೆರಾಲ್ಡ್ ಕೊಳ್ಳಲೊ, ದಣಿವಾಯಿತೆಂದರೆ ಇಲ್ಲವೆ ಸಮಯ ಸಾಲದೆ ಬಂದರೆ ಟ್ರಾಮಿನಲ್ಲಿ ಹೋಗಲೊ, ಸಾಕಷ್ಟು ಪುಡಿಗಾಸು ಉಳಿದಿರುತ್ತದೆ. ಇದೆಲ್ಲ ಏಡಿ ಸಿದ್ಧವಾಗಿದ್ದು, ಹೋದ ತಕ್ಷಣ ಸಿಗುವುದಿದ್ದರೆ ಮಾತ್ರ. ಈ ವ್ಯಾಪಾರಿಗಳ ಮನೆ ಹಾಳಾಗ, ಅವರನ್ನು ಎಂದೂ ನೆಚ್ಚುವಂತಿಲ್ಲ ಎಂದುಕೊಂಡ ಬೆಲಾಕ್ವುವ. ಅವನು ಒಂದಾದರೂ ಪಾಠ ಮಾಡಿಕೊಂಡಿರಲಿಲ್ಲ. ಅದೇನೂ ಪರವಾಗಿಲ್ಲ. ಅವನ ಪ್ರಾಧ್ಯಾಪಿಕೆ ಚೆಲುವೆ, ಅಸಾಧಾರಣ ಹೆಂಗಸು. ಸಿನೋರಿನಾ ಏಡ್ರಿಯಾನಾ ಒಟ್ಟೋಲೆಂಘಿ. ಒಬ್ಬ ಹೆಂಗಸು ಅವಳಿಗಿಂತ ಹೆಚ್ಚು ವಿಷಯ ತಿಳಿದು, ಬುದ್ಧಿವಂತೆಯಾಗಿರುವುದು ಸಾಧ್ಯವೆಂದು ಬೆಲಾಕ್ವುವ ನಂಬಿರಲಿಲ್ಲ. ಆದ್ದರಿಂದ ತನ್ನ ಮನಸ್ಸಿನಲ್ಲಿ ಅವಳನ್ನು ಇತರ ಹೆಂಗಸರಿಗಿಂತ ಬೇರೆಯಾಗಿ ಪೀಠದ ಮೇಲೆ ಆತ ಕೂರಿಸಿದ್ದ. 'ಸಿಂಕೆ ಮ್ಯಾಗಿಯೋ'ದ ಎರಡನೆಯ ಭಾಗವನ್ನು ಜತೆಯಾಗಿ ಓದೋಣವೆಂದು ಅವಳು ಹಿಂದಿನ ದಿನ ಹೇಳಿದ್ದಳು. ಅದನ್ನು ಇನ್ನೊಂದು ದಿನಕ್ಕೆ ಮುಂದೂಡೋಣವೆಂದು ಅವಳಿಗೆ ಹೇಳಿ ಬಿಡುವುದು, ಅದೂ ಇಟಲಿ ಭಾಷೆಯಲ್ಲಿಯೇ. ಅವಳು ಬೇಡವೆನ್ನುವುದಿಲ್ಲ. ಅದಕ್ಕಾಗಿ ಮದ್ಯದಂಗಡಿಯಿಂದ ಹಿಂದಿರುಗುವಾಗ ದಾರಿಯಲ್ಲಿ ಒಂದು ಉಜ್ವಲವಾದ ವಾಕ್ಯವನ್ನು ಹೊಂದಿಸುವುದು ಎಂದುಕೊಂಡ ಬೆಲಾಕ್ವುವ. ಮಾಂಜೊನಿ* ಒಂದು ಮುದಿ ಗೂಬೆ, ನೆಪೋಲಿಯನ್ ಅಂಥವನೇ ಇನ್ನೊಬ್ಬ. ತಾನು ಮಾಂಜೊನಿಯನ್ನು ಒಂದು ಮುದಿ ಗೂಬೆ ಎಂದುಕೊಳ್ಳುವುದೇಕೆ? ಅವನಿಗೆ ಆ ಅನ್ಯಾಯ ಬಗೆಯುವುದು ಸರಿಯೆ? ಪಾಲಿಕೊ ಇನ್ನೊಬ್ಬ, ಎಲ್ಲರೂ ಮುದಿ ಕನ್ಯೆಯರು, ಹೆಂಗಸರಿಗೆ ಮತದಾನದ ಹಕ್ಕು ಕೊಡಬೇಕೆಂದು ವಾದಿಸುವವರು. ಹತ್ತೊಂಬತ್ತನೆಯ ಶತಮಾನದ ಇಟಲಿಯಲ್ಲಿ ಮುದಿ ಕೋಳಿಗಳೇ ತುಂಬಿಕೊಂಡು ಪಿಂಡಾರ್‌ನಂತೆ** ಕೊಕ್ ಕೊಕ್ ಕೊಕ್ ಅನ್ನುತ್ತಿದ್ದರು. ತನಗೆ ಈ ಭಾವನೆ ಎಲ್ಲಿಂದ ಬಂತೆಂದು ಮೇಡಮ್ಮನ್ನು ಕೇಳಬೇಕು. ಕಾರ್ಡುಚಿಯೊ*** ಇನ್ನೊಬ್ಬ. ಚಂದ್ರನ ಕಲೆಗಳ ಬಗ್ಗೆಯೂ ಅವಳನ್ನು ಕೇಳಬೇಕು, ಅವಳಿಗೆ ನಿಂತ ಮೆಟ್ಟಿನಲ್ಲಿ ಸಮಾಧಾನ ಹೇಳಲಾಗದಿದ್ದರೆ ಮುಂದಿನ ಸಲ ಹೇಗೋ ಹೊಂದಿಸಿಕೊಂಡು ಬಂದು ಹೇಳುತ್ತಾಳೆ, ಅದೂ ಸಂತೋಷದಿಂದ. ಈಗ ಎಲ್ಲವೂ ಕ್ರಮಬದ್ಧ, ಏಡಿಯೊಂದರ ಹೊರತು. ಎಣಿಕೆಗೆ ಸಿಗದ ವಿಷಯವೆಂದರೆ ಅದೊಂದೇ. ಎಲ್ಲ ಸರಿಯಾಗಿ ಆಗಲೆಂದುಕೊಳ್ಳಲೇಬೇಕು. ಅರ್ಥಾತ್ ಯಾವುದೂ ಸರಿಯಾಗಿ ಆಗದಿರುವುದಕ್ಕೂ ತಾನು ಸಿದ್ಧನಿರಬೇಕು! ಬೆಲಾಕ್ವುವ ಹರ್ಷದಿಂದ ಯೋಚಿಸುತ್ತ ಎಂದಿನಂತೆ ಮದ್ಯದಂಗಡಿಗೆ ನುಗ್ಗಿದ.

* * *

ಬೆಲಾಕ್ವುವ ಶಾಲೆಯ ಹತ್ತಿರ ಬಂದಂತೆ ತುಂಬ ಸಂತೋಷದಿಂದಿದ್ದ. ಯಾಕೆಂದರೆ ಎಲ್ಲವೂ ಸಲೀಸಾಗಿ ನಡೆದಿತ್ತು. ಊಟ ಸದಾಕಾಲ ಮನಸ್ಸಿನಲ್ಲಿ ಮಾದರಿಯಾಗಿ ಉಳಿಯುವಷ್ಟು ಯಶಸ್ವಿಯಾಗಿತ್ತು. ನಿಜವಾಗಿ, ಮುಂದಿನ ಯಾವ ಊಟವೂ ಈವೊತ್ತಿನದಕ್ಕಿಂತ ಉತ್ತಮವಾಗಿರ

---

* ಹತ್ತೊಂಬತ್ತನೆಯ ಶತಮಾನದ ಇಟಲಿಯ ಒಬ್ಬ ಕವಿ.

** ಪ್ರಾಚೀನ ಗ್ರೀಸಿನ ಗೇಯ ಕವಿ. ಅಲ್ಲಿನ ನಗರ ರಾಜ್ಯಗಳ ದೊರೆಗಳು ಸಾಂದರ್ಭಿಕವಾಗಿ ತಮ್ಮನ್ನು ಕುರಿತು ಪ್ರಶಂಸಾಕೃತಿಗಳನ್ನು ಬರೆಯಲೆಂದು ಇವನನ್ನು ಗೊತ್ತುಮಾಡಿಕೊಳ್ಳುತ್ತಿದ್ದರು.

*** ಹತ್ತೊಂಬತ್ತನೆಯ ಶತಮಾನದ ಇಟಲಿಯ ಮತ್ತೊಬ್ಬ ಕವಿ.

ಬಹುದೆಂದು ಅವನಿಗೆ ಅನಿಸಲಿಲ್ಲ. ನಿರ್ವರ್ಣವಾದ ಸಾಬೂನಿನ ತುಂಡಿನಂತಿದ್ದ ಆ ಚೀಸ್ ಅದೆಷ್ಟು ಗಡುಸಾಗಿತ್ತು. ಇಷ್ಟು ವರ್ಷ ಚೀಸ್ ಹಸಿರಾಗಿದ್ದಷ್ಟೂ ಹೆಚ್ಚು ಗಡುಸಾಗಿರುತ್ತದೆಂದು ಲೆಕ್ಕಹಾಕಿ ತಪ್ಪು ಮಾಡಿದ್ದೆನೆಂಬ ನಿರ್ಧಾರಕ್ಕೆ ಆತ ಬಂದ. ಬದುಕುತ್ತ ಹೋದಂತೆ ನಾವು ಕಲಿಯುತ್ತೇವೆ-ನಾಣ್ನುಡಿ ಎಷ್ಟು ನಿಜ! ಬೆಲಾಕ್ವುವನ ಹಲ್ಲು, ದವಡೆಗಳಿಗೆ ಸ್ವರ್ಗಸುಖ ಸಿಕ್ಕಿದಂತಾಗಿತ್ತು. ಒಂದೊಂದು ಸಲ ಹಲ್ಲೂರಿದಾಗಲೂ ಅದರಿಂದೆದ್ದ ಸೀಳುಗಳು ಹಾರಾಡಿದ್ದವು. ಆಹಾ, ಗಾಜು ತಿಂದಂತಿತ್ತಲ್ಲವೆ? ಆ ಸಾಹಸಕ್ಕೆ ಬಾಯಿ ನೋಯುತ್ತಿತ್ತು, ಉರಿಯುತ್ತಿತ್ತು. ಜತೆಗೆ, ಗಲ್ಲದ ಮೇಲೆ ಕುಳಿತಿದ್ದ ಆಲಿವರ್ ದುರಂತದ ಮೆಲುದನಿಯಲ್ಲಿ ಕೊಟ್ಟಿದ್ದ ಸುದ್ದಿ-ಮ್ಯಾಲ್‌ಹೀಡನ ಹಂತಕ ಜೀವದಾನಕ್ಕೆ ಅರ್ಪಿಸಿದ್ದ ಮೊರೆ ದೇಶದ ಅರ್ಧದಷ್ಟು ಜನ ಸಹಿಮಾಡಿ ಕೊಟ್ಟಿದ್ದರೂ ತಿರಸ್ಕೃತವಾಗಿತ್ತು, ಮಾರನೆಯ ಬೆಳಗ್ಗೆ ಮೌಂಟ್‌ಜಾಯ್‌ನ ಗಲ್ಲಿಮರದಲ್ಲಿ ಅವನು ತೂಗಾಡುತ್ತಾನೆ, ಅವನನ್ನು ಯಾವುದೂ ಉಳಿಸಲಾರದೆಂಬ ಸುದ್ದಿ-ಊಟಕ್ಕೆ ಮಸಾಲೆ ಹಚ್ಚಿತ್ತು. ನೇಣುಗಾರ ಎಲ್ಲಿಸ್ ಈಗಾಗಲೇ ಕೆಲಸಕ್ಕೆ ಹೊರಟಿದ್ದಾನೆ. ಬೆಲಾಕ್ವುವ ಸ್ಯಾಂಡ್‌ವಿಚ್ ಹರಿಯುತ್ತ, ಮದ್ಯ ಹೀರುತ್ತ ಮೆಕಾಬೆ ಬಂದೀಖಾನೆಯ ಕೋಣೆಯಲ್ಲಿ ಕೊಳೆಯುತ್ತಿರುವುದನ್ನು ಕುರಿತು ಯೋಚಿಸಿದ.

ಸದ್ಯಃ ಏಡಿ ಸಿದ್ಧವಾಗಿತ್ತು. ಅಂಗಡಿಯವನು ಕ್ಷಣಮಾತ್ರದಲ್ಲಿ ಮುಖದ ಮೇಲೆ ಮಂದಹಾಸ ಬೀರುತ್ತ ಅದನ್ನು ಅವನ ಕೈಗಿಟ್ಟ. ನಿಜವಾಗಿ ಈ ಜಗತ್ತಿನಲ್ಲಿ ಕೊಂಚ ವಿನಯ ಹಾಗೂ ಪ್ರಸನ್ನತೆ ಎಷ್ಟು ಕೆಲಸ ಮಾಡುತ್ತವೆ. ಒಬ್ಬ ಸಾಧಾರಣ ಕೆಲಸಗಾರನಿಂದ ಬಂದ ನಗೆ, ಒಂದು ಲವಲವಿಕೆಯ ಮಾತು ಜಗತ್ತಿನ ಮುಖವನ್ನು ಬೆಳಗಿಸುತ್ತವೆ. ಜತೆಗೆ ಅದೆಷ್ಟು ಸುಲಭದ ಕೆಲಸ, ಬರಿಯ ಸ್ನಾಯುಗಳನ್ನು ತಕ್ಕಂತೆ ಆಡಿಸುವ ಪ್ರಶ್ನೆ ಅಷ್ಟೆ. ಅಂಗಡಿಯವನು ಏಡಿಯ ಪೊಟ್ಟಣವನ್ನು ಕೈಗಿಡುತ್ತ 'ಬುಳು ಬುಳು' ಅಂದ.

ಬೆಲಾಕ್ವುವ ಕೇಳಿದ :

" 'ಬುಳುಬುಳು' ಅಂದರೆ ಏನರ್ಥ ?"

" 'ಬುಳುಬುಳು' ಅನ್ನೋ ಅಷ್ಟು ಹಸನು. ಈಗೆ ಬೆಳಗ್ಗೇದು."

ಮ್ಯಾಕರೆಲ್ ಮುಂತಾದ ಜಾತಿಯ ಮೀನುಗಳ ಬಗ್ಗೆ ಹೇಳುವಾಗ ಅವನ್ನು ಒಂದೆರಡು ಗಂಟೆಗಳ ಹಿಂದೆಯಷ್ಟೇ ಹಿಡಿದಿದ್ದುದಾದರೆ 'ಬುಳುಬುಳು ಹಸನು' ಎಂದು ವರ್ಣಿಸುವುದನ್ನು ಬೆಲಾಕ್ವುವ ಕೇಳಿದ್ದ. ಆ ಹೋಲಿಕೆಯ ಮೇಲೆ ಅಂಗಡಿಯವನು ಏಡಿಯನ್ನು ಈಗ ತಾನೆ ಕೊಂದದ್ದು ಅನ್ನುವ ಬದಲು 'ಬುಳುಬುಳು' ಅಂದಿರಬೇಕು ಎಂದು ಊಹಿಸಿದ.

ಹಜಾರದ ಒಂದು ಬದಿಗಿದ್ದ ಮುಂದಿನ ಕೋಣೆಯಲ್ಲಿ ಸಿನೋರಿನಾ ಏಡ್ರಿಯಾನಾ ಒಟ್ಟೊಲೆಂಘಿ ಕಾಯುತ್ತಿದ್ದಳು. ಬೆಲಾಕ್ವುವನ ದೃಷ್ಟಿಯಲ್ಲಿ ಅದು ಬರಿಯ ಪಡಸಾಲೆಯಲ್ಲ. ಅದು ಒಟ್ಟೊಲೆಂಘಿಯ ಕೋಣೆ, ಇಟಲಿ ಭಾಷೆಯ ಕೋಣೆ. ಅದೇ ಬದಿಗೆ, ಹಿಂದುಗಡೆಗೆ ಫ್ರೆಂಚ್ ಕೋಣೆಯಿತ್ತು. ಜರ್ಮನ್ ಕೋಣೆ ಎಲ್ಲಿತ್ತೆಂದು ದೇವರೇ ಬಲ್ಲ. ಜರ್ಮನ್ ಕೋಣೆಯನ್ನು ಕಟ್ಟಿಕೊಂಡು ಯಾರಿಗೇನಾಗಬೇಕು ?

ಹ್ಯಾಟು ಕೋಟುಗಳನ್ನು ನೇತುಹಾಕಿ, ಮುದುಡಿ ಬಾಗಿಲ ಹಿಡಿಯ ಗುಬುಟಿನಂತಾಗಿದ್ದ ಉದ್ದನೆಯ ಕಂದು ಬಣ್ಣದ ಪೊಟ್ಟಣವನ್ನು ಹಜಾರದ ಮೇಜಿನ ಮೇಲಿಟ್ಟು, ಬೆಲಾಕ್ವುವ ಒಟ್ಟೊ ಲೆಂಘಿಯಿದ್ದಲ್ಲಿಗೆ ದಡದಡನೆ ಬಂದ.

ಸುಮಾರು ಅರ್ಧ ಗಂಟೆ ಕಾಲ ಪ್ರಾಸಂಗಿಕವಾಗಿ ಆ ವಿಷಯ, ಈ ವಿಷಯ ಕುರಿತು

ಹರಟಿದ ಬಳಿಕ ಅವಳು ಭಾಷೆಯ ಮೇಲೆ ಅವನಿಗಿದ್ದ ಹಿಡಿತಕ್ಕೆ ಮೆಚ್ಚಿಗೆ ತಿಳಿಸಿದಳು.

"ನೀನು ಬಹು ಬೇಗ ಕಲೀತಿ," ಅವಳು ಕೆಟ್ಟು ಹಾಳಾಗಿದ್ದ ತನ್ನ ಧ್ವನಿಯಲ್ಲಿ ಹೇಳಿದಳು.

ಸುಂದರಿಯಾಗಿ, ಯುವತಿಯಾಗಿ, ಪರಿಶುದ್ಧಳಾಗಿ ಇರುವುದು ಎಲ್ಲಕ್ಕಿಂತ ಹೆಚ್ಚಿನ ಬೇಸರದ ಸಂಗತಿ ಎಂಬುದನ್ನು ಕಂಡುಕೊಂಡಿದ್ದ ಒಂದು ನಿಷ್ಕೃಷ್ಟ ವಯಸ್ಸಿನ ಒಬ್ಬ ಮಹಿಳೆಯ ಮೈಕಟ್ಟಿನಲ್ಲಿ ಉಳಿದಿರಬಹುದಾದಷ್ಟೂ ಒಟ್ಟೊಲೆಂಘಿಯಲ್ಲಿತ್ತು.

ಬೆಲಾಕ್ವುವ ತನ್ನ ಆನಂದವನ್ನು ಮರೆಮಾಚುತ್ತ, ಚಂದ್ರನ ಒಗಟನ್ನು ಒಡ್ಡಿದ. ಅದಕ್ಕೆ ಅವಳಂದಳು :

"ಹೌದು, ಆ ಪಾಠಭಾಗ ನನಗೆ ಗೊತ್ತು. ಅದು ತಲೆ ತಿನ್ನುತ್ತೆ. ಥಟ್ಟನೆ ಉತ್ತರ ಹೇಳಲಾರೆ. ಮನೆಗೆ ಹೋದ ಮೇಲೆ ಓದಿ ನೋಡ್ತೇನೆ."

ಎಷ್ಟು ಮಧುರವಾದ ಪ್ರಾಣಿ. ಮನೆಗೆ ಹೋದ ಮೇಲೆ ದಾಂತೆಯ ಮಹಾ ಸಂಪುಟ ತೆಗೆದು ನೋಡುತ್ತಾಳೆ. ಅಬ್ಬಾ, ಎಂಥ ಹೆಂಗಸು!

"ಗೊತ್ತಿಲ್ಲ ಅಂತ ಹೇಳಿದ ಮೇಲೆ ಹೋಳೀತು. ನರಕದಲ್ಲಿ ದಾಂತೆಯ ಅಸಾಧಾರಣ ದಯೆ ತುಂಬಿದ ಚಲನವಲನಗಳನ್ನು ಅರ್ಥಮಾಡಿಕೊಳ್ಳೋದಕ್ಕೆ ನೀನು ಪ್ರಯತ್ನಿಸೋದು ಒಳ್ಳೇದು. ಒಂದು ಕಾಲದಲ್ಲಿ ಅದು ತುಂಬ ಅಚ್ಚುಮೆಚ್ಚಿನ ಪ್ರಶ್ನೆಯಾಗಿತ್ತು." ಅವಳ ಕ್ರಿಯಾಪದದ ಭೂತ ರೂಪಗಳು ಯಾವಾಗಲೂ ದುಃಖಪೀಡಿತವಾಗಿದ್ದವು.

ಬೆಲಾಕ್ವುವ ಪಾಂಡಿತ್ಯಪೂರ್ಣವಾದ ಮುಖಮುದ್ರೆ ಹಾಕಿಕೊಂಡ.

"ಆ ಸಂದರ್ಭದಲ್ಲಿ ಒಂದು ಭವ್ಯವಾದ ಶ್ಲೇಷೆ ನೆನಪಿಗೆ ಬರುತ್ತೆ – 'ಕ್ವಿ ವಿವೆ ಲ ಪಯಟ, ಕ್ವಾಂಡೊ ಎ ಬೆನ್ ಮಾರ್ಟ' ('ಸತ್ತಲ್ಲದೆ ದಯೆ ಬರದು').* ಅವಳು ಉತ್ತರ ಕೊಡಲಿಲ್ಲ.

"ಅದೆಷ್ಟು ದೊಡ್ಡ ಮಾತು, ಅಲ್ಲವೆ?" ಅವನು ಭಾವೋದ್ರೇಕದಿಂದ ಹೇಳಿದ.

ಅವಳು ಉತ್ತರ ಕೊಡಲಿಲ್ಲ.

"ಅದನ್ನ ನೀವು ಹೇಗೆ ಅನುವಾದ ಮಾಡ್ತೀರೊ ?" ಅವನು ಮೂರ್ಖನಂತೆ ಒದರಿದ.

"ಅದನ್ನ ಅನುವಾದ ಮಾಡೋ ಅಗತ್ಯವಿದೆಯೆ ?"

ಹಜಾರದಿಂದ ಏನೋ ಗದ್ದಲ ಕೇಳಿಬಂತು. ಆಮೇಲೆ ಮೌನ, ಯಾರೋ ಬಾಗಿಲನ್ನು ಮುಷ್ಟಿಯಿಂದ ತಮಟೆ ಕುಟ್ಟಿದರು. ಅದು ದಡಾರನೆ ತೆರೆದುಕೊಂಡಿತು. ಅದೊ, ಫ್ರೆಂಚ್ ಅಧ್ಯಾಪಕಿ ಗ್ಲೆನ್, ಕೈಯಲ್ಲಿ ತನ್ನ ಬೆಕ್ಕನ್ನು ಭದ್ರವಾಗಿ ಹಿಡಿದು, ಸುಳಿವು ಕೊಡದೆ ಆಕೆ ಒಳ ಬಂದಿದ್ದಳು. ತುಂಬ ತಳಮಳಗೊಂಡಂತಿದ್ದಳು.

ಏದುಸಿರುಬಿಡುತ್ತಾ ಅವಳು ಕೇಳಿದಳು :

"ನಡುವೆ ಬಂದದ್ದಕ್ಕೆ ಕ್ಷಮಿಸಬೇಕು. ಆ ಪೊಟ್ಟಣದಲ್ಲಿ ಏನಿತ್ತೊ ?"

"ಪೊಟ್ಟಣ ?" ಒಟ್ಟೊಲೆಂಘಿ ಕೇಳಿದಳು.

ಗ್ಲೆನ್ ಫ್ರೆಂಚರ ರೀವಿಯಲ್ಲಿ ಒಂದು ಹೆಜ್ಜೆ ಮುಂದಿಟ್ಟಳು.

---

* ದಾಂತೆಯ 'ಇನ್‌ಫರ್ನೊ,' XX . 28 – ಕವಿ ವರ್ಜಿಲ್ ದಾಂತೆಗೆ ನರಕ ದರ್ಶನ ಮಾಡಿಸುತ್ತಿದ್ದಾನೆ. ಒಂದೆಡೆ, ಬದುಕಿನಲ್ಲಿ ಭವಿಷ್ಯವಾದಿಗಳಾಗಿದ್ದವರು ಈಗ ನರಕದಲ್ಲಿ ತಲೆ ತಿರುಚಿಕೊಂಡು ತಮ್ಮ ಬೆನ್ನನ್ನು ತಾವೇ ನೋಡುತ್ತಾ ಕಣ್ಣೀರಿಂದ ಕುರುಡಾಗಿ ಓಡಾಡುವುದನ್ನು ನೋಡಿ ದಾಂತೆಗೆ ದಯೆಯುಕ್ಕಿ ಬರುತ್ತದೆ. 'ಇಲ್ಲಿ ದಯೆಗೆ ಎಡೆಯಿಲ್ಲ' ಎಂದು ವರ್ಜಿಲ್ ಬುದ್ಧಿ ಹೇಳುತ್ತಾನೆ.

ಬಳಿಕ ಬೆಕ್ಕಿನ ಮೈಯಲ್ಲಿ ಮುಖ ಹುದುಗಿಸಿಕೊಳ್ಳುತ್ತ ಹೇಳಿದಳು :

"ಪೊಟ್ಟಣ... ಹಜಾರದಲ್ಲಿರೋ ಪೊಟ್ಟಣ."

ಬೆಲಾಕ್ವುವ ಸಮಾಧಾನಚಿತ್ತನಾಗಿ ನುಡಿದ :

"ಅದು ನಂದು. ಅದರಲ್ಲಿ ಒಂದು ಮೀನಿದೆ."

ಫ್ರೆಂಚಿನಲ್ಲಿ 'ಏಡಿ'ಗೆ ಏನನ್ನುತ್ತಾರೆಂದು ಅವನಿಗೆ ತಿಳಿಯದು. 'ಮೀನು' ಅಂದರೇ ಆಗುತ್ತದೆ. ದೇವಪುತ್ರ, ಲೋಕರಕ್ಷಕ ಯೇಸುವಿಗೆ ಅದು ಆಗಬಹುದಾಗಿದ್ದರೆ ಗ್ಲೆನ್‌ಳಿಗೂ ಆಗಿಯೇ ಆಗುತ್ತದೆ.

ಬೆಲಾಕ್ವುವನ ಮಾತಿನಿಂದ ಒಂದು ದೊಡ್ಡ ಹೊರೆ ಕಳಚಿಕೊಂಡಂತಾಗಿ ಹೇಳತೀರದಷ್ಟು ನೆಮ್ಮದಿಯಿಂದ ಗ್ಲೆನ್ ಅಂದಳು :

"ಓ ಅಷ್ಟೇನಾ ? ಸಮಯಕ್ಕೆ ಸರಿಯಾಗಿ ಇದನ್ನ ತಡೆದೆ. ಇಲ್ಲದಿದ್ದರೆ ಹರಿದು ಚೂರು ಚೂರು ಮಾಡಿಬಿಡ್ತಿತ್ತು" ಅವಳು ಮೆತ್ತಗೆ ಬೆಕ್ಕಿನ ಬೆನ್ನು ತಟ್ಟಿದಳು.

ಬೆಲಾಕ್ವುವನಿಗೆ ಕೊಂಚ ಆತಂಕ ಹತ್ತಿಕೊಂಡಿತು.

"ಏನು, ಅದನ್ನ ತೊಗೊಂಡೇ ಬಿಟ್ಟೆತ್ತೆ ?"

"ಇಲ್ಲ, ಇಲ್ಲ. ಸಕಾಲದಲ್ಲಿ ಹಿಡಕೊಂಡೆ. ಆದರೆ ಅದರಲ್ಲಿ ಏನಿತ್ತು ಅಂತ ತಿಳೀಲಿಲ್ಲ. ಕೇಳೋಣ ಅಂತ ಬಂದೆ," ಎಂದು ಪಂಡಿತ ಸ್ತ್ರೀಯೊಬ್ಬಳ ಪರಿಹಾಸ್ಯಕರ ಅರೆನಗೆಯೊಂದಿಗೆ ಗ್ಲೆನ್ ಹೇಳಿದಳು.

ಕೀಳು ಜಾತಿಯ ಅಧಿಕ ಪ್ರಸಂಗಿ, ಹಾದರಗಿತ್ತಿ.

ಒಟ್ಟೊಲೆಂಘಿಗೆ ತಮಾಷೆಯೆನಿಸಿತು. ಅವಳು ದಣಿದ ಧ್ವನಿಯಲ್ಲಿ ನಯವಾಗಿ ಹೇಳಿದಳು:

" 'ಅದೃಷ್ಟವಶಾತ್, ಪಾಪದ ಅನಾಹುತ ಒಂದೇ ಹೆಜ್ಜೆಯಿಂದ ತಪ್ಪಿತು.' "

"ಅದೃಷ್ಟವಶಾತ್." ಗ್ಲೆನ್ ನಿಷ್ಠಾವಂತ 'ಅದೃಷ್ಟಸಾಧಕ'ಳೆಂಬುದು ಸ್ಪಷ್ಟವಾಗಿತ್ತು.

ಬೆಕ್ಕಿಗೆ ಬುದ್ಧಿ ಹೇಳುವಂತೆ ಅದನ್ನು ಜುಗುಟುತ್ತಾ ಅವಳು ಅಲ್ಲಿಂದ ಕಾಲ್ತೆಗೆದಳು.

ನರೆಯಹತ್ತಿದ್ದ ಅವಳ ಕನ್ಯೆತನ ಬೆಲಾಕ್ವುವನನ್ನು ನೋಡಿ ಕೇಕೆಹಾಕಿ ನಕ್ಕಿತು. ಕಾಸಿನ ಬೆಲೆಯ ಗುಲ್ಲನ್ನು ಅರಸಿ ಹೊರಟ ವಿದ್ಯಾವಂತ ಕನ್ಯೆ.

"ನಾವು ಎಲ್ಲಿದ್ದೆವು?" ಬೆಲಾಕ್ವುವ ಕೇಳಿದ.

ಆದರೆ ನೇಪ್‌ಲ್ಸ್ ದೇಶದವರ ನಿಯೊಪಾಲಿಟನ್ ತಾಳ್ಮೆಗೂ ಮಿತಿಯಿದೆ.

ಒಟ್ಟೊಲೆಂಘಿ ಜೋರಾಗಿ ಅರಚಿದಳು :

"ಎಲ್ಲಿದ್ದೆವು ? ಎಲ್ಲಿ ಹೇಗಿದ್ದೆವೊ, ಅಲ್ಲೇ ಇದ್ದೆವು.

* * *

ಚಿಕ್ಕಮ್ಮನ ಮನೆ ಹತ್ತಿರವಾಯಿತು. ಆಗ ಚಳಿಗಾಲವೆನ್ನೋಣ. ಯಾವಾಗ ಬೇಕಾದರೂ ಸಂಜೆಯಾಗಿ ಚಂದ್ರ ಹುಟ್ಟುವನಿದ್ದನೆನ್ನೋಣ. ಬೀದಿಯ ಮೂಲೆಯಲ್ಲಿ ಒಂದು ಕುದುರೆ ನೆಲದ ಮೇಲೆ ಬಿದ್ದುಕೊಂಡಿತ್ತು. ಒಬ್ಬ ಮನುಷ್ಯ ಅದರ ತಲೆಯ ಮೇಲೆ ಹೇರಿಕೊಂಡಿದ್ದ. ಹಾಗೆ ಮಾಡೋದೆ ಸರಿ ಅಂತ ನನಗೆ ಗೊತ್ತು ಅಂದುಕೊಂಡ ಬೆಲಾಕ್ವುವ. ಆದರೆ ಯಾಕೆ? ಬೀದಿ ದೀಪ ಹಚ್ಚುವವನೊಬ್ಬ ಕೈಯಲ್ಲಿದ್ದ ದೊಂದಿಯ ಕೋಲನ್ನು ಕಂಬಗಳತ್ತ ಬಗ್ಗಿಸಿಕೊಂಡು, ಸಂಜೆಯ ಮಬ್ಬಿಗೆ ಕೊಂಚ ಹಳದಿ ಬೆಳಕನ್ನು ಸೇರಿಸುತ್ತ ಸೈಕಲ್ಲಿನ ಮೇಲೆ ವೇಗವಾಗಿ ಹಾದು ಹೋದ. ಆಡಂಬರವಾಗಿ ಕಾಣುತ್ತಿದ್ದ ಒಂದು ಹೆಬ್ಬಾಗಿಲಿನ ನಡುಭಾಗದಲ್ಲಿ ಸಾಧಾರಣ ಬಟ್ಟೆ ತೊಟ್ಟಿದ್ದ ದಂಪತಿ ನಿಂತಿದ್ದರು. ಹೆಂಡತಿ ತಲೆ ತಗ್ಗಿಸಿಕೊಂಡು, ಬಾಗಿಲಿನ ಕಟಕಟೆಯ ಮೇಲೆ

ಜೋತು ಬಿದ್ದಿದ್ದಳು. ಅವನು ಅವಳ ಕಡೆ ಮುಖ ಮಾಡಿಕೊಂಡು ಅವಳಿಗೆ ತೀರಾ ಸಮೀಪವಾಗಿ ನಿಂತಿದ್ದ. ಕೈಗಳು ಪಕ್ಕದಲ್ಲಿ ಜೋತುಬಿದ್ದಿದ್ದವು. ಬೆಲಾಕ್ವುವ ಯೋಚಿಸಿದ, ನಾವು ಎಲ್ಲಿ ಹೇಗಿದ್ದವೊ, ಅಲ್ಲಿಯೇ ಪಟ್ಟಣವನ್ನು ಭದ್ರವಾಗಿ ಹಿಡಿದು ಅವನು ಮುನ್ನಡೆದ. ಧರ್ಮ ಮತ್ತು ಕರುಣೆ, ಅಲ್ಲಿ ಕೆಳಮಟ್ಟದಲ್ಲಿ ಸಹ, ಯಾಕೆ ಒಟ್ಟಾಗಿರಬಾರದು ? ಹಾಗೆಯೇ ದಯೆ ಮತ್ತು ದೈವತ್ವ ಕೂಡ ? ತ್ಯಾಗದ ಮಹಿಮೆಯನ್ನು ಒತ್ತಿ ಹೇಳುವಾಗ ಸಹ ಕೊಂಚ ದಯೆ, ಅಂತಿಮ ತೀರ್ಪನ್ನು ಕೇಳಿ ಕುಣಿಯುವಾಗ ಸಹ ಕೊಂಚ ದಯೆ ಇರಬೇಕು. ಅವನು ಜೋನಾನ* ಬಗ್ಗೆ, ಕುಂಬಳಕಾಯಿಯ ಬಗ್ಗೆ ಯೋಚಿಸಿದ; ಈರ್ಷ್ಯಾವಂತನಾದ ದೇವರು ನಿನೆವೇ** ಬಗ್ಗೆ ತೋರಿದ ದಯೆಯನ್ನು ಕುರಿತು ಯೋಚಿಸಿದ. ಬಡ ಮೆಕಾಬೆ. ಬೆಳಗಿನ ಹೊತ್ತಿಗೆ ಅವನ ಕೊರಳು ನೇಣಿನಲ್ಲಿ ಸಿಕ್ಕಿಬಿದ್ದಿರುತ್ತದೆ. ಈಗ ಅವನೇನು ಮಾಡುತ್ತಿರ ಬಹುದು ? ಏನು ಯೋಚಿಸುತ್ತಿರಬಹುದು ? ಅವನಿಗೆ ಭೋಗಿಸಲಿದ್ದುದು ಇನ್ನೊಂದೇ ಊಟ, ಇನ್ನೊಂದೇ ರಾತ್ರಿ.

ಚಿಕ್ಕಮ್ಮ ವರ್ಷದ ಆ ಕಾಲದಲ್ಲಿ ಸಾಯುವ ಹೂಗಳಿಗೆ ಶುಶ್ರೂಷೆ ಮಾಡುತ್ತಾ ತೋಟದಲ್ಲಿದ್ದವಳು ಬೆಲಾಕ್ವುವನನ್ನು ಕಂಡು ಅಪ್ಪಿಕೊಂಡಳು. ಅವರಿಬ್ಬರೂ ಜತೆಯಾಗಿ ಭೂಮಿಯ ಹೊಟ್ಟೆಯೊಳಗಿಳಿದು, ಅಡಿಗೆಮನೆಯಿದ್ದ ನೆಲಮಾಳಿಗೆಗೆ ಬಂದರು. ಅವಳು ಪೊಟ್ಟಣವನ್ನು ಕೈಗಿಸಿದುಕೊಂಡು ಬಿಚ್ಚಿ ನೋಡಿದಳು. ಇದ್ದಕ್ಕಿದ್ದಂತೆ ಏಡಿ ಮೇಜಿನ ಮೇಣಗಬಟದ ಮೇಲೆ ಕಾಣಿಸಿಕೊಂಡಿತು.

ಅದು ಹಸನಾಗಿದೆಯೆಂದು ಅಂಗಡಿಯವನು ಆಶ್ವಾಸನೆ ಕೊಟ್ಟ ಎಂದ ಬೆಲಾಕ್ವುವ. ಇದ್ದಕ್ಕಿದ್ದಂತೆ, ತಟಸ್ಥವಾಗಿದ್ದ ಆ ಪ್ರಾಣಿ ಚಲಿಸತೊಡಗಿತು. ಅದು ಸ್ಥಳ ಬದಲಾಯಿಸಿದ್ದುದು ಸ್ಪಷ್ಟವಾಗಿತ್ತು.

ಬೆಲಾಕ್ವುವನ ಕೈ ಬಾಯಿಗೆ ಬಂದಿತು, ಅವನು ಅರಚಿದ, "ದೇವರೇ ! ಇದು ಜೀವಂತವಾಗಿದೆ."

ಚಿಕ್ಕಮ್ಮ ಏಡಿಯ ಕಡೆ ನೋಡಿದಳು. ಅದು ಮೇಣಗಬಟದ ಮೇಲೆ ಅಸ್ಪಷ್ಟವಾದ ದುರ್ಬಲ ಜೀವಕ್ರಿಯೆಯನ್ನು ಪ್ರಕಟಿಸುತ್ತ ಚಲಿಸಿತು. ಅವರು ಅದರ ಕಡೆ ಮೇಲ್ನೋಟ ಬೀರಿ ನೋಡುತ್ತ ನಿಂತರು. ಮೇಣಗಬಟದ ಮೇಲೆ ಶಿಲುಬೆಯ ಆಕಾರ ಚಿತ್ರಿಸಿದಂತಿತ್ತು. ಅದು ಮತ್ತೆ ನಡುಗಿತು, ಬೆಲಾಕ್ವುವನಿಗೆ ತಾನು ವಾಂತಿ ಮಾಡುವೆನೇನೊ ಎನಿಸಿತು.

ಅವನು ಮತ್ತೆ ರಾಗವೆಳೆದ :

---

* ಜೋನಾ: ದೇವರ ಕೋಪ, ಆಮೇಲೆ ಮರುಕಗಳನ್ನು ಅನುಭವಿಸಿದ ಒಬ್ಬ ಹೀಬ್ರೂ ಪ್ರವಾದಿ. ಬೈಬಲಿನಲ್ಲಿ ಅವನ ಹೆಸರಿನ ಪ್ರಕರಣವೇ ಇದೆ. ಅವನ ಹೆಸರಿನ ಏಡಿಯೂ ಇರುವುದು ಪ್ರಾಯಶಃ ಬಿಲಾಕ್ವುವ ಇಲ್ಲಿ ಪ್ರವಾದಿಯನ್ನು ನೆನೆಯುವುದಕ್ಕೆ ಕಾರಣ. ದೇವರು ಜೋನಾನ ತಲೆಯ ಮೇಲೆ ಒಂದು ಕುಂಬಳಕಾಯಿಯನ್ನು ಸೃಷ್ಟಿಸಿ, ಕಣ್ಣನ್ನು ಮರೆಮಾಡಿ, ಅವನನ್ನು ರಕ್ಷಿಸುತ್ತಾನೆ. (ಬೈಬಲ್, ಜೋನಾ. 4.6)

** ನಿನೆವೇ: ಜೋನಾನಂತೆಯೇ ದೇವರ ಕೋಪ ಆಮೇಲೆ ಮರುಕಗಳಿಗೆ ತುತ್ತಾದ ಒಂದು ಪ್ರಾಚೀನ ನಗರ. (ಬೈಬಲ್, ಜೋನಾ. 4.) ಇದು ಈಗಿನ ಇರಾಕ್‌ನ ಉತ್ತರ ಭಾಗದಲ್ಲಿ ಟೈಗ್ರೀಸ್ ನದೀ ದಂಡೆಯಲ್ಲಿದ್ದು, ಕ್ರಿ.ಪೂ. 9ರಿಂದ 7ನೇ ಶತಮಾನದ ತನಕ ಬಾಳಿದ ಅಸ್ಸೀರಿಯನ್ ಸಾಮ್ರಾಜ್ಯದ ರಾಜಧಾನಿಯಾಗಿತ್ತು.

"ದೇವರೇ, ಅದು ಬದುಕಿದೆ. ಈಗೇನು ಮಾಡೋದು?"

ಚಿಕ್ಕಮ್ಮನಿಗೆ ನಗು ತಡೆಯಲಾಗಲಿಲ್ಲ. ಅವನು ಏಡಿಯ ಕಡೆ ಪಿಳಿಪಿಳಿ ನೋಡುತ್ತ ನಿಂತಂತೆ ಅವಳು ಮೇಲುಬಟ್ಟೆ ತೊಟ್ಟು ಬರಲು ಅಡಿಗೆಯ ಮನೆಗೆ ದಡಗುಟ್ಟುತ್ತ ಹೋದಳು. ವಾಪಸು ಬರುವಾಗ ತೋಳನ್ನು ಮಡಿಸಿ ಮೇಲೆತ್ತಿ ಕೆಲಸಕ್ಕೆ ಸಿದ್ಧಳಾಗಿ ಬಂದಿದ್ದಳು.

"ಸರಿ, ಆಗುತ್ತೆ ಅಂತ ಕಾಣುತ್ತೆ."

"ಇಷ್ಟು ಹೊತ್ತೂ, ಅದು..." ಬೆಲಾಕ್ವುವ ವಟಗುಟ್ಟಿದ. ಆಮೇಲೆ ಇದ್ದಕ್ಕಿದ್ದಂತೆ ಚಿಕ್ಕಮ್ಮನ ಭೀಕರ ಸಾಧನ ಸಾಮಗ್ರಿಗಳನ್ನು ನೋಡಿ, "ಏನು ಮಾಡೋದಕ್ಕೆ ಹೊರಟಿದಿ ?" ಎಂದು ಅರಚಿದ.

"ಇನ್ನೇನು ? ಅದನ್ನ ಬೇಯಿಸೋದಕ್ಕೆ."

"ಆದರೆ ಅದು ಬದುಕಿದೆಯಲ್ಲ ? ಅದನ್ನ ಹಾಗೆಯೇ ಬೇಯಿಸೋದು ಅಂದರೇನು ?" ಬೆಲಾಕ್ವುವ ಆಕ್ಷೇಪಣೆ ಎತ್ತಿದ.

ಅವಳು ಅವನ ಕಡೆ ಆಶ್ಚರ್ಯದಿಂದ ನೋಡಿದಳು. ಏನು, ಅವನಿಗೆ ಬುದ್ಧಿ ಭ್ರಮಣೆಯಾಯಿತೊ ಹೇಗೆ ?

ಅವಳು ಕಟುವಾಗಿ ಹೇಳಿದಳು :

"ಸ್ವಲ್ಪ ಬುದ್ಧಿಯಿಟ್ಟುಕೊಂಡು ಮಾತಾಡು. ಏಡಿಗಳನ್ನ ಯಾವಾಗಲೂ ಜೀವಂತವಾಗಿಯೇ ಬೇಯಿಸೋದು."

ಚಿಕ್ಕಮ್ಮ ಏಡಿಯನ್ನು ಹಿಡಿದು ಹೊಟ್ಟೆ ಮೇಲಾಗಿ ಮಾಡಿದಳು. ಅದು ನಡುಗಿತು. "ಯಾರೂ ಅದನ್ನ ಕೊಚ್ಚಿ ಸಾಯಿಸೋದಿಲ್ಲ."

ಸಮುದ್ರದಾಳದಲ್ಲಿ ಅದು ದುಷ್ಟ ಮಡಕೆಯೊಳಗೆ ಸಿಕ್ಕಿಬಿದ್ದಿತ್ತು. ಗಂಟೆಗಳ ಕಾಲ, ಶತ್ರುಗಳ ನಡುವೆ, ರಹಸ್ಯವಾಗಿ ಉಸಿರಾಡಿತ್ತು. ಫ್ರೆಂಚ್ ಮಹಿಳೆಯ ಬೆಕ್ಕಿನ ಮುಷ್ಟಿಯಿಂದ ಜೀವಸಹಿತ ತಪ್ಪಿಸಿಕೊಂಡಿತ್ತು. ಈಗ ಅದು ಕುದಿಯುವ ನೀರಿನೊಳಕ್ಕೆ ಜೀವಂತ ಹೋಗುವುದಿತ್ತು, ಹೋಗಲೇ ಬೇಕಾಗಿತ್ತು.

ಬೆಲಾಕ್ವುವ ಅಡಿಗೆಮನೆಯ ಮಬ್ಬು ಬೆಳಕಿನಲ್ಲಿ ಬೂದಲ ಬಣ್ಣಕ್ಕೆ ತಿರುಗಿದ್ದ ಚರ್ಮದ ಹಾಳೆಯಂತಿದ್ದ ಚಿಕ್ಕಮ್ಮನ ಮುದಿ ಮುಖವನ್ನು ನೋಡಿದ.

"ಸುಮ್ಮನೆ ರಾದ್ಧಾಂತ ಮಾಡಿ ನನ್ನ ಕೆಲಸ ಕೆಡಿಸ್ತಿದ್ದಿ. ಊಟಕ್ಕೆ ಕೂತಾಗ ಬಾಯಿ ಚಪ್ಪರಿಸಿಕೊಂಡು ಹೊಡೀತಿ."

ಅವಳು ಏಡಿಯನ್ನು ಮೇಜಿನಿಂದ ಬಿಡಿಸಿ ಮೇಲೆತ್ತಿದಳು. ಅದು ಬದುಕಿರುವುದು ಇನ್ನು ಮೂವತ್ತು ಕ್ಷಣ ಮಾತ್ರ.

ಸರಿ, ದೇವರು ನಮ್ಮನ್ನೆಲ್ಲ ಕಾಪಾಡಲಿ; ಅದು ಶೀಘ್ರ ಮರಣ – ಎಂದು ಬೆಲಾಕ್ವುವ ಯೋಚಿಸಿದ.

ಆದರೆ ಅಲ್ಲ ; ಅದು ಶೀಘ್ರ ಮರಣವಲ್ಲ. ○

ವೇಲ್ಸ್

○ ರೈಸ್ ಡೇವೀಸ್

ಕ್ಯಾಲೆಬನ ದೋಣಿ

ಕ್ಯಾಲೆಬ್ ಒಬ್ಬ ನಡುವಯಸ್ಸಿನ ಬಡಕಲ ದೇಹದ ಅವಿವಾಹಿತ. ಮಿತವ್ಯಯಿಯಾಗಿದ್ದ ಅವನು ವಾಸವಾಗಿದ್ದುದು ನದಿಯ ಬದಿಯ ಒಂದು ಹಳೆಯ ಕೊಳಕು ಗುಡಿಸಿಲಿನಲ್ಲಿ; ಲಾನ್ ಪೋವಿಸ್ ಬೆಟ್ಟಸಾಲಿನ ಕಪ್ಪು ಹುಬ್ಬಿನ ಮುನಿಸಿನಡಿ. ವಿಚಿತ್ರವೆನಿಸಬಹುದಾದರೂ ಇದು ನಿಜ – ಒಬ್ಬಿಬ್ಬರು ಹೆಂಗಸರು ತಾವು ಅವನ ಕೈ ಹಿಡಿಯಲು ಸಿದ್ಧವೆಂದು ಬಳಸು ಮಾತಿನಿಂದ ಸೂಚಿಸಿದ್ದರು. ನಳ್ಳಿಯ ವ್ಯಾಪಾರಿಯಾಗಿದ್ದ ಅವರಪ್ಪ ನೂರಿನ್ನೂರು ಪೌಂಡುಗಳಷ್ಟು ಹಣ ಬಿಟ್ಟುಹೋಗಿದ್ದುದೇ ಇದಕ್ಕೆ ಕಾರಣ. ಆದರೆ ಕ್ಯಾಲೆಬ್ ಅವರಿಗೆ ತನ್ನ ಕಪ್ಪು ತಲೆಯಲ್ಲಾಡಿಸಿ, ಬೈಬಲ್ಲಿನ 'ಕಾಲಜ್ಞಾನ ಪರ್ವ'ವೇ ಮುಂತಾದ ಚಿತ್ರಮಯ ಧಾರ್ಮಿಕ ಗ್ರಂಥಗಳಲ್ಲಿ ಬರೆದಿದ್ದ ಭವಿಷ್ಯವಾಣಿಗಳ ವ್ಯಾಖ್ಯಾನದ ಕಡೆ ಮನಸ್ಸು ತಿರುಗಿಸಿದ್ದ. ಅವನ ಮೂಗು ಸದಾ ಸುರಿಯುತ್ತಿತ್ತು; ದೃಷ್ಟಿ ದೃಢವಿಲ್ಲದೆ ನಡುಗುತ್ತಿತ್ತು. ಆದರೂ ಅವನು ದಪ್ಪಗೆ ಗಟ್ಟಿಮುಟ್ಟಾಗಿದ್ದ. ಮತ್ತೊಮ್ಮೆ ಅತ್ಯುಗ್ರ ರೀತಿಯಲ್ಲಿ ನಾಶವಾಗಲೆಂದೇ ಈ ಜಗತ್ತು ಸೃಷ್ಟಿಯಾಗಿದೆಯೆಂದು ಅವನಿಗೆ ತೋರುತ್ತಿತ್ತು. ಅವನ ಪ್ರಕಾರ ದೇವರು ಕೈಯಲ್ಲಿ ವಿನಾಶಕಾರಿಯಾದ ಗುಂಡು ಮದ್ದುಗಳನ್ನು ಹಿಡಿದು ಆಕಾಶದಲ್ಲಿ ಅಲೆದಾಡುತ್ತಿದ್ದ ಒಬ್ಬ ಕಡಲುಗಳ್ಳನಿದ್ದಂತೆ.

ಕ್ಯಾಲೆಬ್ ಯಾವ ಉದ್ಯೋಗವನ್ನೂ ಮಾಡುತ್ತಿರಲಿಲ್ಲ. ಈ ಪ್ರಪಂಚ ನಾಶವಾಗುವುದೇ ಖಂಡಿತವಿರುವಾಗ ದುಡಿದು ಏನು ಪ್ರಯೋಜನ ? ಇಷ್ಟಾದರೂ ಕ್ಯಾಲೆಬ್ ಪ್ರಪಂಚವನ್ನು ಮೆಚ್ಚಿ ಕೊಂಡ ಕ್ಷಣಗಳೂ ಇದ್ದವು. ಅದನ್ನು ಬಿಟ್ಟು ಹೋಗಲು ಅವನಿಗೆ ಇಷ್ಟವಿರಲಿಲ್ಲ. ಅವನ ಹುಂಜ ತನ್ನ ಮೈಯ ಹೊನ್ನು – ಕೆಂಪುಗಳನ್ನು ಮಿರುಗಿಸುತ್ತ, ಬೆಳ್ಳಿಬಟ್ಟಿನ ಏಳು ಹ್ಯಾಂಬರ್ಗ್ ಹೇಂಟೆಗಳನ್ನು ಜಂಬದಿಂದ ಅಟ್ಟಿಕೊಂಡು ಓಡಾಡುವಾಗ ಅವನು ಆಗಾಗ ನಿಂತು ಅದನ್ನು ನೋಡಿ ತಲೆದೂಗುತ್ತಿದ್ದ. ಅವನು ಗುಡಿಸಿಲ ಹಿತ್ತಲಿನಲ್ಲಿ ಸಾಕಿದ ಗಂಡು ಹೆಣ್ಣು ಹಂದಿಗಳ ಒರಟು ಚೈತನ್ಯ ಸಹ ಅವನ ಮೆಚ್ಚಿಗೆ ಕೆರಳಿಸುತ್ತಿತ್ತು. ಪ್ರಪಂಚದ ಚಲನವಲನಗಳಲ್ಲಿ ಯಾವುದೊ ಜೀವಾಕರ್ಷಣೆಯಿದ್ದುದನ್ನು

ಅವನು ಕಂಡಿದ್ದ. ಆದರೆ ಆ ಶಾಪ, ಅದು ಇದ್ದೇ ಇತ್ತು. ಇಂದಲ್ಲ ನಾಳೆ, ತನ್ನ ಜೀವಮಾನದಲ್ಲೇ ಜಗತ್ತು ಧ್ವಂಸವಾಗಲಿದೆ ಎಂಬುದನ್ನು ಕ್ಯಾಲೆಬ್ ಖಚಿತವಾಗಿ ನಂಬಿದ್ದ. ಕನಸಿನಲ್ಲಿ ಅನೇಕ ಸಲ ತೋಳದ ಬಾಯಿಯ ಕೋಳಿಯಂತೆ ಅದು ಗಬಕ್ಕನೆ ನುಂಗಲ್ಪಟ್ಟಿದ್ದುದನ್ನು ಅವನು ನೋಡಿರಲಿಲ್ಲವೆ ?

ನದಿಯ ಬಳಿಯ ಅವನ ಗುಡಿಸಿಲಿನಿಂದ ಎರಡು ಮೈಲಿಯಾಚೆ ಸಮುದ್ರವಿತ್ತು. ಪ್ರಳಯ ಅಲ್ಲಿಂದಲೂ ಬರಬಹುದಾಗಿತ್ತು, ಭೂತಾಕಾರದ ಅಲೆಗಳಾಗಿ. ಗುಡಿಸಿಲಿನ ಹೊರಗೆ ನದಿ ಸಹ ಕಡಿದೇ. ಬೆಟ್ಟದ ಮೇಲೆಲ್ಲಾದರೂ ಎತ್ತರದ ಜಾಗಕ್ಕೆ ಹೋಗುವುದೆಂದು ಕ್ಯಾಲೆಬ್ ಆಗಾಗ್ಗೆ ಯೋಚಿಸುತ್ತಿದ್ದ. ಆದರೆ ಆ ಗುಡಿಸಿಲು ಯಾವುದೋ ಮುದ್ದಿನ ಪ್ರಾಣಿಯಂತೆ ಅವನನ್ನು ನೆಚ್ಚಿಕೊಂಡಿತ್ತು. ಯೋಚನಾಮಗ್ನನಾಗಿ ಎಲ್ಲೆಲೋ ಅಡ್ಡಾಡಿ ಹಿಂದಿರುಗಿ ಬರುವಾಗ ಆ ಗುಡಿಸಿಲು ತನಗಾಗಿಯೇ ಕಾಯುತ್ತ ನಿಂತಿರುವ ದೃಶ್ಯ ಅವನಿಗೆ ತುಂಬ ಇಷ್ಟವಾಗುತ್ತಿತ್ತು.

ಇಪ್ಪತ್ತು ವರ್ಷ ಟಪಾಲುಪೇದೆಯಾಗಿ ಕೆಲಸ ಮಾಡಿದ್ದ ಮಾರ್ಗಿಯೆಡ್ ಜೆಂಕಿನ್ಸ್ ಒಮ್ಮೊಮ್ಮೆ ಅವನಿಗೆ ಹೀಗೆ ಹೇಳುತ್ತಿದ್ದಳು :

"ಕ್ಯಾಲೆಬ್, ಕ್ಯಾಲೆಬ್, ನಿನ್ನ ಹಳೇ ಪ್ಯಾಂಟುಗಳಿಗೆ ಹೊಲಿಗೆಯ ಅಗತ್ಯವಿದೆ. ತಂತಿಯ ಮೇಲೆ ಅವು ನೇತಾಡುವಾಗ ಎಂತಹ ಅಸಹ್ಯದ ದೃಶ್ಯ ಅಂತೀಯೆ. ಇಲ್ಲಿ ತಾ."

ಅವನು ಒಗೆದು ಒಣಹಾಕಿದ್ದ ಆ ನೇತಾಡುವ ಬಟ್ಟೆಗಳತ್ತ ಅವಳು ಭಯಭೀತಳಾದಂತೆ ನೋಡುತ್ತಿದ್ದಳು.

"ನನಗೆ ಹೊಲಿಯೋದಕ್ಕೂ ಬರ್ತದೆ, ತೇಪೆ ಹಾಕೋದಕ್ಕೂ ಬರ್ತದೆ," ಅವಳನ್ನು ನೆಚ್ಚದವನಂತೆ ಕ್ಯಾಲೆಬ್ ಗೊಣಗುತ್ತಿದ್ದ.

ಮಾರ್ಗಿಯೆಡ್ ಎಡೆಬಿಡದೆ ಅವನಿಗೆ ಮನೆಗೆಲಸದಲ್ಲಿ ನೆರವಾಗಲು ಮುಂದಾಗುತ್ತಿದ್ದಳು. ಐವತ್ತು ವರ್ಷ ವಯಸ್ಸಿನ ಆಳ್ಳಕದ ಮೈಯ ಗಿಡ್ಡ ಹೆಂಗಸು ಅವಳು. ಎಲ್ಲಿ ನೌಕರಿಗೆ ಕುತ್ತು ಬರುವುದೊ ಎಂದು ಮೈಮೇಲಿನ ಉಬ್ಬಿದ ನರಗಳನ್ನು ಮುಚ್ಚಿಕೊಂಡು ಓಡಾಡುತ್ತಿದ್ದಳು. ದೂರದೂರ ಚದರಿದ ಗುಡಿಸಿಲು, ತೋಟದ ಮನೆಗಳಿಗೆ ಟಪಾಲು ಹಂಚುತ್ತ ದಿನಕ್ಕೆ ಹಲವಾರು ಮೈಲಿ ಅವಳು ಅಲೆಯುತ್ತಿದ್ದಳು. ಒಳಗೆ ತುಂಬಿದ್ದ ಮತ್ಸರದ ಗಂಟನ್ನು ಬಿಚ್ಚುತ್ತ ಅವತ್ತು ಅವಳು ಕ್ಯಾಲೆಬ್‌ಗೆ ಹೇಳಿದಳು :

"ಈ ಹಾಳು ಲೋಕ ಮುಳುಗಿ, ನಿನ್ನ ಹೆಣ ಸ್ವರ್ಗದ ಕಡಲ ಕಿನಾರೆಗೆ ತೇಲಿ ಬಂದಾಗ ಆ ಹರಿದ ಪ್ಯಾಂಟಿನಲ್ಲಿ ನೀನು ಬಲು ಕೆಟ್ಟದಾಗಿ ಕಾಣಲಿದ್ದಿ, ಕ್ಯಾಲೆಬ್."

ಅವಳನ್ನು ಬೆದರಿಸುವ ರೀತಿಯಲ್ಲಿ ಕ್ಯಾಲೆಬ್ ಉತ್ತರಕೊಟ್ಟ :

"ನೀನು ಹಾಸ್ಯ ಮಾಡ್ತಿ, ಹೆಣ್ಣೆ. ಮಹಾಜ್ಞಾನಿಗಳಿಗೂ ನಡುಕ ಹುಟ್ಟಿಸೋ ಅಂಥ ವಿಷಯ ಅದು, ನೀನು ಹಾಸ್ಯ ಮಾಡ್ತೀಯಲ್ಲ."

"ಹೋಗಲಿ, ತೊಗೊ ನಿನಗೊಂದು ಕಾಗದವಿದೆ. ಅರ್ಧ ಪೆನ್ನಿ ಸ್ಟಾಂಪ್ ಹಚ್ಚಿದ ಸುತ್ತೋಲೆ. ಸಮಾಜವಾದೀ ಹುರಿಯಾಳಿನಿಂದ ಬಂದಿರೋದು. ಅಯ್ಯೋ, ಇದರ ಬದಲು, ನಿನಗೊಂದು ಪ್ರೇಮ ಪತ್ರ ಕೊಡೋಕ್ಕಾಗಿದ್ದಿದ್ದರೆ !" ಅವಳು ಖೊಕ್ಕನೆ ನಕ್ಕು, ತಲೆದೂಗುತ್ತ ನಿಂತಿದ್ದ ಶಾವಂತಿಗೆ ಗಿಡಗಳ ನಡುವಿನಿಂದ ಹಾದುಹೋದಳು.

ಧರ್ಮಶಾಸ್ತ್ರಗಳನ್ನು ಅವನು ಅರ್ಥಮಾಡಿಕೊಂಡಿದ್ದ ಪ್ರಕಾರ ವಿಪತ್ತು ಬಹುಬೇಗ ಬರುವುದಿತ್ತು. ಜನರು ವಾಯುಮಂಡಲದಲ್ಲಿ ಹಾರಾಡತೊಡಗಿದ್ದರು. ಅವರು ಲಂಡನ್ನಿನಲ್ಲಿ

ಭೂಮಿಯ ಕೆಳಗೂ ರೈಲುಗಾಡಿಗಳಲ್ಲಿ ಓಡಾಡುತ್ತಿದ್ದರೆಂದು ಆತ ಕೇಳಿದ್ದ. ದಂಗು ಬಡಿಸುವ ತನ್ನ ಆ ಎಲ್ಲ ಸಾಧನೆಗಳಿಗೆ ಜಂಬಪಡುತ್ತಿದ್ದ ಮಾನವ ಮತ್ತೆ ತನ್ನ ಮೊಟ್ಟಮೊದಲಿನ ಸ್ಥಿತಿಗೇ ಒಯ್ಯಲ್ಪಡುತ್ತಾನೆ ಎಂಬುದಕ್ಕೆ ಈ ವಿಪರೀತಗಳೇ ಶಕುನಗಳಲ್ಲವೆ? ಆ ಪ್ರಕ್ರಿಯೆ ಬಲು ನೋವಿನದು. ಈ ದುಷ್ಟ ಜನಗಳ ಅಹಂಕಾರವನ್ನು ನೋಡುವುದು ಅವನ ಪಾಲಿಗೆ ಬಂದಿತ್ತು. ಅವನು ದೂರ ನಿಂತು ಅವರ ಹಾಸ್ಯಾಸ್ಪದವಾದ ಮಂಗಾಟಗಳನ್ನು ಗಮನಿಸುತ್ತಿದ್ದ. ಅದಕ್ಕೆ ಅವರು ದಂಡ ತೆರದೇ ಇರುವುದಿಲ್ಲ. ಮುಂಬರುವ ವಿಪತ್ತಿನ ನಿರೀಕ್ಷೆಯಲ್ಲಿ, ಅದು ಹೇಗೋ ಅದರಿಂದ ತಾನು ಪಾರಾಗುವೆನೆಂದು ಭಾವಿಸಿ, ಕ್ಯಾಲೆಬ್ ಪ್ರತಿ ಸೋಮವಾರ ಬೆಳಗ್ಗೆಯೂ ಒರಟಾಗಿ ಕತ್ತರಿಸಿದ ತನ್ನ ತಲೆಗೂದಲ ಗುಡ್ಡೆಯನ್ನು ತೊಳೆದುಕೊಂಡು ಸ್ನಾನ ಮಾಡುತ್ತಿದ್ದ.

ನವೆಂಬರ್ ತಿಂಗಳಿನಲ್ಲಿ ಗಾಳಿಮಳೆಗಳ ದಂಡೇ ಬಂದಿತು. ಗಾಳಿ ಘೀಳಿಟ್ಟಿತು, ಸಮುದ್ರ ಗುರ್ರೆಂದು ಸಿಡಿಗುಟ್ಟಿತು, ಮೋಡಗಳು ಆಕಾಶ ತೊರೆದು ಲಾನ್ ಪೋವಿಸ್ ಬೆಟ್ಟಗಳ ಮೇಲೆ ಸಿಡಿದು ಬಿದ್ದವು. ಚಳಿಗಾಲದ ಭೀಕರ ಮಳೆ ಪ್ರಾರಂಭವಾಯಿತು. ಮೊದಲೇ ಅಸ್ಥಿರವಾಗಿದ್ದ ಕ್ಯಾಲೆಬನ ಕಣ್ಣುಗಳು ಈಗ ಉದ್ವೇಗಕ್ಕೆ ಸಿಕ್ಕು ಸಿಡಿಯುತ್ತ ನಿದ್ರೆ ಕಾಣದಾದವು. ಪ್ರತಿದಿನ ಮುಂಜಾನೆ ಅವನು ಗುಡಿಸಿಲಿನ ಬಾಗಿಲಿನ ಬಳಿ ನಿಂತು ಪ್ರಳಯದ ಸೂಚನೆಗೆ ತಡಕಾಡತೊಡಗಿದ. ನುಗ್ಗಿ ಬರುವ ಮೋಡಗಳು, ಉಕ್ಕೇರಿದ ನದಿಯ ನೀರು, ಬೆಟ್ಟದ ತುದಿಯನ್ನು ಕೊರೆಯುತ್ತಿದ್ದ ಹುಚ್ಚುಗಾಳಿ – ಇವುಗಳ ಭಯಂಕರ ಶಕ್ತಿ ಅನಿಷ್ಟಸೂಚಕ, ನಿಜ. ಆದರೆ ಇನ್ನೂ ಎಲ್ಲೂ ಭವ್ಯವೆನಿಸುವಂತಹ ನಾಶ ಕಣ್ಣಿಗೆ ಕಾಣಿಸಿಕೊಂಡಿರಲಿಲ್ಲ.

ಆದರೂ ಅಂದಿನ ರಾತ್ರಿಗಳು ದಿಗ್ಭ್ರಮೆ ಹಿಡಿಸುವಂತಿದ್ದವು. ಇತ್ತ ಅರಚುಗಾಳಿ, ಅತ್ತ ಜಡಿ ಮಳೆ ಎರಡೂ ಸೇರಿ ಈ ಜಗತ್ತನ್ನು ಮೋಡಗಳ ನಡುವೆ ರಬ್ಬರ್ ಚೆಂಡಿನಂತೆ ಎಸೆದಾಡುತ್ತಿದ್ದವು. ಭೂಮಿ ತನ್ನ ಎಂದಿನ ಪಥದಿಂದ ಹರಿದುಕೊಂಡು, ಪ್ರಕೃತಿಯ ಮೂಲ ಶಕ್ತಿಗಳು ಕಾಡುಪ್ರಾಣಿಗಳಿಗಿಂತಲೂ ಭೀಕರವಾಗಿ ವರ್ತಿಸುವ ಯಾವುದೋ ನಿರ್ಜನ, ಧೂಸರ ಪ್ರದೇಶಕ್ಕೆ ಬಂದು ಬಿದ್ದಿದೆಯೆಂಬುದು ಕ್ಯಾಲೆಬನಿಗೆ ಖಚಿತವಾಗಿತ್ತು. ಸತ್ಯ ಸ್ಥಿತಿ ಬಹುಬೇಗನೆ ಆವಿಷ್ಕಾರವಾಗುವುದಿತ್ತು. ಅಂತಹ ಮಳೆ ಹಿಂದೆಂದೂ ಭೂಮಿಯ ಮೇಲೆ ಬಿದ್ದಿರಲಿಲ್ಲ. ಭುಸ್ಸೆಂದು ಶಬ್ದಮಾಡುತ್ತ ಅದು ಹುಚ್ಚಾಗಿ ಜಡಿಯುತ್ತಿತ್ತು. ಅವನ ಹೂದೋಟವನ್ನೆಲ್ಲ ತುಳಿದು ಹಾಕಿತ್ತು; ಗುಡಿಸಿಲಿನ ಮೇಲೆಲ್ಲ ಹಾರಾಡಿತ್ತು; ಹಗಲು ಬೆಳಕನ್ನು ನುಂಗಿಹಾಕಿತ್ತು; ಗುಡಿಸಿಲಿನ ಮೇಲೆಲ್ಲ ಹಾರಾಡಿತ್ತು; ಹಗಲು ಬೆಳಕನ್ನು ನುಂಗಿಹಾಕಿತ್ತು; ರಾತ್ರಿಯನ್ನು ಚೂರುಚೂರಾಗಿ ಹರಿದುಹಾಕಿತ್ತು. ಆ ಮಳೆಯ ಮೂಲಕವೇ ಜಗತ್ತಿನ ಅಂತ್ಯವಾಗುವುದೆಂದು ಕ್ಯಾಲೆಬ್ ಮುಂಗಾಣತೊಡಗಿದ.

ಕ್ಯಾಲೆಬ್ ತೃಪ್ತಿಯ ನಗೆ ಬೀರುತ್ತ ನದಿಯನ್ನು ಗಮನಿಸಿದ. ಹೌದು, ಅದು ಉಕ್ಕೇರುತ್ತಿತ್ತು. ಸಮುದ್ರದ ಮೊರೆತ ಸಹ ಕೇಳಿಬರುತ್ತಿತ್ತು. ಸಮುದ್ರ ಉಬ್ಬಿತ್ತು. ಜಗತ್ತಿನ ಮೂಲಗಳೆಲ್ಲವೂ ಉಕ್ಕುತ್ತಿದ್ದವು. ಕ್ಯಾಲೆಬ್ ಬಟ್ಟೆ ಕಳಚಿ, ತನ್ನ ಗುಡಿಸಿಲಿನ ಸುತ್ತ ಆ ಮಳೆಯಲ್ಲಿ ಏಳು ಬಾರಿ ಪ್ರದಕ್ಷಿಣೆ ಹಾಕಿದ ಥಂಡಿ, ತೇವಗಳಿಗೆ ಹೊಂದಿಕೊಳ್ಳಲೆಂದು, ಅವನಿಗೊಂದು ಉಪಾಯ ಹೊಳೆದಿತ್ತು. ಪೂರ್ವಕಾಲದ ಉದಾಹರಣೆಯನ್ನು ಅನುಕರಿಸಿದ್ದೇ ಆದರೆ, ಮುನ್ನೆಚ್ಚರಿಕೆಗಳಿಗೆ ಗಮನ ಕೊಡುವ ವ್ಯಕ್ತಿಯನ್ನು ದೇವರು ಮನ್ನಿಸಿ, ಇಲ್ಲಿ ಜಗತ್ತಿನಲ್ಲಿಯೇ ಬದುಕಿ ಉಳಿಯಲು ಆತ ತನಗೆ ಆಸ್ಪದ ನೀಡುವನೆಂದು ಕ್ಯಾಲೆಬ್ ನಂಬಿದ್ದ. ಬೈಬಲ್ಲಿನ

ನೋವಾ*ನಂತೆ ಒಂದು ದೋಣಿಯನ್ನು ಮಾಡಿಕೊಳ್ಳುವುದು ಎಂದುಕೊಂಡ ಆತ.

ಮಾಡಿಕೊಳ್ಳುವುದಕ್ಕಿಂತ ಕೊಳ್ಳುವುದು ಮೇಲು – ಮುಚ್ಚಿದ ತೇಲು ಬುಟ್ಟಿಯಂತೆ ಬಳಸಬಲ್ಲ ಒಂದು ದೋಣಿಯನ್ನು. ಟಾಮ್ ಪ್ರಾಸರನ ಬಳಿ ಒಂದು ದೋಣಿಯಿತ್ತು. ಅದು ಮಾರಾಟವಾಗದೆ ಬಿದ್ದಿತ್ತು. ಸದ್ಯಃ ಅದು ಕ್ಯಾಲೆಬನ ಗುಡಿಸಿಲಿನ ಹತ್ತಿರವೇ ಬಿದ್ದಿತ್ತು. ಅಂದ ಮೇಲೆ ಅದು ಅಗ್ಗಕ್ಕೇ ಸಿಗಬಹುದು. ಕ್ಯಾಲೆಬ್ ಅದನ್ನು ಕೊಳ್ಳುವ ನಿರ್ಧಾರ ಮಾಡಿದ ದಿನ ಮಾರ್ಗಿಯೆಡ್ ಕೈಯಲ್ಲಿ ಟಪಾಲು ಹಿಡಿದು ಬಾಗಿಲಾಚೆಯಿಂದ ಕಿರಿಚಿದಳು :

"ಬಾಗಿಲು ತೆಗಿ, ಕ್ಯಾಲೆಬ್, ಬಾಗಿಲು ತೆಗಿ. ಮುಳುಗಿ ಹೋಗ್ತಿದೀನಿ, ನನಗೆ ಈಜು ಬರೋದಿಲ್ಲ."

ಒಲ್ಲದ ಮನಸ್ಸಿನಿಂದ ಕ್ಯಾಲೆಬ್ ಬಾಗಿಲು ತೆಗೆದ. ಏದುಸಿರುಬಿಡುತ್ತಾ ಅವಳು ಹೇಳಿದಳು :

"ನಾನೊಂದು ಬಾತುಕೋಳಿಯಾದರೂ ಆಗಿದ್ದಿದ್ದರೆ! ಕರಿಯ ಬಾತುಕೋಳಿಯಾಗಿದ್ದಿದ್ದರೂ ಸರಿಯೆ. ಈಗಿನ ಸ್ಥಿತೀಲಿ ಬೇಡ ಅನ್ನೋದಿಲ್ಲ, ಕೊಂಚವೂ."

ಅನಂತರ ನೆಲಕ್ಕೆ ಹಾಸಿದ್ದ ಚಪ್ಪಡಿಗಳ ಮೇಲೆ ನೀರು ತೊಟ್ಟಿಕ್ಕಿಸುತ್ತ, ದಾರಿ ಬಿಡಿಸಿಕೊಂಡು ಅಡಿಗೆಮನೆಯ ಕಡೆ ನುಗ್ಗುತ್ತ ಮಾರ್ಗಿಯೆಡ್ ಮುಂದುವರಿಸಿದಳು:

"ಒಂದೈದು ನಿಮಿಷ ಬೆಂಕಿಯ ಮುಂದೆ ಕೂತು ಹೋಗ್ತೀನಿ. ನೀನೇನಾದರೂ ಬಿಸಿಬಿಸಿಯಾಗಿ ಒಂದೆರಡು ಚಮಚ ಮಾಂಸದ ಸಾರು ಕೊಟ್ಟರೆ ಬೇಡ ಅನ್ನೋದಿಲ್ಲ. ಇದೋ, ನಿನಗೊಂದು ಕಾಗದ ಇದೆ. ಅರ್ಧ ಪೆನ್ನಿ ಸ್ಟಾಂಪ್ ಹಚ್ಚಿದ್ದು, ಬೀಜದಂಗಡಿಯವರದ್ದು."

ಕ್ಯಾಲೆಬ್ ದೇವದೂತನಂತೆ ಘೋಷಿಸಿದ :

"ನಿನ್ನ ಕಾಗದವೇನೂ ಬೇಕಾಗಿಲ್ಲ. ಇಷ್ಟು ನೀರು ನಿಂತಿರೋವಾಗ ಬೀಜ ಬಿತ್ತೋದಕ್ಕೆ ಆಗ್ತದೆಯೆ ?"

"ಆದರೆ ಲಿಲ್ಲಿಗಳೂ ಜಲಸಸ್ಯಗಳೂ ನೀರನಲ್ಲಿ ತಾನೆ ಬೆಳೆಯೋದು" ಮಾರ್ಗಿಯೆಡ್ ಅಕ್ಷರಶಃ ಅರ್ಥಮಾಡಿ ಹೇಳಿದಳು.

"ಆದರೆ ಜಗತ್ತನ್ನ ಮುಳುಗಿಸೋದಕ್ಕೆ ಹೊರಟಿರೋ ಈ ನೀರಿನಲ್ಲಲ್ಲ," ಕ್ಯಾಲೆಬ್ ಗುಡುಗುಟ್ಟಿದ. ಅವನ ಭಾವಾವೇಶವನ್ನು ಕಂಡು ಮಾರ್ಗಿಯೆಡ್‌ಳಲ್ಲಿ ತಕ್ಷಣ ಗೌರವ ಉಕ್ಕಿತು. ಬೆಂಕಿಯ ಮುಂದೆ ಎತ್ತಿ ಹಿಡಿದಿದ್ದ ತನ್ನ ಒಳ ಲಂಗವನ್ನು ಅವಳು ಕೆಳಕ್ಕೆ ಬಿಟ್ಟಳು. ಅವಳ ಕಣ್ಣ ರೆಪ್ಪೆಗಳು ಸಹ ಕೆಳಗಾದವು. ಮುಖದಲ್ಲಿ ಭಕ್ತಿ ವಿನಯಗಳು ಕಾಣತೊಡಗಿದವು. ಅದನ್ನು ನೋಡಿ ಕ್ಯಾಲೆಬನ ನಂಬಿಕೆ ಇನ್ನಷ್ಟು ಬಲವಾಯಿತು. ಅವನು ಮುಂದುವರಿಸಿದ :

---

* ನೋವಾ: ಯೆಹೂದ್ಯರ ಮತ್ತು ಕ್ರೈಸ್ತರ ಒಬ್ಬ ಪುರಾಣ ಪುರುಷ. ಇವನ ಪ್ರಸ್ತಾಪ ಬೈಬಲ್ಲಿನಲ್ಲಿದೆ. ಅದರಂತೆ ಮಾನವರ ಪಾಪಕೃತ್ಯಗಳಿಂದ ಸಿಟ್ಟುಗೊಂಡು, ಈ ಲೋಕವನ್ನು ಜಲಪ್ರಳಯದ ಮೂಲಕ ಧ್ವಂಸ ಮಾಡಲು ದೇವರು ಒಮ್ಮೆ ನಿಶ್ಚಯಿಸಿದನಂತೆ. ಆದರೆ ಸಾತ್ವಿಕನಾಗಿದ್ದ ನೋವಾನಿಗೆ ಮಾತ್ರ ಈ ವಿಷಯವಾಗಿ ಆತ ಮುನ್ನೆಚ್ಚರಿಕೆ ನೀಡಿದನಂತೆ. ಪರಿಣಾಮವಾಗಿ ನೋವಾ ಒಂದು ದೋಣಿಯನ್ನು ತಯಾರಿಸಿ ಅದರಲ್ಲಿ ಕೆಲವು ಮೃಗಪಕ್ಷಿಗಳನ್ನೂ, ದವಸಧಾನ್ಯಗಳನ್ನೂ ತುಂಬಿಸಿಟ್ಟನಂತೆ. ಬಳಿಕ ಜಡಿಮಳೆ ಆರಂಭವಾಗಿ, ಜಗತ್ತು ಮುಳುಗತೊಡಗಿದಾಗ ಆತ ತನ್ನ ಕುಟುಂಬದೊಂದಿಗೆ ಆ ದೋಣಿಯಲ್ಲಿ ಕುಳಿತು ನೀರಿಳಿಯುವ ತನಕ ತೇಲಾಡುತ್ತ ಪ್ರಳಯದಿಂದ ಪಾರಾದನಂತೆ. ಅನಂತರ ಮಾನವಕುಲ ಅವನ ಸಂತತಿಯಿಂದ ಮತ್ತೊಮ್ಮೆ ಬೆಳೆಯಿತಂತೆ.

"ಇಲ್ಲಿ ಕೇಳು, ಹೆಂಗಸೇ. ನೀನು ಟಪಾಲು ಹಂಚೋದಕ್ಕೆ ಹೋದಲ್ಲೆಲ್ಲ ನಿನ್ನ ಎಚ್ಚರಿಕೆಯ ಸಂದೇಶ ತಲುಪಿಸು. ನಾವು ಇನ್ನೇನು ವಿನಾಶಕ್ಕೆ ಗುರಿಯಾಗಲಿದ್ದೇವೆ. ಎಚ್ಚರಿಕೆ, ಮತ್ತೂ ಎಚ್ಚರಿಕೆ. ಅವರು ನನ್ನ ಮಾತನ್ನ ಕೇಳೋದಿಲ್ಲ ಅಂತ ಗೊತ್ತು. ನಾನಂತೂ ನನ್ನ ಬುಟ್ಟಿದೋಣಿಯನ್ನು ಲಾನ್‌ಪೋವಿಸ್ ಬೆಟ್ಟದ ಮೇಲಕ್ಕೆ ಕೊಂಡೊಯ್ಯುತ್ತೇನೆ. ಜತೆಗೆ ಒಂದು ಪೀಪಾಯಿ ಕುಡಿಯುವ ನೀರಿರುತ್ತೆ, ಮೇಲೊಂದು ಪಾರಿವಾಳ. ನನ್ನ ಬುಟ್ಟಿದೋಣಿ ಇಡೀ ಜಗತ್ತಿನ ಮೇಲೆ ತೇಲುತ್ತಿರ್‍ತದೆ." ಅವನ ಸಡಿಲ ಬಿಟ್ಟ ಕಣ್ಣುಗಳು ವಿಜಯೋತ್ಸಾಹದಲ್ಲಿ ಹೊಳೆಯತೊಡಗಿದವು. ಧ್ವನಿ ಮೇಲೇರಿತು, "ಎಲ್ಲವೂ ಸತ್ತು, ನೀರಿಳಿದ ಮೇಲೆ, ನನ್ನ ಸಂರಕ್ಷಣೆಯಾಗಲಿ ಅಂತ ದೇವರು ಇಚ್ಚಿಸಿದ್ರೆ, ಸ್ವಚ್ಛವಾದ ನೆಲದ ಮೇಲೆ ಕಾಲಿಡ್ತೇನೆ – ಹೌದು, ಹೊಸಾ-ಹೊಸ ನೆಲದ ಮೇಲೆ, ಹಿಂದೊಂದು ಕಾಲದಲ್ಲಿ ನೋವಾ ಮಾಡಿದಂತೆ."

ಮಾರ್ಗಿಯೆಡ್ ಮೆಲ್ಲಗೆ ಕಣ್ಣ ರೆಪ್ಪೆ ಮೇಲೆತ್ತಿ ಕೇಳಿದಳು :

"ನೋವಾನ ಹೆಂಡತಿ ? ನೋವಾನಿಗೆ ಒಬ್ಬಳು ಹೆಂಡತಿಯಿದ್ದೆ ತೀರಬೇಕು. ಇಲ್ಲಿ ನೋಡು, ಕೋಳಿಗಳೂ ಹಂದಿಗಳೂ ಸುರಕ್ಷಿತವಾಗಿರೋದು ಆಗಲೇ. ಆಗ ನಿನಗೆ ಮೊಟ್ಟೆ ಮಾಂಸಗಳಿಗೆ ಕೊರತೆಯಿರೋದಿಲ್ಲ. ದೋಣಿಯಲ್ಲಿ ಎಲ್ಲವನ್ನೂ ಅಣಿಯಾಗಿಡೋದಕ್ಕೆ ಹೆಂಡತಿ ಇರಬೇಕಲ್ಲವೆ ?"

ಕ್ಯಾಲೆಬ್ ಬೆನ್ನಿನ ಹಿಂದೆ ಕೈಚಾಚಿ, ಚಪ್ಪಾಳೆ ತಟ್ಟುತ್ತ ಅಡುಗೆಮನೆಯಲ್ಲೆಲ್ಲ ಸುತ್ತಾಡಿದ. ಇದುವರೆಗೆ ಬದುಕಿನಲ್ಲಿ ಹೆಂಡತಿಯಿಲ್ಲದೆ ಕಳೆದಿದ್ದ ಅವನಿಗೆ ಯಾವಳನ್ನಾದರೂ ಕಟ್ಟಿಕೊಳ್ಳ ಬೇಕೆಂಬ ವಿಷಯ ಹೊಳೆದೇ ಇರಲಿಲ್ಲ. ಆದರೆ ಹೆಣ್ಣು ಹುಡುಕಿಕೊಳ್ಳುವುದಕ್ಕೆ ಈಗ ಕಾಲವಲ್ಲವೆಂದು ನಿರ್ಧರಿಸಿದ. ಅದಕ್ಕೆ ಸಮಯವಿರಲಿಲ್ಲ. ಅವನು ಖಡಾಖಂಡಿತವಾಗಿ ಸಾರಿದ:

"ನನ್ನನ್ನ ರಕ್ಷಿಸೋದು ಅವನ ಇಚ್ಛೆಯಾದರೆ ಅವನೇ ಹೆಂಡತಿಯನ್ನೂ ಒದಗಿಸ್ತಾನೆ."

ಮಾರ್ಗಿಯೆಡ್ ಆತಂಕದಿಂದ ಅರಚಿದಳು :

"ಖಚಿತ ಮಾಡಿಕೊ, ಕ್ಯಾಲೆಬ್; ಅಲ್ಲಿ ಮೇಲೆ ಬುಟ್ಟಿ ದೋಣಿಯಲ್ಲಿ ತಣ್ಣಗೆ, ತೇವವಾಗಿ, ಏಕಾಂತವಾಗಿರ್‍ತದೆ. ನೀನು ಮಲಗಿದಾಗ ಪಾರಿವಾಳ ಹಿಂದಿರುಗಿ ಬಂದರೆ ಅದರ ಮೇಲೆ ಗಮನವಿಡೋದಕ್ಕೆ ಹೆಂಡತಿಯಿದ್ದರೆ ಅನುಕೂಲ."

"ನೀನು ನಡಿ ಆಚೆ, ನನಗೆ ಎಲ್ಲಾ ಗೊತ್ತು."

ಅವಳನ್ನು ಹೊರಗಟ್ಟಿದ ಮೇಲೆ, ಕ್ಯಾಲೆಬ್ ಬಾಗಿಲ ಬದಿಯ ಲಿಲಾಕ್ ಪೊದೆಯ ಪಾತಿಯಡಿಯಲ್ಲಿ ಹೂತಿಟ್ಟಿದ್ದ ತನ್ನ ಹಣದಿಂದ ಒಂದಿಷ್ಟು ತೆಗೆದು ಅಂತಿಮ ಸಿದ್ಧತೆಗಳನ್ನು ಮಾಡಿಕೊಂಡ. ಒಂದು ಹಳೆಯ ಕ್ಯಾನ್ವಾಸ್ ಬಟ್ಟೆಯನ್ನು ಮೈಗೆ ಸುತ್ತಿಕೊಂಡು, ಬೆಟ್ಟದ ಇನ್ನೊಂದು ಮಡಿಲಲ್ಲಿದ್ದ ಟಾಮ್ ಪ್ರಾಸರನ ಮನೆಯ ಕಡೆ ನಡೆದ. ಬುಸುಗುಟ್ಟುತ್ತಿದ್ದ ಗಾಳಿ, ಬಾಲವೆತ್ತಿ ಬಡಿಯುತ್ತಿದ್ದ ಮಳೆ – ಇವು ಅವನ ಆನಂದಾತಿರೇಕದ ಕುದಿ ಆರದಂತೆ ನೋಡಿಕೊಂಡವು. ಅಣಕು – ಹಾಸ್ಯಗಳಿಗೆ ಕಿವಿಗೊಡಲು ಅವನು ಸಿದ್ಧನಿರಲಿಲ್ಲ. ಪ್ರಾಸರನಿಗೆ ಆ ಹಳೆಯ ಮುರುಕು ದೋಣಿಯನ್ನು ಕೊಟ್ಟು ಕೈ ತೊಳೆದುಕೊಂಡರೆ ಸಾಕಾಗಿತ್ತು. ಕ್ಯಾಲೆಬ್ ನಗದು ಹಣ ಕೊಟ್ಟು ಅದನ್ನ ಕೊಂಡ. ಈಗ ಅವನಿಗೆ ದೋಣಿಯನ್ನು ಸಾಗಿಸಬೇಕಾಗಿತ್ತು. ರೋಷದಿಂದ ಜಾಡಿಸುತ್ತಿದ್ದ ಬಿರುಮಳೆಯೊಳಗೆ ಹಳ್ಳಿ ಅವಿತು ಕುಳಿತಿತ್ತು. ಅಲ್ಲಿ ಎಡೆಬಿಡದ ಮಳೆಯಿಂದಾಗಿ ಉದ್ಯೋಗವಿಲ್ಲದೆ ಕೂತಿದ್ದ ಎಂಟು ಜನ ಹೊಲದಾಳುಗಳೊಡನೆ ಅವನು ಮಾತಾಡಿದ. ತಲಾ ಹತ್ತು ಷಿಲಿಂಗಿನ ಶುಲ್ಕಕ್ಕೆ ಪ್ರತಿಯಾಗಿ ಅವರು ದೋಣಿಯನ್ನು

ಲಾನ್‌ಪೋವಿಸ್ ಬೆಟ್ಟದ ಬದಿಗೆ ಎಳೆದು ತರುವುದೆಂದಾಯಿತು. ಇಗರ್ಜಿಯ ನಿಷ್ಠಾವಂತ ಸದಸ್ಯರಾಗಿದ್ದ ಅವರು ಕ್ಯಾಲೆಬನನ್ನು ಗೌರವ, ಹಾಸ್ಯ ಬೆರೆತ ದೃಷ್ಟಿಯಿಂದ ನೋಡ ತೊಡಗಿದರು. ಅವರಲ್ಲೊಬ್ಬ ಬುದ್ಧಿ ಉಪಯೋಗಿಸಿ ಹೇಳಿದ :

"ನಿನ್ನನ್ನು ಬಿಟ್ಟು ನಾವು ಉಳಿದವರೆಲ್ಲರೂ ಮುಳುಗಿಹೋಗ್ತೇವೆ. ಇನ್ನು ನಿನ್ನ ಹತ್ತು ಷಿಲಿಂಗ್ ತಗೊಂಡು ಏನು ಮಾಡಬೇಕು ? ಸ್ವರ್ಗದಲ್ಲಿ ಖಂಡಿತ ಅಂಗಡಿಗಳಾಗಲೀ ಬ್ಯಾಂಕ್‌ಗಳಾಗಲೀ ಇರೋದಿಲ್ಲ."

ಮದ್ಯದಂಗಡಿಯ ಕಿಟಿಕಿಯಿಂದ ಹೊರಗೆ ಉಕ್ಕೇರುತ್ತಿದ್ದ ಜಗತ್ತನ್ನು ನೋಡುತ್ತ ಕ್ಯಾಲೆಬ್ ಅವರ ವಿರುದ್ಧ ತಿರುಗಿ ಬಿದ್ದು ಹುಚ್ಚನಂತೆ ಕೂಗಾಡಿದ :

"ಇಲ್ಲದ ಪೊಳ್ಳುವಾದ ಹೂಡಿ ನನ್ನನ್ನು ತಡೆಯೋದಕ್ಕೆ ನೋಡಬೇಡಿ. ಹತ್ತು ಷಿಲಿಂಗ್ ಕೊಟ್ಟು ನೀವು ಶುಭ್ರವಾದ ಶವವಸ್ತ್ರ ಕೊಂಡಿಟ್ಟುಕೋಬಹುದು. ಇವತ್ತಿನಿಂದ ಸರಿಯಾಗಿ ಆರನೇ ದಿನ ಅದನ್ನು ಹೊದ್ದು ಮಲಗಿ. ಪ್ರಳಯ ನಮ್ಮನ್ನು ಬೆನ್ನಟ್ಟಿ ಬರ್ತಿದೆ."

ದೇವರು ಕ್ಯಾಲೆಬನ ನಾಲಗೆಯಲ್ಲಿ ಪ್ರವಾದದ ಅಗ್ನಿಯನ್ನು ಹೊತ್ತಿಸಿಟ್ಟಿದ್ದನೇನೊ ? ಅವನ ಕೆನ್ನೆಯ ಮೇಲೆ ಕಿತ್ತಳೆಗೆಂಪಿನ ನಕ್ಷತ್ರಗಳು ಮೂಡಿದ್ದವು.

ಬಿಟ್ಟು ಬಿಟ್ಟು ಬೀಸಿ ಬರುತ್ತಿದ್ದ ಅಂತಹ ಬಿರುಗಾಳಿಯನ್ನು ನೋಡಿದ ನೆನಪು ಆ ಜನರಲ್ಲಿ ಯಾರಿಗೂ ಇರಲಿಲ್ಲ. ಅವರು ಹಗ್ಗ ಬೊಂಬುಗಳಿಗೆ ತಡಕಾಡುತ್ತಿರುವಂತೆಯೇ ಬಾಯಿ ತೆಗೆದು ಆರ್ಭಟಿಸುತ್ತಿರುವ ಕರಿಮೊಗದ ದೇವದೂತರ ಸೈನ್ಯದಂತಿದ್ದ ಭಯಂಕರ ಗುಡುಗುಗಳು ಆಕಾಶದಲ್ಲಿ ನುಗ್ಗಿ ಬಂದವು. ದೈತ್ಯಾಕಾರದ ಬಿಳಿಯುರಿಯ ಬೆಳ್ಳಿಯ ಬಿರುಕುಗಳು ಮೋಡಗಳನ್ನೊಡೆದು ಬುಸುಗುಟ್ಟುತ್ತ ಇಡೀ ಭೂಮಿಯ ಮೇಲೆ ಹಾದು ಬಂದವು. ಪ್ರಪಂಚದ ವಿನಾಶವಾಗುತ್ತಿದ್ದುದೇ ನಿಜವಾದರೆ ಅದು ಇದಕ್ಕಿಂತ ಚೆನ್ನಾಗಿ ಆಗುವುದು ಸಾಧ್ಯವಿರಲಿಲ್ಲ. ಇಂತಹ ಸಂದರ್ಭಗಳಲ್ಲಿ ತಮ್ಮ ತಾತ ಮುತ್ತಾತಂದಿರು ಬೆಟ್ಟದ ಗುಹೆಗಳಲ್ಲಿ ಅವಿತುಕೊಳ್ಳುತ್ತಿದ್ದರೆಂದು ಎಲ್ಲೋ ದೂರದ ತಮ್ಮ ಮನಸ್ಸಿನಾಳದಲ್ಲಿ ಆ ಜನ ಅರೆಬರೆ ನಂಬತೊಡಗಿದುದೇ ಅಲ್ಲದೆ, ಆ ಗವಿಗಳನ್ನು ಕುರಿತು ಗುಟ್ಟಾಗಿ ಯೋಚಿಸಲಾರಂಭಿಸಿದರು.

ಆವೊತ್ತು ಮಧ್ಯಾಹ್ನ ನದಿಯ ಬದಿ ಕಪ್ಪಗೆ ಮಂಕಾಗಿ ಬಿದ್ದಿದ್ದ ದೋಣಿ 'ನಾನ್ಸಿ'ಯನ್ನು ಅವರು ರಹಸ್ಯವಾಗಿ ಮನಸ್ಸಿನಲ್ಲೇ ಶಪಿಸುತ್ತ ಲಾನ್ ಪೋವಿಸ್ ಬೆಟ್ಟದ ಕೊಚ್ಚೆ ಬದಿಗೆ ಎಳೆದು ತಂದರು. ಅರ್ಧದಾರಿ ತರುವಷ್ಟರಲ್ಲಿ ಮೈಕೈ ಪೂರ್ತಿ ತೊಯ್ದು ಆಳುಗಳು ಕೆಲಸ ನಿಲ್ಲಿಸಿ, ತಮ್ಮ ಪಾಲಿನ ಹಣಕ್ಕೆ ತಗಾದೆ ಮಾಡಿದರು. ಕ್ಯಾಲೆಬ್ ತೆರಬೇಕಾಯಿತು. ಮಾರನೆಯ ಬೆಳಗ್ಗೆ ಬಂದು ಕೆಲಸ ಮುಗಿಸಿಕೊಡುವುದಾಗಿ ಆಳುಗಳು ಘೋಷಿಸಿದರು. "ರಾತ್ರಿಯೇ ಪ್ರವಾಹ ನುಗ್ಗಿದರೇನು ಮಾಡೋದು ?" ಕ್ಯಾಲೆಬ್ ಗುಡುಗಿನ ನಡುವೆ ಕಿರಿಚಿದ. ಆಳುಗಳಿಗೆ ಆವಿಯಾಡುವ ಬಿಸಿಬಿಸಿ ಚಹದ ಬಯಕೆಯಾಯಿತು. ಕೊರೆಯುತ್ತಿದ್ದ ಬೆಟ್ಟದ ಬದಿಯಲ್ಲಿ ಅವನನ್ನು ಕೈಬಾಯಿ ಆಡಿಸಲು ಬಿಟ್ಟು ಅವರು ಹೊರಟೇ ಬಿಟ್ಟರು. ಆದರೆ ಆ ರಾತ್ರಿ ಅವರಲ್ಲಿ ಅನೇಕರಿಗೆ ಕನಸಿನಲ್ಲಿ ಮುಂಬರಲಿರುವ ಭೀಕರ ವಿಪತ್ತು ಕಾಣಿಸಿಕೊಂಡಿತು.

ಮಾರನೆಯ ಬೆಳಗ್ಗೆ ಮಾರ್ಗಿಯೆಡ್ ಕ್ಯಾಲೆಬ್‌ನಿದ್ದಲ್ಲಿಗೆ ಅನಧಿಕೃತ ಭೇಟಿಕೊಟ್ಟಳು. ಅವಳು ಅತ್ತಳು, ಮುಸಲಾಯಿಸಿದಳು, ಬೆದರಿಕೆ ಹಾಕಿದಳು, "ಈ ಥಂಡಿಯ ಬೆಟ್ಟದ ಮೇಲಿನ ಬುಟ್ಟಿದೋಣಿಗೆ ನಾನು ಟಪಾಲು ಒಯ್ಯಬೇಕೆಂದು ಪೋಸ್ಟ್-ಮಾಸ್ಟರ್ ಜನರಲ್ಲರು ಸಹ ಹೇಳಲಾರರು. ಆಗ ನಿನಗೆ ಮನುಷ್ಯರ ಸಂಬಂಧ ಪೂರ್ಣವಾಗಿ ಕಡಿದುಹೋಗ್ತದೆ,

ನೋಡು” ಅಂದಳು. ಅವನು ಕರಗಲಿಲ್ಲ. ಆಗ “ಹೋಗಲಿ, ಸಾಕಷ್ಟು ಉಣ್ಣೆಯ ಒಳಬಟ್ಟೆ, ಎಣ್ಣೆಯ ಅಗ್ಗಿಷ್ಟಿಕೆ, ಒಂದು ಬಾಟಲಿ ಕೆಮ್ಮಿನ ಔಷಧಿಗಳನ್ನಾದರೂ ಜತೆಯಲ್ಲಿಟ್ಟುಕೊ” ಎಂದು ಗೋಗರೆದಳು. ಕೊನೆಗೆ ಅವನು ಕೋಪ ತಡೆಯಲಾರದೆ ಹೇಳಿದ :

“ಏ ಹೆಣ್ಣೆ, ನನ್ನ ಇದಿರು ನಿಲ್ಲಬೇಡ, ನಡಿ ಹಿಂದೆ; ನೀನು ಸೈತಾನನ ಅವತಾರ; ನಿನ್ನ ಮುಂದಲೇಲಿ ಕೋಡು ಮೂಡಿರೋದು ನನಗೆ ಕಾಣಸ್ತಿದೆ.”*

ಅನಂತರ ದಪ್ಪನೆಯ ಮೇಣದ ಬಟ್ಟೆಗಳನ್ನು ತೊಟ್ಟು ಇಗರ್ಜಿಯ ಮುಖ್ಯಸ್ಥನೂ ಅಲ್ಲಿ ಬಂದ; ಕ್ಯಾಲೆಬ್ ತಾನು ಬಹಳ ತಿಳಿದವನಂತೆ ಧಾರ್ಮಿಕ ವಿಷಯಗಳಲ್ಲಿ ತಲೆ ಹಾಕುತ್ತಿರುವುದಕ್ಕೆ ಮುನಿಸು ತೋರಿಸಿದ. ಆದರೆ ಹರಕುಬಾಯಿಯ ಕ್ಯಾಲೆಬನಿಗೆ ಅವನು ಸರಿಸಾಟಿಯಾಗಲಾರದೆ ಹೋದ. ಇಷ್ಟರೊಳಗೆ ನದಿ ಹಲವಾರು ಅಂಗುಲ ಮೇಲೇರಿತ್ತು. ಆಚೆಬದಿಯ ಬಯಲು ಗದ್ದೆಗಳ ಮೇಲೆ ಭಯೋತ್ಪಾದಕವಾಗಿ ಮೋಡ ಕವಿದಿತ್ತು. ಕ್ಯಾಲೆಬ್ ಮತ್ತೆ ಕೆಚ್ಚು ಕೆರಳಿ, ಆಳುಗಳನ್ನು ಕೆಲಸಕ್ಕೆ ಹಚ್ಚಲು ಮುಂದಾದ. ಅವರನ್ನು ಹೊರಡಿಸ ಬೇಕಾದರೆ ಅವನು ಇನ್ನೂ ತಲಾ ಹತ್ತು ಷಿಲಿಂಗ್ ಬಿಚ್ಚಬೇಕಾಯಿತು. ಅವರ ಭಯ, ದುಃಸ್ವಪ್ನಗಳೇನೇ ಇರಲಿ, ಅವರಿಗೆ ಹೆಂಡಿರ ಒತ್ತಾಯ ಇದ್ದೇ ಇತ್ತು.

ಸಂಜೆಗೆ ಮುನ್ನ ದೋಣಿ ‘ನಾನ್ಸಿ’ ಲಾನ್ ಪೋವಿಸ್ ಬೆಟ್ಟದ ಮೇಲೆ ಸುರಕ್ಷಿತವಾಗಿ ಬಂದು ಬಂಡೆಗೊರಗಿ ವಿಶ್ರಮಿಸುತ್ತಿತ್ತು. ದೋಣಿಗೆ ಸಾಮಾನುಗಳನ್ನೇರಿಸಲು ತನಗೆ ನೆರವಾಗುವಂತೆ ಆಳುಗಳಲ್ಲಿ ಮೂವರನ್ನು ಕ್ಯಾಲೆಬ್ ಗೊತ್ತುಮಾಡಿದ. ಹಂದಿಗಳು ಆ ಪ್ರಯಾಣದಲ್ಲಿ ತುಂಬ ತರಲೆ ಮಾಡಿದವು. ಕೋಳಿಗಳನ್ನು ಬುಟ್ಟಿಗಳಲ್ಲಿಟ್ಟು ಸಾಗಿಸಲಾಯಿತು. ಅವು ಗಾಬರಿಯಿಂದ ಕೊಕ್ಕೊಕ್ಕೊಕ್ ಎಂದು ಕೂಗುತ್ತಿದ್ದವು. ಮರದ ತುಂಡುಗಳು, ಸುತ್ತಿಗೆ, ಮೊಳೆ, ನೀರು, ಆಹಾರ, ಮಳೆಯ ನೀರನ್ನು ಹಿಡಿಯಲು ಒಂದು ಬಾನಿ, ಬೈಬಲ್ಲು, ಹಳ್ಳಿಯಲ್ಲಿ ಕೊಂಡ ಒಂದು ಪಾರಿವಾಳ ಇವೆಲ್ಲವೂ ಕತ್ತಲಾಗುವ ಮುನ್ನ ದೋಣಿ ಸೇರಿದವು. ಉದ್ದಕ್ಕೂ ಗಾಳಿ ಘೀಳಿಡುತ್ತ ಗೋಳಾಡುತ್ತಿತ್ತು. ಆಕಾಶ ಮತ್ತೆ ಮತ್ತೆ ಬಿರಿಯುತ್ತಿತ್ತು. ಮಳೆಯ ಪ್ರವಾಹ ಹರಿದಿತ್ತು.

ತಣ್ಣಗೆ ಕೊರೆಯುವ ದಪ್ಪದಪ್ಪ ಮಳೆಯ ಹನಿಗಳು ಮುಖಕ್ಕೆ ಬಡಿಯುತ್ತಿದ್ದಂತೆ ಕ್ಯಾಲೆಬ್ ಅಟ್ಟದ ಮೇಲೆ ಅಡ್ಡ ಬಿದ್ದು ದೋಣಿಗೆ ದೇವರ ಆಶೀರ್ವಾದ ಕೋರಿದ. ಜಗತ್ತು ಪಾಪದಿಂದ ತುಂಬಿದ್ದುದನ್ನು ಅವನು ಅರಿಯನೆ! ಸಚ್ಚರಿತನಾದ ಪಾಪರಹಿತ ವ್ಯಕ್ತಿಗೆ ಅದು ತಕ್ಕ ಸ್ಥಳವಾಗಿರಲಿಲ್ಲ. ನೀರಿಳಿದ ಮೇಲೆ ಹೊಸ ಜಗತ್ತಿನಲ್ಲಿ ದೇವರು ತನ್ನನ್ನು ಮಾನವಕುಲದ ಪ್ರತಿನಿಧಿಯಾಗಿರಲು ಇಚ್ಛಿಸಿದ್ದೇ ಆದರೆ, ಭ್ರಷ್ಟಾಚಾರ ತೊರೆದು ಬಾಳುವುದಾಗಿ ಆಶ್ವಾಸನೆ ಕೊಡಲು ಆತ ಸಿದ್ಧನಿದ್ದ. ಕೊಳೆತು ನಾರುವ ಹಳೆಯ ಪಟ್ಟಣಗಳೆಲ್ಲವೂ ನಿರ್ನಾಮವಾಗಲಿ. ಅವುಗಳ ದುರ್ನಾತ ಎಲ್ಲೆಲ್ಲೂ ಹರಡಿದೆ. ಗಂಡಸರು ಹೆಂಗಸರು ಮುಳುಗಿ ಹಾಳಾಗಲಿ, ಅವರಿಗೆ ಕಪ್ಪೆಗಳಿಗಿಂತ ಹೆಚ್ಚು ಬೆಲೆಯಿಲ್ಲ. ಮಾನವರ ಮೃಗಸ್ವಭಾವವನ್ನು ಅವನು ಬಹುಕಾಲ

---

* ಕ್ರೈಸ್ತರ ನಂಬಿಕೆಯಂತೆ ಸೈತಾನ ದೇವರ ಪ್ರತಿಸ್ಪರ್ಧಿ. ಜನರಿಗೆ ನಾನಾ ವಿಧವಾದ ಪ್ರಲೋಭನೆಗಳನ್ನೊಡ್ಡಿ, ಅವರನ್ನು ದೇವರಿಂದ ವಿಮುಖಗೊಳಿಸಿ ಅಡ್ಡದಾರಿಗೆಳೆಯಲು ಪ್ರಯತ್ನಿಸುವ ದುಷ್ಟ ಶಕ್ತಿ ಸೈತಾನ. ಮುಂದಲೆಯಲ್ಲಿ ಎರಡು ಕೋಡುಗಳೂ ಕಾಲುಗಳಲ್ಲಿ ಸೀಳುಗೊರಸುಗಳೂ ಉಳ್ಳ ವ್ಯಕ್ತಿಯೆಂದು ಕ್ರೈಸ್ತ ಪುರಾಣಗಳು ಅವನನ್ನು ಚಿತ್ರಿಸುತ್ತವೆ.

ಕಂಡಿದ್ದ. ಪ್ರಪಂಚ ಕೊಳೆ ನೀರಿನ ಬಚ್ಚಲಾಗಲಿ, ಅನಂತರ ತಾನು ಒಂದು ಪಾರಿವಾಳವನ್ನು ಗಾಳಿಗೆ ಹಾರಿಬಿಡುತ್ತೇನೆ. ಅದು ಹೋಗಿ ಪರ್ವತದ ಶ್ವೇತ ಶಿಖರವನ್ನು ಅರಸುತ್ತದೆ. ನೀರಿಳಿದ ಮೇಲೆ ಅಲ್ಲೊಂದು ಭವ್ಯವಾದ ಹಣ್ಣಿನ ತೋಟವಾಗುತ್ತದೆ. ಹೂವಿಂದ ತುಂಬಿದ ಸೇಬಿನ ಮರದ ಕೆಳಗೆ ಸೃಷ್ಟಿಕರ್ತನ ಕೈಯಿಂದ ಅದೇ ತಾನೆ ಹೊಸತಾಗಿ ರೂಪಿತಳಾದ ಒಬ್ಬ ಹೆಣ್ಣು – ಕ್ಯಾಲೆಬ್‌ನಿಗೆ ಇದು ಖಚಿತವಾಗಿತ್ತು. ಅವನು ನಂಬಿದವನು. ಕ್ಯಾಲೆಬ್ ಪ್ರಾರ್ಥನೆ ಮುಗಿಸಿ ಎದ್ದ.

ಕ್ಯಾಲೆಬ್ ಹಂದಿಗಳನ್ನು ದೋಣಿಯ ಅಟ್ಟದ ಕೆಳಗೆ ಕೂಡಿಹಾಕಿದ್ದ. ಅವು ಮೂತಿಯಿಂದ ಅದರ ಹಲಗೆಗಳನ್ನು ತಿವಿದೆತ್ತುತ್ತ, ತಮ್ಮ ಭಯವನ್ನು ಅರಚಿ ತೋರಿಸುತ್ತ, ತುಂಬ ಕಾಟ ಕೊಡತೊಡಗಿದವು. ರಾತ್ರಿ ಅವನ್ನು ಹೊರಗೆ ಕೊಚ್ಚೆಯ ಹುಲ್ಲು ನೆಲಕ್ಕೆ ಕ್ಯಾಲೆಬ್ ಅಟ್ಟಿದ. ಅವಕ್ಕೆ ತೃಪ್ತಿಯಾಯಿತು. ನೀರು ಬೆಟ್ಟದ ಮೇಲೇರಿದಾಗ ಅವನ್ನು ಮತ್ತೆ ದೋಣಿಯೊಳಕ್ಕೆ ಎಳೆದುಕೊಳ್ಳಲು ಸಾಕಷ್ಟು ಸಮಯವಿತ್ತು. ಕೋಳಿಗಳು ತಮ್ಮನ್ನು ತುರುಕಿದ್ದ ಅಟ್ಟದ ಕೆಳಗಿನ ಇಕ್ಕಟ್ಟಿನ ಜಾಗದ ವಿರುದ್ಧ ತಮ್ಮ ಪ್ರತಿಭಟನೆ ವ್ಯಕ್ತಪಡಿಸಲಾರದಷ್ಟು ಸುಸ್ತಾಗಿದ್ದವು. ಹುಂಜವೂ ಕೂಡಿದಂತೆ ಅವೆಲ್ಲವೂ ಒಂದು ಮೂಲೆಯಲ್ಲಿ ಮುದುಡಿಕೊಂಡಿದ್ದವು. ಇನ್ನೊಂದು ಕತ್ತಲ ಮೂಲೆಯಲ್ಲಿ ಪಾರಿವಾಳಗಳನ್ನು ಕೂಡಿಹಾಕಲಾಗಿತ್ತು. ಈ ಸಿದ್ಧತೆಗಳೆಲ್ಲ ಆದಮೇಲೆ, ಕ್ಯಾಲೆಬ್ ನೀರು ಮೇಲೇರುವುದನ್ನು ಕೇಳಲು ತಕ್ಕಂತೆ ಕಿವಿಯನ್ನು ತರಪೇತುಗೊಳಿಸಿ ಹಲಗೆಹಾಸಿನ ಕೆಳಗೆ ನುಸುಳಿ ತನ್ನ ಹಾಸಿಗೆಗಳ ನಡುವೆ ಮಲಗಿ ನಿದ್ದೆಹೋದ.

ಮಳೆಗಾಳಿ ಇನ್ನೂ ಒಂದು ವಾರ ಕಾಲ ಹುಚ್ಚಾಗಿ ಬೀಸಿತು. ಅಷ್ಟೊಂದು ನೀರು, ಗಾಳಿಗಳನ್ನು ಶೇಖರಿಸಿಡಲು ಆಕಾಶಕ್ಕೆ ಸಾಧ್ಯವೆಂದು ಯಾರೂ ನಂಬಿರಲಿಲ್ಲ. ಕ್ಯಾಲೆಬನಿಗೆ ರಾತ್ರಿಯ ಹೊತ್ತು ಡಾಕಿನಿಯರ ಕೇಕೆ ಹಾಗೂ ಗಾಳಿಯ ರಭಸಕ್ಕೆ ಬೆಟ್ಟಗಳ ಮೇಲಿನ ತಮ್ಮ ದುರ್ಗಮ ನೆಲೆಗಳಿಂದ ಹೊರಗೆ ಎಸೆಯಲ್ಪಟ್ಟಿದ್ದ ದೈತ್ಯ ಪಕ್ಷಿಗಳ ಚೀತ್ಕಾರ ಕೇಳಿ ಬರುತ್ತಿತ್ತು. ಸದ್ಯದಲ್ಲಿಯೇ ಸ್ಮಶಾನಗಳಿಂದ ಅಸ್ಥಿಪಂಜರಗಳು ಕಟಲ್ ಕಟಲ್ ಎಂದು ಮೂಳೆ ಮುರಿಯುವ ಶಬ್ದ ಮಾಡುತ್ತ, ನರಳುತ್ತ, ಗಾಳಿಯಲ್ಲಿ ಕಾಣಿಸಿಕೊಳ್ಳಲಿದ್ದವು. ಆಮೇಲೆ ಗುರುತಿನ ಜನರ ಹೆಣಗಳು ಯಾರಿಗೂ ಬೇಡವಾಗಿ, ಉಬ್ಬಿ ದಟ್ಟ ಹಸುರು ಬಣ್ಣಕ್ಕೆ ತಿರುಗಿ, ನೀರಿನ ಮೇಲೆ ತೇಲತೊಡಗುವುವು. ಕ್ಯಾಲೆಬ್ ಆದಷ್ಟು ಹೊತ್ತನ್ನು ಪ್ರಾರ್ಥನೆಯಲ್ಲಿ ಕಳೆಯುತ್ತಿದ್ದ; ಉಪವಾಸ ವ್ರತ ಮಾಡತೊಡಗಿದ. ಜತೆಗೇ ಹಂದಿ ಕೋಳಿಗಳನ್ನೂ ಉಪವಾಸ ಕೆಡವಿದ. ನಾಲ್ಕನೆಯ ದಿನ ಕೋಳಿಗಳಲ್ಲಿ ಎರಡು ಗರಬಡಿದಂತೆ ಕಾಣುತ್ತ ಸತ್ತವು. ಐದನೆಯ ದಿನ, ದೋಣಿಗೆ ಕರೆತಂದಾಗಿನಿಂದ ಕೆಟ್ಟದಾಗಿ ಕೆಮ್ಮುತ್ತಿದ್ದ ಒಂದು ಹೆಣ್ಣು ಹಂದಿಯೂ ಪ್ರಾಣ ಬಿಟ್ಟಿತು. ಪಾರಿವಾಳ ಪಂಜರದಲ್ಲಿಯೇ ಕಲ್ಲಾದಂತೆ ಕೂತಿತ್ತು.

ಅದೆಲ್ಲ ದೊಡ್ಡ ಸಂಗತಿಯಲ್ಲ. ಹೊಸ ಜಗತ್ತಿನಲ್ಲಿ ಹೊಸ ಪ್ರಾಣಿ ಪಕ್ಷಿಗಳು ಹುಟ್ಟಿಯೇ ತೀರುತ್ತವೆ. ಮೊಟ್ಟೆ ಇನ್ನೂ ಉತ್ತಮವಾಗಿದ್ದು ಮಾಂಸ ಬೇರೆ ತೆರನಾಗಿರುತ್ತದೆ. ಕ್ಯಾಲೆಬ್ ಕೋಳಿಗಳ ಪುಕ್ಕ ತರಿದು ಮಳೆಯಲ್ಲಿ ತೊಳೆಯುತ್ತ, ಹಂದಿಗಳನ್ನು ತುಂಡುಮಾಂಸವಾಗಿ ಕತ್ತರಿಸುತ್ತ ದಿನ ಕಳೆಯತೊಡಗಿದ. ಬೆಟ್ಟದ ಬಗಲಿಗೆ ಹೋಗಿ ನದಿಯ ಕಣಿವೆ ಪ್ರದೇಶ ಹೇಗಿದೆಯೆಂದು ಇಣಿಕಿ ನೋಡಿದ. ಮಳೆ ದಟ್ಟವಾಗಿ ಬೀಳುತ್ತಿದ್ದುದರಿಂದ ಏನೂ ಕಾಣಿಸಲಿಲ್ಲ. ಆದರೆ ನರಳಿಕೆ ಹಾಗೂ ನೀರಿನ ಗುಳುಗುಳು ಮೊರೆತ ಕೇಳಿ ಬರುತ್ತಿದ್ದವು – ಜನ ಮುಳುಗಿ ಹೋಗುತ್ತಿದ್ದರು, ಪ್ರವಾಹ ಅವರ ವಸತಿ ಪ್ರದೇಶಕ್ಕೆ ನುಗ್ಗಿ ನುಂಗಿ ಹಾಕುತ್ತಿತ್ತು. ಕ್ಯಾಲೆಬ್ ಸಂತೋಷದಿಂದ ದೈವವನ್ನು ಅದರ ವಿನಾಶಕಾರ್ಯಕ್ಕಾಗಿ ಕೊಂಡಾಡಿದ.

ಆರನೆಯ ದಿನ ಮೈ ವಿಚಿತ್ರವಾಗಿ ಹಗುರಾದ ಭಾವನೆಯನ್ನು ಅನುಭವಿಸುತ್ತ ದೋಣಿಯ ಹಲಗೆಹಾಸಿನ ಕೆಳಗೆ ಕ್ಯಾಲೆಬ್ ಮಲಗಿದ್ದಾಗ ಯಾರೋ ದೋಣಿಯ ಬದಿಯನ್ನು ಬಡಿದ ಶಬ್ದ ಕೇಳಿಬಂದಿತು. ದೇವದೂತನಿರಬೇಕು! ಆವೊತ್ತು ರಾತ್ರಿ ತನ್ನ ದೋಣಿ ಜಗತ್ತಿನ ಮೇಲೆದ್ದು ತೇಲುವುದೆಂದು ಎಚ್ಚರಿಕೆ ಕೊಡಲು ಬಂದಿರಬೇಕು! ಕ್ಯಾಲೆಬ್ ತೆವಳಿಕೊಂಡು ಹೊರಬಂದು, ದೋಣಿಯ ಆ ಕಡೆ ಉತ್ಸಾಹದಿಂದ ಕಣ್ಣಲ್ಲಿ ಕಣ್ಣಿಟ್ಟು ನೋಡಿದ.

ಅಲ್ಲಿ ಗಾಳಿಯನ್ನು ಸೀಳುವಂತೆ ಮಾರ್ಗಿಯೆಡ್ ಅರಚುತ್ತಿದ್ದಳು:

"ಕ್ಯಾಲೆಬ್, ಕ್ಯಾಲೆಬ್, ಅಥವಾ ಈಗ ನಿನ್ನ ಹೆಸರು ನೋವಾ ಎಂದಾಗಿದೆಯೋ? ಆದರೆ ಪತ್ರ ಬಂದಿರೋದು ಕ್ಯಾಲೆಬನ ಹೆಸರಿಗೆ, ಅಮೆರಿಕದಲ್ಲಿರೋ ನಿಮ್ಮಣ್ಣನಿಂದ, ಒಂದು ವರ್ಷದಿಂದ ಅವನ ಪತ್ರ ಬಂದಿರಲಿಲ್ಲವಲ್ಲ. ಹೇಗಿದಿ, ಕ್ಯಾಲೆಬ್? ಮಾತಾಡು. ಹಾಗೆ ದುರುದುರು ನೋಡಬೇಡ."

ಕ್ಯಾಲೆಬ್ ಕೋಪದಿಂದ ಚೀರಿದ:

"ನಡಿ ಆಚೆ, ಕುರೂಪಿ ಬಾವಲಿ! ನಾಳೆ ನೀನು ಸೈತಾನನ ನಾಡಿನಲ್ಲಿ ಬಿಸಿಬಿಸಿ ಟಪಾಲು ಹಂಚುವಿಯಂತೆ."

ಮಾರ್ಗಿಯೆಡ್ ಕೊಂಚವೂ ಉತ್ಸಾಹಗುಂದದೆ ಕೂಗಿಕೊಂಡಳು :

"ಏಣಿಯನ್ನ ಈಕಡೆ ಇಳಿಬಿಡು. ನಾನೂ ದೋಣಿಯೊಳಕ್ಕೆ ಬರ್ತೇನೆ."

ಅನಂತರ ಚೀಲದಿಂದ ಸಿಹಿತಿಂಡಿಯ ಪೊಟ್ಟಣವನ್ನು ತೆಗೆದು ಒಲಿಸಿಕೊಳ್ಳುವ ದನಿಯಲ್ಲಿ ಅವಳೆಂದಳು :

"ನೋಡಿಲ್ಲಿ, ನಿನಗೆ ಅಂತ ಸ್ವರ್ಗದ ಹಣ್ಣುಗಳನ್ನ ತಂದಿದೇನೆ."

"ಹೋಗಾಚೆ, ಆ ಹಣ್ಣುಗಳಲ್ಲಿ ವಿಷ ತುಂಬಿದೆ," ಕ್ಯಾಲೆಬ್ ಹುಚ್ಚನಂತೆ ಬೊಬ್ಬಿಟ್ಟ.

ಅವಳು ಮತ್ತೂ ಕೂಗಿ ಹೇಳಿದಳು:

"ನದಿಯ ಪ್ರವಾಹದಲ್ಲಿ ನಿನ್ನ ತೋಟ ಮುಳುಗಿಹೋಗಿದೆ. ಮನೆಗೆ ಹೋಗಿ ಅಲ್ಲಿದ್ದ ಚಾಪೆಗಳನ್ನ ತಂದಿದೇನೆ. ಯಾವುದೊ ಮುದಿ ಇಲಿ ಹಿಟ್ಟಿನ ಚೀಲಾನ ಕಡಿದುಹಾಕಿದೆ. ಮಳೇಗೆ ಮನೆಯ ಛಾವಣಿ ಕೊಚ್ಚಿಹೋಗಿದೆ."

ಅದನ್ನು ಕೇಳಿ ಕ್ಯಾಲೆಬ್ ನಗುತ್ತ, ಅಬ್ಬರಿಸಿದ:

"ಇಲಿಗಳು ಕೊನೇತನಕ ಇರ್ತವೆ. ಅವು ನೀರಿನಲ್ಲಿ ಈಜಿ, ನಿನ್ನ ಸತ್ತ ಕೈಗಳನ್ನು ಕಡಿದುತಿನ್ತವೆ."

ಮಳೆಯ ಮೂಲಕ ಅವನನ್ನು ನೋಡುತ್ತ ಅವಳು ಕಿರಿಚಿದಳು: "ನಿನ್ನ ಮುಖ ಬಿಳಿಚಿ ಕೊಂಡಿದೆ. ನಿನಗೆ ನ್ಯುಮೋನಿಯಾ ತಗಲಿ ಹೊಟ್ಟೆಯೊಳಗೆ ಚಳಿ ಕಾಣಿಸಿಕೊಳ್ತದೆ, ನೋಡು. ನಿನಗೆ ಸಾಯೋದಕ್ಕೆ ಆಸೆಯೆ, ಕ್ಯಾಲೆಬ್? ಹೇಳು ಸಾಯೋದಕ್ಕೆ ಆಸೆಯೆ?"

"ಹ್ಹ ಹ್ಹ ಹ್ಹ! ಮುಳುಗಿ ಹೋಗ್ತಿರೋರಿಗೆ ಯಾವಾಗಲೂ ಹೊಟ್ಟೆಕಿಚ್ಚು. ನನ್ನ ಹೊಟ್ಟೇಲಿ ಹೊಸದೊಂದು ದೈವಾಗ್ನಿಯಿದೆ. ನನ್ನ ದೋಣೀನ ಮುಟ್ಟಬೇಡ, ತೆಗಿ, ಕೈ. ಇದು ದೇವರ ಕೋಣೆ, ಅದನ್ನ ಮೈಲಿಗೆ ಮಾಡ್ಬೇಡ."

ಅವನು ಹಾಗೆ ಹೇಳಲು ಕಾರಣವಿತ್ತು. ಯಾಕೆಂದರೆ ಮಾರ್ಗಿಯೆಡ್ ದೋಣಿಯ ಮೇಲೆ ಹತ್ತಿ ಬರಲು ಪ್ರಯತ್ನಿಸುತ್ತಿದ್ದಳು. ಕ್ಯಾಲೆಬ್ ರೇಗಾಡುತ್ತ ಅವಳ ಬೆರಳುಗಳನ್ನು ತುಳಿಯಲು ಹೋದ. ಆದರೆ ಅಷ್ಟರಲ್ಲಿ ಧೊಪ್ಪನೆ ಬಿದ್ದ. ಆ ಗದ್ದಲಕ್ಕೆ ಕೋಳಿ ತನ್ನ ಮುಚ್ಚಿನಿಂದ ತಪ್ಪಿಸಿ

ಕೊಂಡು ಹೊರಬಂದು, ಉನ್ಮಾದದಿಂದ ಅರಚುತ್ತ ಕೋಣೆಯಲ್ಲೆಲ್ಲ ಹಾರಾಡಿತು. ದೋಣಿಯ ಹಾಸುಹಲಗೆಗಳ ಕೆಳಗೆ ಸಾಯುತ್ತ ಬಿದ್ದಿದ್ದ ಗಂಡು ಹಂದಿ ವಿಚಿತ್ರವಾಗಿ ಗೊರಗೊರ ಶಬ್ದಮಾಡುತ್ತ ಗೊರಕೆ ಹೊಡೆಯುತ್ತಿತ್ತು. ಮಾರ್ಗಿಯೆಡ್ ದಡೂತಿ ಹೆಂಗಸಾದ್ದರಿಂದ ಕಷ್ಟದಿಂದ ದೋಣಿ ಹತ್ತಿಬಂದು, ದಪ್ಪ ಮೀನಿನಂತೆ ಏದುಸಿರು ಬಿಡತೊಡಗಿದಳು. ಆಮೇಲೆ ಅವಳು ಕ್ಯಾಲೆಬನನ್ನು ಮಳೆಯಿಂದ ಮರೆಗೆ ಎಳೆದುಕೊಂಡು ಹೋದಳು.

ಆವೊತ್ತು ಸಂಜೆಯಾಗುವ ಮೊದಲು ಮಾರ್ಗಿಯೆಡ್ ಕ್ಯಾಲೆಬನನ್ನು ಸ್ಟ್ರೆಚರಿನ ಮೇಲೆ ಗುಡಿಸಿಲಿಗೆ ಸಾಗಿಸುವ ಏರ್ಪಾಡು ಮಾಡಿದಳು. ಅದೇ ದಿನ ಮಳೆಯ ಕೊನೆಯ ನಾಲ್ಕಾರು ಹೊಡೆತ ಮುಗಿದು, ಅಲ್ಲಿನ ಚಿರಂತನ ಬೆಟ್ಟಗಳ ವಿರುದ್ಧ ತನ್ನ ಅಂತಿಮ ಕ್ರೋಧವನ್ನು ತೀರಿಸಿಕೊಳ್ಳಲೆಂಬಂತೆ ಗಾಳಿ ಅವನ್ನು ಕೆಲವಾರು ಸಲ ಒದೆದು ಮುಗಿಸಿದ ಮೇಲೆ ಎಲ್ಲವೂ ತಣ್ಣಗಾಯಿತು. ಮಳೆಗಾಳಿಗಳು ನಿಂತವು. ನೆರೆ ತುಂಬಿ ಹರಿದಿದ್ದ ನದಿ, ಅಸ್ತವ್ಯಸ್ತವಾದ ಕೆಲವು ತೋಟಗಳನ್ನು ಬಿಟ್ಟರೆ ಎಲ್ಲವೂ ಎಂದಿನಂತೆಯೇ ಇತ್ತು. ಆದರೆ ಕ್ಯಾಲೆಬನಿಗೆ ನ್ಯುಮೋನಿಯಾ ತಗಲಿದೆ, ಪ್ರಾಯಶಃ ಅವನು ಬದುಕಿ ಉಳಿಯುವುದು ಕಷ್ಟ ಎಂದು ಡಾಕ್ಟರು ಘೋಷಿಸಿದರು.

ಅವನನ್ನು ಸಾಯಗೊಡುವುದಿಲ್ಲವೆಂದು ಮಾರ್ಗಿಯೆಡ್ ದೃಢ ನಿಶ್ಚಯ ಮಾಡಿದಳು. ಅವಳು ಅಲ್ಲಿ ಗುಡಿಸಿಲಿನಲ್ಲೇ ಬಿಡಾರ ಹೂಡಿದಳು, ಲವಲವಿಕೆಯಿಂದ ಓಡಾಡುತ್ತ ತಾನು ಉದ್ದೇಶಬದ್ಧಳೆಂದು ತೋರಿಸಿಕೊಂಡಳು. ಅವಳ ಹೃಷ್ಟಪುಷ್ಟ ಹಾಸ್ಯಪ್ರವೃತ್ತಿ ಸಾವನ್ನು ಗುಡಿಸಿಲಿನಿಂದಾಚೆ ಅಟ್ಟಿತು. ಐದು ವಾರಗಳ ಚತುರೋಪಚಾರದ ಫಲವಾಗಿ ಕ್ಯಾಲೆಬ್ ಎದ್ದು ಕುಳಿತ. ಈಗ ಅವನು ಗೋಳಾಡತೊಡಗಿದ :

"ಈ ಮುದಿ ಜಗತ್ತೇಕೆ ಮುಳುಗಲಿಲ್ಲ! ಇನ್ನು ಹಳದಿ ಸೂರ್ಯ, ಕೆಂಪು ಸೂರ್ಯರನ್ನು ಪುನಃ ನೋಡೋದಿಲ್ಲ ಅಂತ ಭಾವಿಸಿದ್ದೆ, ಕಪ್ಪು ಸೂರ್ಯನನ್ನು ಮಾತ್ರ... ಎಷ್ಟೇ ಆಗಲಿ, ಕೊಂಚ ಹೊತ್ತಿನವರೆಗಾದರೂ... ಆದರೆ ಈಗ ಮತ್ತೆಲ್ಲ ಮೊದಲಿನಂತೆಯೇ." ಅವನು ನಿರುತ್ಸಾಹಿಯಂತೆ, ಬಳಲಿ ಬೆಂಡಾದವನಂತೆ ಕಾಣುತ್ತಿದ್ದ.

ಮಾರ್ಗಿಯೆಡ್ ಅವನಿಗೊಂದು ಹೊಸ ಉಣ್ಣೆಯಂಗಿಯನ್ನು ಹೆಣೆಯುತ್ತ ಹೇಳಿದಳು:

"ದೇವಲೋಕದ ದೊಡ್ಡ ಸಾಹೇಬ ಮನಸ್ಸು ಬದಲಾಯಿಸಿದ. ಅವನ ಇಚ್ಛೆ ಏನು ಅಂತ ಈಗ ಸ್ಪಷ್ಟವಾಗಿದೆ. ನೀನೂ ಉಳಿದವರ ಹಾಗೆ ಗೂಡು ಕಟ್ಟಿಕೊಂಡು ಇರ್ಬೇಕೆಂಬುದೇ ಅದು. ಇನ್ನು ಹತ್ತುಸಾವಿರ ವರ್ಷ ಪ್ರಳಯದ ಭಯವಿಲ್ಲ. ಈಗ ಬಂದಿದ್ದುದು ನಮಗೆ ಎಚ್ಚರಿಕೆಯ ಕಚಗುಳಿಯಿಟ್ಟು ಹೋಗಿದೆ. ಈ ಅಂಗಿ ನಿನಗೆ ಹೇಗಿರ್ಬೇಕು, ಹೇಳು, ತೋಳುದ್ದವಾಗಿರ್ಬೇಕೆ ? ಚಿಕ್ಕದಾಗಿರ್ಬೇಕೆ ? ಬಣ್ಣ ? ನೀಲಿ ಚೆನ್ನಾಗಿರ್ತದಲ್ಲವೆ ? ಹಿತವಾದ ನೀಲಿ ? ಅದು ಶುಭ ನಿರೀಕ್ಷೆಯ ಬಣ್ಣ ಅಂತ ಯಾವಾಗಲೂ ಹೇಳ್ತಾರೆ."

ಹೀಗೆ ಅವಳು ನಿರಂತರವಾಗಿ ಅವನ ಮನಸ್ಸನ್ನು ಪ್ರಾಪಂಚಿಕ ವಿಷಯಗಳಲ್ಲಿ ಹಿಡಿದಿಡಲು ಪ್ರಯತ್ನಿಸಿದಳು. ಅಲ್ಲಿ ತನ್ನನ್ನು ತಾನು ಅನಿವಾರ್ಯ ಮಾಡಿಕೊಂಡಳು. ಮನೆಯಲ್ಲಿ ಒಬ್ಬ ಹೆಂಗಸಿದ್ದರೆ ಅವಳು ಎಷ್ಟು ಅಚ್ಚುಕಟ್ಟಾಗಿ ಅದನ್ನು ನಡೆಸುವಳೆಂದು ಆಕೆ ತೋರಿಸಿಕೊಟ್ಟಳು. ದೀಪಗಳು ಹೆಚ್ಚು ಪ್ರಖರವಾಗಿ ಬೆಳಗಿದವು; ಒಲೆ ಆರದೆ ಉರಿಯಿತು. ಬಚ್ಚಲು ಸ್ವಚ್ಛವಾಯಿತು. ಹಾಸಿಗೆ ಹೂವಿನಂತೆ ಚೆಲುವಾಯಿತು. ತನ್ನ ಉಳಿತಾಯದಲ್ಲಿ ಸಾಕಷ್ಟು ಖರ್ಚು ಮಾಡಿದ ಮೇಲೆ, ಅವನು ಹಣ ಎಲ್ಲಿ ಹೂತಿಟ್ಟಿದ್ದಾನೆಂದು ಅವಳು ಕೇಳಿ ತಿಳಿದುಕೊಂಡಳು. ಲಿಲಾಕ್ ಗಿಡದ ಪಾತಿಯನ್ನು ಅಗೆದಳು, ಎತ್ತಿ ಎಣಿಸಿದಳು, ಲೆಕ್ಕವಿಟ್ಟಳು.

ಇನ್ನೂರ ಎಪ್ಪತ್ತೈದು ಪೌಂಡುಗಳು. ತನ್ನ ಕೆಲಸ, ಜತೆಗೆ ಅವನೂ ಹೆಚ್ಚು ಶ್ರಮಪಟ್ಟು ಹೊಲದಲ್ಲಿ ದುಡಿದರೆ, ಸುಖವಾಗಿ ಸಂಸಾರ ನಿರ್ವಹಿಸಬಹುದು. ಗುರುತಿನವರು ಮನೆಗೆ ಬಂದು ಹೋಗಿ ಮಾಡತೊಡಗಿದರು. ಅವರು ಇವಳನ್ನು ಕ್ಯಾಲೆಬನ ಹೆಂಡತಿ ಎಂದೇ ಗೌರವಿಸುತ್ತಿದ್ದರು. ಅದು ನ್ಯಾಯವೇ ಸರಿ. ಅವಳು ಅದ್ಭುತ ಸಾಧಿಸಿದ್ದಳು. ಅವನನ್ನು ಪ್ರಳಯದಿಂದ ರಕ್ಷಿಸಿದ್ದಳು!

ಬಹಳ ದಿನಗಳ ಕಾಲ ಅವನು ತಾನುಂಡ ಮಾಯಲಾರದ ಪೆಟ್ಟುಗಳ ಬಗ್ಗೆ ಗೊಣಗುತ್ತಿದ್ದ. ಅವನಿಗೆ ಏನೇನೋ ಕಣಸುಗಳು ಕಾಣಿಸಿಕೊಳ್ಳುತ್ತಿದ್ದವು. ಅವಳು ಹಳೆ ಪೊರಕೆಯೊಂದನ್ನು ಹಿಡಿದು ಅವನ್ನೆಲ್ಲ ಹೊಡೆದಟ್ಟಿದಳು. ಅವನು ಈಗಲೂ ಈ ಪಾಪಮಯ ಜಗತ್ತಿನ ಕೀಳು ಜನಗಳ ಕಡೆ ಅವಹೇಳನದ ತಣ್ಣನೆಯ ದೃಷ್ಟಿ ಬೀರುತ್ತಿದ್ದ. ಅವಳು ಅವನಿಗೆ ಚಿನ್ನದ ಬಣ್ಣದ ಸೇಬಿನ ಕಡುಬುಗಳನ್ನು ಮಾಡಿಕೊಟ್ಟಳು. ಕಪಟದಿಂದ ಕಾದಳು. ಕೊನೆಗೊಂದು ದಿನ ಅವನು ಶೂನ್ಯ ತುಂಬಿ, ಬಳಲಿ ಬೇಸತ್ತಿದಾಗ ಅವನನ್ನು ಮದುವೆಯಾದಳು. ಆವೊತ್ತು ಗುರುವಾರ, ಶುಕ್ರವಾರ ಬೆಳಗಿನ ಹೊತ್ತಿಗಾಗಲೇ ಅವನು ಬದಲಿದ ಮನುಷ್ಯನಾಗಿದ್ದ.

ಮಾರ್ಗಿಯೆಡ್ ಟಪಾಲು ಸರ್ಕೀಟು ಮುಗಿಸಿ ಸಣ್ಣ ಮಧುರವಾದ ಹಾಡಿನ ತುಂಡೊಂದನ್ನು ಗುನುಗುತ್ತ ಗುಡಿಸಿಲಿನೊಳಗೆ ಸಂಭ್ರಮದಿಂದ ನುಗ್ಗಿದಳು. ಕ್ಯಾಲೆಬ್ ಆರಾಮ ಕುರ್ಚಿಯಲ್ಲಿ ಕುಳಿತು ಇನ್ನೂ ವಿಸ್ಮಿತನಾಗಿ ನೋಡುತ್ತಿದ್ದ. ಆಕೆ ತಾನು ತೊಟ್ಟಿದ್ದ ಕೋಟು ಹ್ಯಾಟುಗಳನ್ನು ಕಳಚಿ ಎಸೆದು, ಕೆಲಸದ ಮೇಲುಬಟ್ಟೆಯನ್ನು ಕಟ್ಟಿಕೊಂಡಳು. "ಮೇಲೆ, ಮ್ಯಾಗಿಯ ತೋಟದಲ್ಲಿ, ನಿನಗೊಂದು ಒಳ್ಳೆಯ ಕೆಲಸ ಕಾದಿದೆ" ಎಂದು ಆಸೆ ಹುಟ್ಟಿಸುವಂತೆ ಹೇಳಿದಳು.

ಕ್ಯಾಲೆಬ್ ತಾನಿದ್ದ ಸ್ಥಿತಿಯಿಂದ ಇನ್ನೂ ಪೂರ್ಣವಾಗಿ ಹೊರ ಬರದೆ ಅರೆ ಎಚ್ಚರದಲ್ಲಿ ತೆಪ್ಪಗೆ ಕುಳಿತಿದ್ದ.

ಅವಳು ಸೌಹಾರ್ದ ಭಾವದಿಂದ ಮುಂದುವರಿಸಿದಳು :

"ಹೇಗೂ ಹಳೆ ಪ್ರಪಂಚ ಮುಳುಗಿ ಹೋಯಿತಲ್ಲ! ಇವತ್ತಿನಿಂದ ಅದು ನಿನಗೆ ತಕ್ಕುದಾದ ಹೊಸ ಪ್ರಪಂಚ."

ಊಟದ ಮೇಜು, ಪಾಲಿಷ್ ಹಚ್ಚಿದ ಬಟ್ಟೆಯ ಬೀರು, ಅಡಿಗೆಮನೆಯಲ್ಲಿ ಥಳಥಳಿಸುವ ಪಿಂಗಾಣಿ ಪಾತ್ರೆಗಳ ಭವ್ಯತೆ–ಇವನ್ನೆಲ್ಲ ಕಂಡು ಕ್ಯಾಲೆಬ್ ಪ್ರೇತದಂತೆ ಅಸ್ಪಷ್ಟವಾಗಿ ಏನನ್ನೋ ಉಸುರುತ್ತಿರುವ ರೀತಿಯಲ್ಲಿ ಕುಳಿತಿದ್ದ. ಆದರೆ ಮಾರ್ಗಿಯೆಡ್ ಹಾಡುತ್ತ ಸಂತೆಯ ದಿನ ವುಲ್ಸ್‌ವರ್ತನ ಮಳಿಗೆಯಿಂದ ಕೊಂಡು ತಂದಿದ್ದ ಗರಿಪೊರಕೆಯಿಂದ ಪಟಗಳ ಧೂಳು ಹೊಡೆಯತೊಡಗಿದಳು.

ಕೆಲವೇ ಕ್ಷಣಗಳ ಬಳಿಕ ಅವಳೆಂದಳು :

"ಹದಿನೈದು ಷಿಲಿಂಗ್. ಆ ಹಳೆಯ ದೋಣಿಗೆ ಅಷ್ಟು ಹಣ ಬಂತು. ಅದು ಸೌದೆಯಾಗಿ ಉರಿಸೋದಕ್ಕೆ ಮಾತ್ರ ಲಾಯಕ್ಕಾಗಿತ್ತು. ನಷ್ಟದ ಬಾಬತು, ಕ್ಯಾಲೆಬ್. ಆ ಹಣದಲ್ಲಿ ಹಂದಿಗಳೂ ಕೋಳಿಗಳೂ ಸೇರಿವೆ. ಬಲು ದುಬಾರಿಯ ಹುಡುಗಾಟ. ಏನೇ ಆಗಲಿ, ಮುಗೀತಲ್ಲ, ಇನ್ನು ಪೂರ್ಣವಿರಾಮ, ಆದ್ರಿಂದ ಅದನ್ನು ಇನ್ನು ಮರೆತುಬಿಡೋಣ. ಆ ವಿಲಕ್ಷಣ ವ್ಯವಹಾರದ ಕೆಳಗೆ ಎರಡು ದಪ್ಪ ಗೀಟು ಎಳೆಯೋಣ."

ಕ್ಯಾಲೆಬ್ ಸುರಿಯುತ್ತಿದ್ದ ಮೂಗನ್ನು ಒರಸಿಕೊಂಡ. ❍

○ ಜಾರ್ಜ್ ಇವಾರ್ಟ್ ಇವಾನ್ಸ್

ನಾಯಿ ನಕ್ಕಾಗ

ಗುಡ್ಡದಿಂದ ಮನೆಗೆ ಬಂದ ಹುಡುಗ ಡ್ಯಾನಿ ಲೂಯಿ, ರೈಲಿನಂತೆ ಜೋರಾಗಿ ಓಡುವ ಒಂದು ದೊಡ್ಡ ಕಂದುಬಣ್ಣದ ನರಿ ತನ್ನನ್ನು ಕಚ್ಚಿತು ಎಂದು ಹೇಳುವ ಮೊದಲು ಅದರ ಬಗ್ಗೆ ಊರಲ್ಲಿ ಯಾರೂ ಕೇಳಿರಲಿಲ್ಲ.

ಹುಡುಗರೆಲ್ಲರೂ ಗಿಲ್ಫಾಚ್- ವೈ - ರೈಡ್ ಗುಡ್ಡದ ತುದಿಯೇರಿ ಬಂಡೆಗಳ ನಡುವೆ ರೆಡ್ ಇಂಡಿಯನ್ನರ ಆಟ ಆಡುತ್ತಿದ್ದರು. ಡ್ಯಾನಿ ಒಂದು ದೊಡ್ಡ ಬಂಡೆಯ ಮೇಲಿಂದ ಧುಮುಕಿದ್ದ. ಕೆಳಗೆ ಬಿದ್ದದ್ದು ಈ ನರಿಯ ಮೇಲೆ, ಅದು ಬಿಸಿಲಿಗೆ ಮೈಯೊಡ್ಡಿ ಮುದುಡಿಕೊಂಡು ಮಲಗಿತ್ತು, ಅವನನ್ನು ಕಚ್ಚಿ ಕ್ಷಣ ಮಾತ್ರದಲ್ಲಿ ಕ್ರೈಗ್ - ಯರ್ - ಹೆಸ್ಗ್‌ನ ದಾರಿಹಿಡಿದು ಮಾಯವಾಗಿತ್ತು.

ಅದು ಕಚ್ಚಿದ್ದುದರ ಬಗ್ಗೆ ಎರಡು ಮಾತಿರಲಿಲ್ಲ. ಹುಡುಗನ ಮುಂದೋಳಿನ ಮೇಲೆ ಆಳವಾಗಿ ಹಲ್ಲೂರಿದ ಗುರುತಿತ್ತು. ಆದರೆ ಕಚ್ಚಿದ್ದುದು ನರಿಯೇ ಎಂಬುದರ ಬಗ್ಗೆ ಪಾಂಟಿಗ್‌ವೈತ್‌ನ ಜನರಲ್ಲಿ ಅನುಮಾನವಿತ್ತು. ರೈತರ ಜೆಂಕಿನ್ಸ್ ಬೇಟೆಗೆ ಕೈತೊಟ್ಟಾಗಿನಿಂದ ಗಿಲ್ಫಾಚ್‌ನ ಸುತ್ತುಮುತ್ತಿನಲ್ಲಿ ಎಷ್ಟೋ ವರ್ಷಗಳಿಂದ ಯಾರೂ ನರಿಯ ಮುಖ ಕಂಡಿರಲಿಲ್ಲ.

ನಿಜವಾಗಿ, ಅದು ಮೊದಲು ಕಣ್ಣಿಗೆ ಬಿದ್ದಿದ್ದುದು ವಿಲ್ ಫ್ಲಾಗನ್ಸನಿಗೆ. ಕ್ರೈಗ್- ಯರ್-ಹೆಸ್ಗ್ ತೋಟದ ಕೆಳಗಡೆಗೆ ಬೆಟ್ಟದ ಬದಿ ಕೊರೆದುಹೋಗಿ ಆಗಿದ್ದ, ಸುಮಾರಾಗಿ ಮಟ್ಟಸವಾದ ಅಟ್ಟದಂತಹ ಒಂದು ಭೂಮಿಯಿದೆ. ಒಂದು ಭಾನುವಾರ ಬೆಳಗ್ಗೆ ವಿಲ್ ಫ್ಲಾಗನ್ಸ್ ಅಲ್ಲಿ ಮೇಲೆ ಹತ್ತಿ, ಬಂಡೆಗೆ ಒರಗಿಕೊಂಡು ಕುಳಿತಿದ್ದ. ಅವನ ಜತೆ ಗ್ರೇಹೌಂಡ್ ಜಾತಿಗೆ ಸೇರಿದ ಅವನ ಹೆಸರಾಂತ ಹೆಣ್ಣುನಾಯಿ ಟೋನಿ ಪ್ಯಾಂಡಿ ಆ್ಯನಿ ಇತ್ತು. ದಿನಪತ್ರಿಕೆ ಓದಿಮುಗಿಸಿ ಅವನು ಕೊಂಚ ಹಾಗೆಯೇ ಕಣ್ಣು ಮುಚ್ಚಲು ತೊಡಗಿದ್ದನಷ್ಟೇ. ಅಷ್ಟರಲ್ಲಿ ಕಟ್ಟಿದ್ದ ಸರಪಳಿಯನ್ನು ಜಗ್ಗುತ್ತ ನಾಯಿ ಬೊಗಳಿ ಗದ್ದಲ ಹಾಕಲು ಷುರುಮಾಡಿತು. ಫ್ಲಾಗನ್ಸ್ ಕತ್ತೆತ್ತಿ ನೋಡಿದಾಗ, ಅದನ್ನು ಏನು ಬಾಧಿಸುತ್ತಿತ್ತೆಂಬುದು ಗೊತ್ತಾಯಿತು.

ಸುಮಾರು ಇನ್ನೂರು ಗಜ ದೂರದಲ್ಲಿ ಒಂದು ದೊಡ್ಡ ಕಂದು ಬಣ್ಣದ ಗ್ರೇಹೌಂಡ್ ಕಲ್ಲುಗಳ ನಡುವೆ ನೆಲ ಕೆದಕುತ್ತಿತ್ತು.

ಆ್ಯನಿ ಬೊಗಳುವುದು ಕೇಳಿಸಿದಾಗ ಆ ಬೇಟೆನಾಯಿ ತನ್ನ ತಲೆಯನ್ನು ಹರಟೆ ಪ್ರಿಯರಂತೆ ಕೊಂಕಿಸಿ, ಸರಕ್ಕನೆ ಹಿಂದಿರುಗಿ ನೋಡಿತು. ಎಂತಹ ತಲೆ ಅದರದ್ದು! ಹಾವಿನ ಹೆಡೆಯಂತೆ ನಯವಾಗಿ ಮಾಟವಾಗಿತ್ತು. ನಾಯಿ ಕೊಂಚ ಹೊತ್ತು ಕತ್ತೆತ್ತಿ ನೋಡುತ್ತ ನಿಂತಿತ್ತು. ಆದರೆ ಫ್ಲಾಗನ್ಸನನ್ನು ಕಂಡ ತಕ್ಷಣ ಥಟ್ಟನೆ ಕೆಳಗಿಳಿದು, ಕಲ್ಲು ಬಂಡೆಗಳನ್ನು ದಾಟಿಕೊಂಡು ಕ್ರೈಗ್ – ಯರ್ – ಹೆಸ್ಗ್‌ನ ಕುರುಚಲು ಭೂಮಿಯಲ್ಲಿ ಮರೆಯಾಯಿತು.

ಅದರ ಚಲನೆಯ ಮೇಲೆ ಬೀರಿದ ಒಂದು ನೋಟದಿಂದಲೇ ವಿಲ್ ಫ್ಲಾಗನ್ಸ್ ಅದು ಎಂತಹ ಒಳ್ಳೆಯ ನಾಯಿಯೆಂಬುದನ್ನು ಕಂಡುಕೊಂಡ. ಚತುರ ಆಟಗಾರನಂತೆ ಕಾಲು ಹಾಕುತ್ತ, ಬಂಡೆಗಳ ಮೇಲೆ ಹಾಗೂ ಕುರಿ ದೊಡ್ಡಿಯ ಮೇಲೆ ಹಕ್ಕಿಯಂತೆ, ಯಕ್ಷಿಯಂತೆ ಹಾರಿ ಅದು ಮಾಯವಾಯಿತು.

ಕಾಲುಗಂಟೆಯ ನಂತರ ಫ್ಲಾಗನ್ಸನ ಹೆಣ್ಣುನಾಯಿ ಅದನ್ನು ಮತ್ತೆ ಪತ್ತೆಮಾಡಿತು. ಮೇಲೆ, ಕುರುಚಲು ಭೂಮಿಯ ತುತ್ತತುದಿಯಲ್ಲಿ ಅದು ತೆಪ್ಪಗೆ ಬಿಸಿಲು ಕಾಯಿಸುತ್ತ ಮಲಗಿತ್ತು. ಫ್ಲಾಗನ್ಸ್ ನಿಂತು, ತನ್ನ ನಾಯಿಯ ಸರಪಳಿ ಕಳಚಿದ. ಓಟದ ನಾಯಿಗಳ ಪಂದ್ಯದ ಹೊತ್ತಿನಲ್ಲಿ ಅದರೊಡನೆ ಹೇಳುತ್ತಿದ್ದಂತೆ. "ಹ್ಞೂ, ಹೋಗೆ, ಅದನ್ನು ಬೆನ್ನಟ್ಟೆ" ಅಂದ.

ಸುವಿಖ್ಯಾತ ಆ್ಯನಿ ತನ್ನ ಕಡೆಗೆ ನುಗ್ಗಿ ಬರುತ್ತಿರುವುದನ್ನು ಕಂಡಾಗ ಬೇಟೆನಾಯಿ ಕೊರಳು ಕೊಂಕಿಸಿ, ತನಗೂ ಆಸಕ್ತಿಯಿರುವಂತೆ ನೋಡಿತು. ಆದರೆ ಆ್ಯನಿಯ ಹತ್ತಿರ ಬರಲು ಎದ್ದಾಗ, ಕೈಯಲ್ಲಿ ಸರಪಳಿ ಹಿಡಿದು ಹಿಂದೆ ನಿಂತಿದ್ದ ಫ್ಲಾಗನ್ಸ್‌ನನ್ನು ಕಂಡು, ಆ್ಯನಿಯ ಕಡೆ ಮೂಸಿ ಸಹ ನೋಡದೆ ಅದು ಎದುರು ದಿಕ್ಕು ಹಿಡಿದು ಗಾಳಿಯ ವೇಗದಲ್ಲಿ ಓಡಿಹೋಯಿತು. ಆ್ಯನಿ ಅದೂ ಆಟವೆಂದುಕೊಂಡು ಅದರ ಜಾಡು ಹಿಡಿದು ನಾಗಾಲೋಟದಿಂದ ಹಿಂಬಾಲಿಸಿತು.

ವಿಲ್ ಫ್ಲಾಗನ್ಸನಿಗೆ ಆಶ್ಚರ್ಯ ತಡೆಯದಾದಾಗ ಅದನ್ನು ವ್ಯಕ್ತಪಡಿಸಲು ಅವನಲ್ಲಿ ಎರಡನೇ ದರ್ಜೆಯ ಕೆಲವಾರು ಶಬ್ದ ವಿಶೇಷಗಳಿದ್ದವು. ತನ್ನ ಪ್ರಖ್ಯಾತ ಆ್ಯನಿ ಆ ದೊಡ್ಡ ಬೇಟೆನಾಯಿಯನ್ನು ಬೆನ್ನಟ್ಟಲು ಹೋದಾಗ ಅದಕ್ಕುಂಟಾದ ಪ್ರಚಂಡ ಸೋಲನ್ನು ನೋಡಿ ಅವನು ಆ ಶಬ್ದ ಭಂಡಾರವನ್ನೆಲ್ಲ ಒಮ್ಮೆಲೇ ಬರಿದು ಮಾಡಿರಬೇಕು. ಅವನಿಗೆ ತನ್ನ ಕಣ್ಣುಗಳನ್ನೇ ನಂಬಲಾಗಲಿಲ್ಲ. ಆ ನಾಯಿಯ ವೇಗದ ಮುಂದೆ ಆ್ಯನಿ ನಿಂತಲ್ಲೇ ನಿಂತಂತೆ ತೋರುತ್ತಿತ್ತು. ಪರಿಣಾಮವಾಗಿ ಆ ಕುರುಚಲು ಭೂಮಿಯಲ್ಲಿ ಅರ್ಧ ದಾರಿ ಕ್ರಮಿಸುವುದಕ್ಕೂ ಮುಂಚೆ ಆ್ಯನಿ ಬಹಳ ಹಿಂದೆ ಬಿದ್ದಿತ್ತು. ಬೇಟೆನಾಯಿ ಒಬ್ಬ ಶ್ರೀಮಂತ ಬಂಧುವಿನಂತೆ ಅದರಿಂದ ದೂರವಾಗಿತ್ತು. ನೆನಪಿರಲಿ, ಇದು ಆದದ್ದು ಟೋನಿಪ್ಯಾಂಡಿ ಆ್ಯನಿಗೆ; ಎಲ್ಲ ಓಟದ ನಾಯಿಗಳನ್ನೂ ಯಶಸ್ವಿಯಾಗಿ ಇದಿರಿಸುತ್ತಿದ್ದ, ನಾಯಿ ಜೂಜಿನಲ್ಲಿ ಪಂದ್ಯ ಕಟ್ಟುವವರಿಗೆ ಉರಿಯುವ ಕೆಂಡದಂತಾಗಿದ್ದ ಆ್ಯನಿಗೆ.

ಅದನ್ನು ನೋಡಿದಾಗ ಫ್ಲಾಗನ್ಸ್ ತನಗೆ ಕಣ್ಣದುರು ರೋಗ ಬಡಿದಿರಬೇಕೆಂದುಕೊಂಡ. ಆ್ಯನಿಯನ್ನು ಕಟ್ಟಿಕೊಂಡು ಮನೆಗೆ ಹಿಂದಿರುಗಿದಾಗ ಅದು ಯಾರ ನಾಯಿ ಇರಬಹುದೆಂಬ ಯೋಚನೆ ಅವನ ತಲೆ ತಿನ್ನುತ್ತಿತ್ತು. ಏನು ಮಾಡಿದರೂ ನಿದ್ರೆ ಹತ್ತಲಿಲ್ಲ. ಟಮ್ ಆಬರ್‌ಡೇರನ ನಾಯಿಯೇನಾದರೂ ತಪ್ಪಿಸಿಕೊಂಡು ಬಂದಿತ್ತೆ ಎಂದು ಅವನಿಗೆ ಒಮ್ಮೆ ಅನ್ನಿಸಿತು. ಆದರೆ ಟಮ್‌ನ ನಾಯಿಯಿಂದ ನಾಗಾಲೋಟ ಸಾಧ್ಯವಿರಲಿಲ್ಲ. ಮಾತ್ರವಲ್ಲ ಆ್ಯನಿಯನ್ನು ಪೀಚಾಗಿ ಕಾಣುವಂತೆ ಮಾಡುವಷ್ಟು ಅದು ದೊಡ್ಡದೂ ಆಗಿರಲಿಲ್ಲ. ಆದುದರಿಂದ ಫ್ಲಾಗನ್ಸ್ ಆ ಯೋಚನೆ ಬಿಡಬೇಕಾಯಿತು. ಆ ಬೂದಲು ಬೇಟೆನಾಯಿಯ ಬೆನ್ನ ಮೇಲೇರಿ ಸಮುದ್ರದ

ಕಡೆ ಸವಾರಿ ಮಾಡುತ್ತಿರುವಂತೆ ಕನಸು ಕಾಣುತ್ತ ಅವನು ನಿದ್ರೆಹೋದ.

ಫ್ಲಾಗನ್ಸ್ ಮಾರನೆಯ ದಿನ ಪಾಂಟಿಗ್‌ವೈತ್‌ನ ಮದ್ಯದಂಗಡಿಗಳಲ್ಲೆಲ್ಲ ಆ ನಾಯಿಯ ಬಗ್ಗೆ ವಿಚಾರಿಸುತ್ತಾ ಅಲೆದಾಡಿದ. ಆದರೆ ಅದರ ಮಾತೆತ್ತಿದೊಡನೆಯೇ ಅವನು ಒಂದು ಗುಟುಕು ಬಿಟ್ಟಿ ಮದ್ಯ ಹೊಡೆಯಲು ಹರಟುತ್ತಿದ್ದಾನೆಂದುಕೊಂಡು ಜನ ಅವನಿಗೆ ಗಮನ ಕೊಡಲಿಲ್ಲ. ದಿನದ ಕೊನೆಗೆ ಅವನ ಜ್ಞಾನವೇನೂ ವೃದ್ಧಿಯಾಗಿರಲಿಲ್ಲ!

ಒಂದೆರಡು ವಾರಗಳ ಮೇಲೆ ಒಂದು ವಿಷಯ ಖಚಿತವಾಯಿತು. ಆ ಬೇಟೆನಾಯಿ ಕುರುಚಲು ಗಿಡಗಳಷ್ಟೇ ಕಾಡು ಸ್ವಭಾವದ್ದಾಗಿತ್ತು. ಯಾರೂ ಅದನ್ನು ತಮ್ಮದೆಂದು ಹಕ್ಕು ಸ್ಥಾಪಿಸಲು ಮುಂದಾಗಲಿಲ್ಲ. ಒಂದು ಪಕ್ಷ ಹಾಗೆ ಮುಂದೆ ಬಂದಿದ್ದರೂ ಅದನ್ನು ಹಿಡಿಯಲು ಕಾಲು ಮೈಲಿಯಷ್ಟು ಸಹ ಅದರ ಹತ್ತಿರ ಬರಲಾಗುತ್ತಿರಲಿಲ್ಲ. ಅದು ಯಾರಾದರೂ ಬರುತ್ತಿರುವುದನ್ನು ಕಂಡರೆ ಹಿಂದಿನಿಂದ ಕದ್ದು ನೋಡಿ, ಜರಿಗಿಡಗಳ ದಟ್ಟಣೆಯಲ್ಲಿ ನರಿಯಂತೆ ಸಲೀಸಾಗಿ ನುಸುಳಿಕೊಳ್ಳುತ್ತಿತ್ತು.

ಅದಕ್ಕೆ ಮನುಷ್ಯರೆಂದರೆ ಮಹಾ ದ್ವೇಷವಿರಬೇಕು. ಅದು ಅವರ ನೋಟಕ್ಕಾಗಲಿ ವಾಸನೆಗಾಗಲಿ ಕಾಯುತ್ತಿರಲಿಲ್ಲ. ಅದು ಕಂಡ ಕೊನೆಯ ಮನುಷ್ಯ ಅದರ ಬಗ್ಗೆ ಹೇಳಿಕೊಳ್ಳಲು ತಕ್ಕುದಲ್ಲದಷ್ಟು ಕೆಟ್ಟದಾಗಿ ವರ್ತಿಸಿರಬೇಕು, ನಂಬಿಕೆ ಉಳಿಯದಷ್ಟು ಅತಿಯಾಗಿ ಅದನ್ನು ಚಚ್ಚಿರಬೇಕು. ವಿಲ್ ಫ್ಲಾಗನ್ಸ್‌ನಿಗೆ ಇದು ಸ್ಪಷ್ಟವಾಗಿ ಎದ್ದು ಕಾಣುತ್ತಿತ್ತು. ಆ ನಾಯಿ ಎಷ್ಟು ಚುರುಕಾಗಿತ್ತೆಂಬುದನ್ನು ಮರೆಯುವುದು ಅವನಿಂದ ಆಗಲಿಲ್ಲ. ಅದನ್ನು ಹಿಡಿಯುವುದಕ್ಕಾಗಿ ತನ್ನ ಒಂದು ಕಣ್ಣು ಕೊಡಲು ಸಹ ಅವನು ಸಿದ್ಧನಿದ್ದ.

ಅವಕಾಶ ಸಿಕ್ಕಿದಾಗಲೆಲ್ಲಾ ಅವನು ಗುಡ್ಡ ಹತ್ತಿ ಹೋಗಿ ನಾಯಿಯ ಓಡಾಟವನ್ನು ಗಮನಿಸುತ್ತಿದ್ದ. ಒಂದು ಸಂಜೆ ಯಾರಿಂದಲೊ ದುರ್ಬೀನನ್ನು ಎರವಲು ತಂದು ನಿರ್ದಿಷ್ಟವಾಗಿ ಅದನ್ನೇ ಹುಡುಕಿಕೊಂಡು ಹೊರಟ. ಎಂದಿನಂತೆ ಅದು ದೊಡ್ಡ ಬಂಡೆಯ ಬದಿಯಲ್ಲಿ ಕೂತಿದ್ದುದು ಕಂಡಿತು. ಅರ್ಧ ಗಂಟೆಯ ಹೊತ್ತು ಆತ ಅದನ್ನೇ ನೋಡುತ್ತ, ಅದರ ಹೆಗಲು, ದೇಹದ ಬಲಿಷ್ಠವಾದ ಬಾಗು ತಿರುವುಗಳನ್ನು ಅಂದಾಜು ಹಾಕುತ್ತ ಕಳೆದ. ಅದಕ್ಕೊಂದು ಕೊರಳುಪಟ್ಟಿ ಕಟ್ಟಿದ್ದುದು ಥಟ್ಟನೆ ಕಾಣಿಸಿತು. ಫ್ಲಾಗನ್ಸ್‌ಗೆ ಏನು ಮಾಡಬೇಕೆಂಬುದು ಕ್ಷಣದಲ್ಲಿ ಮಿಂಚಿತು. ದುರ್ಬೀನನ್ನು ಮುಚ್ಚಿ ಅವನು ಮನೆಯ ಕಡೆ ನಡೆದ. ಆ್ಯನಿ ಹಿಂದಿನಿಂದ ನಿಧಾನವಾಗಿ ಕಾಲು ಹಾಕುತ್ತ ಅವನನ್ನು ಹಿಂಬಾಲಿಸುತ್ತಿತ್ತು. ಆ ನಾಯಿಯನ್ನು ಹಿಡಿಯಲು ಸಾಧ್ಯವೆ ? 'ಹಿಡಿದೇ ಹಿಡೀತೀನಿ ಕಣೋ, ಆ್ಯನಿ. ಆಗ ನಿನಗೂ ಕೊಂಚ ತಮಾಷೆ ಸಿಗುತ್ತೆ,' ಫ್ಲಾಗನ್ಸ್ ಆ್ಯನಿಗೆ ಹೇಳುವವನಂತೆ ತನಗೆ ತಾನೇ ಅಂದುಕೊಂಡ.

ಮೊದಲು, ಎರಡು ಮನೆಯಾಚೆ ವಾಸಿಸುತ್ತಿದ್ದ ಡಾಯಿ ಬನಾನ ಎಂಬುವನನ್ನು ಕಂಡು ಅವನ ಟೆರಿಯರ್ ನಾಯಿಯನ್ನು ಫ್ಲಾಗನ್ಸ್ ಎರವಲು ಕೇಳಿದ. ಡಾಯಿಗೆ ತನ್ನ ಟೆರಿಯರ್ ಅಂದರೆ ಹೆಮ್ಮೆ. ಅದರಲ್ಲಿ ನಾಲ್ಕು ಬೇರೆ ಬೇರೆ ಜಾತಿಯ ನಾಯಿಗಳ ರಕ್ತ ಬೆರೆತಿದ್ದರೂ ಅದು ಇಲಿ ಹಿಡಿಯುವುದರಲ್ಲಿ ಗಟ್ಟಿಗ. ಆದ್ದರಿಂದ ಅದೇನು ವಿಷಯವೆಂದು ತಿಳಿಯದೆ ಅವನು ಫ್ಲಾಗನ್ಸ್‌ಗೆ ತನ್ನ ಟೆರಿಯರ್‌ಅನ್ನು ಎರವಲು ಕೊಡಲು ಒಪ್ಪುವವನಲ್ಲ. ಪರಿಣಾಮವಾಗಿ ಅವನಿಗೆ ಗುಟ್ಟು ಬಿಟ್ಟುಕೊಡಲೇಬೇಕಾಗಿತ್ತು.

ಗುಡ್ಡದ ಮೇಲೆ ಆಡಾಡುತ್ತ ಕಾಡುನಾಯಿಯ ಕೊರಳುಪಟ್ಟಿಯನ್ನು ಕಚ್ಚಿ ಹಿಡಿಯುವಂತೆ ಆ್ಯನಿಗೆ ತರಬೇತಿ ಕೊಡುವುದು, ಹಾಗೆ ಅದು ಕೊರಳ ಪಟ್ಟಿ ಹಿಡಿದಿರುವಾಗ ತಾವಿಬ್ಬರೂ

ಹೋಗಿ ಆ ಕಾಡುನಾಯಿಯನ್ನು ಕೈವಶ ಮಾಡಿಕೊಳ್ಳುವುದು – ಇದು ಫ್ಲಾಗನ್ಸನ ಹಂಚಿಕೆ. ಡಾಯಿ ಬನಾನ ಕೊಂಚ ಗೊಣಗಾಡಿ ಕೊನೆಗೆ ತನ್ನ ಟೆರಿಯರ್‌ಅನ್ನು ಆ್ಯನಿಗೆ ಕೊರಳುಪಟ್ಟಿ ಹಿಡಿಯಲು ಅಭ್ಯಾಸ ಮಾಡಿಸುವುದಕ್ಕೋಸ್ಕರ ಕೊಡಲು ಒಪ್ಪಿದ, ಆದರೆ ಒಂದು ಕರಾರು ಹಾಕಿದ: ಮುಂದೆ ಬೇಟೆನಾಯಿ ಪಂದ್ಯಗಳಲ್ಲೆಲ್ಲ ಗೆದ್ದು ತರುವ ಗಂಟಿನಲ್ಲಿ ತನಗೂ ಒಂದೆರಡು ಹಿಡಿ ಕೊಡಬೇಕು.

ಸರಿ, ಅವರಿಬ್ಬರೂ ಸೇರಿ ಆ್ಯನಿಗೆ ಕೊರಳುಪಟ್ಟಿ ಹಿಡಿಯುವ ಕಲೆಯಲ್ಲಿ ತರಬೇತಿ ಕೊಡಲು ಷುರುಮಾಡಿದರು. ಅದು ಬಲು ಸುಲಭದ ಕೆಲಸವಾಗಿತ್ತು. ಯಾಕೆಂದರೆ, ಆ್ಯನಿ ಅವರು ಹೇಳಿದ್ದನ್ನೆಲ್ಲ ಅರ್ಥ ಮಾಡಿಕೊಳ್ಳುತ್ತಿತ್ತು. ಫ್ಲಾಗನ್ಸ್ ಅದನ್ನು ಮಗುವಿನಂತೆ ಸಾಕಿ ಬೆಳಸಿದ್ದ. ಅವನು ಕಿರುಬೆರಳೆತ್ತಿದರೂ ಅದಕ್ಕೆ ಅರ್ಥವಾಗುತ್ತಿತ್ತು. ಓಡಾಡುವುದನ್ನು ಕಲಿತಷ್ಟೇ ಸಹಜವಾಗಿ ಆ್ಯನಿ ಕೊರಳುಪಟ್ಟಿ ಹಿಡಿಯುವುದನ್ನು ಕಲಿಯಿತು. ಆದರೆ ಡಾಯಿಯ ಟೆರಿಯರ್‌ಗೆ ಆ ಪೂರ್ವಾಭ್ಯಾಸ ಬಲು ಪ್ರಯಾಸವಾಯಿತು ಮೊದಮೊದಲು ಅದು ಹೋರಾಟಕ್ಕಿಳಿದು ಗದ್ದಲವೆಬ್ಬಿಸಿತು. ಆಮೇಲೆ ಅವರು ಅದನ್ನು ಹತೋಟಿಗೆ ತಂದರು.

ಎಲ್ಲವೂ ಸರಿಯಾಗಿಯೇ ನಡೆಯಿತು. ವಾರದ ಕೊನೆಗೆ, ಆ್ಯನಿ ಕಾಡುನಾಯಿಯನ್ನು ಹಿಡಿಯುವಷ್ಟು ಕಲಿತಿದೆಯೆಂದು ಫ್ಲಾಗನ್ಸ್‌ನಿಗೆ ಅನ್ನಿಸಿತು. ಒಂದು ಸಂಜೆ ಸೂರ್ಯ ಮುಳುಗುವ ಮೊದಲು, ಅವನೂ ಡಾಯಿಯೂ ಕೂಡಿ ಅದನ್ನು ಗಿಲ್ಬಾಚ್ ಗುಡ್ಡದ ಮೇಲಕ್ಕೆ ಕರೆದೊಯ್ದು, ಕುರಿದೊಡ್ಡಿಯ ಗೋಡೆಯ ಹಿಂದೆ ಅದರೊಂದಿಗೆ ಅವಿತುಕೊಂಡು ಕೂತರು.

ಕೊಂಚ ಹೊತ್ತಿನ ಮೇಲೆ ಬೇಟೆನಾಯಿ ಇಳಿದು ಬಂದಿತು. ಆ್ಯನಿ ಕೋತಿಯ ಚತುರತೆಯಿಂದ ತನ್ನ ಪಾತ್ರವಾಡಿತು. ಅದರ ನೋಟಕ್ಕೆ ಬೇಟೆನಾಯಿ ಚೆನ್ನಾಗಿ ಪಳಗಿದಂತೆ ವರ್ತಿಸಿತು. ತನ್ನ ಪಾರ್ಶ್ವವನ್ನು ಆ್ಯನಿಯ ಪಾರ್ಶ್ವಕ್ಕೆ ಉಜ್ಜುತ್ತ, ಕತ್ತೆತ್ತಿ ತಾನು ನಿಜವಾಗಿ ಸ್ನೇಹಪರನೆಂಬಂತೆ ಕುಣಿದಾಡಿತು. ಆಗ ಆ್ಯನಿ ಮಿಂಚಿನ ವೇಗದಲ್ಲಿ ಥಟ್ಟನೆ ತಿರುಗಿ ತನ್ನ ಕೆಲಸ ಮಾಡಿತು. ಬಲು ಅಚ್ಚುಕಟ್ಟಾದ ಕೆಲಸ ಅದು. ಆ್ಯನಿ ಬೇಟೆನಾಯಿಯ ಕೊರಳುಪಟ್ಟಿಯನ್ನೇನೊ ಹಿಡಿದಿತ್ತು. ಅದರಲ್ಲಿ ಅನುಮಾನವಿರಲಿಲ್ಲ. ಆದರೆ ಆಮೇಲೆ? ಏನಾಯಿತೆಂದು ಆ್ಯನಿಗೇ ತಿಳಿಯಲಿಲ್ಲ. ಆ್ಯನಿ ಕೊರಳುಪಟ್ಟಿ ಜಗ್ಗಿದುದರ ಅರಿವಾದ ತಕ್ಷಣ, ಬೇಟೆನಾಯಿ ತನ್ನ ಕುತ್ತಿಗೆಯನ್ನು ಬಿಗಿದು, ತಲೆಹೆಗಲುಗಳನ್ನು ಜಾಡಿಸಿತು. ಆ ರಭಸಕ್ಕೆ ಆ್ಯನಿ ಬೇಟೆನಾಯಿಯ ಪಟ್ಟಿಯ ಸಮೇತ ಹತ್ತು ಗಜ ದೂರ, ಜರೀ ಗಿಡದ ಒಂದು ಪೊದರಿಗೆ ಹೋಗಿ ಬಿದ್ದಿತು. 'ಹ್ಞಾ' ಅನ್ನವಷ್ಟರಲ್ಲಿ ಬೇಟೆನಾಯಿ ಕಂದು ಬಣ್ಣದ ಗುಂಡಿನಂತೆ ಕಂಡು ಕುರುಚಲು ಭೂಮಿಯ ಕಡೆ ಗಾಳಿಯಲ್ಲಿ ಹಾರಿ ಹೋಯಿತು. ಈಗ ಬೀದಿಯ ಬೇವಾರ್ಸಿ ಹೆಣ್ಣುನಾಯಿಯಂತೆ ಕಾಣುತ್ತಿದ್ದ ಆ್ಯನಿ ಕಾಲುಗಳ ನಡುವೆ ಬಾಲ ಮುದುರಿಸಿ, ಮುರಿದ ಕೊರಳುಪಟ್ಟಿಯನ್ನೆತ್ತಿಕೊಂಡು ಬಂದು ಫ್ಲಾಗನ್ಸ್‌ನ ಕಾಲ ಬಳಿ ಹಾಕಿತು. ಪಟ್ಟಿಗೆ ಕಟ್ಟಿದ್ದ ಹಿತ್ತಾಳೆಯ ತುಂಡಿನ ಮೇಲೆ ಪಕ್ಕದ ಕಣಿವೆಯ ಯಾವನೋ ಆಸಾಮಿಯ ಹೆಸರಿತ್ತು.

ಬೇರೆ ಯಾರಾದರೂ ಆಗಿದ್ದಿದ್ದರೆ ಈ ವ್ಯವಹಾರದ ಅನಂತರ ಆ ಬೇಟೆ ನಾಯಿಯನ್ನು ತೆಪ್ಪಗೆ ಅದರ ಪಾಡಿಗೆ ಬೆಟ್ಟದ ಮಡಿಲಿಗೆ ಬಿಟ್ಟು ಸುಮ್ಮನಿರುತ್ತಿದ್ದರು. ಆದರೆ ಅವನು ವಿಲ್‌ಫ್ಲಾಗನ್ಸ್. ಆ ಬೇಟೆನಾಯಿಯ ನಡಿಗೆಯನ್ನು ನೋಡಿದ ಮೇಲೆ ಅವನು ಆ್ಯನಿಯ ಮೇಲೆಯೇ ಪೂರ್ಣವಾಗಿ ಭರವಸೆ ಹಾಕಲು ಸಿದ್ಧನಿರಲಿಲ್ಲ. ಕಾಡು ಜೀವನ ಖಂಡಿತವಾಗಿ ಆ ನಾಯಿಗೆ ಒಂದನ್ನು ಕಲಿಸಿತ್ತು; ಅದನ್ನು ಉಳಿದ ನಾಯಿಗಳಿಗಿಂತ ಎಷ್ಟೋ ಹೆಚ್ಚು ವೇಗಗಾಮಿಯನ್ನಾಗಿ ಮಾಡಿತ್ತು. ಮೊಲಗಳನ್ನು ಬೆನ್ನಟ್ಟಿ ಹೋಗುವಾಗ ಸಹ ಹಾಗೆ ಓಡಬಲ್ಲ

ಒಂದೇ ಒಂದು ನಾಯಿ ಪಿಳ್ಳೆಯನ್ನಾದರೂ ಫ್ಲಾಗನ್ಸ್ ಇದುವರೆಗೆ ನೋಡಿರಲಿಲ್ಲ. ಏನೇ ಇರಲಿ ಇಲ್ಲಿ ಫ್ಲಾಗನ್ಸ್ ಆ ಬೇಟೆನಾಯಿಯನ್ನು ಹಿಡಿಯಲು ಬೇರೆ ತಂತ್ರವೊಂದನ್ನು ಯೋಚಿಸುತ್ತ ತಲೆ ಕೆರೆದುಕೊಳ್ಳುತ್ತಿದ್ದಂತೆ ಅಲ್ಲಿ ಅದು ಇನ್ನೂ ಒಂದು ತಿಂಗಳ ಕಾಲ ಬೆಟ್ಟದ ಮೇಲೆ ಓಡಾಡಿಕೊಂಡಿತ್ತು. ಚಳಿಗಾಲ ಷುರುವಾದ ಮೇಲೆ ಅದಕ್ಕೆ ತಾನೇತಾನಾಗಿ ಆಹಾರ ಸಿಗುವ ಸಂಭವ ಕಡಿಮೆಯಾಯಿತು. ಬೆಟ್ಟದ ತಪ್ಪಲಿನಲ್ಲಿ ಅರ್ಧದಷ್ಟು ಎತ್ತರದವರೆಗೂ ಮನೆಗಳು ಹುಟ್ಟಿಕೊಂಡಿದ್ದು, ಆ ಪ್ರದೇಶಕ್ಕೆ ಮೇಲು ಬೀದಿ ಅನ್ನುತ್ತಿದ್ದರು. ಮೇಲು ಬೀದಿಯ ಹೆಂಗಸರು ರಾತ್ರಿಯ ಹೊತ್ತು ಮನೆಯ ಹಿತ್ತಲ ಬಾಗಿಲಾಚೆ ಮೂಳೆ ಮತ್ತು ಇತರ ಉಂಡುಳಿಕೆಗಳನ್ನು ಎಸೆಯುತ್ತಿದ್ದರು. ಕಾಡುನಾಯಿ ಕತ್ತಲಾದ ಮೇಲೆ ತಪ್ಪದೆ ಅದನ್ನು ಹುಡುಕಿಕೊಂಡು ಬರುತ್ತಿತ್ತು.

ಫ್ಲಾಗನ್ಸನ ಮನೆಯೂ ಅವನಿಗೆ ಅನುಕೂಲವಾಗುವಂತೆ ಮೇಲು ಬೀದಿಯಲ್ಲಿತ್ತು. ಮೂಳೆ ಮತ್ತು ಇತರ ಉಂಡುಳಿಕೆಗಳನ್ನು ತೋಟದ ಮೇಲಂಚಿನಲ್ಲಿ ಬಾಗಿಲ ಒಳಗಡೆಗೆ ಹಾಕಿ, ಅವನ್ನು ತಿನ್ನಲು ಬೇಟೆನಾಯಿ ಬಂದಾಗ ಅದನ್ನು ಹಿಡಿಯಬಹುದೆಂಬ ವಿಚಾರ ಫ್ಲಾಗನ್ಸನಿಗೆ ಸ್ವಾಭಾವಿಕವಾಗಿ ಹೊಳೆಯಿತು.

ಮುಂದೆ ಒಂದು ವಾರದ ಕಾಲ, ಫ್ಲಾಗನ್ಸ್ ಕತ್ತಲಾದ ಮೇಲೆ ಒಂದು ಕಾರಖಾನೆ ಸ್ಥಾಪಿಸಲು ಸಾಕಾಗುವಷ್ಟು ಮೂಳೆಯ ತುಂಡುಗಳೊಂದಿಗೆ ತೋಟದ ಮೇಲಂಚಿನಲ್ಲಿ ಸುಳಿದಾಡುತ್ತಿದ್ದ. ಆದರೆ ನಾಯಿ ಮಾತ್ರ ಕೈಹತ್ತಲಿಲ್ಲ. ಒಂದು ರಾತ್ರಿ ಅದು ಅವನ ಕಣ್ಣಿಗೆ ಬಿದ್ದಿದ್ದರೂ ಆತ ಅದರ ಕಡೆ ಒಂದು ಹೆಜ್ಜೆ ಮುಂದಿಡುವ ಮೊದಲೇ ಅದು ಓಡಿಹೋಗಿತ್ತು.

ಆದರೆ ಫ್ಲಾಗನ್ಸ್ 'ಮರಳಿಯತ್ನವ ಮಾಡು'ವುದರಲ್ಲಿ ನಂಬಿದವನು. ಅದರಲ್ಲಿಯೂ ಹಣದ ವಾಸನೆಯಿದ್ದ ವಿಷಯಗಳೆಂದರೆ ತೀರಿತು. ಅದು ಚಿಕ್ಕಾಸಿನದಷ್ಟಾದರೂ ಅವನದ್ದು ಕುರುಡು ಜೇಡನ ತಾಳ್ಮೆ. ನಾಯಿಯನ್ನು ಹಿಡಿಯಲು ಹೋಗಿ ಎರಡು ಬಾರಿ ಸೋತಿದ್ದರೂ ಆತ ಮತ್ತೊಮ್ಮೆ ಪ್ರಯತ್ನಿಸುವ ಶಪಥ ಮಾಡಿದ. ಒಂದು ಮಧ್ಯಾಹ್ನ ಬೆಟ್ಟದ ಮೇಲಿನಿಂದ ತನ್ನ ಹೆಣ್ಣು ನಾಯಿಯನ್ನು ಓಡಿಸಿಕೊಂಡು ಬರುವಾಗ 'ಆ್ಯನಿ, ಮುಟ್ಟಿದ್ದಕ್ಕೆ ಮೂರು ಸಲ. ಈ ಬಾರಿ ಅದನ್ನು ಖಂಡಿತ ಹಿಡಿಯೋಣ' ಅಂದ. ಅವನ ಬುರುಡೆಯಲ್ಲಿ ಇನ್ನೂ ಒಂದು ತಂತ್ರ ಉಳಿದಿತ್ತು. ಅದರಲ್ಲೂ ಆ್ಯನಿಯದೇ ಪಾತ್ರ. ಅದೇನೋ ಹಳೆಯ ಮುಗ್ಗಲು ತಂತ್ರ, ನಿಜ. ಆದರೆ ಕೊಟ್ಟಕೊನೆಯದಾಗಿ ಮಾಡಿಬಿಡುವುದು ಎಂದುಕೊಂಡ.

ಆಗ ತನ್ನನ್ನು ಯಾರೇ ಪ್ರೇಮಿಸಿ ಬಂದರೂ ಆ್ಯನಿ ಬೇಡವೆನ್ನುತ್ತಿರಲಿಲ್ಲ. ಅದನ್ನು ಷೆಡ್ಡಿನಲ್ಲಿ ಕಟ್ಟಿ ಬಾಗಿಲು ತೆರೆದಿಟ್ಟರೆ, ಬೇಟೆನಾಯಿ ಮೇಲು ಬೀದಿಯಿಂದ ಐದು ಮೈಲಿ ದೂರದಲ್ಲಿದ್ದರೂ ಸರಿಯೇ ಅದರ ರಕ್ತದಲ್ಲಿ ಬಿಸಿ ಉಳಿದಿರುವುದಾದರೆ ಅದು ಆ್ಯನಿಯನ್ನು ಹುಡುಕಿ ಬರುವುದು ಖಂಡಿತ.

ಆ್ಯನಿಗೆ ನ್ಯಾಯ ಸಲ್ಲಲೇಬೇಕು. ಅದು ಬೇಟೆನಾಯಿಯನ್ನು ಸೆಳೆಯದೇ ಇರಲಿಲ್ಲ. ಎರಡನೆಯ ದಿನ ರಾತ್ರಿ ಫ್ಲಾಗನ್ಸ್ ತನ್ನ ಪಕ್ಕದಲ್ಲಿ ಒಂದು ಸೀಸೆಯಲ್ಲಿ ಏನನ್ನೋ ಇಟ್ಟುಕೊಂಡು ಕಾವಲು ಕಾಯುತ್ತ ಕುಳಿತಿದ್ದಾಗ ಬೇಟೆನಾಯಿ ಷೆಡ್ಡಿಗೆ ಕದ್ದು ಬಂದುದನ್ನು ನೋಡಿದ. ಹೌದು. ಅದು ಆ ಬೇಟೆನಾಯಿಯೇ. ಬೇಕೆಂದೇ ತೆರೆದಿಟ್ಟಿದ್ದ ಅಡಿಗೆಮನೆಯ ಹಿಂಭಾಗದ ಕಿಟಕಿಯ ಮೂಲಕ ತೂರಿ ಬರುತ್ತಿದ್ದ ಬೆಳಕಿನಲ್ಲಿ ಅದು ಸ್ಪಷ್ಟವಾಗಿ ಕಂಡಿತು. ಆ್ಯನಿ ಅದನ್ನು ಕರೆದು ತಂದಿತ್ತು.

ಷೆಡ್ಡಿಗೆ ಹೋಗಿ ನೋಡಬೇಕೆಂಬ ತವಕವಿದ್ದರೂ ರಾತ್ರಿಯೆಲ್ಲ ಮರೆಯಲ್ಲೇ ಅಡಗಿ ಕುಳಿತಿರುವಷ್ಟು ವಿವೇಕ ಫ್ಲಾಗನ್ಸನಿಗಿತ್ತು. ಯಾಕೆಂದರೆ ಅವನು ನಿಧಾನವಾಗಿ ವರ್ತಿಸಿ, ತಕ್ಕಮಟ್ಟಿನ ಚತುರತೆಯಿಂದ ಬೇಟೆನಾಯಿ ಒಳಗೆ ಸಿಕ್ಕಿ ಬೀಳುವಂತೆ ಬಾಗಿಲ ಚಿಲಕ ಹಾಕಬೇಕಾಗಿತ್ತು. ಆದುದರಿಂದ ಫ್ಲಾಗನ್ಸ್ ಕಾದ. ಬೇಟೆನಾಯಿ ಬೆಟ್ಟದ ನೆರಳಿನಂತೆ ಮೌನವಾಗಿ ಸರಿದು ಹೊರಹೋಗುವುದನ್ನು ನೋಡಿದ.

ಮರುದಿನ ಫ್ಲಾಗನ್ಸ್ ಬಾಗಿಲಿಗೆ ಒಂದು ಸಾಧನ ಹೊಂದಿಸಿದ. ಬಾಗಿಲಿಗೆ ಒಂದು ದಾರ ಬಿಗಿದು, ಅದರ ಒಂದು ತುದಿಯನ್ನು ತಾನು ಅಡಗಿ ಕುಳಿತುಕೊಳ್ಳುವ ಜಾಗದವರೆಗೂ ಕೊಂಡುಹೋಗಿ, ಆ ತುದಿಯನ್ನು ಎಳೆದೊಡನೆ ಬಾಗಿಲು ತಾನೇತಾನಾಗಿ ಭದ್ರವಾಗಿ ಮುಚ್ಚಿಕೊಳ್ಳುವಂತೆ ಮಾಡಿದ. ಯಾವುದಾದರೂ ವಿಷಯ ಅವನನ್ನು ದೀರ್ಘಕಾಲ ಕಾಡಿದ್ದೇ ಆದರೆ, ತಲೆ ಹೇಗೆ ಉಪಯೋಗಿಸಬೇಕೆಂದು ಫ್ಲಾಗನ್ಸ್ ಬಲ್ಲ.

ಆ ರಾತ್ರಿ ಬೇಟೆನಾಯಿ ಬರುವುದನ್ನು ಕಾಯುವಾಗ ಫ್ಲಾಗನ್ಸ್‌ನಲ್ಲಿ ಹಿಂದೆ ಆ್ಯನಿ ನೂರು ಪೌಂಡು ಹಾಗೂ ಬೆಳ್ಳಿಯ ಬಟ್ಟಲಿನ ಪಂದ್ಯ ಗೆದ್ದಾಗ ಇದ್ದಷ್ಟೇ ಸಂಭ್ರಮವಿತ್ತು. ಈ ಸಲವೂ ಗೆಲುವು ಕಟ್ಟಿಟ್ಟದ್ದೇ. ಇನ್ನೂ ಬೇಟೆನಾಯಿ ಬಾಗಿಲು ದಾಟಿ ಬರುವ ಮೊದಲೇ ಫ್ಲಾಗನ್ಸ್ ಮುಂದಿನ ಪಂದ್ಯದಲ್ಲಿ ಗೆಲ್ಲುವ ಹಣದಲ್ಲಿ ನೂರಾರು ಪೌಂಡುಗಳನ್ನು ಖರ್ಚು ಮಾಡಿದ್ದ.

ಹಿಂದಿನ ರಾತ್ರಿಯಂತೆಯೇ ಬೇಟೆನಾಯಿ ಬಾಗಿಲು ದಾಟಿ ಬಂದಿತು, ನಿಧಾನವಾಗಿ, ತುಂಬ ಹುಷಾರಿನಿಂದ. ಒಳಗೆ ಬಂದೊಡನೆಯೇ ಆ ಕಡೆ ಕಣ್ಣು ಹಾಯಿಸದೆ ನೇರವಾಗಿ ಷೆಡ್ಡಿನೊಳಗೆ ನುಗ್ಗಿತು.

ಫ್ಲಾಗನ್ಸ್ ಉಸಿರು ಬಿಗಿಹಿಡಿದುಕೊಂಡ. ಆ್ಯನಿ ಕುಂಯಿಗುಡುವುದನ್ನು ನಿಲ್ಲಿಸಿತು. ಬೇಟೆನಾಯಿ ಒಳಗಿತ್ತು. ಅದನ್ನು ಖಚಿತಮಾಡಿಕೊಳ್ಳಲು ಫ್ಲಾಗನ್ಸ್ ಒಂದೆರಡು ಕ್ಷಣ ಕಾದ. ಆಮೇಲೆ ಹಗ್ಗವೆಳೆದ; ದಡಾರನೆ ಬಾಗಿಲು ಮುಚ್ಚಿಕೊಂಡಿತು. ಬೇಟೆನಾಯಿ ಗುರ್ರೆನ್ನುವ ಶಬ್ದ, ಜೋರಾಗಿ ಬೊಗಳುವ ಶಬ್ದ.

ಫ್ಲಾಗನ್ಸ್ ದೊಂದಿ ಹಚ್ಚು ಹಚ್ಚುತ್ತಲೇ ಷೆಡ್ಡಿನ ದಾರಿ ಹಿಡಿದು ಓಡಿದ. ಪತ್ರಿಕೆಗಳಲ್ಲಿ ತಾನು ನಾಯಿ ಹಿಡಿದು ನಿಂತಿರುವ ಚಿತ್ರವನ್ನು ಕಲ್ಪಿಸಿಕೊಂಡ – "ಎಲ್ಲ ಪ್ರತಿಸ್ಪರ್ಧಿಗಳನ್ನೂ ಸೋಲಿಸಿದ ಈ ವರ್ಷದ ಮಹಾವಿಜಯಿ." ಷೆಡ್ಡಿನೊಳಗೆ ಕಾಲಿಟ್ಟ. ಒಂದು ಮೂಲೆಯಲ್ಲಿ ಆ್ಯನಿ ದಿಗಿಲುಗೊಂಡು, ತಾನು ತಾನಾಗಿರದಿದ್ದರೆ ಎಷ್ಟು ಚೆನ್ನಾಗಿರುತ್ತಿತ್ತೆಂದು ಆಶಿಸುತ್ತಿರುವಂತೆ ನಿಂತಿತ್ತು. ಅದರ ಎದುರಿಗೆ ಆ ಕಾಡು ಬೇಟೆನಾಯಿ ಫ್ಲಾಗನ್ಸನನ್ನು ಸುಟ್ಟುಬಿಡುವಂತೆ ದುರುಗುಟ್ಟಿ ನೋಡುತ್ತಿತ್ತು. ಫ್ಲಾಗನ್ಸ್ ಅದನ್ನು ಕೈ ಹಾಕಿ ಹಿಡಿಯುವ ಪ್ರಯತ್ನ ಮಾಡಲಿಲ್ಲ; ನೆಲಕ್ಕೆ ಬಗ್ಗಿ ಅದರೊಡನೆ ಮಾತಾಡಲು ಪ್ರಯತ್ನಿಸಿದ.

ವಿಲ್ ಫ್ಲಾಗನ್ಸ್‌ನಿಗೆ ನಯವಾಗಿ ಮಾತಾಡಿ ಎಂತಹ ದುಷ್ಟ ನಾಯಿಯ ಕೊರಳಿಗಾದರೂ ಕೈಹಾಕಬಲ್ಲಷ್ಟು 'ನಾಯಿ ಸಲಿಗೆ' ಎಂದು ಜನ ಹೇಳುತ್ತಿದ್ದರು. ಒಮ್ಮೆಯಾದರೂ ಕಚ್ಚಿಸಿ ಕೊಳ್ಳದೆ ಈ ಮಾತಿಗೆ ಒಂದೆರಡು ಬಾಜಿಗಳನ್ನೂ ಆತ ಗೆದ್ದಿದ್ದ. ಆದರೆ ಈ ಸಲ ಅವನು ಮಾತಾಡಿಸಿದಷ್ಟೂ ಬೇಟೆನಾಯಿ ದ್ವೇಷ ಕಾರಿತು. ಅವನ ನಯವಾದ ಮಾತು ಗುರ್ರೆಂದು ಅವನ ಮುಖಕ್ಕೇ ಬಂದು ಬಡಿಯುತ್ತಿತ್ತು. ಕೊನೆಗೂ ಅವನು ಮೃದುವಾಗಿ ಕೈಚಾಚಿದಾಗ ಬೇಟೆನಾಯಿ ಮೇಲೆ ಹಾರಿ, ಕ್ರೂರವಾಗಿ ಅವನ ಕೈ ಕಚ್ಚಿ, ಹೆಗಲ ಮೇಲಿಂದ ನೆಗೆಯಿತು. ಅದು ನುಗ್ಗಿ ಹೋದ ರಭಸಕ್ಕೆ ಫ್ಲಾಗನ್ಸ್ ಹೊಂದಿಸಿದ್ದ ಸಾಧನ ಮುರಿದು

ಬಿದ್ದಿತು. ನಾಯಿ ಮಾತ್ರ ಆರಾಮವಾಗಿ ಬೆಟ್ಟದ ದಾರಿ ಹಿಡಿದು ಹೋಯಿತು.

ಇದೆಲ್ಲ ಹೊರ ಬಿದ್ದದ್ದು ಮಾರನೆಯ ಬೆಳಗ್ಗೆ ಆಸ್ಪತ್ರೆಯಲ್ಲಿ; ಗುರುತಿನ ಡಾಕ್ಟರು ಅವನ ಹಿಂಗೈಗೆ ಮೂರು ಹೊಲಿಗೆ ಹಾಕಿ, ಕಟುವಾಗಿ ಬುದ್ಧಿವಾದ ಹೇಳುವಾಗ.

ಸರಿ, ಎಲ್ಲ ಲೆಕ್ಕಹಾಕಿ ನೋಡುವಾಗ, ಫ್ಲಾಗನ್ಸ್‌ನಿಗೆ ಆ ಬೇಟೆ ನಾಯಿಯ ಬಗ್ಗೆ ದ್ವೇಷ ಹುಟ್ಟಿದ್ದುದು ಆಶ್ಚರ್ಯವಲ್ಲ. ಅದು ಸ್ವಾಭಾವಿಕವೇ. ಇದಾದ ಬಳಿಕ ಯಾರಾದರೂ ಅದರ ಮಾತೆತ್ತಿದರೆ, ಆತ ಕೆಟ್ಟದಾಗಿ ಬೈದುಬಿಡುತ್ತಿದ್ದ. ಅದು ಕಂತ್ರಿನಾಯಿ, ಅದರ ಮುಖ ಬಿಟ್ಟರೆ ಬೇರೇನೂ ಯೋಗ್ಯತೆಯಿರಲಿಲ್ಲ ಅಂದುಬಿಡುತ್ತಿದ್ದ.

ಆದರೆ ಕೆಲವಾರು ವಾರಗಳ ಮೇಲೆ ಒಂದು ಬೆಳಗ್ಗೆ ಫ್ಲಾಗನ್ಸ್, ಫೀನನ್‌ನ ಮದ್ಯದಂಗಡಿಗೆ ಬಂದಾಗ ಅವನು ಉತ್ಸಾಹದಿಂದ ತೇಲುತ್ತಿದ್ದ. ಆ್ಯನಿ ಮರಿಹಾಕುವುದರಲ್ಲಿತ್ತು. ಅವನಿಗೆ ಮೊದಲಿನಿಂದಲೂ ಗೊತ್ತಿತ್ತು – ಬೇಟೆನಾಯಿಯನ್ನು ಹಿಡಿಯದಿದ್ದರೆ ಅಷ್ಟೇ ಹೋಯಿತು. ಅದಕ್ಕೆ ಗುಂಡಿಯ ಬೆಲೆಯಿಲ್ಲ. ಅಷ್ಟೆಲ್ಲ ತೊಂದರೆ ತೆಗೆದುಕೊಂಡದ್ದು. ಕೈಕಚ್ಚಿಸಿಕೊಂಡದ್ದು, ಅದರಿಂದಾಗಿ ಮೂರು ವಾರ ಕೆಲಸ ತಪ್ಪಿದ್ದು, ಇವೆಲ್ಲ ಪರವಾಗಿಲ್ಲ. ಯಾಕೆಂದರೆ ಆ್ಯನಿ ಮರಿ ಹಾಕಲಿದೆ. ಆ ಮರಿಗಳ ತಂದೆ ಬೇಟೆನಾಯಿಯೇ ತಾನೆ. ಹುಟ್ಟಲಿರುವ ಮರಿಗಳನ್ನು ಓಟದಲ್ಲಿ ಯಾವುದಾದರೂ ನಾಯಿ ಸೋಲಿಸಿದ್ದೇ ಆದರೆ, ನಾಯಿ ಸಾಕುವುದನ್ನು ಬಿಟ್ಟು ಮೊಲ ಸಾಕಲು ತೊಡಗುವುದಾಗಿ ಆತ ಆಣೆಯಿಟ್ಟ.

ನಾಯಿ ಹೆರುವ ಮೊದಲು ವಿಲ್ ಫ್ಲಾಗನ್ಸ್ ಹುರುಪಿನಿಂದಿದ್ದ. ಮರಿಗಳಿಗೆ 'ಬ್ರೌನ್ ಸ್ಟ್ರೀಪ್', 'ಟ್ರೆಹಾರಿಸ್ ಟ್ರೇಲರ್' ಎಂದೆಲ್ಲ ಹೆಸರುಗಳನ್ನು ಸಿದ್ಧಮಾಡಿಟ್ಟುಕೊಂಡು, ಅವುಗಳ ವಾಸಕ್ಕೆ ತಕ್ಕ ಮನೆ ಕಟ್ಟಲು ಆರಂಭಿಸಿದ್ದ.

ಆದರೆ ಒಂದು ಬೆಳಗ್ಗೆ ಎದ್ದು ನೋಡುವಾಗ ಅವನ ಸುವಿಖ್ಯಾತ ಆ್ಯನಿ ಒಂದು ಗುಂಪು ಮರಿಗಳಿಗೆ ತಾಯಿತನ ಮಾಡುತ್ತಿತ್ತು. ವಿಲಕ್ಷಣವಾದ ಬೀದಿ ಕುನ್ನಿಗಳನ್ನು ಒಂದು ಸಕ್ಕರೆ ಡಬ್ಬದಲ್ಲಿ ಒಟ್ಟು ಮಾಡಿದಂತಿತ್ತು ಆ ದೃಶ್ಯ. ಅವುಗಳಲ್ಲಿ ಒಂದೊಂದರಲ್ಲಿಯೂ ಡಾಯಿಯ ಬಿರುಗೂದಲ ಟೆರಿಯರ್‌ನಾಯಿಯ ಚಹರೆ ಸ್ವಲ್ಪ ಎದ್ದು ಕಾಣುತ್ತಿತ್ತು! ❍

○ ಡಿಲಾನ್ ಥಾಮಸ್

ಸಮುದ್ರದ ಮುನ್ನೋಟ

ನಡು ಬೇಸಿಗೆ. ಹುಡುಗ ಬೆಳೆದ ಪಯಿರಿನ ಮೇಲೆ ಬಿದ್ದುಕೊಂಡಿದ್ದ. ಮಾಡಲು ಕೆಲಸವಿಲ್ಲದೆ, ಹವೆಯೂ ಬೆಚ್ಚಗಿದ್ದುದರಿಂದ ಅವನು ಸಂತೋಷದಲ್ಲಿದ್ದ. ಮೇಲಿನಿಂದ ಪಯಿರು ಅತ್ತಿಂದಿತ್ತ ತೊನೆದಾಡುವ ಶಬ್ದ, ಜತೆಗೇ ಮನೆಯನ್ನು ಮರೆಮಾಡಿದ್ದ ಮರದ ಕೊಂಬೆಗಳಿಂದ ಹಕ್ಕಿಗಳ ಸಿಳ್ಳು ಕೇಳಿ ಬರುತ್ತಿತ್ತು. ಅವನು ಅಂಗಾತ ಮಲಗಿ, ಪಯಿರಿನ ಅಂಚಿಗೆ ತಾಗಿದಂತೆ ಉದ್ದಕ್ಕೂ ಒಂದೇ ಸಮನೆ, ನೀಲಿಬಣ್ಣಕ್ಕೆ ಕವಿದುಕೊಂಡಿದ್ದ ಆಕಾಶದ ಕಡೆ ಎವೆಯಿಕ್ಕದೆ ನೋಡಿದ. ಮಧ್ಯಾಹ್ನಕ್ಕೆ ಮುಂಚೆ ಬೆಚ್ಚನೆಯ ಮಳೆ ಬಿದ್ದು ಗಾಳಿಯಲ್ಲಿ ಮೊಲ, ದನಕರುಗಳ ವಾಸನೆ ತುಂಬಿತ್ತು. ಅವನು ಬೆಕ್ಕಿನಂತೆ ನೀಳವಾಗಿ ಮೈಚಾಚಿ ಕುತ್ತಿಗೆಯ ಕೆಳಗೆ ತೋಳಿಟ್ಟುಕೊಂಡ. ಈಗ ಅವನು ಪಯಿರಿನ ಬಂಗಾರದ ಅಲೆಗಳಲ್ಲಿ ಈಜುತ್ತ, ಹಕ್ಕಿಯಂತೆ ಆಕಾಶದುದ್ದಕ್ಕೂ ಜಾರುತ್ತ ಸಮುದ್ರದ ಬೆನ್ನ ಮೇಲೆ ಸವಾರಿ ಹೊರಟಿದ್ದ. ಹೆಜ್ಜೆಗೆ ಏಳು ಹರಿದಾರಿ ದೂರ ಕರೆದೊಯ್ಯುವ ಬೂಟುಗಳನ್ನು ತೊಟ್ಟು, ಹೊಲಗಳ ಮೇಲೆ ಜಿಗಿಯುತ್ತಿದ್ದ. ಫಳ ಫಳ ಹೊಳೆಯುವ ಹಸಿರು ಬೆಟ್ಟವೊಂದರ ಮೇಲಿಂದ ಕೈಬೀಸಿ ಕರೆಯುತ್ತಿದ್ದ ಏಳು ಮರಗಳಲ್ಲಿ ಆರನೆಯದರ ಮೇಲೆ ಅವನು ಗೂಡು ಕಟ್ಟಿದ್ದ. ಈಗ ಅವನೊಬ್ಬ ಕೆದರುಗೂದಲಿನ ಹುಡುಗ. ಆಲಸ್ಯದಿಂದ ಎದ್ದು ಬೆಳೆದ ಪಯಿರಿನಿಂದ ಬೆಟ್ಟದ ತಪ್ಪಲಲ್ಲಿದ್ದ ಹೊಳೆಯ ಕಟ್ಟೆಗೆ ನಡೆದ. ಅಲ್ಲಿ ದುಂಡುಗಲ್ಲುಗಳನ್ನು ಉರುಳಿಸಿ ಹುಲ್ಲು ಜೊಂಡುಗಳನ್ನು ಅಲುಗಾಡಿಸಲೆಂದು ನೀರಿನಲ್ಲಿ ಬೆರಳಿಟ್ಟು ಸಮುದ್ರದ ಅಲೆಯ ಒಂದು ಭಾಸವನ್ನು ಸೃಷ್ಟಿಸಿದ. ವಸ್ತುಗಳನ್ನು ಉಬ್ಬಿಸಿ ತೋರಿಸುವ ಆ ನೀರಿನಲ್ಲಿ ಅವನ ಕೈಬೆರಳುಗಳು ಹತ್ತು ಗೋಪುರ ಸ್ತಂಭಗಳಂತೆ ಎದ್ದು ನಿಂತವು. ಗೋಪುರದ ಹೆಬ್ಬಾಗಿಲುಗಳ ಮೂಲಕ ಬುದ್ಧಿವಂತ ಮೀನೊಂದು ಟಪಟಪನೆ ಬಾಲ ಬಡಿಯುತ್ತ ಒಳಗೂ ಹೊರಗೂ ಈಜಾಡಿಕೊಂಡು ಓಡಾಡುತ್ತಿತ್ತು. ಹೆಬ್ಬಾಗಿಲುಗಳ ಮೂಲಕ ತಳದ ದುಂಡುಗಲ್ಲುಗಳ ಕಡೆ ಮೀನು ಈಜುತ್ತ ಹೋದಂತೆ ಅವನೊಂದು ಕಥೆ ಕಟ್ಟಿದ. ಕ್ರಿಸ್‌ಮಸ್ ಪುಸ್ತಕದ ಒಬ್ಬ ರಾಜಕುಮಾರಿ

ನೀರಿನಲ್ಲಿ ಮುಳುಗಿ ಸತ್ತಿದ್ದಳು. ಅವಳ ಹೆಗಲು ಮುರಿದಿತ್ತು. ಜಡೆಗೂದಲು ಪಿಟೀಲಿನ ತಂತಿಯಂತೆ ಮುರಿದ ಕೊರಳಿನ ಮೇಲೆ ಚಾಚಿತ್ತು. ಅವಳು ಮೀನುಗಾರನೊಬ್ಬನ ಬಲೆಯಲ್ಲಿ ಸಿಕ್ಕಿಬಿದ್ದಿದ್ದಳು, ಮೀನುಗಳು ಅವಳ ಕೂದಲನ್ನು ಎಳೆದಾಡುತ್ತಿದ್ದವು. ಆ ಕಥೆಯ ಅಂತ್ಯವನ್ನು ಅವನು ಮರೆತಿದ್ದ–ಆದಿಯೇ ಇಲ್ಲದ ಒಂದು ಕಥೆಗೆ ಅಂತ್ಯ ಅನ್ನೋದು ಇರುವುದಾದರೆ, ರಾಜಕುಮಾರಿ ಜಲಕನ್ಯೆಯಂತೆ ಬಲೆಯಿಂದ ಹೊರಬಂದು ಮತ್ತೆ ಜೀವಿಸಿದಳೆ? ಅಥವಾ ಬೇರೆ ಒಂದು ಕಥೆಯ ಇನ್ನೊಬ್ಬ ರಾಜಕುಮಾರ ಅವಳ ಹೆಗಲ ಮೂಳೆಯನ್ನು ಜಗ್ಗಿಸಿ ವೀಣೆಯನ್ನಾಗಿ ಮಾಡಿ, ಕೂದಲ ಕೊನೆಗಳನ್ನೆಳೆದು ಶ್ರುತಿಮಾಡಿ ಸದಾಕಾಲ ರಾಜಾಸ್ಥಾನಗಳಲ್ಲಿ ಶೋಕಗೀತೆಗಳನ್ನು ನುಡಿಸುತ್ತಿದ್ದನೆ? ಹುಡುಗ ಒಂದು ಕಲ್ಲೆತ್ತಿ ಎಸೆದ, ಅದು ಹಸಿರು ನೀರಿನ ಮೇಲೆ ಉರುಳುತ್ತಾ ಹೋಯಿತು. ಮೊಲವೊಂದು ಓಡಿ ಹೋಗುತ್ತಿರುವುದನ್ನು ನೋಡಿ, ಅದರ ಬಾಲಕ್ಕೆ ಕಲ್ಲೆಸೆದ. ಮೀನೊಂದು ಸೊಳ್ಳೆಗಳ ಕಡೆ ನೆಗೆಯಿತು. ಹಾಡು ಹಕ್ಕಿಯೊಂದು ಹಸಿರು ನೆಲದಿಂದ ಥಟ್ಟನೆ ಹಾರಿ ಬಂದಿತು. ಋತುಚಕ್ರ ಮೊದಲಾದಾಗಿನಿಂದ ಪ್ರಪಂಚ ಇಂತಹ ಇನ್ನೊಂದು ಬೇಸಿಗೆಯನ್ನು ಕಂಡಿರಲಿಲ್ಲ. ಅವನಿಗೆ ದೇವರಲ್ಲಿ ನಂಬಿಕೆಯಿರಲಿಲ್ಲ. ಆದರೆ ದೇವರು ಈ ಬೇಸಿಗೆಯನ್ನು ಅದರ ತುಂಬ ನೀಲಿಯ ಗಾಳಿ, ಬಿಸಿಲುಗಳನ್ನು ತುಂಬಿ ಸೃಷ್ಟಿಸಿದ್ದ. ಮನೆಯ ತೋಟದಲ್ಲಿ ಪಾರಿವಾಳಗಳನ್ನು ತುಂಬಿದ್ದ. ದೂರದ ಹೆಸರಿಲ್ಲದ ಬೆಟ್ಟಗಳ ಮೇಲೆ ಹೊಗೆ ಕೊಳವೆಗಳಿರಲಿಲ್ಲ; ಹೆಣ್ಣು ಗಂಡುಗಳಂತೆ ನಿಂತು ಬಿಸಿಲು ಕಾಯಿಸಿ ಆನಂದ ಪಡುತ್ತಿದ್ದ ಬರಿಯ ಮರಗಳಷ್ಟೇ ಇದ್ದವು. ಇಲ್ಲಿ ಕಲ್ಲಿದ್ದಲ ಗುಡ್ಡಗಳಾಗಲಿ, ಅದನ್ನು ಎತ್ತುವ ಕ್ರೇನುಗಳಾಗಲಿ ಇರಲಿಲ್ಲ. ಬರಿಯ ಹೆಸರಿಲ್ಲದ ವಿಸ್ತಾರವಿತ್ತು, ಏಳು ಮರಗಳಿದ್ದ ಬೆಟ್ಟವಿತ್ತು. ಆ ಬೇಸಿಗೆ ಎಷ್ಟು ಅದ್ಭುತವಾಗಿತ್ತೆಂದು ವರ್ಣಿಸಲು ಅವನಲ್ಲಿ ಪದಗಳಿರಲಿಲ್ಲ; ಹಾಗೆಯೇ ಕಾಡು ಪಾರಿವಾಳಗಳ ಗದ್ದಲವನ್ನು, ಹೊಳೆ ಬದಿಯ ಸಮುದ್ರದ ಕಡೆಯಿಂದ ಬೀಸಿ ಬಂದ ಸುಳಿಗಾಳಿಯಲ್ಲಿ ಸೋಮಾರಿಯಾಗಿ ತೊನೆದಾಡುತ್ತಿದ್ದ ಕಾಳಿನ ತೆನೆಗಳನ್ನು ವರ್ಣಿಸಲು ಸಹ ಪದಗಳಿರಲಿಲ್ಲ. ಆಕಾಶಕ್ಕೆ, ಸೂರ್ಯನಿಗೆ, ಬೇಸಿಗೆಗೆ ಮೈ ತೆತ್ತ ನಾಡಿಗೆ ಪದಗಳಿರಲಿಲ್ಲ ಹಕ್ಕಿಗಳು ಚೆನ್ನಾಗಿದ್ದವು; ಪಯಿರು ಚೆನ್ನಾಗಿತ್ತು.

ಆ ಚೆಲುವಾದ ಹೊಲವನ್ನು ದಾಟಿ ಅವನು ಬೆಟ್ಟ ಹತ್ತಿದ. ಮರದ ಕೆಳಗಿನ ಆ ಮುಗ್ಧವಾದ ಹಸಿರಿನಲ್ಲಿ, ಕರಿ ಹಕ್ಕಿಗಳು ಸೂರ್ಯನತ್ತ ಹಾರಿಹೋದಂತೆ, ರಾಜಕುಮಾರಿಯ ಕಥೆ ಜೀವ ನೀಗಿತು. ಅಲ್ಲಿ ಆ ಮಧ್ಯಾಹ್ನ ಅವಳನ್ನು ಮುಳುಗಿಸಿ, ಅವಳ ಜಡೆಯನ್ನು ಜಗ್ಗುವ ಯಾವ ಸಮುದ್ರವೂ ಇರಲಿಲ್ಲ. ಒಂದು ಬೆಟ್ಟ, ಒಂದು ಹೊಲ, ಮರಗಳ ಮರೆಯ ಒಂದು ಮನೆ–ಇದನ್ನು ಹಿಂದೆ ಬಿಟ್ಟ ಸಮುದ್ರ ಕಣ್ಮರೆಯಾಗಿ ಹರಿದುಹೋಗಿತ್ತು. ಮೊದಲನೆಯ ಕುಳ್ಳು ಮರದಷ್ಟೇ ಎತ್ತರವಾಗಿದ್ದ ಅವಳು ಏಳನೆಯ ಮರದಿಂದಿಳಿದು ಬಂದು ಅವನ ಮುಂದೆ ನಿಂತುಕೊಂಡಳು. ಅವಳು ತೊಟ್ಟ ಲಂಗ ಹರಿದಿತ್ತು, ಕಂದು ಬಣ್ಣದ ಬತ್ತಲೆ ಕಾಲುಗಳು ಎಲ್ಲೆಲ್ಲೂ ತರಿದಿದ್ದವು. ಬಾಯಿಯ ಸುತ್ತ ಕಾಡುಹಣ್ಣಿನ ರಸದ ಕಲೆಯಿತ್ತು. ಉಗುರುಗಳು ಕಪ್ಪಾಗಿ ಒಡೆದುಕೊಂಡಿದ್ದವು. ತೊಟ್ಟ ರಬ್ಬರ್ ಬೂಟಿನ ಮೂಲಕ ಹೆಬ್ಬೆರಳುಗಳು ಇಣಿಕಿ ನೋಡುತ್ತಿದ್ದವು. ಅವಳೊಂದು ಬೆಟ್ಟದ ಮೇಲೆ ನಿಂತಿದ್ದಳು, ಆ ಬೆಟ್ಟ ಒಂದು ಮನೆಯಷ್ಟೂ ದೊಡ್ಡದಾಗಿರಲಿಲ್ಲ. ಅದು ಒಂದು ಹುಲ್ಲಿನ ದಳ ಇಲ್ಲವೇ ನೀರಿನ ಬಿಂದುವಿನ ಮೇಲೆದ್ದು ಬಂದ ಪರ್ವತ ಅನ್ನುವಷ್ಟು ಅದರ ಕೆಳ ತಪ್ಪಲಿನ ಹೊಲಗಳೂ ಮಿರುಮಿರುಗುವ ಹೊಳೆಯ ಪಟ್ಟಿಯೂ ಚಿಕ್ಕದಾಗಿದ್ದವು. ತೋಟದ ಮನೆಯ ಸುತ್ತಲ

ಮರಗಳು ಬೆಂಕಿಕಡ್ಡಿಗಳಂತಿದ್ದವು. ಜಾರ್ವಿಸ್ ಶಿಖರಗಳೂ ಅವುಗಳಾಚೆ ಇಂಗ್ಲೆಂಡಿನ ಅಂಚಿಗಿದ್ದ ಕ್ಯಾಡರ್ ಶಿಖರವೂ ಸ್ತಬ್ಧವಾಗಿದ್ದ ಆ ದೂರ ಪ್ರದೇಶದ ಒಂಟಿಯಂಗಳದಲ್ಲಿ ಹುತ್ತಗಳಂತೆ, ಬಂಡೆಯ ನೆರಳುಗಳಂತೆ ಕಾಣಿಸುತ್ತಿದ್ದವು. ಹುಡುಗ ಆ ನೆರಳುಗಳಲ್ಲಿ ಮೊದಲನೆಯದರ ಮೇಲೆ ನಿಂತು ನೋಡಿದ – ನದಿ ಕಣ್ಮರೆಯಾಗುತ್ತಿತ್ತು, ಕಾಳಿನ ತೆನೆಗಳು ಮರಳಿ ಮಣ್ಣಿನ ಕಡೆಗೆ ಬಾಗುತ್ತಿದ್ದವು. ಮನೆಯ ಸುತ್ತಲ ನೂರು ಮರಗಳು ಒಂದೇ ಕಾಂಡವಾಗಿ ಕುಗ್ಗುತ್ತಿದ್ದವು. ಹಳದಿ ಹೊಲದ ನಾಲ್ಕು ಮೂಲೆಗಳು ಅಂಗೈಯಿಂದ ಮುಚ್ಚಬಹುದಾದಷ್ಟು ಚಿಕ್ಕ ಚೌಕವಾಗಿ ಕೂಡುತ್ತಿದ್ದವು. ಆ ಬಹು ಬಣ್ಣದ ದೇಶ ಬಾಯ ನೀರನಲ್ಲಿ ನೆನಸಿದ ಅಂಗಿಯಂತೆ ಕುಸಿಯುವುದನ್ನು ಅವನು ನೋಡಿದ. ಆಗ ನದಿ ಬೀಳಿನ ಕಿಗ್ಗಾಸು ಬೆಲೆಯಿಲ್ಲದ ನೀರಿನಿಂದ ಹೊಸ ಗಾಳಿಯೊಂದು ಬೀಸಿ ಬಂದು ಬೆಟ್ಟದ ಹೊಲವನ್ನು ಅದರ ಪೂರ್ಣಾಕಾರಕ್ಕೆ ಹಿಗ್ಗಿಸಿತು. ಪಯಿರು ಮತ್ತೆ ಮೊದಲಿನಂತೆ ಎದ್ದುನಿಂತಿತು. ಮನೆಯನ್ನು ಮುಚ್ಚಿದ್ದ ಒಂಟಿಕಾಂಡ ಸೀಳಿಕೊಂಡು ನೂರು ಮರಗಳಾದುವು. ಇದೆಲ್ಲಾ ಅರೆಕ್ಷಣದಲ್ಲಿ ಆಗಿಹೋಯಿತು.

ಮರಗಳ ತುತ್ತತುದಿಯಿಂದ ಕರಿಹಕ್ಕಿಗಳು ಶಂಖಾಕಾರದ ಮೋಡವಾಗಿ ಮತ್ತೊಮ್ಮೆ ಹಾರಿಹೋದವು. ಸೂರ್ಯನ ದಿಕ್ಕು ಹಿಡಿದು ಹೊರಟಿದ್ದ ಆ ಹಕ್ಕಿಗಳ ಕಪ್ಪನೆಯ ತ್ರಿಕೋನಾಕಾರದ ಹಾರಾಟಕ್ಕೆ ಕೊನೆಯಿರಲಿಲ್ಲ. ಆ ರೆಕ್ಕೆ ಬಿಚ್ಚಿದ ಸೇತುವೆಗಳು ಬೆಟ್ಟದಿಂದ ಸೂರ್ಯನ ಕಡೆಗೆ ಮೌನವಾಗಿ ಏರುತ್ತಿದ್ದವು. ಆಗ ಮತ್ತೆ ಗಾಳಿ ಬೀಸಿತು. ಈ ಸಲ ಅದು ನಿಜವಾದ ವಿಶಾಲ ಸಮುದ್ರದಿಂದ ಬೀಸಿ ಬಂದು, ಸೇತುವೆಯ ಬೆನ್ನನ್ನು ಮುರಿದು ಹಾಕಿತ್ತು. ಆ ನಾಡ ಹಕ್ಕಿಗಳು ಕವುಜುಗಗಳಂತೆ ಗುಂಪುಗುಂಪಾಗಿ ನೆಲಕ್ಕೆ ಉದುರಿದವು.

ಅದೆಲ್ಲವೂ ಅರೆಕ್ಷಣದಲ್ಲಿ ಆಗಿಹೋಯಿತು. ನೂಲಿನ ಹರಕು ಲಂಗ ತೊಟ್ಟಿದ್ದ ಆ ಹುಡುಗಿ ಹುಲ್ಲಿನ ಮೇಲೆ ಕುಳಿತು ಕಾಲಿನ ಮೇಲೆ ಕಾಲು ಹಾಕಿಕೊಂಡಳು. ಎಲ್ಲಿಂದಲೋ ಬೀಸಿಬಂದ ನಿಜವಾದ ಗಾಳಿಯೊಂದು ಅವಳ ಲಂಗವನ್ನು ಹಾರಿಸಿತು. ಅವಳು ಸೊಂಟದವರೆಗೂ ಓಕ್ ಮರದ ಕಾಯಿಯಂತೆ ಕಂದುಬಣ್ಣಕ್ಕಿದ್ದಳು. ಮೊದಲನೆಯ ನೆರಳಿನಲ್ಲಿ ಇನ್ನೂ ಪುಕ್ಕಲನಂತೆ ನಿಂತಿದ್ದ ಹುಡುಗ ನೋಡುತ್ತಿದ್ದ – ಮೈ ಮುರಿದ, ಹಬ್ಬದ ದಿನದ ರಾಜಕುಮಾರಿ ಎರಡನೆಯ ಬಾರಿ ಸತ್ತು ಅವಳ ಸ್ಥಳದಲ್ಲಿ ಆ ಜೀವಂತ ಬೆಟ್ಟದ ಮೇಲೆ ಒಬ್ಬ ಹಳ್ಳಿಯ ಹುಡುಗಿ ಹುಟ್ಟಿಕೊಂಡಿದ್ದಳು. ಮರಗಳ ಮಧ್ಯದಿಂದ ಹಾರಿಬಂದ ಕೆಲವು ಹಕ್ಕಿಗಳಿಗೆ ಮತ್ತು ಇದ್ದಕ್ಕಿದಂತೆ ತೂರಿಬಂದು ಬೆಟ್ಟದ ಕೆಳಗಿನ ನದಿ, ಹೊಲ, ಬಯಲುಗಳನ್ನು ಸಣ್ಣದಾಗಿಸಿದ ಸೂರ್ಯನ ಕಣ್ಣು ಕುಕ್ಕುವ ಪ್ರಕಾಶಕ್ಕೆ ಹೆದರುವವರು ಯಾರು? ಆ ಹುಡುಗಿ ಮರದಷ್ಟು ಎತ್ತರವಾಗಿದ್ದಾಳೆಂದು ಅವನಿಗೆ ಹೇಳಿದವರು ಯಾರು ? ವ್ಹಿಪೆಟ್ಟ್ ಕಣಿವೆಯಲ್ಲಿ ಭಾನುವಾರದ ದಿನ ವಿಹರಿಸುವ ಹೂ ಹುಡುಗಿಯರಿಗಿಂತ ಅವಳು ಎತ್ತರವಾಗಿಯೂ ಇರಲಿಲ್ಲ, ವಿಚಿತ್ರವಾಗಿಯೂ ಇರಲಿಲ್ಲ.

"ಅಲ್ಲಿ ಆ ಮರದ ಮೇಲೆ ಏನು ಮಾಡುತ್ತಿದ್ದೆ?" ಅವಳು ಮುಂದೆ ನಿಂತಿರುವಾಗ ತಾನು ಮೌನವಾಗಿದ್ದೇನಲ್ಲ ಎಂದು ನಾಚಿ ಅವನು ಕೇಳಿದ. ಅವಳು ಸರಿದಾಗ ಅವಳ ಕಂದುಗಾಲುಗಳ ನಡುವಣ ಹುಲ್ಲು ಎದ್ದು, ಬಾಗಿ, ಹಸಿರಾಯಿತು. ಅವನು ಮತ್ತೆ ನಾಚಿದ. "ಏನು, ಹಕ್ಕಿಗೂಡುಗಳನ್ನು ಹುಡುಕುತ್ತಿದ್ದೆಯಾ ?" ಎಂದು ಕೇಳುತ್ತ ಅವಳ ಪಕ್ಕದಲ್ಲಿ ಕುಳಿತ. ಆದರೆ ಅಲ್ಲಿ ಏಳನೆಯ ನೆರಳಿನ ಬಾಗಿದ ಹುಲ್ಲಿನ ಮೇಲೆ ಅವಳ ಬಗೆಗಿದ್ದ ಅವನ ಮೊದಲ ಭೀತಿ ಮತ್ತೆ ಮೇಲೆದ್ದಿತು, ಸಮುದ್ರದಲ್ಲಿ ಮುಳುಗಿಹೋದ ಸೂರ್ಯ ಮತ್ತೆ ಮೇಲೆದ್ದಂತೆ ಅದು

ಅವನ ತಲೆಬುರುಡೆಯ ಒಳತನಕ ಕಣ್ಣುಗಳನ್ನು ಉರಿಸಿ ರೋಮಾಂಚನ ಉಂಟುಮಾಡಿತು. ಅವಳ ತುಟಿಗಳ ಮೇಲಿದ್ದುದು ರಕ್ತದ ಕಲೆ, ಕಾಡುಹಣ್ಣಿನದಾಗಿರಲಿಲ್ಲ. ಅವಳ ಉಗುರುಗಳು ಒಡೆದಿರಲಿಲ್ಲ, ಎರಡೂ ಬದಿ ಉಜ್ಜಿ ಚೂಪು ಮಾಡಲ್ಪಟ್ಟಿದ್ದವು. ಅವು ಅವನ ನಾಲಗೆಯನ್ನು ಕೀಳಲು ಸಿದ್ಧವಾದ ಹತ್ತು ಕತ್ತರಿಯಲಗುಗಳಂತಿದ್ದವು. ಮರದ ಮರೆಯ ಮನೆಯಲ್ಲಿದ್ದ ಚಿಕ್ಕಪ್ಪನನ್ನು ಕೂಗಿ ಕರೆಯೋಣವೆಂದರೆ ಅವಳು ಹೊಸ ಹೊಸ ಪ್ರಾಣಿಗಳನ್ನು ಸೃಷ್ಟಿಸುವಳು. ಮೈಲಿ ದೂರದ ಕಾಡಿನಿಂದ ಕಾರ್ಮಾರ್ಥೆನ್ ಹುಲಿಗಳನ್ನು ಕೈ ಮಾಡಿ ಕರೆದು, ಅವು ಅವನ ಸುತ್ತ ಕುಣಿಯುತ್ತಾ ಕೈಗಳನ್ನು ಕಡಿದು ಹಾಕುವಂತೆ ಮಾಡುವಳು. ಗಾಳಿಯಲ್ಲಿ ಹೊಸ ಹೊಸ ಗದ್ದಲದ ಹಕ್ಕಿಗಳನ್ನು ಸೃಷ್ಟಿಸಿ ಅವು ತಮ್ಮ ಚಿಲಿಪಿಲಿ ಸಿಳ್ಳೆಗಳಿಂದ ಅವನ ಆರ್ತನಾದವನ್ನು ಮುಳುಗಿಸುವಂತೆ ಮಾಡುವಳು. ಅವನು ಅವಳ ಎಡಭಾಗದಲ್ಲಿ ಸದ್ದು ಮಾಡದೇ ತೆಪ್ಪಗೆ ಕೂತುಕೊಂಡ. ಬೇಸಿಗೆಯ ಶಬ್ದಗಳೆಲ್ಲವನ್ನೂ ಮುಳುಗಿಸುವಂತಿದ್ದ ಅವಳ ಎದೆಯ ಬಡಿತವನ್ನು ಕೇಳಿದ. ಆಗ ಅವರಿಗೆ ನೆರಳು ಕೊಟ್ಟಿದ್ದ ಮರದ ಒಂದೊಂದು ಎಲೆಯೂ ಮನುಷ್ಯನ ಎತ್ತರಕ್ಕೆ ಬೆಳೆಯಿತು. ಮರದ ತೊಗಟೆಯ ಉಬ್ಬುಗೆರೆಗಳು ದೊಡ್ಡ ಹಡಗಿನಷ್ಟು ಅಗಲದ ನದಿ, ನಾಲೆಗಳಾದವು. ಮರಕ್ಕೆ ಕಟ್ಟಿದ ಪಾಚಿ ಹಾಗೂ ಅದರ ಬುಡವನ್ನು ಸುತ್ತುವರಿದಿದ್ದ ಕಡು ಹಸಿರಿನ ಉಂಗುರ–ಇವೆಲ್ಲ ಆ ಹಸಿರು ನಾಡಿನ ಬಯಲುಗಳ ಮೇಲೆ ಈ ಬೇಲಿಯಿಂದ ಆ ಬೇಲಿಯವರೆಗೆ ಹಾಸಿದ ಮಕಮಲ್ಲಿನ ಹೊದಿಕೆಯಂತಿದ್ದವು.

ಈಗ ಬೆಟ್ಟ ಪ್ರಪಂಚದಷ್ಟು ದೊಡ್ಡದಾಗಿತ್ತು. ಮರಗಳು ಗಾಳಿ ಮಳೆಗಳನ್ನು ಮೇಲೆತ್ತಿ ಹಿಡಿದ ಆಕಾಶದಂತಿದ್ದವು. ಅಲ್ಲಿನ ಬೇಸಿಗೆಯ ಹುಚ್ಚುಹವೆಯಲ್ಲಿ ಅವನಿಗೆ ಹೊಲವಾಗಲಿ, ಚಿಕ್ಕಪ್ಪನ ಮನೆಯಾಗಲಿ ಕಾಣಿಸದಂತೆ ಅವಳು ಅವನ ಮುಂದೆ ಬಾಗಿ, ತನ್ನ ತಲೆಗೂದಲಿನಿಂದ ಅವನ್ನು ಮರೆಮಾಡಿದಳು. ಆಕಾಶ ಹಾಗೂ ಬೆಟ್ಟದಂಚುಗಳು ಅವಳ ಕಣ್ಣಿನ ಬೆಳಕಿನ ಚುಕ್ಕೆಯಾಗಿ ಹೊಳೆಯುತ್ತಿದ್ದವು. ಹುಡುಗ ತನಗೆ ತಾನೇ ಹೇಳಿಕೊಂಡ – ಇದು ಸಾವು. ಇದು ದೇಹಕ್ಷಯ, ನಾಯಿಕೆಮ್ಮು, ನಮ್ಮೊಳಗಿನ ಕಲ್ಲುಗಳು, ಕನ್ನಡಿಯಲ್ಲಿ ಮುಖವನ್ನು ಬಗೆ ಬಗೆಯಾಗಿ ಸೊಟ್ಟಗೆ ಮಾಡುತ್ತ ಹೋದಾಗ ಕೊನೆಗುಳಿಯುವ ಮುಖಭಂಗಿ. ಅವನ ಬಾಯಿ ಅವಳ ಬಾಯಿಯಿಂದ ಒಂದಂಗುಲ ದೂರವಿತ್ತು. ಅವಳ ಉದ್ದನೆಯ ಮುಂಬೆರಳುಗಳು ಅವನ ಕಣ್ಣಿನ ರೆಪ್ಪೆಯನ್ನು ಮುಚ್ಚಿದವು. ಅವನು ಪುನಃ ತನಗೆ ತಾನೇ ಹೇಳಿಕೊಂಡ – ಇದು ರಜೆಯ ದಿನ ವಿಹಾರಕ್ಕೆ ಹೋದ ಹುಡುಗ ಪೊರಕೆಯ ಮೇಲೆ ಸವಾರಿ ಮಾಡುವ ಮಾಟಗಾತಿಯಿಂದ ಚುಂಬಿಸಲ್ಪಟ್ಟ ಕಥೆ. ಅವಳು ಒಂದು ಮರದ ಮೇಲಿಂದ ಹಾರಿಬಂದು, ಸಿಟ್ಟಿಗೆದ್ದ ಕಪ್ಪೆಯಂತೆ ತನ್ನ ಗಾತ್ರವನ್ನು ಬದಲಾಯಿಸುವ ಬೆಟ್ಟವೊಂದರ ಮೇಲೆ ಇಳಿದಳು. ಅವನ ಕಣ್ಣುಗಳನ್ನು ನೇವರಿಸುತ್ತ ಎದೆಗೆ ಎದೆ ಹಚ್ಚಿದಳು. ಅವನು ಸಾಯುವವರೆಗೂ ಮುದ್ದಿಸಿದ ಮೇಲೆ ಅವನನ್ನು ಕಾಡಿನ ತನ್ನ ಗುಹೆಗೆ ಎತ್ತಿಕೊಂಡು ಹೋದಳು. ಆದರೆ ಎಲ್ಲ ಕಥೆಗಳಂತೆ ಈ ಕಥೆಯೂ ಅವಳು ಮುತ್ತಿಟ್ಟ ತಕ್ಷಣ ಪ್ರಾಣ ಬಿಟ್ಟಿತ್ತು. ಈಗ ಅವು ಹುಡುಗಿಯ ತೋಳಿನಲ್ಲಿದ್ದ ಹುಡುಗ. ಬೆಟ್ಟ ಈಗ ನಿಜವಾದ ನದಿಯ ಬದಿ ನಿಂತಿತ್ತು. ಬೆಟ್ಟದ ಶಿಖರ ಹಾಗೂ ಇಂಗ್ಲೆಂಡಿನ ಕಡೆಗಿದ್ದ ಅದರ ಮರಗಳು ಒಂದು ಶತಮಾನದ ಹಿಂದೆ ಜಾರ್ವಿಸ್ ತನ್ನ ಪ್ರೇಯಿಸಿಯರೊಂದಿಗೆ ಕುದುರೆಗಳ ಮೇಲೆ ಸುಮಾರು ಅರ್ಧ ಶತಮಾನಕಾಲ ಅಲ್ಲಿ ಓಡಾಡಿದಾಗ ಕಾಣುತ್ತಿದ್ದಂತೆಯೇ ಇದ್ದವು.

ಬೆಳಕಿನೊಳಗಿಂದ ಬಿರುಗಾಳಿಯೊಂದು ಹೊರಬಂದು ಆ ಸಣ್ಣ ನಾಡನ್ನು ದೊಡ್ಡದು

ಮಾಡಿತ್ತು. ಅದಕ್ಕೆ ಯಾರು ಹೆದರಿದ್ದರು ? ಸೂರ್ಯನಾಳದ ಆ ತುಣುಕು ಬಿರುಗಾಳಿ ಖಾಲಿ ಮನೆಯೊಳಗಿನ ಗಾಳಿಯಂತಿತ್ತು. ಅದು ಮನೆಯ ಮೂಲೆ ಮೂಲೆಗಳನ್ನು ಬೆಟ್ಟಗಳನ್ನಾಗಿ ಮಾಡಿತ್ತು. ಅಟ್ಟಗಳನ್ನು ನೆರಳುಗಳಿಂದ ಕಿಕ್ಕಿರಿಸಿತ್ತು. ಆ ನೆರಳುಗಳು ಮನೆಯ ಮಾಡನ್ನು ಹರಿದುಕೊಂಡು ಬಂದಿದ್ದವು. ಬಿರುಗಾಳಿ ಮನೆಯ ಪಡಸಾಲೆಗಳನ್ನು ನೂರಾರು ಧ್ವನಿಗಳಾಗಿ, ಒಂದೊಂದು ಧ್ವನಿಯೂ ಹಿಂದಿನದಕ್ಕಿಂತ ದೊಡ್ಡದಾಗಿ, ಕೊನೆಯ ಧ್ವನಿ ಮುಗ್ಗರಿಸಿ ಬಿದ್ದ ನೂರು ಪಿಸುಮಾತುಗಳಾಗಿ ಒಡೆದು ಮನೆಯ ತುಂಬ ಎಲ್ಲೆಲ್ಲೂ ತುಂಬುವವರೆಗೂ ನಾಗಾಲೋಟ ಓಡಿತ್ತು. ಅಂಥದೇ ಪಿಸುಮಾತಿನಲ್ಲಿ ಅವಳು ಕೇಳಿದಳು – "ನಿನ್ನ ಊರು ಯಾವುದು ?" ತೋಳುಗಳನ್ನು ಹಿಂದೆಳೆದುಕೊಂಡರೂ ಅವನ ಕಾಲುಗಳ ನಡುವೆ ಒಂದು ಮೊಣಕಾಲನ್ನಿಟ್ಟು, ಕೈಯಲ್ಲಿ ಕೈಯಿಟ್ಟು ಅವಳು ಕುಳಿತಿದ್ದಳು. ಬಿಸಿಲು ಕಾಯಿಸಿ ಕಾಯಿಸಿ ಮುಖ ಕಂದು ಬಣ್ಣಕ್ಕೆ ತಿರುಗಿದ್ದ ಆ ಹುಡುಗಿ ಮದುವೆಗೆ ಮುಂಚೆಯೇ ತಾಯಿಯರಾಗಿದ್ದ ತನ್ನೂರಿನ ಬಿಳಚು ಮುಖದ ಹುಡುಗಿಯರಿಗಿಂತ ಎತ್ತರವಾಗಿಯೂ ಇರಲಿಲ್ಲ, ವಿಚಿತ್ರವಾಗಿಯೂ ಇರಲಿಲ್ಲ. ಅವಳಿಗೆ ಹೆದರಿದವರು ಯಾರು ? "ನಾನು ಅಮ್ಮನ್ ಕಣಿವೆಯವನು," ಹುಡುಗ ಹೇಳಿದ. ಅವಳು ಮೊಣಕಾಲನ್ನೊತ್ತಿದಳು. ಅದಕ್ಕೆ ಅವನು ಉಸಿರೆಳೆದುಕೊಂಡಾಗ ನಕ್ಕಳು. "ಉಹ್ಞೂ, ಹಾಗೆ ಮಾಡಬೇಡ, ಅವನಂದ. "ಉಹ್ಞೂ, ಬೇಡ, ಬೇಡ !" ಅವಳು ಅಣಕಿಸುತ್ತಾ ಅವನನ್ನು ಇನ್ನೂ ಹತ್ತಿರ ಎಳೆದುಕೊಂಡಳು. "ಕರೀತಿದಾರೆ, ನಾನು ಚಹಾ ಕುಡಿಯೋದಕ್ಕೆ ಹೋಗಬೇಕು," ಅವನು ನೆಪ ಹುಡುಕಿದ.

'ಸಾಯುವವರೆಗೂ ಅವಳು ನನ್ನನ್ನು ಪ್ರೀತಿಸುವುದಾದರೆ...' ಹುಡುಗ ತನಗೆ ತಾನೇ ಹೇಳಿಕೊಂಡ. ಬೆಟ್ಟದ ಮೇಲಿನ ಏಳನೆಯ ಮರ ಮೂರು ನಿಮಿಷಗಳ ಕಾಲ ಒಂದೆ ಬಗೆಯಾಗಿರುತ್ತಿರಲಿಲ್ಲ, ಹುಡುಗ ಅದರ ಕೆಳಗೆ ನಿಂತಿದ್ದ. "ಅವಳು ನನ್ನನ್ನು ತನ್ನೊಳಗಿಟ್ಟುಕೊಂಡು ಬುಡಬುಡನೆ ಅಲ್ಲಾಡಿಸುತ್ತ ಓಡಿಹೋಗುತ್ತಾಳೆ – ಕಾಡಿನ ಗುಹೆಯೊಳಕ್ಕೆ, ಮರದ ಪೊಟರೆಯೊಳಕ್ಕೆ, ಅಲ್ಲಿ ಚಿಕ್ಕಪ್ಪ ನನ್ನನ್ನು ಎಂದೆಂದಿಗೂ ಪತ್ತೆಮಾಡಲಾರ. ಆಗ ಅದು ಅಪಹೃತನಾದ ಹುಡುಗನ ಕಥೆಯಾಗುತ್ತದೆ. ಹೊಟ್ಟೆಯೊಳಗೆ ಚೂರಿ ಚುಚ್ಚಿ, ಕರುಳನ್ನು ತಿರುಗಿಸುತ್ತಾಳೆ" ಎಂದೆಲ್ಲ ಅವನು ಅಂದುಕೊಳ್ಳತೊಡಗಿದ, ಅವಳು ಆತನ ಕಿವಿಯಲ್ಲಿ ಪಿಸುಗುಟ್ಟಿದಳು– "ನಿನಗೆ ಒಂದೊಂದು ಬೆಟ್ಟದ ಮೇಲೂ ಒಂದೊಂದು ಮಗು ಹೆರುತ್ತೇನೆ. ಅಮ್ಮನ್, ನಿನ್ನ ಹೆಸರೇನು ?" ಮಧ್ಯಾಹ್ನ ಸಾಯುತ್ತಿತ್ತು. ಅದು ಮೈಗಳನಂತೆ ನೆರಳಿನ ಬೆಟ್ಟಗಳನ್ನು ಹಾದು ಪಶ್ಚಿಮದ ಕಡೆಗೆ ಹೆಸರಿಲ್ಲದಂತೆ ಜಾರುತ್ತಿತ್ತು. ಬೆಟ್ಟ, ಮರ, ನದಿ, ಪಯಿರು, ಹುಲ್ಲುಗಳ ಮೇಲಿಂದ ಸಮುದ್ರದಲ್ಲಿ ರೂಪ ತಾಳುತ್ತಿದ್ದ ಸಂಜೆಯ ಕಡೆಗಿಳಿಯುತ್ತಿತ್ತು. ವೇಲ್ಸ್‌ನಿಂದ ಗಾಳಿಯಲ್ಲಿ ಬಂದು ಗಾಳಿಯಾಗಿ ನಿಧಾನವಾಗಿ ಪಕ್ಕಾಗುವ ನೀಲಿಯ ಕಾಳುಗಳಲ್ಲಿ ಬೀಸಿಹೋಗುತ್ತಿತ್ತು – ಕನಸಿನಿಂದಲೂ, ಔಷಧದ್ರವ್ಯಗಳಿಂದಲೂ ತುಂಬಿದ ಗಾಳಿಯಂತೆ. ಅದು ಸೂರ್ಯನ ಇಳಿತದೊಂದಿಗೆ ಇಳಿದು ಮಂತ್ರ ಗಾನದಿಂದ ತುಂಬಿದ ಬೂದಲ ದಂಡೆಗೆ ಬಂದಿತ್ತು. ಬಾಯಿಯಲ್ಲಿ ಹುಲ್ಲುಕಡ್ಡಿ ಕಚ್ಚಿಕೊಂಡು, ನೋವಾನ ದೋಣಿಯಿಂದ ಹೊರಟ ಹಕ್ಕಿಗಳು ಆ ದಂಡೆಯ ಬದಿಯೇ ಹಾರಿ ಹೋಗಿದ್ದವು. ಮರಳಿ ಅರಮನೆಗಳು ಒಡೆದು ಬಿದ್ದು, ಅವುಗಳ ಮೇಲಿನಿಂದ ನಾಳೆಯ, ನಾಳೆಯಾಚೆಗಿನ ನಾಳೆಗಳ, ಗೋಪುರವೇಳುತ್ತಿದ್ದುದು ಅಲ್ಲಿಯೇ. ದಿನ ಸಾಯತೊಡಗಿದಂತೆ ಅವಳು ಬಟ್ಟೆಯನ್ನು ಕೊಡವಿ ಸರಿಮಾಡಿಕೊಂಡಳು. ತಲೆಯನ್ನು ನೇವರಿಸಿಕೊಂಡಳು. ಇಳಿಯುತ್ತಿದ್ದ ಸೂರ್ಯ,

ಮೈಲಿಮೈಲಿ ದೂರ ಕವಿಯುತ್ತಿದ್ದ ಕತ್ತಲುಗಳನ್ನು ಗಮನಿಸದೆ ಎಡಕ್ಕೆ ಹೊರಳಿದಳು. ಹುಡುಗ ಎಚ್ಚರಿಕೆಯಿಂದ ಇನ್ನೂ ಹೆಚ್ಚು ವಿಚಿತ್ರವಾದ ಕನಸಿನ ಲೋಕದಲ್ಲಿ ಕಣ್ತೆರೆದ. ಬೆಳಕಿನ ಗೋಪುರ ಕಂಬದ ಅಖಂಡ ನಡುಭಾಗದಲ್ಲಿ ಆಯತಪ್ಪದೆ ನಿಂತ ಕರಿಯ ಮೋಡಕ್ಕಿಂತಲೂ ವಿಶಾಲವಾದ ಬೇಸಿಗೆಯ ಸ್ವಪ್ನದೃಶ್ಯ ಅದು. ಹುಡುಗ ಪ್ರೇಮಲೋಕದಿಂದ ಹೊರ ಬಂದಿದ್ದ – ಗರಗರ ತಿರುಗುವ ಚಾಕುಗಳಿಂದ ತುಂಬಿದ್ದ ಗಾಳಿಯನ್ನು ಹಾದು, ಬೆಳ್ಳಕ್ಕಿಗಳಿಂದ ತುಂಬಿದ್ದ ಗವಿಯನ್ನು ದಾಟಿ, ಹೊಸ ಶಿಖರವೊಂದರ ಮೇಲಕ್ಕೆ ಉರಿದುಬೀಳುವ ನಕ್ಷತ್ರಗಳನ್ನು ಎದುರಿಸುತ್ತ ಸಮುದ್ರದ ಗಾಳಿಗೆ ಗಾಂಭೀರ್ಯ ತೋರಿಸುವ ಕಲ್ಲಿನಂತೆ ಅಚಲವಾಗಿ ನಿಂತು. ಈಗ ಅವನು ಹಳ್ಳಿಗಾಡಿನ ಸಂಜೆಯಲ್ಲಿ ನಡುಗುಡ್ಡದ ಮೇಲೆ ಕೋಪದಿಂದ ನಿಂತ ಗಡುಸು ಹುಡುಗ. ಎದೆ ಮುಂದು ಮಾಡಿಕೊಂಡು ಲೋಕದ ಮುಖಕ್ಕೆ ಎದುರಾಡುತ್ತಿದ್ದ. ಅವನು ಪ್ರೇಮಲೋಕದಿಂದ ಕೈ ಬೀಸುತ್ತಾ ಹೊರಬಂದಿದ್ದ – ತಲೆ ಮೇಲೆತ್ತಿ, ಎರಡು ಬಾಗಿಲುಗಳ ನಡುವಿನ ಗವಿ ಹಾದು, ಮೇಲೆ ಎತ್ತರದಲ್ಲಿ ಜಗತ್ತಿನ ಗಡುಸುನೋಟ ತೋರಿಸುತ್ತಿದ್ದ ಸಭಾಂಗಣವಿದ್ದ ಕೋಣೆಗೆ ಅವನು ನೆಲದ ಕೊನೆಯ ಕಗ್ಗತ್ತಲಂಚಿನ ಕಟಕಟೆಯವರೆಗೂ ಹೋದ. ಭೂಮಿ ಗರಗರನೆ ತಿರುಗುತ್ತಿದ್ದರೂ ಅವನು ಅದರ ಮೇಲಿನ ಒಂದೊಂದು ನೇಗಿಲ ಗೆರೆ, ಮೃಗದ ಹೆಜ್ಜೆ, ಮನುಷ್ಯನ ಕಾಲುದಾರಿ, ನೀರಿನ ಹನಿ, ಹಕ್ಕಿಗಳ ಜುಟ್ಟು – ತುಪ್ಪಳ – ರೆಕ್ಕೆಗಳ ಚಿಹ್ನೆ, ಧೂಳು, ಸಾವು, ಸಾವಿನ ಜಾಡು ಮತ್ತು ಸಹಿ, ಕಾಲ ಚೆಲ್ಲಿದ್ದ ನೆರಳುಗಳು – ಇವೆಲ್ಲವನ್ನೂ ನೋಡಿದ. ಒಂದು ಮಂಜು ನೆಲದಿಂದ ಇನ್ನೊಂದು ಮಂಜು ನೆಲದವರೆಗೆ, ಸಮುದ್ರದ ಅಂಚಿನಿಂದ ನಡು ಭಾಗದವರೆಗೆ, ಬದುಕಿನ ಬಾಗಿಲುಗಳಾಚೆ ಕಬ್ಬಿಣದ ಕಂಬಿಗಳ ಅಡಿ ಸೇಬಿನ ಹಣ್ಣಿನಂತಿದ್ದ ಗುಂಡು ಚೆಂಡಿನ ಮೇಲೆ ಕಣ್ಣು ಹಾಯಿಸಿದ. ಮಾನವ ನಗರವೊಂದರ ಕರಿಯ ಹೆಬ್ಬೆಟ್ಟು ಗುರುತಿನ ಮೂಲಕ ಹಿಂದೊಂದು ಕಾಲದಲ್ಲಿ ಲವಲವಿಕೆಯಿಂದ ಕೂಡಿದ್ದ ಬಯಲ ಮನುಷ್ಯನೊಬ್ಬನ ಹೆಬ್ಬೆರಳಿನ ಅವಶೇಷವನ್ನು ದಿಟ್ಟಿಸಿದ. ಹಳ್ಳಿಯ ಗುರುತಾದ ಹುಲ್ಲು ಮೇವುಗಳ ಅವಶೇಷಗಳ ಮೂಲಕ ಯೂರೋಪಿನ ಕೆಳಗೆ ಮುಳುಗಿ, ಈಗ ಮರೆತುಹೋದ ಒಂದು ಮಹಾನಗರದ ಇಡಿಯ ಕೈಯನ್ನು ಕಂಡ. ಆ ಕೈಗುರುತಿನ ಮೂಲಕ ವೀನಸ್ ದೇವತೆಯ ವಿಗ್ರಹದ ತೋಳಿನಂತೆ ಮುರಿದ ಚಕ್ರಾಧಿಪತ್ಯವೊಂದರ ತೋಳಿನವರೆಗೆ, ಆ ತೋಳಿನ ಮೂಲಕ ಎದೆಯವರೆಗೆ, ಇತಿಹಾಸದಿಂದ ಹಿಡಿದು ತೊಡೆಯವರೆಗೆ, ತೊಡೆಯ ಮೂಲಕ ಕತ್ತಲಲ್ಲಿ ಕಪ್ಪು ಮತ್ತು ಹಸಿರು ಈಡನ್‌ಗಳ ನಡುವಿನ ಮೊದಲನೆಯ ಅಚ್ಚನ್ನು ನೋಡಿದ. ಮುಂದಿನ ಕ್ಷಣದವರೆಗೆ ಹಾಗೂ ಮುಂದೆ ಎಂದೆಂದಿಗೂ ಆ ಈಡನ್ ತೋಟ ಏಷಿಯಾದ ಕೆಳಗೆ ಭೂಮಿಯಲ್ಲಿ ಮುಳುಗಿರಲಿಲ್ಲ. ಸಂಜೆ ಷುರುವಾಗಲಿದ್ದ ಆ ಹೊತ್ತು ಭೂಮಿ ಸಂಗೀತದತ್ತ ಹೊರಳಿತ್ತು. ದೇವರು ಮಲಗಿದ್ದಾಗ, ಅವನು ಏಣಿ ಹತ್ತಿದ, ಮೇಲಿನ ಮೆಟ್ಟಲಿನಿಂದ ಮೂರು ಹಾರುಗಳಷ್ಟು ಎತ್ತರದ ಕೋಣೆಗೆ ಇತಿಹಾಸದ ಜೀವಂತ ಪುಟಗಳಿಂದ ಸೂರು, ನೆಲಗಟ್ಟುಗಳನ್ನು ಹಾಸಲಾಗಿತ್ತು. ಪುಟಗಳು ತೋಟಗಳಾಗಿದ್ದವು. ಅದರಲ್ಲಿ ಪದಗಳು ಮರಗಳಾಗಿದ್ದವು. ಅವನ ತೆರೆಯ ಮೇಲೆ ಈಡನ್ನಿನಿಂದ ಈಡನ್ ಬೆಳೆಯಿತು. ಪಾತಾಳದ ಮೂಲಕ ಈಡನ್ನಿನ ಕೆಳಗೆ ಈಡನ್ ಇಳಿಯಿತು. ಕೊಂಬೆ, ಎಲೆ, ಹಕ್ಕಿಗಳ ಕೊನೆಯಿಲ್ಲದ ಪಡಸಾಲೆಯಾಯಿತು. ಪ್ರಪಂಚದ ವಾಸದ ಕೋಣೆಯಷ್ಟು ಚಿಕ್ಕದಾದ ಇಳಿಜಾರಿನ ಮೇಲೆ ಅವನು ನಿಂತಿದ್ದ. ಅವನ ಬೆನ್ನ ಹಿಂದೆ ಒಂದು ಧ್ರುವ ಇನ್ನೊಂದು ಧ್ರುವಕ್ಕೆ ಮುತ್ತಿಟ್ಟಿತು.

ಹುಡುಗ ಅಟ್ಲಾಸ್*ನಂತೆ ಮುಂದಕ್ಕೆ ಮುಗ್ಗರಿಸಿದ. ಚೂರಿಗಳ ಗುಹೆಯನ್ನೂ, ಬೋರಲಾಗಿ ಉರುಳಿದ ಕಾಲದ ಹುಚ್ಚು ಬೆಳಸುಗಳನ್ನೂ ಹಾದು, ಕಬ್ಬಿಣ ಗಡುಸಿನ ದೃಶ್ಯದ ಮೇಲೆ ಹಾರಿ, ಬಯಲ ಮೇಲಿನ ಬೆಟ್ಟಕ್ಕೆ ಬಂದ. ಆ ಬೆಟ್ಟ ಮೋಡದ ನಿಲ್ದಾಣದ ಕೆಳಗೆ ಹರಡುತ್ತಿದ್ದ ತೋಟಗಳ ಮೇಲೆ, ಒಂದು ಪುಟ್ಟ ಗುರುತಾಗಿತ್ತು.

"ಏಳು" ಎಂದು ಅವನ ಕಿವಿಯಲ್ಲಿ ಅವಳು ಉಸುರಿದಳು. ಅವಳ ನಗೆಯಲ್ಲಿನ ಕಬ್ಬಿಣದ ಗುರುತುಗಳು ಮುರಿದು ಬಿದ್ದಿದ್ದವು, ಈಡನ್ ಏಳನೆಯ ನೆರಳಾಗಿ ಕುಗ್ಗಿತ್ತು. ಅವಳು "ನನ್ನ ಕಣ್ಣೊಳಗೆ ಇಣಿಕಿನೋಡು," ಅಂದಳು. ಅವಳ ಕಣ್ಣುಗಳ ಬಣ್ಣ ಕಂದು ಇಲ್ಲವೇ ಹಸಿರು ಎಂದು ಆತ ಭಾವಿಸಿದ್ದ. ಆದರೆ ಅವು ಕಪ್ಪನೆಯ ರೆಪ್ಪೆಗೂದಲಿನಿಂದ ಕೂಡಿ ಸಮುದ್ರ ನೀಲಿ ಬಣ್ಣಕ್ಕಿದ್ದವು. ಅವಳ ದಟ್ಟಗೂದಲು ಕಪ್ಪಾಗಿತ್ತು. ಅವಳು ಅವನ ತಲೆಗೂದಲನ್ನು ಕೆದರಿದಳು; ಅವನ ಕೈಯನ್ನು ತನ್ನ ಎದೆಯ ಆಳಕ್ಕೆ ಒಯ್ದಳು. ಅವಳ ಹೃದಯದ ಮೊಲೆತೊಟ್ಟುಗಳು ಕೆಂಪಾಗಿರುವುದನ್ನು ಅರಿತ. ಅವಳ ಕಣ್ಣಲ್ಲಿ ಇಣಿಕಿ ನೋಡಿದ. ಅಲ್ಲಿ ಸೂರ್ಯ ಒಂದು ದುಂಡು ಗಾಜಿನಂತೆ ಕಂಡ. ಅಲ್ಲಿಂದ ಥಟ್ಟನೆ ಕಣ್ಣು ಹೊರಳಿಸಿದಾಗ ಮರಗಳು ಪಾರದರ್ಶಕವಾಗಿ ಅವನ ಕಣ್ಣು ಅವುಗಳ ಮೂಲಕ ಹಾದುಹೋಯಿತು. ಅವಳು ಒಂದೊಂದು ಮರವನ್ನೂ ಉದ್ದನೆಯ ಗಾಜಿನ ಹರಳಾಗಿ, ಮನೆಯ ತೋಟವನ್ನು ಬಟ್ಟೆಯ ನವಿರು ಜಾಲರಿಯಂತೆ ಮಾಡಬಲ್ಲವಳಾಗಿದ್ದಳು. ಅವಳು ಅವನಿಗೆ ತನ್ನ ಹೆಸರು ಹೇಳಿದಳು. ಅವಳು ಹೇಳುತ್ತಿರುವಂತೆಯೇ ಅವನಿಗೆ ಅದು ಮರೆತುಹೋಯಿತು. ಅವಳು ತನ್ನ ವಯಸ್ಸು ಹೇಳಿದಳು. ಅದು ಅವನಿಗೆ ಯಾವುದೊ ಹೊಸ ಸಂಖ್ಯೆಯಂತೆ ಕಂಡಿತು. "ನನ್ನ ಕಣ್ಣಲ್ಲಿ ನೋಡು," ಅಂದಳು. ಆಗ ನಡುರಾತ್ರಿಯಾಗಲು ಒಂದು ಗಂಟೆ ಉಳಿದಿತ್ತು. ನಕ್ಷತ್ರಗಳು ಹೊರಬರುತ್ತಿದ್ದವು. ಚಂದ್ರ ಸಿದ್ಧನಾಗಿ ನಿಂತಿದ್ದ. ಅವಳು ಅವನ ಕೈಹಿಡಿದುಕೊಂಡು, ಮಂಜು ಬೆಟ್ಟದ ಏಣಿನ ಮೇಲಣ ಮರಗಳ ನಡುವೆ, ಹೂ ಬಿಡುವ ಮುಳ್ಳು ಕಂಟಿಗಳ ಮೇಲೆ, ರೆಪ್ಪೆ ಮುಚ್ಚಿದ ಹುಲ್ಲುಹೂಗಳ ಮೇಲೆ, ಮೌನದ ಮೇಲಿನಿಂದ ಸೂರ್ಯನ ಬೆಳಕಿನೆಡೆಗೆ, ಮರಳು ಕಲ್ಲುಗಳಿಗೆ ಬಡಿಯುತ್ತಿದ್ದ ಭೋರ್ಗರೆವ ಸಮುದ್ರದ ಕಡೆಗೆ ಓಡುತ್ತ ನಡೆಸಿಕೊಂಡು ಬಂದಳು.

ಮರಗಳ ತೆರೆಯ ಹಿಂದೆ ಬೆಟ್ಟ. ಒಳ ನಾಡಿನ ಹೊಲಗಳಿಗೂ ಒಳನುಗ್ಗುವ ಸಮುದ್ರಕ್ಕೂ ನಡುವೆ, ರಾತ್ರಿಯ ಕಾಡಿಗೂ ಸೂರ್ಯನ ಬೆಳಕಿನಲ್ಲಿ ಹೊಳೆಯುವ ಸಮುದ್ರದಂಡೆಯ ಮಚ್ಚೆಮಚ್ಚೆ ಹಳದಿಗೂ ನಡುವೆ, ಹತ್ತು ಮೈಲಿ ದೂರ ಒಣಗದ್ದೆಗಳಲ್ಲಿ ಕಣ್ಮರೆಯಾಗುತ್ತಿದ್ದ ಪಯಿರಿಗೂ ಹುಡಿಮರಳು ಬಂಡೆಗೆ ಬಡಿಯುವ ಬಂಜರಿಗೂ ನಡುವೆ, ಕಾಲದ ನಡುವೆ, ಯಾವುದೊ ರಹಸ್ಯವಾದ ಬೇರಿನ ಮೇಲೆ ನಿಂತಿತ್ತು – ಆ ಬೆಟ್ಟ ಎರಡು ದೊಡ್ಡ ದೀಪಗಳ ನಡುವೆ. ಹಿಂಬದಿಗೆ ಚಂದ್ರ ಏಳು ಬೆಟ್ಟಗಳ ಮೇಲೆ ಬೆಳಗಿದ್ದ; ಗದ್ದಲದ ಮುಂಬದಿಯಲ್ಲಿ ವಿಚಿತ್ರ ರೂಪದ ಸೂರ್ಯ ನೀರಿನ ಮೇಲೆ ಚಲಿಸುತ್ತಿದ್ದ. ಬೆಟ್ಟದ ಈ ಕಡೆ ಗೂಬೆ, ಆ ಕಡೆ ಒಂದು ಕಡಲ ಹಕ್ಕಿ. ಕೊಂಬೆಗಳ ನಡುವಿನಿಂದ ಕಂದು ಬಣ್ಣದ ರೆಕ್ಕೆಗಳು ಮೇಲು ಮೇಲಕ್ಕೆ

---

* ಗ್ರೀಕ್ ಪುರಾಣಗಳ ಪ್ರಕಾರ ಅನಂತಕಾಲವೂ ಸ್ವರ್ಗವನ್ನು ತನ್ನ ಭುಜಗಳ ಮೇಲೆ ಹೊತ್ತಿರುವಂತೆ ಜೀಯಸ್ ದೇವರಿಂದ ದಂಡಿತನಾದವನು; ಮನುಷ್ಯ ಕುಲವನ್ನು ಸೃಷ್ಟಿಸಿದ ಪ್ರೊಮಿಥಿಯಸನ ಹಿರಿಯ ಸೋದರ.

ಏರಿದಂತೆ, ಕಣ್ಣ ಮುಂದೆ ಕಡಲ ಅಲೆಗಳ ಮೇಲೆ ಬಿಳಿಯ ರೆಕ್ಕೆಗಳು ಪಟಪಟನೆ ಬಡಿದಂತೆ ಹುಡುಗನಿಗೆ ಆ ಎರಡು ಹಕ್ಕಿಗಳ ಧ್ವನಿ ಕೇಳಿಸಿತು. ಟುವ್ವಿಟ್, ಟುವೂ, ಇನ್ನು ಸಾಹಸಬೇಡ. ಆಕಾಶದಲ್ಲಿ ಹಾರುತ್ತಿದ್ದ ಕಡಲ ಹಕ್ಕಿಗಳು ಅವನಿಗೆ "ನೀರು ನಿನ್ನನ್ನು ಗಾಳಿಯಂತೆ, ಸರಪಳಿಯಂತೆ ಅಪ್ಪುವವರೆಗೂ ಬೆಚ್ಚನೆಯ ಮರಳಿನ ಮೇಲೆ ಓಡುತ್ತ ಹೋಗು" ಎಂದು ಹೇಳಿದವು. ಅವನ ಕೈಯಲ್ಲಿ ಹುಡುಗಿಯ ಕೈಯಿತ್ತು. ಅವಳು ಅವನ ಹೆಗಲಿನ ಮೇಲೆ ತನ್ನ ಕೆನ್ನೆಯನ್ನು ಉಜ್ಜುತ್ತಿದ್ದಳು, ಅವಳು ಜತೆಗಿದ್ದುದು ಅವನಿಗೆ ಸಂತೋಷವೆನಿಸಿತ್ತು. ಯಾಕೆಂದರೆ ಈಗ ರಾಜಕುಮಾರಿ ಮುರಿದು ಬಿದ್ದಿದ್ದಳು, ರಾಕ್ಷಸಿ-ಹುಡುಗಿ ಮರವಾಗಿ ಬದಲಾಗಿದ್ದಳು. ಹಳ್ಳಿಗಾಡನ್ನು ಬಗೆ ಬಗೆಯ ಆಕಾರಕ್ಕೆ ತಿರುಗಿಸಿ ಕುಂಕುಮಾಡಿ, ಅವನನ್ನು ಪ್ರೇಮಲೋಕದಿಂದ ಮೋಡಕವಿದ ಮನೆಗೆ ಅಟ್ಟಿದ್ದ ದಿಗಿಲು ಹುಟ್ಟಿಸುವ ಹುಡುಗಿ ಈಗ ಚಂದ್ರಮಂಡಲದಲ್ಲಿ, ತೆರೆಮರೆಯ ಏಳು ನೆರಳುಗಳಲ್ಲಿ ಒಂಟಿಯಾಗಿ ಹಿಂದೆ ಬಿದ್ದಿದ್ದಳು.

ಆ ಬೆಳಗ್ಗೆ ಅನಿರೀಕ್ಷಿತವಾಗಿ ಬಿಸಿಲು ಬೆಳಗಿ ಸೆಕೆಯಾಗಿತ್ತು. ಹತ್ತಿಯ ಬಟ್ಟೆ ತೊಟ್ಟ ಹುಡುಗಿ ಯೊಬ್ಬಳು ಅವನ ಕಿವಿಗೆ ತುಟಿಯಿಟ್ಟು "ಬಾ, ಸಮುದ್ರಕ್ಕೆ ಕರೆದುಕೊಂಡು ಹೋಗುತ್ತೇನೆ" ಅಂದಳು. ಮುಂದೆ ಓಡುತ್ತ ಹೋದಂತೆ ಅವಳ ಕೂದಲು ಹುಚ್ಚಾಗಿ ಹಾರಾಡುತ್ತಿತ್ತು. ಮೊಲೆಗಳು ಕುಣಿಯುತ್ತಿದ್ದವು. ಅವಳು ಸಮುದ್ರದ ಅಂಚಿಗೆ ಓಡಿದಳು. ಅಲ್ಲಿ ನೀರಿರಲಿಲ್ಲ; ಒಣ ಸಮುದ್ರ ಒಳನುಗ್ಗಿದಂತೆ ಸಣ್ಣ ಕಲ್ಲುಗಳು ಲಕ್ಷಾಂತರ ಚೂರುಗಳಾಗಿ ಒಡೆದು ಅಲ್ಲಿ ಗುಡುಗಾಡುತ್ತಿರಲಿಲ್ಲ. ಹೊಳೆಹೊಳೆಯುವ ಸಮುದ್ರ ಪಾಚಿಯ ಅಂಚಿನುದ್ದಕ್ಕೂ ಬೃಹದಾಕಾರದ ಹಕ್ಕಿಗಳು ದೋಣಿಗಳಂತೆ ಸರಿದಾಡುತ್ತಿದ್ದ ಕ್ಷಿತಿಜದಿಂದ, ನಾಲ್ಕು ದಿಕ್ಕುಗಳಿಂದ, ಜಲಸಸ್ಯದ ಪಾತಿಗಳ ಕಡೆಯಿಂದ ಹೊಟ್ಟೆಯ ಮೇಲೆ ತೆವಳುತ್ತ, ಪೌರಸ್ತ್ಯ ದೇಶಗಳಿಂದ ಹಾಗೂ ಉಷ್ಣವಲಯಗಳಿಂದ ಕರಗಿ ಬೀಳುತ್ತ, ಮಂಜುಗುಡ್ಡಗಳ ಹಾಗೂ ತಿಮಿಂಗಿಲದ ವಾಸಸ್ಥಾನಗಳ ಮೇಲೆ ಉಕ್ಕೇರುತ್ತ, ಸೂರ್ಯಾಸ್ತದ ಮತ್ತು ಸೂರ್ಯೋದಯದ ಸಂದುಗಳಲ್ಲಿ ಸಾಗುತ್ತ, ಉಪ್ಪಿನ ತೋಟ, ಮೀನು ಬಯಲು, ಸಮುದ್ರದ ಸುಳಿ ಮತ್ತು ಬಂಡೆಗಳ ನಡುವಿನ ಕೊಳಗಳಲ್ಲಿ ಕಾಲಾಡಿಸುತ್ತ, ಪರ್ವತಗಳ ಜಿನುಗಿನ ಮೂಲಕ ಜಾರುತ್ತ, ಜಲಪಾತಗಳಿಂದ ಇಳಿಯುತ್ತ, ಮಾನವರ ಬೆಳ್ನೊಗದ ಸಮುದ್ರವೊಂದು ಬಂದಿತ್ತು - ಅಗಾಧ ಸಂಖ್ಯೆಯ ಅಲೆಗಳಾಗಿ, ಕ್ರಿಸ್ತನಿಗೆ ಮೊದಲು ಶತಮಾನಗಳ ಕಾಲ ಆಲಿಕಲ್ಲಿನ ಮಳೆಯಲ್ಲಿ ನೆನೆದು, ಮತ್ತೆ ನಾಳೆಯ ಬಿರುಗಾಳಿಯಲ್ಲಿ ಬವಣೆ ಪಡಲೆಂದು, ಇಡೀ ಜಗತ್ತಿನ ಧ್ವನಿಗಳನ್ನು ಹೊತ್ತು ಆ ನಿರಂತರ ತೀರಕ್ಕೆ ಮಾನವ ಸಮುದ್ರ ಬಂದಿತ್ತು.

"ಹಿಂದಕ್ಕೆ ಬಾ, ಹಿಂದಕ್ಕೆ ಬಾ," ಹುಡುಗ ಕೂಗಿಕೊಂಡ. ಅವಳು ಲಕ್ಷ್ಯಕೊಡದೆ ಮರಳಿನ ಮೇಲೆ ಓಡಿ, ಆ ಸಮುದ್ರದಲ್ಲಿ ಮರೆಯಾದಳು. ಈಗ ಅವಳ ಮುಖ ಅಡ್ಡಡ್ಡವಾಗಿ ಬೀಳುತ್ತಿದ್ದ ಮಳೆಯ ಒಂದು ಸಣ್ಣ ಬಿಳಿ ಹನಿಯಾಗಿತ್ತು. ಅವಳ ಕೈಕಾಲುಗಳು ಹಿಮದಂತೆ ಬೆಳ್ಳಗಿದ್ದು ನಡೆದಾಡುತ್ತಿದ್ದ ಆ ಬಿಳಿಯ ನೀರಿಳಿತದಲ್ಲಿ ಮರೆಯಾದವು. ಈಗ ಅವಳ ಎದೆಯೊಳಗಿನ ಹೃದಯ ಒಂದು ಸಣ್ಣ ಕೆಂಪು ಗಂಟೆಯಾಗಿ ಅಲೆಗಳಲ್ಲಿ ಝಣಝಣಿಸುತ್ತಿತ್ತು. ನಿರ್ವರ್ಣವಾದ ಅವಳ ಕೂದಲು ನೀರಿನ ತುಂತುರಿಗೆ ಅಂಚುಕಟ್ಟಿತ್ತು. ಅವಳ ಧ್ವನಿ ದೇಹರೂಪಿಯಾದ ನೀರಿನ ಮೇಲೆದ್ದು ಬರುತ್ತಿತ್ತು. ಅವನು ಮತ್ತೆ ಕೂಗಿದ. ಹೋಗಿ ಬರುತ್ತಿದ್ದ ಜನರ ನಡುವೆ ಅವಳು ಬೆರೆತುಹೋಗಿದ್ದಳು. ಗಂಭೀರವಾದ ಒಂದು ಚಂದ್ರ, ಅದು ಎಂದೂ ತನ್ನ ಒಂದು ಕೊಂಕನ್ನಾದರೂ ಕಳೆದುಕೊಂಡಿರಲಿಲ್ಲ. ಅದು ಜನರನ್ನು

ಉಬ್ಬರವಾಗಿ ಎಳೆಯುತ್ತಿತ್ತು. ಅವರ ದೀರ್ಘ ಸಾಗರಾಭಿನಯಗಳು ಪೂರ್ವಯೋಜಿತವಾಗಿದ್ದವು. ಅವರ ಚಪ್ಪಟ್ಟೆ ಕೈಗಳು ಕರೆಯುತ್ತಿದ್ದವು, ತಲೆಗಳು ಮೇಲೆತ್ತಿದ್ದವು, ಮುಖವಾಡದಲ್ಲಿ ಹೂಡಿದ ಕಣ್ಣುಗಳು ಒಂದೇ ದಿಕ್ಕಿಗೆ ನೆಟ್ಟಿದ್ದವು. ಓ, ಈಗ ಅವಳು ಆ ಸಮುದ್ರದಲ್ಲಿ ಎಲ್ಲಿದ್ದಾಳೆ? ಆ ನಡೆದಾಡುವ ಹವಳಗಣ್ಣಿನ ಬಿಳಿಯ ಜನರ ನಡುವೆಯೇ? ಅಲೆಗಳ ಮೆರವಣಿಗೆಯಲ್ಲಿಯೇ? "ಹಿಂದಕ್ಕೆ ಬಾ, ಚಿನ್ನ. ಹಿಂದಕ್ಕೆ ಬಾ. ಸಮುದ್ರ ಬಿಟ್ಟು ಬಾ." ಅವಳ ಎದೆಯೊಳಗಿನ ಗಂಟೆ ಮರಳ ಮೇಲಿನಿಂದ ಮೊಳಗುತ್ತಿತ್ತು. ಅವನು ಹಿಂದಿರುಗಿ ಕರೆಯುತ್ತಾ ಮರಳುದಿಣ್ಣೆಗಳ ಹಳದಿ ಬುಡದ ಕಡೆ ಓಡಿದ. ಆ ನೀರು ಹಿಂದೊಮ್ಮೆ ಹಸಿರಾಗಿತ್ತು, ಅಲ್ಲಿ ಮೀನುಗಳು ಈಜುತ್ತಿದ್ದವು. ಕಡಲ ಹಕ್ಕಿಗಳು ವಿಶ್ರಮಿಸುತ್ತಿದ್ದವು, ಹಡಗುಗಳು ಹೊಗೆಯಾಡುತ್ತ ಓಡಾಡಿದಾಗ ಕೆಳಗೆ ಬೆಳಕು ಗಲ್ಲುಗಳು ಪರಸ್ಪರ ತೀಡುತ್ತ, ಹಸಿರು ನೆಲದ ಪರೆಗಳ ಮೇಲೆ ಜೋಕಾಲಿಯಾಡುತ್ತಿದ್ದವು. ಹೆಸರಿಲ್ಲದ ಹುಚ್ಚು ಪ್ರಾಣಿಗಳು ಅಲ್ಲಿಗೆ ಉಪ್ಪು ನೆಕ್ಕಲು ಬರುತ್ತಿದ್ದವು. ಆ ಅಳೆದು ಸುರಿಯುವ ಜನರ ಮಧ್ಯೆ ಓ, ಈಗ ಅವಳೆಲ್ಲಿದ್ದಾಳೆ? ಮರಳ ದಿಣ್ಣೆಯ ಹಿಂದೆ ಸಮುದ್ರ ಮರೆಯಾಗಿತ್ತು. ಬಿಸಿಲಿನಲ್ಲಿ ಕುರುಡು ಹುಡುಗನಂತೆ ಅವನು ಮರಳು ಗುಡ್ಡೆಯ ಮತ್ತು ಮರಳು ಹೂಗಳ ಮೇಲೆ ಮುಗ್ಗರಿಸಿ ಬಿದ್ದ. ಸೂರ್ಯ ಅವನ ಹೆಗಲ ಸುತ್ತ ಕಣ್ಣುಮುಚ್ಚಾಲೆಯಾಡುತ್ತಿದ್ದ.

ಒಂದಾನೊಂದು ಕಾಲದಲ್ಲಿ ಒಂದು ಕಥೆಯಿತ್ತು. ನೀರಿನ ಧ್ವನಿ ಉಸಿರಿದ್ದ ಕಥೆ ಅದು. ಸಮುದ್ರದ ದಂಡೆಯ ಹಿಂಬದಿ, ಹೊಂಬಣ್ಣದ ಕೊರಕಲುಗಳಲ್ಲಿನ ಮರಗಳಲ್ಲಿ ಏಳುತ್ತಿದ್ದ ಪ್ರತಿಧ್ವನಿಯನ್ನು ಆ ಕಥೆ ಅಳಿಸಿ ಹಾಕಿತ್ತು. ಹಾಡು – ಹಕ್ಕಿಗಳೂ ಹಾಡು–ಪ್ರಾಣಿಗಳೂ ಕುಣಿಕುಣಿಯುತ್ತ ಬಿಸಿಲಿಗೆ ಬರುವವರೆಗೂ ಅದು ಕಾಡಿನ ಮೈ ಕೆರೆಯುತ್ತಿತ್ತು. ಹುಡುಗನ ಪಕ್ಕದಲ್ಲಿ ಒಂದು ಕರಿಯ ಕಾಗೆ ಹಾರಿ ಹೋಯಿತು. ಅದು ಪ್ರವಾಹದ ಕಿಟಕಿಯಿಂದ ಬಂದಿತ್ತು; ಗರಿಗಳಿಂದ ಕೂಡಿದ ಬೆದರುಗೋಳಿಯಂತೆ ನಾಳೆಯ ಕೋಪದಲ್ಲಿ ಮೈನಡುಗಿಸುತ್ತ ನಿಂತಿದ್ದ ಕುರುಡು ಗಾಳಿಗೋಪುರದ ಕಡೆಗೆ ಹೋಗಿತ್ತು.

"ಒಂದಾನೊಂದು ಕಾಲದಲ್ಲಿ,"
–ನೀರಿನ ಧ್ವನಿ ಹೇಳಿತ್ತು.
"ಇನ್ನು ಸಾಹಸ ಸಾಕು."
–ಪ್ರತಿಧ್ವನಿ ನುಡಿದಿತ್ತು.
ಸಮುದ್ರದಾಳದಲ್ಲಿ ಅವಳು
–ನಿನಗಾಗಿ ಗಂಟೆ ಬಾರಿಸುತ್ತಿದ್ದಾಳೆ.
ನಾನು ಗೂಬೆ, ನಾನೇ ಪ್ರತಿಧ್ವನಿ;
ನೀನು ಎಂದೆಂದಿಗೂ ಹಿಂದಿರುಗಲಾರೆ!

ದಿಗಂತದ ಬದಿಯ ಬೆಟ್ಟವೊಂದರ ಮೇಲೆ ಮುದುಕನೊಬ್ಬ ದೋಣಿ ಕಟ್ಟುತ್ತ ನಿಂತಿದ್ದ. ಸಮುದ್ರದಿಂದ ಹೊರಟ ಓರೆ ಬೆಳಕು ಮೂರು ಮಾಳಿಗೆಯ ಹಡಗಿನ ಮೇಲೂ ಪೂರ್ವಾಚಲದ ಮರಗಳ ಮೇಲೂ ಒಂದು ಪವಿತ್ರವಾದ ಬೆಟ್ಟದಷ್ಟು ದೊಡ್ಡ ನೆರಳನ್ನು ಕವಿಸಿತ್ತು. ಆಕಾಶವನ್ನು ತೂರಿಕೊಂಡು, ತೋಟದ ಪಾತಿಗಳಿಂದ ಹೊರಬಂದು, ಗರಿಪುಕ್ಕಗಳ ಶಿಖರಗಳನ್ನೂ ದಿಣ್ಣೆಗಳನ್ನೂ ಇಳಿದು, ಬೆಟ್ಟದ ಗವಿಗಳೊಳಗಿಂದ ಮೃಗ, ಪಕ್ಷಿ, ಚಿಟ್ಟೆಗಳ ಮೋಡದಂತಹ ಆಕೃತಿಗಳು ಕೆತ್ತಿದ ಮರದ ಬಾಗಿಲು ದಾಟಿ ಒಳಬಂದವು. ಕರಿಯ ಕಾಗೆಯನ್ನು ಹಿಂಬಾಲಿಸಿ ಪಾರಿವಾಳವೊಂದು ಹಸಿರು ಹೂದಳ ಹಿಡಿದು ಬಂದಿತು. ತಣ್ಣನೆಯ ಮಳೆ ಬೀಳಲಾರಂಭಿಸಿತು. ❍

ಸ್ಕಾಟ್‌ಲೆಂಡ್

○ ವಾಲ್ಟರ್ ಸ್ಕಾಟ್

ಜಾನೆಟ್ ಡಾಲ್ರಿಂಪ್‌ಲಳ ಮದುವೆಯ ಕಥೆ

ಮೊದಲನೆಯ ಲಾರ್ಡ್ ಸ್ಟೈರ್ ಮತ್ತು ಡೇಮ್ ಮಾರ್ಗರೆಟ್ ರಾಸ್‌ರ ಮಗಳು ಜಾನೆಟ್ ಡಾಲ್ರಿಂಪ್‌ಲ್ ತನ್ನ ತಂದೆ ತಾಯಿಯರಿಗೆ ತಿಳಿಯದಂತೆ ಲಾರ್ಡ್ ರದರ್‌ಫೋರ್ಡ್‌ನೊಂದಿಗೆ ಮದುವೆ ಗೊತ್ತುಮಾಡಿಕೊಂಡಿದ್ದಳು. ಆದರೆ ಅವರಿಗೆ ಅವನು ಒಪ್ಪಿಗೆಯಿರಲಿಲ್ಲ. ಅದಕ್ಕೆ ಕಾರಣ, ಅವನ ರಾಜಕೀಯ ನಂಬಿಕೆಗಳು ಹಾಗೂ ಐಶ್ವರ್ಯದ ಕೊರತೆ. ಆ ಎಳೆಯ ಮದುಮಕ್ಕಳು ಒಂದು ಚೂರು ಚಿನ್ನವನ್ನು ಒಟ್ಟಿಗೆ ಮುರಿದು, ಅತ್ಯಂತ ಗಂಭೀರವಾಗಿ ಪರಸ್ಪರ ಮಾತುಳಿಸಿಕೊಳ್ಳುವುದಾಗಿ ಆಣೆಯಿಟ್ಟಿದ್ದರು. ಕೊಟ್ಟ ಮಾತು ಮುರಿದಿದ್ದಾದರೆ ತನಗೆ ಭಯಂಕರ ವಿಪತ್ತು ಬಂದೊದಗಲೆಂದು ಹುಡುಗಿ ಶಾಪಹಾಕಿಕೊಂಡಿದ್ದಳೆಂದು ಹೇಳುತ್ತಾರೆ. ಇದಾದ ಕೆಲವು ದಿನಗಳ ಮೇಲೆ ಇನ್ನೊಬ್ಬ ವರ ಡಾಲ್ರಿಂಪ್‌ಲಳನ್ನು ಮದುವೆಗೆ ಒಲಿಸಿಕೊಳ್ಳಲು ಪ್ರಯತ್ನಿಸಿದ. ಲಾರ್ಡ್ ಸ್ಟೈರ್, ಅವನಿಗಿಂತಲೂ ಹೆಚ್ಚಾಗಿ ಅವನ ಹೆಂಡತಿ ವರನನ್ನು ಮೆಚ್ಚಿಕೊಂಡಿದ್ದರು. ಹುಡುಗಿ ಪ್ರಸ್ತಾಪವನ್ನು ತಿರಸ್ಕರಿಸಿದಳು. ಒತ್ತಾಯಮಾಡಿದಾಗ ತಾನು ಗುಟ್ಟಾಗಿ ವಿವಾಹನಿಶ್ಚಯ ಮಾಡಿಕೊಂಡಿರುವ ವಿಷಯ ಹೊರಗೆಡವಿದಳು. ಸದಾ ಎಲ್ಲರಿಂದಲೂ ವಿಧೇಯತೆಯ ನಡತೆಗೆ ಒಗ್ಗಿಹೋಗಿದ್ದ ಲೇಡಿ ಸ್ಟೈರ್ – ಅವಳಿಗೆ ಎದುರಾಡುವ ಧೈರ್ಯ ಸ್ವತಃ ಗಂಡನಿಗೇ ಇರಲಿಲ್ಲ – ಮಗಳ ಆಕ್ಷೇಪಣೆಯನ್ನು ಅಲ್ಪ ವಿಷಯವೆಂದು ಪರಿಗಣಿಸಿ, ಅವಳು ಹೊಸ ವರನನ್ನು ಮದುವೆಯಾಗಲು ಒಪ್ಪಬೇಕೆಂದು ಹಟಹಿಡಿದಳು. ಆ ವರ ವಿಗ್ಟನ್‌ಷೈರ್‌ಗೆ ಸೇರಿದ ಬಲ್ಡೂನಿನ ಡೇವಿಡ್ ಡನ್‌ಬರ್ ಎಂಬುವನ ಮಗ ಹಾಗೂ ವಾರಸುದಾರ ಡೇವಿಡ್ ಡನ್‌ಬರ್. ಮೊದಲನೆಯ ವರ ತುಂಬ ಕೆಚ್ಚಿನವನು. ಹುಡುಗಿ ತನ್ನನ್ನೇ ಮದುವೆಯಾಗುವುದಾಗಿ ಆಣೆಯಿಟ್ಟಿರುವುದರಿಂದ ಅವಳ ಮೇಲೆ ತನಗೆ ಹಕ್ಕಿದೆಯೆಂದು ಆತ ಕಾಗದ ಬರೆದು ತಿಳಿಸಿದ. ಲೇಡಿ ಸ್ಟೈರ್, 'ತಂದೆತಾಯಿಯರ ಸಮ್ಮತಿಯಿಲ್ಲದೆ ಮದುವೆಗೆ ಒಪ್ಪಿಗೆ ಕೊಟ್ಟು ತಾನು ಕರ್ತವ್ಯಲೋಪ ಮಾಡಿರುವುದು ಮಗಳಿಗೆ ಅರಿವಾಗಿದೆ. ಈಗ ನಿನಗೆ ಕೊಟ್ಟಿದ್ದ ನ್ಯಾಯಸಮ್ಮತವಲ್ಲದ ವಚನವನ್ನು ಹಿಂದೆಗೆದುಕೊಂಡು ನಿನ್ನೊಡನೆ ಮದುವೆ

ಮಾಡಿಕೊಳ್ಳಲು ನಿರಾಕರಿಸಿದ್ದಾಳೆ,' ಎಂದು ಉತ್ತರ ಕೊಟ್ಟಳು.

ಅದಕ್ಕೆ ಪ್ರತಿಯಾಗಿ ಹುಡುಗ ಖುದ್ದಾಗಿ ಹುಡುಗಿಯ ಹೊರತು ಬೇರೆ ಯಾರಿಂದಲೂ ಅಂತಹ ಉತ್ತರವನ್ನು ತೆಗೆದುಕೊಳ್ಳಲು ಸಿದ್ಧನಿಲ್ಲವೆಂದು ತಿಳಿಸಿದ. ಲೇಡಿ ಸ್ಟೈರ್ ವಾದಕ್ಕೆ ಇಳಿದಿದ್ದುದು ಒಬ್ಬ ಹಟದ ಸ್ವಭಾವದ ಹುಡುಗನೊಂದಿಗೆ; ಕ್ಷುಲ್ಲಕವಾಗಿ ಕಾಣಲಾರದ ಮೇಲು ದರ್ಜೆಯವನೊಂದಿಗೆ, ಆದ್ದರಿಂದ ಅವಳು ಲಾರ್ಡ್ ರದರ್‌ಫೋರ್ಡ್ ಸ್ವತಃ ಮಗಳನ್ನೇ ಕಂಡು ಮಾತಾಡುವುದಕ್ಕೆ ಒಪ್ಪಿಗೆ ಕೊಡಬೇಕಾಯಿತು. ಆ ಮಾತುಕತೆ ನಡೆಯುವಾಗ ಲೇಡಿ ಸ್ಟೈರ್ ತಾನೂ ಅಲ್ಲಿ ಹಾಜರಿರುವ ಎಚ್ಚರ ವಹಿಸಿದ್ದೇ ಅಲ್ಲದೆ, ನಿರಾಶೆಯಿಂದ ರೊಚ್ಚಿಗೆದ್ದಿದ್ದ ಆ ಪ್ರೇಮಿಯ ಜತೆ ಅವನಷ್ಟೇ ಪಟ್ಟುಹಿಡಿದು ವಾದ ಮಾಡಿದಳು. ಅವಳು ಮುಖ್ಯವಾಗಿ ಬೈಬಲ್‌ನಲ್ಲಿ ಉಲ್ಲೇಖಿತವಾಗಿರುವ ಒಂದು ಧರ್ಮ ನಿಯಮವನ್ನು ಒತ್ತಿ ಹೇಳಿದಳು. ಒಬ್ಬ ಹುಡುಗಿ ಕೊಟ್ಟ ವಚನ ತಂದೆತಾಯಿಯರಿಗೆ ಅಸಮ್ಮತವಾದಲ್ಲಿ ಅವಳು ಅದರಿಂದ ಮುಕ್ತಳು ಎಂಬುದು ಆ ನಿಯಮದ ತಾತ್ಪರ್ಯ. ಅವಳು ಆಧಾರ ಪಡೆದ ಧರ್ಮ ಗ್ರಂಥದಲ್ಲಿನ ಪಾಠ ಇದು:

"ಒಬ್ಬ ಮನುಷ್ಯ ದೇವರ ಮೇಲೆ, ಅಥವಾ ಆತ್ಮಪೂರ್ವಕವಾಗಿ ಆಣೆಯಿಟ್ಟು ಒಂದು ಕರಾರು ಮಾಡಿಕೊಂಡಾಗ ಅವನು ಮಾತು ಮುರಿಯುವಂತಿಲ್ಲ. ಅವನು ಬಾಯಲ್ಲಿ ಆಡಿದಂತೆಯೇ ಮಾಡಬೇಕು.

"ಒಬ್ಬ ಹೆಂಗಸು ಹಾಗೆಯೇ ದೇವರ ಮೇಲೆ ಆಣೆಯಿಟ್ಟು ಒಂದು ಕರಾರು ಮಾಡಿಕೊಂಡಿದ್ದಲ್ಲಿ, ಅದು ಯೌವನದಲ್ಲಿ ತಂದೆಯ ಮನೆಯಲ್ಲಿದ್ದಾಗ ಮಾಡಿಕೊಂಡ ಕರಾರಾದ ಪಕ್ಷದಲ್ಲಿ –

"ತಂದೆ ಅವಳು ಇಟ್ಟ ಆಣೆಯನ್ನು ಕೇಳಿಸಿಕೊಂಡಿದ್ದು, ಆ ಕರಾರು ಆತ್ಮಪೂರ್ವಕವಾಗಿ ಮಾಡಿಕೊಂಡಿದ್ದಾದಲ್ಲಿ ಮತ್ತು ತಂದೆ ಅದನ್ನು ವಿರೋಧಿಸದಿದ್ದಲ್ಲಿ ಆಗ ಅವಳು ಕೊಟ್ಟ ವಚನ, ಆತ್ಮಪೂರ್ವಕವಾಗಿ ಮಾಡಿಕೊಂಡ ಕರಾರುಗಳೆಲ್ಲವೂ ಸಿಂಧುವಾಗುತ್ತವೆ.

"ಆದರೆ ಅದನ್ನು ಕೇಳಿದ ದಿನವೇ ತಂದೆ ಸಮ್ಮತಿಸದಿದ್ದಲ್ಲಿ ಅವಳ ಯಾವೊಂದು ವಚನ, ಆತ್ಮಪೂರ್ವಕವಾಗಿ ಮಾಡಿಕೊಂಡ ಕರಾರು ಸಹ ಸಿಂಧುವಾಗುವುದಿಲ್ಲ. ತಂದೆ ಸಮ್ಮತಿಸದ ಕಾರಣ, ಕರಾರು ಮುರಿದಿದ್ದಕ್ಕೆ ದೇವರು ಅವಳನ್ನು ಕ್ಷಮಿಸುತ್ತಾನೆ" – (ಸಂಖ್ಯೆಗಳು xxx, 2, 3, 4 ಮತ್ತು 5.)

ತಾಯಿ ಈ ಮಾತುಗಳಿಗೆ ಪಟ್ಟುಹಿಡಿದರೆ, ಪ್ರಿಯತಮ ಹುಡುಗಿಗೆ ನಿನ್ನ ಅಭಿಪ್ರಾಯ, ಭಾವನೆಗಳೇನೆಂದು ಆಣೆಯಿಟ್ಟು ಹೇಳೆಂದು ವ್ಯರ್ಥವಾಗಿ ಗೋಗರೆದ. ಆಗ ಹುಡುಗಿ ಭಾವಪರವಶಳಾದವಳಂತೆ, ಮೂಕಳಾಗಿ, ನಿರ್ವಿಣ್ಣಳಾಗಿ, ಕಲ್ಲಿನ ಪ್ರತಿಮೆಯಂತೆ ನಿಶ್ಚಲವಾಗಿ ನಿಂತುಬಿಟ್ಟಳು. ತಾಯಿ ಕಟ್ಟುನಿಟ್ಟಾಗಿ ಅಪ್ಪಣೆ ಮಾಡಿದಾಗ ಮಾತ್ರ ಅವಳು ತಾನು ಮದುವೆಯಾಗಲೊಪ್ಪಿದ್ದ ಪ್ರಿಯತಮನಿಗೆ ವಚನಬದ್ಧತೆಯ ಸಂಕೇತವಾದ ಚಿನ್ನದ ಮುರುಕನ್ನು ಹಿಂದಿರುಗಿಸುವಷ್ಟು ಶಕ್ತಿ ತಂದುಕೊಂಡಳು. ಆಗ ಅವನ ರೋಷ ಉಕ್ಕಿ ಬಂತು. ಶಾಪದ ಮಳೆಗರೆಯುತ್ತ ಅವನು ಅಲ್ಲಿಂದ ಕಾಲುತೆಗೆದ. ಹೋಗುವಾಗ ಹಿಂದಿರುಗಿ ನೋಡುತ್ತ ಆ ಮನೋದಾರ್ಢ್ಯವಿಲ್ಲದ ದುರ್ಬಲ ಪ್ರೇಯಸಿಗೆ ಆತ ಹೇಳಿದ: "ನೋಡುತ್ತಿರು, ನೀನು ಜಗತ್ತಿನ ಒಂದು ಅದ್ಭುತವಾಗುತ್ತೀಯೆ!" ಸಾಮಾನ್ಯವಾಗಿ ಈ ಮಾತು ಯಾವುದೋ ಅಸಾಧಾರಣ ವಿಪತ್ತಿನ ಅರ್ಥ ಸೂಚಿಸುವುದೆಂದು ನಂಬಿಕೆ. ಹುಡುಗ ದೂರದೇಶಕ್ಕೆ ಹೋದ, ಹೋದವನು ಮತ್ತೆ ಹಿಂದಿರುಗಲಿಲ್ಲ. ಆ ನತದೃಷ್ಟ ಯುವಕ ಲಾರ್ಡ್

ರದರ್‌ಫೋರ್ಡ್‌ರ ಸಂತತಿಯಲ್ಲಿ ಕಡೆಯವನಾಗಿದ್ದರೆ, ಅವನು 1685ರಲ್ಲಿ ತೀರಿಕೊಂಡ, ಆ ಬಿರುದು ಹೊತ್ತ ಮೂರನೆಯವನಿರಬೇಕು.

ಈಗ ಜಾನೆಟ್ ಡಾಲ್ರಿಂಪ್ಲ್ ಮತ್ತು ಬಲ್ಲೂನಿನ ಡೇವಿಡ್ ಡನ್‌ಬರ್‌ರ ಮದುವೆಯ ಸಿದ್ಧತೆ ಮುಂದುವರಿಯಿತು. ಹೆಣ್ಣು ಯಾವ ವಿರೋಧವನ್ನೂ ತೋರಿಸಲಿಲ್ಲ. ತಾಯಿ ಏನೇ ಸಲಹೆ ಕೊಡಲಿ, ಅಪ್ಪಣೆ ಮಾಡಲಿ, ಅವಳು ಸಂಪೂರ್ಣ ಅನಾಸಕ್ತಿಯಿಂದ ಇದ್ದುಬಿಟ್ಟಳು. ಆಗಿನ ಪದ್ಧತಿಯಂತೆ, ಬಂಧುಮಿತ್ರರಿಂದ ಕೂಡಿದ ದೊಡ್ಡ ಬಳಗ ಮದುವೆಯಲ್ಲಿ ಭಾಗವಹಿಸಿತು. ಮದುವೆಯ ದಿನ ಸಹ ಅವಳು ಹಾಗೆಯೇ ದುಃಖದಿಂದ ಮೌನವಾಗಿ, ತನ್ನ ಕರ್ಮಕ್ಕೆ ತಲೆಬಾಗಿದವಳಂತೆ ಇದ್ದುಬಿಟ್ಟಳು. ಕುಟುಂಬಕ್ಕೆ ಸಮೀಪಳಾದ ಒಬ್ಬ ಹೆಂಗಸು ಹುಡುಗಿಯೊಂದಿಗೆ ಗಾಡಿಯಲ್ಲಿ ಕುಳಿತು ಇಗರ್ಜಿಗೆ ಬಂದಿದ್ದ, ಆಗಿನ್ನೂ ತೀರಾ ಚಿಕ್ಕ ವಯಸ್ಸಿನವನಿದ್ದ ಅವಳ ತಮ್ಮನೊಂದಿಗೆ ತಾನು ಮದುವೆಯ ವಿಷಯ ಮಾತಾಡಿದ್ದುದಾಗಿ ಈ ಲೇಖಕನಿಗೆ ತಿಳಿಸಿದಳು. ಅಕ್ಕ ತನ್ನ ಸೊಂಟ ಬಳಸಿದಾಗ ಅವಳ ಕೈ ಅಮೃತ ಶಿಲೆಯಂತೆ ತಣ್ಣಗೆ, ಒದ್ದೆಯಾಗಿದ್ದುದಾಗಿ ಆತ ಹೇಳಿದ್ದ. ಆದರೆ ಹೊಸ ಬಟ್ಟೆ ತೊಟ್ಟು ಮದುವೆಯ ಮೆರವಣಿಗೆಯಲ್ಲಿ ಪಾತ್ರವಹಿಸುವ ಸಂಭ್ರಮದಲ್ಲಿದ್ದ ಆ ಹುಡುಗನ ಮನಸ್ಸಿನ ಮೇಲೆ ಅಂದಿನ ಸಂದರ್ಭ ಯಾವ ಪರಿಣಾಮವನ್ನೂ ಮಾಡಿರಲಿಲ್ಲ. ಆದರೆ ಮುಂದೆ ಅವನು ಅದನ್ನು ದುಃಖ, ಪಶ್ಚಾತ್ತಾಪಗಳಿಂದ ನೆನೆದಿದ್ದ.

ಮದುವೆಯ ಔತಣ ಮುಗಿದ ಮೇಲೆ ನರ್ತನ ನಡೆಯಿತು. ಆಮೇಲೆ ಯಥಾಪ್ರಕಾರ ಗಂಡು ಹೆಣ್ಣು ತಮ್ಮ ಕೋಣೆಗೆ ತೆರಳಿದರು. ಆಗ ಇದ್ದಕ್ಕಿದ್ದಂತೆ ಮದುಮಕ್ಕಳ ಕೋಣೆಯಿಂದ ಎದೆ ಸೀಳುವಂತಹ ಭೀಕರವಾದ ಕೂಗು ಕೇಳಿಬರತೊಡಗಿತು. ಹಿಂದಿನ ಕಾಲದಲ್ಲಿ ಪ್ರಚಲಿತವಿದ್ದ ಯಾವುದೇ ಬಗೆಯ ಅಶ್ಲೀಲ ವಿನೋದಗಳೂ ನಡೆಯದಿರಲೆಂದು ಮದುಮಕ್ಕಳ ಕೋಣೆಯ ಬೀಗಹಾಕಿ, ಬೀಗದ ಕೈಯನ್ನು ಮದುಮಗನ ಆಪ್ತ ಗೆಳೆಯನ ಕೈಯಲ್ಲಿ ಸುರಕ್ಷಿತವಾಗಿಡುವ ಸಂಪ್ರದಾಯ ಆಗಿನದು. ಅವನು ಮೊದಮೊದಲು ಬೀಗದಕ್ಕೆ ಕೊಡಲೊಪ್ಪಲಿಲ್ಲ. ಆದರೆ ಕೂಗು ವಿಕಾರರೂಪ ತಾಳತೊಡಗಿದಾಗ ಆತನೂ ಇತರರೊಂದಿಗೆ ಸೇರಿ ಅದರ ಕಾರಣವೇನೆಂದು ತಿಳಿಯಲು ಅವಸರ ಮಾಡಿದ. ಬಾಗಿಲು ತೆಗೆದು ನೋಡಿದರೆ ಮದುಮಗ ಭಯಂಕರವಾಗಿ ಗಾಯಗೊಂಡು, ಧಾರಾಕಾರವಾಗಿ ರಕ್ತ ಸುರಿಸುತ್ತ ಹೊಸ್ತಿಲಿಗೆ ಅಡ್ಡವಾಗಿ ಬಿದ್ದಿದ್ದ. ಹೆಣ್ಣೆಲ್ಲೆಂದು ಕೋಣೆಯಲ್ಲೆಲ್ಲ ಹುಡುಕಾಡಿದರು. ಅವಳು ದೊಡ್ಡ ಹೊಗೆ ಕೊಳವೆಯ ಮೂಲೆಯಲ್ಲಿ ಅಡಗಿಕೊಂಡಿದ್ದಳು. ಒಳ ಕುಪ್ಪಸದ ಹೊರತು ಅವಳ ಮೈಮೇಲೆ ಬೇರೆ ಬಟ್ಟೆಯಿರಲಿಲ್ಲ. ಅದು ಸಹ ರಕ್ತದಲ್ಲಿ ತೊಯ್ದಿತ್ತು. ಅಲ್ಲಿ ಅವಳು ಅವರನ್ನು ನೋಡಿ ಹಲ್ಲುಕಿರಿಯುತ್ತ ಎಲ್ಲರನ್ನೂ ಕಡಿಯುವವಳಂತೆ, ತರಿಯುವವಳಂತೆ ಕುಳಿತಿದ್ದಳು – ಇದು ಆಗ ಅವಳನ್ನು ಕಂಡವರು ಮಾಡಿದ ವರ್ಣನೆ. ಒಟ್ಟಿನಲ್ಲಿ ಹೇಳುವುದಾದರೆ ಅವಳಿಗೆ ಹುಚ್ಚು ನೆತ್ತಿಗೇರಿತ್ತು. ಅವಳು ಆಡಿದ ಒಂದೇ ಮಾತೆಂದರೆ "ಎತ್ತಿಕೊಂಡು ಹೋಗಿ ನಿಮ್ಮ ಮುದ್ದು ಮದುಮಗನನ್ನು." ಈ ಭೀಕರ ಸಂಗತಿ ನಡೆದ ಸುಮಾರು ಎರಡು ವಾರಗಳ ಮೇಲೆ ಅವಳು ತೀರಿಕೊಂಡಳು. ಅವಳ ಮದುವೆಯಾದದ್ದು 1669ರ ಆಗಸ್ಟ್ 24ಕ್ಕೆ ಅವಳು ಸತ್ತದ್ದು ಸೆಪ್ಟೆಂಬರ್ 12ರಂದು.

ಆ ದೌರ್ಭಾಗ್ಯಶಾಲಿ ಬಲ್ಲೂನ್ ಗಾಯದ ಪೆಟ್ಟು ಮಾಗಿ ಬದುಕಿಕೊಂಡ. ಆದರೆ ಅದು ಹೇಗಾಯಿತೆಂದು ಹೇಳಲು ಕಟ್ಟುನಿಟ್ಟಾಗಿ ನಿರಾಕರಿಸುತ್ತಿದ್ದ. ಯಾರಾದರೂ ಹೆಂಗಸರು ಆ

ಪ್ರಶ್ನೆ ಕೇಳಿದ್ದಾದರೆ ಅವರಿಗೆ ಉತ್ತರ ಕೊಡುವುದಿರಲಿ, ಅವರ ಸಂಗಡ ಸಾಯುವತನಕ ಮಾತಾಡುವುದಿಲ್ಲವೆಂದು ಹೇಳಿಬಿಡುತ್ತಿದ್ದ. ಗಂಡಸರು ಕೇಳಿದರೆ, ಅವರು ತನಗೆ ಅಪಮಾನ ಮಾಡಿದರೆನ್ನುತ್ತಾ ಅವರಿಂದ ಪರಿಹಾರ ಕೇಳುತ್ತಿದ್ದ. ಅವನು ಸಹ ಆ ಭಯಂಕರ ವಿಪತ್ತಿನ ಅನಂತರ ಬಹುಕಾಲ ಉಳಿಯಲಿಲ್ಲ. ಒಂದು ದಿನ ಲೀತ್‌ನಿಂದ ಹೋಲಿರೂಡ್ ಮನೆಗೆ ಬರುತ್ತಿದ್ದಾಗ ಕುದುರೆಯಿಂದ ಮುಗ್ಗರಿಸಿ ಬಿದ್ದು, ಮರ್ಮಘಾತಕವಾಗಿ ಗಾಯಗೊಂಡು ಮಾರನೆಯ ದಿನ, ಅಂದರೆ 1682ರ ಮಾರ್ಚಿ 28ರಂದು, ಆತ ತೀರಿಹೋದ. ಹೀಗೆ ಕೆಲವೇ ವರ್ಷಗಳಲ್ಲಿ ಈ ಭಯಾನಕ ದುರಂತ ನಾಟಕದ ಎಲ್ಲ ಮುಖ್ಯ ಪಾತ್ರಧಾರಿಗಳೂ ಕಣ್ಮರೆಯಾದರು.

ಈ ಗೂಢ ಸಂಗತಿಯನ್ನು ಕುರಿತು ಬಗೆಬಗೆಯ ವದಂತಿಗಳು, ವರ್ಣರಂಜಿತವಲ್ಲವಾದರೂ ಹೆಚ್ಚಾಗಿ ನಿಷ್ಕೃಷ್ಟವಲ್ಲದವು, ಎಲ್ಲೆಲ್ಲೂ ಹರಡಿಕೊಂಡವು. ಆ ಕಾಲದಲ್ಲಿ, ತೀರಾ ಕೆಳಮಟ್ಟದವರನ್ನು ಬಿಟ್ಟರೆ ಉಳಿದ ಸ್ಕಾಟ್ ಮನೆತನಗಳ ಒಳ ವ್ಯವಹಾರಗಳನ್ನು ತಿಳಿಯುವುದು ಸುಲಭವಾಗಿರಲಿಲ್ಲ. ಒಮ್ಮೊಮ್ಮೆ ಅಲ್ಲಿ ವಿಚಿತ್ರ ಸಂಗತಿಗಳು ನಡೆಯುತ್ತಿದ್ದವು. ಅವುಗಳ ಬಗ್ಗೆ ದೇಶದ ಕಾನೂನು ಸಹ ಕಟ್ಟುನಿಟ್ಟಾಗಿ ವಿಚಾರಿಸುತ್ತಿರಲಿಲ್ಲ.

ಏನನ್ನಾದರೂ ಸುಲಭವಾಗಿ ನಂಬುವ ಲಾ ಮಹಾಶಯ ಸುಮಾರಾಗಿ ಹೀಗೆ ಹೇಳುತ್ತಾನೆ– "ಲಾರ್ಡ್ ಪ್ರೆಸಿಡೆಂಟ್ ಸ್ಟೈರ್‌ಗೆ ಒಬ್ಬ ಮಗಳಿದ್ದಳು. ಅವಳಿಗೆ ಮದುವೆಯಾಗಿದ್ದು, ನಿಷೇಕಪ್ರಸ್ತದ ರಾತ್ರಿ ಅವಳನ್ನು ಗಂಡಿನಿಂದ ಬೇರ್ಪಡಿಸಿ ಮನೆಯಲ್ಲೆಲ್ಲಾ ಎಳೆದಾಡಲಾಯಿತು (ಇದು ಆದದ್ದು ಭೂತ ಪ್ರೇತಗಳಿಂದ ಎಂದು ತಿಳಿದುಬರುತ್ತದೆ). ಇದಾದ ಕೊಂಚ ಹೊತ್ತಿನ ಮೇಲೆ ಅವಳು ತೀರಿಕೊಂಡಳು. ಇನ್ನೊಬ್ಬ ಮಗಳಿಗೂ ದೆವ್ವ ಹಿಡಿದಿತ್ತು."

ನನ್ನ ಗೆಳೆಯ ಷಾರ್ಪ್ ಈ ಕಥೆಯದೇ ಇನ್ನೊಂದು ಪಾಠಾಂತರ ಕೊಡುತ್ತಾನೆ. ಅವನಿಗೆ ತಿಳಿದುಬಂದ ಪ್ರಕಾರ, ಹೆಣ್ಣಿಗೆ ಗಾಯವಾದದ್ದೂ ಗಂಡಿನಿಂದಲೇ. ಮದುವೆ, ಹುಡುಗಿಯ ತಾಯಿಯ ಇಚ್ಛೆಗೆ ವಿರುದ್ಧ ನೆರವೇರಿತ್ತು. 'ನೀನೇನೊ ಅವನ ಕೈಹಿಡಿಯಬಹುದು, ಆದರೆ ಮುಂದೆ ಪಶ್ಚಾತ್ತಾಪ ಪಡುತ್ತಿ' ಎಂದು ಅಪಶಕುನವಾಡಿ ತಾಯಿ ಮದುವೆಗೆ ಒಪ್ಪಿಗೆ ಕೊಟ್ಟಿದ್ದಳು.

ನನಗೆ ಸಿಕ್ಕಿರುವ ಇನ್ನೂ ಒಂದು ವರದಿಯಲ್ಲಿ ನಡೆದದ್ದನ್ನು ತಂಬು ಅಶ್ಲೀಲವಾದ ಬಯ್ಗುಳಿನ ಪದ್ಯಗಳಲ್ಲಿ ಸೂಚಿಸಲಾಗಿದೆ. ಇದರಲ್ಲಿನ ಅಂಕಿತ "ದಿವಂಗತ ವಿಸ್ಕೌಂಟ್ ಸ್ಟೈರ್ ಮತ್ತು ಅವನ ಕುಂಟುಂಬವನ್ನು ಕುರಿತು, ವೈಟ್‌ಲಾದ ಸರ್ ವಿಲಿಯಂ ಹ್ಯಾಮಿಲ್ಟನ್ ಬರೆದದ್ದು. ಬದಿಟಿಪ್ಪಣಿಗಳು ಅವನ ಸೋದರಳಿಯ ಹಾಗೂ ಹೌಸ್‌ಹಿಲ್‌ನ ಜಮೀನುದಾರನ ಮಗ, ಎಡಿನ್‌ಬರೊದ ಲೇಖಕ ವಿಲಿಯಂ ಡನ್‌ಲಪ್‌ನಿಂದ" ಎಂದಿದೆ. ಈ ಅಪಮಾನಕಾರಕವಾದ 'ನಿಂದೆ'ಯ–ಇದು ಅದಕ್ಕೆ ಸರಿಯಾಗಿ ಒಪ್ಪುವ ಹೆಸರು–ಕರ್ತೃವಿಗೂ ಲಾರ್ಡ್ ಪ್ರೆಸಿಡೆಂಟ್ ಸ್ಟೈರ್‌ನಿಗೂ ಬದ್ಧ ವೈರವಿದ್ದು, ವೈಯಕ್ತಿಕವಾಗಿ ಹಣಾಹಣಿ ಜಗಳವಾಗುತ್ತಿತ್ತು. ಕಲೆಗಿಂತ ಹೆಚ್ಚಾಗಿ ದ್ವೇಷ ತುಂಬಿರುವ ಈ ಲೇವಡಿಯ ಧ್ಯೇಯವಾಕ್ಯ ಹೀಗಿದೆ :

"ಸ್ಟೈರ್‌ನ ಕತ್ತು ಡೊಂಕು, ತಲೆ ಖೊಟ್ಟ, ಹೆಂಡತಿ ಮಾಟಗಾತಿ, ಮಕ್ಕಳು ರೋಗದ ಕೀಟಗಳು, ಮೊಮ್ಮಗ ಪಿತೃಘಾತಕ, ಉಳಿದವರೆಲ್ಲರೂ ಭೂತ ಹಿಡಿದವರು."

ಕುಟುಂಬದ ಪ್ರತಿಯೊಂದು ದೌರ್ಭಾಗ್ಯವನ್ನೂ ಎತ್ತಿ ಆಡುವ ಈ ದುಷ್ಟ ವಿಡಂಬನಕಾರ ಬಲ್ಡೂನನ ಜೀವಕ್ಕೆ ಕುತ್ತಾದ ಅವನ ಮದುವೆಯನ್ನು ಮರೆಯುವುದಿಲ್ಲ. ಅವನ ಕೃತಿ ಎಷ್ಟು ಅಸ್ಪಷ್ಟವೊ ಅಷ್ಟೇ ಅ – ಕಾವ್ಯ. ಆದರೂ ಅದರಲ್ಲಿ ಒಂದು ವೈಶಿಷ್ಟ್ಯವಿದೆ: ಒಂದು ಪಕ್ಷ ಮೊದಲನೆಯ ಪ್ರಿಯತಮನೊಂದಿಗೆ ಮದುವೆಯ ಒಪ್ಪಂದ ಮುರಿದಿದ್ದಾದರೆ ತನ್ನ

ಸಹಾಯಕ್ಕೆ ಒದಗಲೆಂದು ಹುಡುಗಿ ದುಷ್ಟ ಪಿಶಾಚವೊಂದಕ್ಕೆ ಮೊರೆಹೊಕ್ಕಿದ್ದಳೆಂದೂ ಆ ದುಷ್ಟ ಪಿಶಾಚ ಅಡ್ಡ ಬಂದು ಮದುವೆಯ ಗಂಡಿನ ಹತ್ಯೆ ಮಾಡಿತೆಂದೂ ಅದು ಸೂಚಿಸುತ್ತದೆ. ಹ್ಯಾಮಿಲ್ಟನ್‌ನ ಊಹೆ ಲಾನ ಸಂಸ್ಕರಣೆಗಳ ಮೇಲಿನ ಟಿಪ್ಪಣಿಯೊಂದಿಗೆ ತಾಳೆ ಹೊಂದುವುದಿಲ್ಲ. ಆದರೆ ಕುಟುಂಬದ ಪರಂಪರಾಗತ ಐತಿಹ್ಯದೊಂದಿಗೆ ಹೊಂದುತ್ತದೆ.

ವಿಲಿಯಂ ಡನ್‌ಲಪ್‌ನದೆಂದು ಹೇಳಲಾದ ಬದಿಟಿಪ್ಪಣಿಯೊಂದು ಈ ಪ್ರಸಂಗಕ್ಕೆ ಸಂಬಂಧಿಸಿದಂತೆ ಹೀಗೆ ಹೇಳುತ್ತದೆ – "ಭಯಂಕರ ಶಾಪ ಹಾಕಿಕೊಂಡು ಲಾರ್ಡ್ ರದರ್‌ಫೋರ್ಡ್‌ನೊಂದಿಗೆ ಮದುವೆಯ ಒಪ್ಪಂದ ಮಾಡಿಕೊಂಡಿದ್ದ ಅವಳು ಆಮೇಲೆ ಅವನ ಸೋದರಳಿಯ ಬಲ್ಡೂನನನ್ನು ಮದುವೆಯಾದಳು. ಈ ವಿಶ್ವಾಸದ್ರೋಹಕ್ಕೆ ಅವಳ ತಾಯಿಯೇ ಕಾರಣ."

ಈ ಕೆಳಗಿನ ಪದ್ಯ ಹಾಗೂ ಅದರ ಟಿಪ್ಪಣಿಯಲ್ಲಿಯೂ ಆ ದುರಂತದ ಪ್ರಸ್ತಾಪವಿದೆ:

ಕಿರಿ ಸೋದರಳಿಯ ತನ್ನ ಮುದಿ ಮಾವನೊಡತಿಯನು
ಲಗ್ನವಾದದ್ದು ಪಾಪ
ಅದಕೆಂದೆ ಕಾಡಿತ್ತು ಆ ಶನಿಸಂತಾನವನು
ಹಿಂದು ಹಿಂದಾಗಿ ಶಾಪ

'ಮಾವ' ಶಬ್ದಕ್ಕೆ ಅರ್ಥವಿವರಣೆ ಕೊಡುತ್ತ, ಟಿಪ್ಪಣಿ ಹೀಗೆ ಹೇಳುತ್ತದೆ: "ಬಲ್ಡೂನನ ಪತ್ನಿಯನ್ನು ಮದುವೆಯಾಗಬೇಕಾಗಿದ್ದ ರದರ್‌ಫೋರ್ಡ್ ಬಲ್ಡೂನಿನ ಮಾವ." ಈಗಾಗಲೇ ಮೇಲೆ ಹೇಳಿದಂತೆ ಲಾರ್ಡ್ ಸ್ಟೈರ್ ಮತ್ತು ಅವನ ಕುಟುಂಬದ ಮೇಲಿನ ಈ ವಿಡಂಬನಾತ್ಮಕ ಕವಿತೆಯನ್ನು ರಚಿಸಿದವನು ವೈಟ್‌ಲಾದ ಸರ್ ವಿಲಿಯಂ ಹ್ಯಾಮಿಲ್ಟನ್. ಅವನು ಸ್ಕಾಟ್‌ಲೆಂಡಿನ ಪ್ರಧಾನ ನ್ಯಾಯಸ್ಥಾನದ ಅಧ್ಯಕ್ಷ ಪೀಠಕ್ಕೆ ಲಾರ್ಡ್ ಸ್ಟೈರ್‌ನಿಗೆ ಪ್ರತಿಸ್ಪರ್ಧಿಯಾಗಿದ್ದ ; ಪ್ರತಿಭೆಯಲ್ಲಿ ಆ ಹಿರಿಯ ವಕೀಲನಿಗೆ ತೀರಾ ಕೀಳಾದವನು. ಸ್ಟೈರ್‌ನಂತೆಯೇ ಹ್ಯಾಮಿಲ್ಟನ್ ಸಹ ತನ್ನ ಸಮಕಾಲೀನರಿಂದ ನ್ಯಾಯಸಮ್ಮತವಾದ ವಿಡಂಬನೆಗೆ ಗುರಿಯಾಗಿದ್ದ – ಪಕ್ಷಪಾತಿ ಹಾಗೂ ನೀತಿರಹಿತ ನ್ಯಾಯಾಧೀಶನೆಂದು. ಟಿಪ್ಪಣಿಗಳಲ್ಲಿ ಹಲವು ರಾಬರ್ಟ್ ಮಿಲ್ನ್ ಬರೆದದ್ದು. ಮಿಲ್ನ್ ವಿಚಿತ್ರ ಸ್ವಭಾವದ, ಪ್ರಯಾಸಶೀಲ ಪುರಾತತ್ತ್ವಜ್ಞ, ಎರಡನೆಯ ಜೇಮ್ಸ್ ದೊರೆ ಹಾಗೂ ಅವನ ಮಕ್ಕಳ ಪಕ್ಷ ವಹಿಸಿದ್ದ ಆ ಉಗ್ರವಾದಿ ತಾನಾಗಿಯೇ ಸ್ಟೈರ್‌ನ ಕುಟುಂಬಕ್ಕೆ ಮಸಿಬಳಿಯಲು ಮುಂದಾಗಿದ್ದ.

ಪೂರ್ತಿ ಬೇರೆಯೇ ಉದ್ದೇಶವುಳ್ಳ ಆ ಕಾಲದ ಇನ್ನೊಬ್ಬ ಕವಿ ಈ ವಿಷಯವಾಗಿ ಶೋಕ ಗೀತೆಯೊಂದನ್ನು ಬಿಟ್ಟು ಹೋಗಿದ್ದಾನೆ. ಅದರಲ್ಲಿ ಅವನು ವೈಟ್‌ಲಾ, ಡನ್‌ಲಪ್ ಮತ್ತು ಮಿಲ್ನ್‌ರು ಲೇವಡಿ ಹಾಗೂ ಅಸಭ್ಯ ಹಾಸ್ಯಕ್ಕೆ ಯೋಗ್ಯವೆಂದುಕೊಂಡ ಆ ದೌರ್ಭಾಗ್ಯಶೀಲ ಯುವಕನ ಬದುಕಿನ ಅಸಾಧಾರಣ ದುರಂತವನ್ನು ಸೂಕ್ಷ್ಮವಾಗಿ ಸೂಚಿಸಿ, ಅದಕ್ಕಾಗಿ ಹಲುಬಿದ್ದಾನೆ. ಈ ಮೃದು ಮನೋಭಾವದ ಕಬ್ಬಿಗನ ಹೆಸರು ಆಂಡ್ರ್ಯೂ ಸಿಮ್ಸನ್.

ಸಿಮ್ಸನ್ ಕ್ರಾಂತಿಗೆ ಮೊದಲು ಗ್ಯಾಲೋವೇನಲ್ಲಿ ಸ್ಕಾಟ್‌ಲೆಂಡ್ ಕಿರ್ಕಿನ್ನೆರ್‌ನ ಪಾದ್ರಿಯಾಗಿದ್ದು, ಎಪಿಸ್ಕೋಪೇಲಿಯನ್ ಅಥವಾ ಬಿಷಪ್ಪಿನ ಕಡೆಯವನೆಂದು ಪದಚ್ಯುತನಾದ ಮೇಲೆ, ಎಡಿನ್ ಬರೋದಲ್ಲಿ ಬಡ ಮುದ್ರಕನ ವೃತ್ತಿಯನ್ನು ಅವಲಂಬಿಸಿದ. ಅವನು ಬಲ್ಡೂನ್ ಕುಟುಂಬಕ್ಕೆ ಸಮೀಪವರ್ತಿಯಾಗಿದ್ದನೆಂದು ಕಾಣುತ್ತದೆ. ಅವನು ಆ ಕುಟುಂಬದಲ್ಲಿ ನಡೆದ ದುರಂತ

ಘಟನೆಯ ಬಗ್ಗೆ ಶೋಕಗೀತೆ ಬರೆದು ಅವರಿಗೆ ಅರ್ಪಿಸಿದ್ದ. ಈ ಕೃತಿಯಲ್ಲಿ ಹುಡುಗಿಯ ಸಾವಿನ ದುಃಖದ ಪ್ರಸಂಗವನ್ನು ಅವನು ನಿಗೂಢ ಗಂಭೀರತೆಯಿಂದ ಕಂಡಿದ್ದಾನೆ. ಶೋಕಗೀತೆಯ ಶೀರ್ಷಿಕೆ ಹೀಗಿದೆ: 'ಬಲ್ಲೂದನಿನ ಕಿರಿಯ ಮಹಿಳೆ ಸಾಧ್ವೀಮಣಿ ಮಿಸೆಸ್ ಜ್ಯಾನೆಟ್ ಡಾಲ್ರಿಂಪ್‌ಲಳ ಅನಿರೀಕ್ಷಿತ ಮರಣವನ್ನು ಕುರಿತು." ಬೇರೆ ಎಲ್ಲಿಯೂ ಸುಲಭವಾಗಿ ದೊರೆಯುವುದು ಅಸಂಭವವಾದ, ದುರಂತಕ್ಕೆ ಸಂಬಂಧಿಸಿದ ತಾರೀಕುಗಳನ್ನು ಅದರಲ್ಲಿ ಖಚಿತವಾಗಿ ಕೊಟ್ಟಿದೆ. "ಮದುವೆ, ಆಗಸ್ಟ್ 12. ಮನೆಗೆ ಬಂದದ್ದು, ಆಗಸ್ಟ್ 24. ಸಾವು, ಸೆಪ್ಟೆಂಬರ್ 12. ಶವಸಂಸ್ಕಾರ, ಸೆಪ್ಟೆಂಬರ್ 30, 1669."

ಶೋಕಗೀತೆ ಒಬ್ಬ ಪ್ರವಾಸಿಗೂ ಒಬ್ಬ ಮನೆಯಾಳಿಗೂ ನಡುವೆ ನಡೆದ ಸಂಭಾಷಣೆಯ ರೂಪದಲ್ಲಿದೆ. ಪ್ರವಾಸಿ ತಾನು ಈಚೆಗೆ ಹಿಂದೊಮ್ಮೆ ಆ ದಾರಿಯಲ್ಲಿ ಹಾದುಹೋದದ್ದನ್ನು ನೆನೆದು, ಆಗ ಸುತ್ತಮುತ್ತಲೂ ಅಷ್ಟೊಂದು ಸಂತೋಷ ಸಮಾರಂಭದ ಕುರುಹುಗಳಿಂದ ಕಳಕಳಿಸುತ್ತಿದ್ದ ಸ್ಥಳ ಈಗ ಇದ್ದಕ್ಕಿದ್ದಂತೆ ಶೋಕರೂಪ ತಳೆಯಲು ಕಾರಣವೇನೆಂದು ಕೇಳುತ್ತಾನೆ. ಮನೆಯಾಳು ಅದಕ್ಕೆ ಕೊಟ್ಟ ಉತ್ತರವನ್ನು ಸಿಮ್ಸನ್‌ನ ಕಾವ್ಯ ಶೈಲಿಯ ನಮೂನೆಯಾಗಿ ಅದೇನೂ ಉಚ್ಚಮಟ್ಟದ್ದಲ್ಲವಾದರೂ ಇಲ್ಲಿ ಕಾಪಾಡಿಟ್ಟಿದ್ದೇವೆ –

"ನೀವು ಹೇಳಿದ್ದು ನಿಜ, ಸ್ವಾಮಿ.
ತುಂಬ ಮಜ ಮಾಡಿದೆವು ನಾವೆಲ್ಲ. ಆದರಯ್ಯೋ!
ಶೋಕಗೀತೆಯಲ್ಲಿ ಮುಗಿದಿತ್ತು ನಮ್ಮೆಲ್ಲ ಹರ್ಷಗಾನ.
ಸದ್ಗುಣಿ ಹುಡುಗಿ, ಇನ್ನೂ ಆಗಷ್ಟೆ ವಧುವಾದವಳು
ಮದುವೆಯ ಮುಗಿಸಿ ಮನೆಗೆ ಬಂದಿದ್ದಳಷ್ಟೆ.
ಅವಳ ಸುಖ ಕೋರಿ ನಾವೆಲ್ಲ ಕುಣಿದಾಡಿದೆವು.
ಆದರಾಕ್ಷಣ, ಅಯ್ಯೋ, ನಮ್ಮ ದನಿ ಗೋಳಾಯ್ತು.
ನಿಷ್ಪಕ್ಷಪಾತಿ ಚೂರಿಯಿಂದವಳು ಬಂಧನವ
ಕಡಿದು ಹಾಕಿದಳು – ಜತೆಗೇ ತನ್ನ ಜೀವವನು.
ಇದು ನಡೆದದ್ದು ಆ ದೌರ್ಭಾಗ್ಯಪೂರ್ಣ ಸೆಪ್ಟಂಬರಿನ ದಿನ.
ಮತ್ತೆ ಪುನರುತ್ಥಾನದಲ್ಲಿ, ಸಂತರೆಲ್ಲರು ಸೇರಿ
ತಮ್ಮ ಪರಿಪೂರ್ಣತೆಯ ಮೆರೆಯುವವರೆಗೆ
ತನ್ನ ಪಾಡಿಗೆ ತಾನು ಇರಲಿ ಬಿಡಿ ಅವಳು.

○

○ ಲೂಯಿ ಗ್ರಾಸಿಕ್ – ಗಿಬ್ಬನ್

ಮಣ್ಣು

ಸೆಗೆಟ್‌ನ ಸುತ್ತಮುತ್ತ ಗಾಲ್ಪ್ ಜನರು ಹೇಗೆ ತುಂಬಿ ಕೊಂಡಿದ್ದರೆಂದರೆ ನೀವು ರಾತ್ರಿ ತಿರುಗಾಟಕ್ಕೆ ಹೋಗಿ, ದಾರಿಯಲ್ಲಿ ಏನನ್ನಾದರೂ ತುಳಿದು ಅದು ವಿಲಿವಿಲಿ ಒದ್ದಾಡಿದರೆ, ಹಾಗೆ ತುಳಿದದ್ದು ಶೇಕಡಾ ತೊಂಬತ್ತು ಪಾಲು ಒಬ್ಬ ಗಾಲ್ಪ್‌ನನ್ನು ಎಂದು ಜನ ಆಡಿಕೊಳ್ಳುತ್ತಿದ್ದರು. ಹೋವೆ ಪ್ರದೇಶಕ್ಕೆ ನೀವು ಹೊಸಬರಾಗಿದ್ದು ಯಾರನ್ನಾದರೂ ತಡೆದು ನಿಲ್ಲಿಸಿ ದಾರಿ ಯಾವ ಕಡೆ ಎಂದು ಕೇಳಿದ್ದಾದರೆ ನೀವು ಮಾತನಾಡಿಸಿದಾತ ಅದೇ ಬುಡಕಟ್ಟಿನವನಾಗಿರುವ ಸಂಭವವಿರುತ್ತಿತ್ತು. ನಿಮಗೆ ಹಿಂದೆಂದೂ ಅನುಭವಾಗಿಲ್ಲದಂತೆ, ಮಾತು ಮುಗಿಸುವ ಮುನ್ನ ಅವನು ನಿಮಗೆ ತನ್ನ ಕುದುರೆ ಮಾರಿರುತ್ತಿದ್ದ; ಇಲ್ಲವೇ ನಿಮ್ಮ ಗಡಿಯಾರ ಕದ್ದಿರುತ್ತಿದ್ದ; ನಿಮ್ಮ ಇಹಪರಗಳನ್ನೆಲ್ಲ ತಿಳಿದುಕೊಂಡು ನಿಮ್ಮ ತಾಯಿ ಯಾರೆಂದು ಗುರುತಿಸಿ, ತಂದೆಯ ಬಗ್ಗೆ ಸಂದೇಹ ಪಟ್ಟುಕೊಳ್ಳುತ್ತಿದ್ದ. ಆಮೇಲೆ ಮನೆಗೆ ಹೋಗಿ ಸುದ್ದಿ ಹರಡುತ್ತಿದ್ದ. ಗಾಲ್ಪರ ವಸತಿಯಿಂದ ಹಿಡಿದು ಬೆಟ್ಟದ ಮೇಲಿದ್ದ ಕ್ಯಾಟ್‌ಕ್ರೇಗ್ ವರೆಗೆ, ಮತ್ತೆ ಬೆಟ್ಟದ ತಪ್ಪಲಲ್ಲಿ ಮೊಂಡ್ಯೈನ್ಸ್ ಬದಿಯಿದ್ದ ಡ್ರಂಬಾಗ್ಸ್‌ವರೆಗೆ ಎಲ್ಲೆಲ್ಲೂ ನೀವು ಏನು ಆಡಿದಿರಿ, ಒಳಗೆ ಯಾವ ಬಟ್ಟೆ ತೊಡುತ್ತೀರಿ, ಬೆಳಗಿನ ತಿಂಡಿಗೆ ಏನು ತಿಂದಿರಿ, ನಡುರಾತ್ರಿ ಹೆಂಡತಿಗೆ ಏನು ಉಸುರಿದಿರಿ – ಹೀಗೆ ನಿಮ್ಮ ವ್ಯವಹಾರಗಳೆಲ್ಲ ತಿಳಿದುಹೋಗುತ್ತಿತು. ಗಾಲ್ಪರು ತಮ್ಮ ಚಾಳಿಯಂತೆ "ಓಹೋ, ಹಾಗಾದರೆ ಅವನು ಕುಲೀನ," ಎನ್ನುತ್ತಾ ಥುತ್ತೆಂದು ಅಸಭ್ಯವಾಗಿ ಉಗುಳಿ ನಿಮ್ಮನ್ನು ಕುಚೋದ್ಯ ಮಾಡುತ್ತಿದ್ದರು. ಒಬ್ಬ ಸಾಧಾರಣ ಗಾಲ್ಪನಿಗೆ ತಿಳಿದಿರುತ್ತಿದ್ದ ನಯ–ನಡತೆಯೆಂದರೆ ಬೆಕ್ಕಿಗೆ ಬೈಬಲ್ ತಿಳಿದಿರುವದಕ್ಕಿಂತ ಕೊಂಚ ಕಡಿಮೆಯೇ.

ಗಾಲ್ಪರು ಎಲ್ಲೆಂದರೆ ಅಲ್ಲಿ ಬೇಸಾಯ ಮಾಡುತ್ತಿದ್ದರು. ಅವರೆಲ್ಲ ಅಣ್ಣ ತಮ್ಮಂದಿರು, ಮಲ ಅಣ್ಣ ತಮ್ಮಂದಿರು, ಚಿಕ್ಕಪ್ಪ ದೊಡ್ಡಪ್ಪಂದಿರು, ಚಿಕ್ಕಪ್ಪ ದೊಡ್ಡಪ್ಪನ ಮಕ್ಕಳು. ಸಾರಾ ಎಂಬಾಕೆ ಕ್ಯಾಟ್‌ಕ್ರೇಗ್‌ನ ಏರ್ ಎಂಬುವಳ ಮಗಳೆ, ಅಥವಾ ವಿಲ್‌ನ ಸೋದರ ಸಂಬಂಧಿಯಾದ ಹೈರಿಗ್ಸ್‌ನ ಸಿಮ್‌ನ ಅಳಿಯನನ್ನು

ಮದುವೆಯಾದ ಕಾರಣ ಬರಿಯ ರಕ್ತಸಂಬಂಧಿಯೆ ಎಂದು ಗೋಜು ಬಿಡಿಸುವುದರಲ್ಲಿ ನಿಮ್ಮ ತಲೆ ಚಿಟ್ಟು ಹಿಡಿಯುತ್ತಿತ್ತು. ಆದರೆ ಗಾಲ್ಟರಿಗೆ ತಮ್ಮ ಬುಡಕಟ್ಟಿನ ಸಂಬಂಧಗಳೆಲ್ಲವೂ, ಅದರಲ್ಲಿಯೂ ಎಲ್ಲಾದರೂ ಹೆಚ್ಚು ಕಡಿಮೆಯಾಗಿತ್ತೆಂದರೆ, ತುಂಬ ಚೆನ್ನಾಗಿ ತಿಳಿದಿರುತ್ತಿತ್ತು. ಹೇಗೆ ಇಪ್ಪತ್ತೈದು ವರ್ಷ ಹಿಂದೆಯೊ ಏನೊ, ರೆಡ್ ಲೀಫ್ನ ಮಗಳು ಈಗ ಕಿರ್ನ್‌ನಲ್ಲಿ ಬೇಸಾಯ ಮಾಡಿಕೊಂಡಿದ್ದ ತನ್ನ ದಾಯಾದಿ ಮುದಿ ಅಲೆಕ್‌ನನ್ನು ಮದುವೆಯಾದಾಗ, ಆ ಕೂಡಿಕೆಯ ಮಗು ಕೊಂಚ ಮೊದಲೇ ಹುಟ್ಟಿತ್ತು ಎಂಬುದನ್ನು ಅವರು ವಿವರಿಸಿ ಹೇಳುವರು. ಸುಟ್ಟ ಮಾಂಸದ ತುಂಡನ್ನು ನೆಕ್ಕು ನೆಕ್ಕುತ್ತಲೇ ಅವರು ಆ ವಿಷಯವಾಗಿ ತಲೆ ತುರಿಸಿ ಕೊಂಡು ಒಬ್ಬರು ಇನ್ನೊಬ್ಬರನ್ನು ಆಡಿಕೊಳ್ಳುತ್ತ ಸಂತೋಷ ಪಡುವರು. ಹೊರಗಿನವರು ಯಾರಾದರೂ ಬಾಯಿತಪ್ಪಿ, ಅವರಲ್ಲಿ ಒಬ್ಬನ ಪರವಾಗಿ ವಾದಿಸಿದರೊ, ಆಗ ಅವರು ವಿಚಿತ್ರವಾಗಿ ಮುಖ ಮಾಡುತ್ತ ಒಂದಾಗಿಬಿಡುತ್ತಿದ್ದರು – 'ಗಾಲ್ಟರ ಬಗ್ಗೆ ಕೆಟ್ಟದಾಡುವುದಕ್ಕೆ ಇವನ್ಯಾರು ?' ಎಂಬಂತೆ.

ಕೂತಲ್ಲಿ ನಿಂತಲ್ಲಿ, ಅವರು ಮಣ್ಣು ಗುಡ್ಡೆ ಹಾಕುವಂತೆ ಹಣ ಗುಡ್ಡೆ ಹಾಕುತ್ತಿದ್ದರು. ಯಾವೊಂದು ಊರಲ್ಲಿಯೂ ಹೆಚ್ಚುಕಾಲ ಉಳಿಯುತ್ತಿರಲಿಲ್ಲ. ಒಂದು ಹೊಲವನ್ನು ಹೊಸದಾಗಿ ಬೇಸಾಯಕ್ಕೆ ಪಡೆದೊಡನೆಯೇ ಅದನ್ನು ಉತ್ತು, ಮೀನುಗೊಬ್ಬರ ಹಾಕಿ, ಗೇಣಿ ಅವಧಿ ಮುಗಿಯುವ ಮುನ್ನ ಮಣ್ಣು ಹೆಣವಾಗುವಂತೆ ಭೂಮಿಯನ್ನು ದುಡಿಸುವರು. ಆಮೇಲೆ ಇಲಿ ಚೀಪಿಬಿಟ್ಟ ಸೀಗೆಡ್ಡೆಯಂತೆ ಒಣಗಿ ಸುರುಂಟಿದ ಆ ನೆಲವನ್ನು ಹೀಂದೆ ಬಿಟ್ಟು ಹೋವೆ ಪ್ರಾಂತದ ಇನ್ನೊಂದು ಕಡೆಗೆ ಹಾರಿಹೋಗುವರು. ಗೇಣಿಯ ಅವಧಿ ಮುಗಿಯುತ್ತ ಬಂದಂತೆ, ಸಾಧಾರಣವಾಗಿ ಪ್ರತಿಯೊಬ್ಬ ಗಾಲ್ಟನೂ ದಿವಾಳಿ ಆಗಿ, ಬೇಸಾಯ ಮಾಡುವುದು ಮಹಾಪಾಪ ಎನ್ನುತ್ತ ತನ್ನಲ್ಲಿದ್ದುದೆಲ್ಲವನ್ನೂ ಹರಾಜು ಹಾಕಿ ಹೋಗುವನು. ಸಾಲ ತೀರಿಸಲು ಅವನಲ್ಲಿದ್ದ ಚೂರುಪಾರು ಮಾರಾಟವಾಗುವಾಗ ಅವನ ಹೆಂಡತಿ ಗೋಳಿಡುವಳು. ನೀವು ಅವನ ಸ್ಥಿತಿಗೆ ದುಃಖಿಸಿ, ಹರಾಜಿನಲ್ಲಿ ಬೆಲೆಯೇರಿಸಿ ಅವನದನ್ನು ಕೊಳ್ಳುವಿರಿ. ಮುಂದೆ ಆರು ತಿಂಗಳೊಳಗೆ, ನಿರ್ಗತಿಕನಾಗಿ ಊರು ಬಿಟ್ಟುಹೋದ ಆ ಗಾಲ್ಟ್ ಒಂದು ಹೊಸ ಹೊಲ ಪಡೆದು, ತಾನು ದಿವಾಳಿ ಎಂದು ಸಾರಿದ್ದಕ್ಕೆ ಮುಂಚೆ ಜೋಪಾನ ಮಾಡಿಟ್ಟ ಹಣದಿಂದ ಹೇರಳ ಸಾಮಗ್ರಿಗಳನ್ನು ಅದರಲ್ಲಿ ತುಂಬಿಸಿದ್ದಾನೆ ಎಂಬ ಸುದ್ದಿ ಕೇಳುವಿರಿ.

ಈ ಗಾಲ್ಟರ ಗುಂಪಿನಲ್ಲೆಲ್ಲ ತುಂಬ ಯೋಗ್ಯನೆಂದರೆ ಡ್ರಂಬಾಗ್‌ನ ರಾಬ್ ಗಾಲ್ಟ್. ಅವನದು ಚಟುವಟಿಕೆಯ ಪ್ರಕೃತಿ, ಸರಳ ಸ್ವಭಾವ. ಇತರರಂತೆ ಕೀಳು ಮನಸ್ಸಿನವನಲ್ಲ. ಇಪ್ಪತ್ತೈದು ವರ್ಷಕಾಲ ಡ್ರಂಬಾಗ್‌ನಲ್ಲಿ ಅಪ್ಪನ ಜತೆ ಅವನ ಬಲಗೈಯಾಗಿ ಆತ ಕೆಲಸ ಮಾಡಿದ್ದ. ಅಪ್ಪ ಮುದಿಯ ಗಾಲ್ಟ್ ತಾನು ಶಾಶ್ವತನೇನೊ ಎಂಬಂತೆ ಕಾಣುತ್ತಿದ್ದ. ವಯಸ್ಸಾದಂತೆಲ್ಲ ಅವನ ಮನಸ್ಸು ಹೆಚ್ಚು ಹೆಚ್ಚು ಒರಟಾಗುತ್ತ ಹೋಗಿತ್ತು. ರಾಬ್‌ನೇನೊ ಒಳ್ಳೆಯ ಮಗನಂತೆ ಅಪ್ಪನಿಗೆ ಅಂಟಿಕೊಂಡಿದ್ದ. ಆದರೆ ತನ್ನದೇ ಒಂದು ತುಂಡು ಹೊಲವಿದ್ದಿದ್ದರೆ, ಎಂದು ಅವನಿಗೆ ಆಸೆಯಾಗಿತ್ತು. ಅಂತೂ ಕೊನೆಗೆ ಅಪ್ಪ ಮಕ್ಕಳು ಬೇರೆ ಬೇರೆಯಾದಾಗ ರಾಬ್ ಅಪ್ಪನ ಮುಖಕ್ಕೆ ನಕ್ಕು ಹೇಳಿದ :

"ಈ ಡ್ರಂಬಾಗ್ಸ್, ಇದರಲ್ಲಿ ಇರೋ ಎಲ್ಲಾದನ್ನೂ ನೀನೇ ಇಟ್ಟುಕೊ. ಬೇಗ ನಾನೂ ನನ್ನದೊಂದು ತುಂಡು ಹೊಲ ಮಾಡ್ಕೊತೀನೊ ಇಲ್ಲವೊ ನೋಡುವಿಯಂತೆ."

ಅಪ್ಪ ಮಗನನ್ನು ಹೀಯಾಳಿಸಿದ : "ಯಾರು, ನೀನೆ ?"

ಅದಕ್ಕೆ ರಾಬ್ ಗಾಲ್ಟ್ ಹೇಳಿದ :

"ಹೌದು, ನಾನೆ. ನನ್ನದೇ ಒಂದು ಹೊಲ, ಜತೆಗೆ ಅದಕ್ಕೆ ಸೇರಿದ ಹಾಗೆ ನನ್ನದೇ ಒಂದು ಹುಲ್ಲು ಬಯಲು."

ಎಲ್ಲ ಗಾಲ್ಟರಂತೆಯೆ ರಾಬನೂ ಸಣಕಲಾಗಿ ಎತ್ತರಕ್ಕಿದ್ದ. ತುದಿ ತಿರುಚಿದ ಮೀಸೆ, ಚಾಚುಗಲ್ಲದ ಮುಖ, ತೆಳುವಾದ ಉದ್ದನೆಯ ಮೂಗು, ಹವಾ ತಗಲಿ ಕೆಂಪಾದ ಮುಖದಲ್ಲಿ ತೆಳುನೀಲಿಯ ಕಣ್ಣುಗಳು. ಕರುಣೆಯೇ ಜೀವ ತಾಳಿ ಬಂದಂತಿದ್ದು, ಇದ್ದದ್ದು ಇದ್ದಂತೆ ಆಡುವ ಒಳ್ಳೆಯ ಗುಣ. ಅವನ ವಿಶ್ರಾಂತಿಯ ಕಲ್ಪನೆಯೆಂದರೆ ನೇಗಿಲಿಂದ ಕುದುರೆಗಳನ್ನು ಬಿಚ್ಚಿದ ತಕ್ಷಣ ಕುಂಟೆ ಹೊಡೆಯಲು ಷುರು ಮಾಡುವುದು. ಅವನು ತನ್ನದೇ ಒಂದು ಜಾಗಕ್ಕೆ ಬಹಳ ಕಾಲ ಹುಡುಕಬೇಕಾಗಲಿಲ್ಲ. ಕಣ್ಣುಮುಚ್ಚಿ ಬಿಡುವುದರೊಳಗೆ ಸೆಗೆಟ್‌ನ ಪಕ್ಕದಲ್ಲಿದ್ದ ಪಿಟೌಲ್ಡ್ಸ್‌ನಲ್ಲಿ ಗೇಣಿಗೆ ಭೂಮಿ ಸಿಕ್ಕಿತು. ಅದು ಮೌಂತ್ ಬೆಟ್ಟದ ಅಂಚಿನಲ್ಲಿ, ಮೇಲೆ ಎತ್ತರ ಪ್ರದೇಶದಲ್ಲಿತ್ತು. ಅಲ್ಲಿಂದ ಕೆಳಕ್ಕೆ ಸೆಗೆಟ್ ಒಂದು ಗುಂಪಾಗಿ, ನೀರಲ್ಲಿ ತೊಯ್ದು, ಮುಂಜಾನೆ ಅದರ ಮನೆಯ ಸೂರುಗಳು ಮಿನುಗುವುದು ಕಾಣಿಸುತ್ತಿತ್ತು. ಅಲ್ಲಿನ ನೆಲ ಒರಟಾಗಿದ್ದು, ಸಂಜೆಯ ಹೊತ್ತು ಹೊಲಗಳಲ್ಲಿ ಓಡಾಡಿದರೆ ಅದರ ಕೆಮ್ಮಣ್ಣು ತನ್ನ ಹಸಿದ ಬಾಯಿಂದ ನಿಮ್ಮ ಕಾಲನ್ನು ಹೀರಿಬಿಡುವುದೊ ಎನ್ನುವಂತಿತ್ತು. ಇದರಿಂದಾಗಿ ಗೇಣಿಯೂ ಕಡಿಮೆಯೇ.

ಸರಿ, ಅವನು ಆ ಶರತ್ಕಾಲದ ಬೇಸಾಯದ ಹೊತ್ತಿಗೆ ಪಿಟೌಲ್ಡ್ಸ್‌ಗೆ ಬಂದ. ಅವನ ಸಂಸಾರ ಮೋನ್‌ಡೈನ್‌ನಿಂದ ಬಂದು, ಮೂಲೆಯಲ್ಲಿ ತಿರುಗಿ, ಗುಡ್ಡದ ಕಡಿದು ನೆಲವನ್ನು ಕಷ್ಟದಿಂದ ಹತ್ತಿ, ಮೇಲೆ – ಗುಡ್ಡದಂಚಿನಲ್ಲಿ ನಾಜೂಕಾಗಿ ನಿಂತಿದ್ದ ದೊಡ್ಡಮನೆ ಸೇರಿಕೊಳ್ಳುವುದನ್ನು ಜನ ನೋಡಿದರು. ಜತೆಯಲ್ಲಿ ಹೆಂಡತಿಯಿದ್ದಳು. ಅವಳೂ ಅವನಂತೆಯೇ ಎತ್ತರಕ್ಕಿದ್ದಳು. ಕಪ್ಪೆನ್ನಬಹುದಾದಂತಹ ಬಣ್ಣ, ಒಳ್ಳೆಯ ಕುಲದಲ್ಲಿ ಹುಟ್ಟಿದವರಂತೆ ಮಾತು ಕಡಿಮೆ–ನಿಜಕ್ಕೂ ವಿಚಿತ್ರ, ಒಬ್ಬ ಗಾಲ್ಟ್ ಕುಲೀನ ಹೆಣ್ಣನ್ನು ಮದುವೆಯಾಗಿದ್ದ! ಅವನಿಗೆ ಹೆಂಡತಿಯೆಂದರೆ ಬಹಳ ಪ್ರೀತಿ. ಒಂದೇ ಒಂದು ಹೆಣ್ಣು ಮಗುವಿಗೆ ಮಾತ್ರ ಜನ್ಮ ನೀಡಿದ್ದ ಹೆಂಡತಿಯ ಬಗ್ಗೆ ಅಂತಹ ಪ್ರೀತಿ ವಿಚಿತ್ರವೇ ಸರಿ ಎಂದು ಜನ ಆಡಿಕೊಳ್ಳತೊಡಗಿದರು. ಹುಡುಗಿಗೆ ಈಗ ಹನ್ನೆರಡು ತುಂಬುತ್ತಿತ್ತು. ಅವಳು ತಾಯಿಯಂತೆಯೇ ಕಪ್ಪಾಗಿ, ತೆಳ್ಳಗೆ, ನೊಡಲು ಗಂಭೀರವಾಗಿದ್ದಳು. ಅವರು ಸಕ್ಕರೆ ಹಾಗೆ ಎಲ್ಲಿ ಕರಗಿ ಹೋಗುವರೊ ಎಂಬಂತೆ ರಾಬ್ ತಾಯಿ ಮಗಳಿಬ್ಬರನ್ನೂ ಮುದ್ದಿಸಿ ಕೆಡಿಸಿದ್ದ.

ಅವರು ಪಿಟೌಲ್ಡ್ಸ್‌ನಲ್ಲಿ ನೆಲಸಿ ಇನ್ನೂ ವಾರ ಕಳೆದಿರಲಿಲ್ಲ, ರಾಬ್‌ನ ಹಿಂದೆ ಸದಾ ಕುರುಬನ ನಾಯಿಯಂತೆ ಅಲೆದಾಡುತ್ತಿದ್ದ ಮಗಳು ರ್ಯಾಷೆಲ್ ಅವನಲ್ಲಿ ಒಂದು ವಿಚಿತ್ರ ಬದಲಾವಣೆಯನ್ನು ಕಂಡಳು. ಆಗಾಗ ಅಪ್ಪ ಮಗಳ ಬೆನ್ನು ತಟ್ಟುವನು. ಅದನ್ನು ನೋಡಿ ಅವಳು ಅಪ್ಪ ಹಿಂದಿನಂತೆ ತನ್ನೊಡನೆ ಆಟವಾಡುತ್ತಿದ್ದಾನೆ ಎಂದುಕೊಳ್ಳುವಷ್ಟರಲ್ಲಿ ಅವನು "ಊಟಕ್ಕೆ ಮುಂಚೆ ಎರಡು ಹೊರೆ ಟರ್ನಿಪ್ ಕೀಳೋದಿದೆ. ಮನೆಗೆ ಹೋಗಿ ಅಪ್ಪನ ಜತೆ ಕೀಳೋದಕ್ಕೆ ಹೋಗ್ತೀನಿ ಅಂತ ಅಮ್ಮನಿಗೆ ಹೇಳಿ ಬಾ" ಅನ್ನುತ್ತಿದ್ದ. ರ್ಯಾಷೆಲ್ "ಆಗಲಪ್ಪ" ಎಂದು ಹಕ್ಕಿಯಂತೆ ಚಿರುಗುಟ್ಟುತ್ತ ಹರ್ಷದಿಂದ ಮನೆಗೆ ಓಡಿ, ತನ್ನ ಹಾಗೂ ಅಪ್ಪನ ಕೆಲಸದಂಗಿಗಳನ್ನು ತರುತ್ತಿದ್ದಳು. ಆಮೇಲೆ ಅವರಿಬ್ಬರೂ ಬೆಟ್ಟದ ಮೇಲಿಂದ ಬಡಿಯುವ ಮಳೆಯ ಇರಚಲಿನಲ್ಲಿ ತೊಯ್ಯುತ್ತ, ಅಕ್ಕಪಕ್ಕ ನಿಂತು ಉದ್ದಸಾಲುಗಳ ಕೊನೆಯವರೆಗೂ ಜಿಗುಟು ಮಣ್ಣಿನಲ್ಲಿ ಕಾಲೆಳೆಯುತ್ತಾ ಟರ್ನಿಪ್ ಗೆಡ್ಡೆ ಕೀಳುತ್ತಿದ್ದರು. ಕೆಳಗೆ ಹೋವೆ ಪ್ರಾಂತ

ಮಂಜಿನುಡುಗೆ ಉಟ್ಟು ನಿಂತಿರುತ್ತಿತ್ತು. ಆ ಕಪ್ಪನೆಯ ಪುಟ್ಟ ದಿಟ್ಟ ಹುಡುಗಿ ಅಪ್ಪನ ಜತೆಜತೆಗೂ ಕೆಲಸ ಮಾಡುತ್ತಿದ್ದಳು. ಮಳೆಯಲ್ಲಿ ತೊಯ್ದು ಒದ್ದೆ ಮುದ್ದೆಯಾಗಿದ್ದರೂ ತುಟಿಪಿಟಕ್ಕೆನ್ನುತ್ತಿರಲಿಲ್ಲ. ಕೆಲಸ ಮುಗಿಸಿ ಕೊನೆಗೂ ಅವರು ಮನೆಗೆ ಬಂದಾಗ ಅವಳ ತಾಯಿ ಗಂಡನಿಗೆ ಏನು ಬಂದಿದೆಯೆಂದು ಅವನನ್ನು ದುರುಗುಟ್ಟಿ ನೋಡುತ್ತಿದ್ದಳು. ಅವನು ಊಟಕ್ಕೆ ಬಂದು ಕುಳಿತುಕೊಂಡಾಗ "ಹೀಗಾದರೆ ಮಗಳು ಶೀತ ಹತ್ತಿಕೊಂಡು ಸಾಯ್ತಾಳೆ" ಅನ್ನುತ್ತಿದ್ದಳು. ಅವನು ತನ್ನ ತೆಳು ನೀಲಿಯ ಕಣ್ಣುಗಳನ್ನು ಪಿಳಿಪಿಳಿ ಬಿಡುತ್ತಾ ಆತುರದಲ್ಲಿರುವವನಂತೆ "ಅಯ್ಯೋ ಬಿಡು, ಮಳೆಯಿಂದ ಅವಳಿಗೇನೊ ಕೆಟ್ಟದಾಗೋದಿಲ್ಲ, ಈಗಾಗಲೇ ಮೂರು ವಾರದ ಕೆಲಸ ಹಿಂದೆ ಬಿದ್ದಿದೆ. ಬೇಗ ಗೆಡ್ಡೆ ಕಿತ್ತು ತೆಗೀದೆ ಇದ್ದರೆ ಆಗೋದಿಲ್ಲ" ಎಂದು ಅಂದುಬಿಡುತ್ತಿದ್ದ.

ಗಾಲ್ಟರಲ್ಲಿ ಇವನೇ ಉತ್ತಮನಾದರೆ ದೇವರು ಉಳಿದವರಿಂದ ನಮ್ಮನ್ನು ಕಾಪಾಡಬೇಕು! ಆ ವರ್ಷ ಚಳಿಗಾಲ ಹತ್ತಿರವಾದಂತೆ ಇತರ ಹೆಚ್ಚಿನ ಜನರ ಹಾಗೆ ಅವನೂ ಐದು ಗಂಟೆಗೆಲ್ಲ ಎದ್ದುಬಿಡುತ್ತಿದ್ದ. ಆದರೆ ಮತ್ತೆ ಮಧ್ಯರಾತ್ರಿ ಮೀರುವವರೆಗೂ ಪುನಃ ಹಾಸಿಗೆ ಸೇರುತ್ತಿರಲಿಲ್ಲ. ಹೀಗೆ ಮಣ್ಣಿನಲ್ಲಿ ದುಡಿದದ್ದೂ ದುಡಿದದ್ದೇ – ಆತ ಒಂದು ಎರೆಹುಳವಾಗಿ ಮಾರ್ಪಡಬಹುದೇನೋ ಎಂದು ಯಾರಾದರೂ ಭಾವಿಸುವಷ್ಟು ಮುಂಜಾವಿನ ದೀಪಗಳ ಮಿಣುಕಿನಲ್ಲಿ ಹೆಂಡತಿಯ ಕಪ್ಪು ಮೋರೆಯತ್ತ ಆತ ಸಿಡುಕಿ ನೋಡುತ್ತಿದ್ದ. ಅವಳೂ ಅವನನ್ನು ದಿಟ್ಟಿಸಿ ನೋಡಿ, ಅವನ ನಡವಳಿಕೆಯ ಬಗ್ಗೆ ಆಶ್ಚರ್ಯಪಡುತ್ತ ನಸುನಗುತ್ತಿದ್ದಳು. ನಿಧಾನವಾಗಿ ಉಂಡರೆ ಮಧ್ಯದಲ್ಲೆಲ್ಲಿ ಹಸಿವು ಇಂಗಿಹೋಗುವುದೋ ಎಂದು ಹೆದರಿದವನಂತೆ ಬೆಳಗಿನ ಸೀಗಂಜಿಯನ್ನು ಅವನು ಗಬಗಬನೆ ಹೀರುತ್ತಿದ್ದ. ಆಮೇಲೆ ಗಂಟೆಯ ಲೆಕ್ಕದಲ್ಲಿ ಸಂಪಾದಿಸುವ ಕೂಲಿಯಾಳಿನಂತೆ ತನ್ನ ಉದ್ದ ಮೂಗಿನ ಮುಖದಲ್ಲಿ ಸಿಡುಕು ತೋರಿಸುತ್ತ ಬೇಗಬೇಗ ಕೊಟ್ಟಿಗೆ ಲಾಯಗಳ ಕಸ ಬಳಿಯುತ್ತಿದ್ದ. ನೆಲದ ಮೇಲೆ ಇನ್ನೂ ಕತ್ತಲು ಕವಿದಿರುತ್ತಿತ್ತು. ಹೊಲಗಳ ಮೇಲೆಲ್ಲ ತೆಳ್ಳನೆಯ ಮಂಜು ಮಲಗಿರುತ್ತಿತ್ತು. ಆ ಮಂಜನ್ನು ತೂರಿಕೊಂಡು ಒಂದೇ ಒಂದು ಹಕ್ಕಿಯ ಚಿಲಿಪಿಲಿ ಸದ್ದು ಕೂಡ ಕೇಳಿಸುತ್ತಿರಲಿಲ್ಲ. ಸೆಗೆಟ್‌ನ ಗಾಳಿಯಲ್ಲಿ ತೂಗಾಡುವ ದೀಪಗಳ ಹೊರತು ಬೇರೇನೂ ಕಾಣಿಸುತ್ತಿರಲಿಲ್ಲ. ಆಗ ರಾಬ್ ಕುದುರೆಗಳನ್ನು ಹೂಡಿ, ಮೊದಲನೆಯದನ್ನು ಅದರ ಗೊರಸುಗಳು ನೆಲದ ಹಾಸುಗಲ್ಲಿಗೆ ತಾಕಿ ಬೆಂಕಿಯೇಳುವಂತೆ ಓಡಿಸಿಕೊಂಡು ಹೊರ ತರುತ್ತಿದ್ದ. ಹಾಗೆ ತರುವಾಗ ಎರಡನೆಯದಕ್ಕೆ ಕೂಗುಹಾಕುತ್ತಿದ್ದ. ಅದು ಹಿಂದಿನಿಂದ ಬರುತ್ತಿತ್ತು. ಉತ್ತರದ ಗಾಳಿ ಬೀಸಿ ಬರುವಾಗ ಹೆಪ್ಪುಗಟ್ಟಿದ ಮಂಜಿನ ಇರಿತದಿಂದ ರಕ್ಷಿಸಿಕೊಳ್ಳಲು ಅವನು ಕಾಲರಿನ ಗುಂಡಿ ಹಾಕಿಕೊಳ್ಳುತ್ತಿರುವಂತೆ ಅವು ಬಾನಿಯಲ್ಲಿ ನೀರು ಕುಡಿದು ಮುಗಿಸುತ್ತಿದ್ದವು. ಆಮೇಲೆ ಅವುಗಳಲ್ಲಿ ಕೆಂಗಂದು ಬಣ್ಣದ ಜಿಮ್‌ನ ಬೆನ್ನಿಗೆ ಜಿಗಿದು ಹತ್ತಿ ತೊನೆದಾಡುತ್ತ, ಬೇಲಿ ದಾರಿಯ ಪಕ್ಕದಲ್ಲಿ ಅರಚುಹಾಕುತ್ತ ಅವನು ಹೋಗುತ್ತಿದ್ದ. ಆಗಿನ್ನೂ ಕತ್ತಲೆ. ಪ್ರಪಂಚ ಮುಂಜಾವಿನ ಅಂಚಿನಲ್ಲಿರುವ ವೇಳೆ. ಎಲ್ಲೆಲ್ಲೂ ಒದ್ದೆ. ಮುಖಕ್ಕೆ ಮೈದಾನಗಳ ಸುಗಂಧ ಬಡಿಯುತ್ತಿತ್ತು. ನೆಲದ ಜೇಡಿಮಣ್ಣಿನಲ್ಲಿ ಕುದುರೆಗಳ ಕಾಲಿನ ಕೊಚ ಕೊಚ ಮೃದುವಾಗಿ ಕೇಳಿಬರುತ್ತಿತ್ತು.

ಕೊಂಚ ಹೊತ್ತಿನ ಮೇಲೆ ಬರ್ವಿ ಬೆಟ್ಟಗಳ ಮೇಲಿಂದ ಹಗಲು ಬೆಳಕು ನಿಧಾನವಾಗಿ, ನಿಸ್ತೇಜವಾದ ಬೂದು ಬಣ್ಣದ ಉಬ್ಬರವಾಗಿ ಹೊರಬರುತ್ತಿರುವಂತೆ, ಎಲ್ಲೋ ಮೊಲವೊಂದು ಹುಲ್ಲುಗಳ ನಡುವೆ ಓಟ ಕೀಳುತ್ತಿರುವಂತೆ, ಹಕ್ಕಿಗಳು ಗೂಡುಗಳಲ್ಲಿ ಎದ್ದು ಅರಚ ತೊಡಗಿದಂತೆ, ರಾಬ್‌ಗಾಲ್ಟ್ ಜಿಮ್‌ನ ಬೆನ್ನಿನಿಂದ ಧುಮುಕಿ ಇಳಿದು, ಜೋಡಿ

ಕುದುರೆಯನ್ನು ನೇಗಿಲ ಮುಂದೆ ತಂದು ನಿಲ್ಲಿಸಿ, ಸರಪಳಿ ಬಿಚ್ಚಿ, ನೊಗಕ್ಕೆ ಕಟ್ಟುತ್ತಿದ್ದ. ಆಮೇಲೆ ಕೈಗೆ ಥುತ್ತೆಂದು ಉಗುಳಿಕೊಂಡು 'ಹಶ್, ಹಶ್, ಜಿಮ್' ಎನ್ನುತ್ತಿದ್ದ. ಈಗ ಮುಖದ ಮೇಲಿನ ಸಿಡುಕು ಕಳೆದು ಹುರುಪು ಸಂತೋಷಗಳಿಗೆ ಎಡೆಕೊಟ್ಟಂತೆ ನೇಗಿಲನ್ನು ಒದ್ದೆಯಾದ ಕೆಂಪು ನೆಲಕ್ಕೆ ಒರಗಿಸುತ್ತಿದ್ದ. ಕುದುರೆಗಳು ಪ್ರಯಾಸದಿಂದ ಹೂಂಕರಿಸುತ್ತ ನೇಗಿಲನ್ನು ಎಳೆಯುತ್ತಿದ್ದವು. ಉತ್ತ ಮಣ್ಣು ಹಾರುತ್ತಾ ಗುಳದ ಅಲಗಿಗೆ ಬಂದು ಬಡಿಯುತ್ತಿತ್ತು. ರಾಬ್ ಒಂದು ಕಾಲನ್ನು ನೇಗಿಲ ಸಾಲಿನ ಮೇಲೂ ಇನ್ನೊಂದನ್ನು ಏಣಿನ ಮೇಲೂ ಇಟ್ಟು ನಿಧಾನವಾಗಿ ತೊನೆದಾಡುತ್ತ ಹಿಂದಿನಿಂದ ಬರುತ್ತಿದ್ದ. ಅರ್ಬತ್ ನಾಟ್‌ನ ಬೆಟ್ಟ ದಿಣ್ಣೆಗಳ ಮೇಲೆ ಯಾವುದೋ ಹೊಸ ಬಯಲಿನ ಕೆಲಸ ಪ್ರಾರಂಭಿಸಲೆಂದು ಕುದುರೆ ಹತ್ತಿ ಜೋಡಿ ಜೋಡಿಯಾಗಿ ಹೊರಟ ಕೆಲಸದಾಳುಗಳು 'ಓ, ರಾಬ್ ಆಗಲೇ ಕೆಲಸಕ್ಕಿಳಿದಿದಾನೆ' ಎಂದು ಪರಸ್ಪರ ಹೇಳಿಕೊಳ್ಳುತ್ತಿದ್ದರು. ಬೆಳಕೇರುತ್ತಿದ್ದಂತೆ, ಬಂಜರು ನೆಲದ ಅಂಚಿನವರೆಗೂ ಉತ್ತ ಸಾಲು ಚಾಚಿದ ಆ ಹೊಲದಲ್ಲಿ ಅವನೂ ಅವನ ನೇಗಿಲೂ ಕುದುರೆಗಳೂ ಅವರಿಗೆ ದೂರದಿಂದ ಸಾಲು ಚುಕ್ಕಿಗಳಾಗಿ ಕಾಣಿಸುತ್ತಿದ್ದವು.

ಎಂಟು ಗಂಟೆಯ ಹೊತ್ತಿಗೆ ಆ ತೆಳ್ಳನೆಯ ಕಪ್ಪು ಹುಡುಗಿ ರ್‍ಯಾಷೆಲ್ ನೀಟಾಗಿ ಬೂಟುಕಟ್ಟಿ ಶಾಲೆಗೆ ಹೋಗುವಾಗ ಬೆಟ್ಟದ ಮೇಲಿಂದ ಅಪ್ಪ ರಾಬ್‌ನ ನೀಳವಾದ ಸಿಳ್ಳು ಕೇಳಿಸುತ್ತಿತ್ತು. ಅವನು ತೂಗಾಡುತ್ತ ಹೊಲದಂಚಿನ ಬೆಟ್ಟದ ಏಣಿನವರೆಗೂ ಬರುತ್ತಿದ್ದ. ಹಿಂದೆ ಅವನು ಕೆಲಸ ನಿಲ್ಲಿಸಿ, ಶಾಲೆಯ ಅವಳ ಗುರುತಿನ ಹುಡುಗರನ್ನು ಕುರಿತು ಚುಡಾಯಿಸಿ ಹಾಸ್ಯ ಮಾಡುತ್ತಿದ್ದ. ಈಗ ಅವಳು 'ಅಪ್ಪ' ಎಂದು ಮಾತಾಡಿಸಿದಾಗ, ಕುದುರೆಗಳನ್ನು ಹೊರತಂದು, ಉತ್ತ ಸಾಲಿನ ಕಡೆ ಒಮ್ಮೆ ಕಣ್ಣಾಡಿಸಿ, ಮೀಸೆ ತಿರುವಿ, ಮುಖ ಒರೆಸಿಕೊಳ್ಳುವವರೆಗೂ ಬಾಯಿ ತೆರೆಯುತ್ತಿರಲಿಲ್ಲ, ಆಮೇಲೆ ಅದೇ ಆಗ ಎದ್ದನೊ ಎಂಬಂತೆ ಮಗಳ ಕಡೆ ಪಿಳಿಪಿಳಿ ಕಣ್ಣು ಬಿಟ್ಟು, 'ಏನು ಸ್ಕೂಲಿಗೊ?' ಎಂದು ಕೇಳಿ, ಮತ್ತೆ ಕುದುರೆಗಳಿಗೆ ಹುಶ್ ಅನ್ನುತ್ತ ಆ ಕಡೆ ತಿರುಗಿ ಕೆಲಸಕ್ಕೆ ತೊಡಗುತ್ತಿದ್ದ. ಅವಳು ಮಾತಾಡದೆ, ಪಿಟೌಲ್ಡ್ಸ್‌ಗೆ ಬಂದಾಗಿನಿಂದ ಅತಿಯಾಗಿ ಬದಲಾವಣೆಗೊಂಡ ತನ್ನ ಮುಖದ ಮೇಲೆ ಆಶ್ಚರ್ಯ ತೋರಿಸುತ್ತ ತೆಪ್ಪಗೆ ನಡೆದು ಮುಂದೆ ಹೋಗುತ್ತಿದ್ದಳು.

ಡಿಸೆಂಬರ್ ಮುಗಿಯುವುದಕ್ಕೆ ಮೊದಲೇ ಅವನು ಇಡೀ ನೆಲವನ್ನೆಲ್ಲ ಉತ್ತು ಮುಗಿಸಿದ್ದ. ಇವನೂ ಎಲ್ಲ ಗಾಲ್ಟರಂತೆಯೇ, ಅವರ ದಾರಿಯನ್ನೇ ಹಿಡಿಯುತ್ತಾನೆ ಎಂದು ಜನ ಅಂದುಕೊಂಡಿದ್ದರು. ಅವರಂತೆಯೇ ಇವನೂ ಹಲ್ಕಾ ಮನುಷ್ಯನಾಗಿಬಿಡುತ್ತಾನೆ, ಸಂತೆಗೆ ಹೋಗಿ ಕುದುರೆಯ ವ್ಯಾಪಾರಕ್ಕೆ ತೊಡಗುವುದು, ಒಂದನ್ನು ಕೊಳ್ಳುವುದು, ಇನ್ನೊಂದನ್ನು ಕದಿಯುವುದು, ಹಣ ಸಿಗುತ್ತದೆಂದರೆ ಹೊಲದ ಹಳ್ಳದಲ್ಲಿ ನೆಲಗಪ್ಪೆಗಳನ್ನು ಹಿಡಿದು ಮಾರುವುದು ಮುಂತಾದುವನ್ನು ಮಾಡುತ್ತಾನೆ ಎಂದು ಅವರು ನಿರೀಕ್ಷಿಸಿದ್ದರು. ಬದಲು ಇವನು ಬೇರೆಯೇ ಒಂದು ಹುಚ್ಚು ಹತ್ತಿಸಿಕೊಂಡ. ಮನೆಗೂ ಪಿಟೌಲ್ಡ್ಸ್ ಬೆಟ್ಟಕ್ಕೂ ನಡುವೆ ನಾಲಿಗೆಯಂತೆ ಚಾಚಿಕೊಂಡ ಮೂರು ನಾಲ್ಕು ಎಕರೆಗಳ ಒಂದು ತುಣುಕು ಬಂಜರು ಭೂಮಿಯಿತ್ತು. ಎಲ್ಲೆಲ್ಲೂ ಆಳವಾದ ಕೊರಕಲುಗಳು. ಸಾಲದ್ದಕ್ಕೆ ಮೀನಿನ ಮೈ ಪೊರೆಯಿಂದ ತುಂಬಿರುವಂತೆ ಅದರ ತುಂಬ ಗಟ್ಟಿ ಮರಳುಗಲ್ಲು ತುಂಬಿತ್ತು. ಪಿಟೌಲ್ಡ್ಸ್‌ನಲ್ಲಿ ಹೊಲ ಮಾಡಿದ ಯಾವ ರೈತನೂ ಅದನ್ನು ಮುಟ್ಟುವ ಧೈರ್ಯ ಮಾಡಿರಲಿಲ್ಲ. ರಾಬ್ ಗಾಲ್ಟ್ ಅದನ್ನು ಹದಮಾಡಲು ಕೈಯಿಟ್ಟ. 'ಅದು ಮನುಷ್ಯನ ನಂಟಿಗೆ ಹಾತೊರೆಯುತ್ತಿದೆ, ನೋಡಿ' ಅಂದ.

ಗಾಡಿಗಟ್ಟಲೆ ಕಲ್ಲು ತಂದು ಅದರ ಕೊರಕಲುಗಳನ್ನು ತುಂಬಿದ. ಅದರಲ್ಲಿನ ಬೇರುಗಳನ್ನು ಸಾಧ್ಯವಾದಲ್ಲಿ ಪಿಕಾಸಿಯಿಂದ ಕಿತ್ತು ತೆಗೆದ. ಅದಕ್ಕೆ ಬಗ್ಗದೆ ಹೋದಾಗ ಕುದುರೆಗಳನ್ನು ಕಟ್ಟಿ, ಎಳೆಸಿ ಕಿತ್ತ. ಏಪ್ರಿಲ್ ಮುಗಿಯುವ ಮೊದಲು ಆ ಬಂಜರು ನೆಲವನ್ನು ಹದ್ದಿಗೆ ತರುತ್ತೇನೆನ್ನುತ್ತ ಇಡೀ ವಸಂತ ಮಾಸವೆಲ್ಲ ದುಡಿದ. ಉಳಿದ ಕೆಲಸ ಹಿಂದಕ್ಕೆ ಬಿತ್ತು. ಆ ಮೂರ್ಖನಿಗೆ ತಕ್ಕದ್ದಾಯಿತು ಎಂದು ಜನ ನಕ್ಕರು.

ರಾಬ್ ಎಂದಾದರೊಮ್ಮೆ ನೆರೆಯವರನ್ನು ನೋಡಲು ಹೋಗುತ್ತಿದ್ದ. ಅಲ್ಲಿ ಹೋಗಿ ಬೆಂಕಿ ಕಾಯಿಸುತ್ತ ಕುಳಿತಾಗ ಕಿವುಡನಂತಿರುತ್ತಿದ್ದ. ಅವರು ಇವನೊಂದಿಗೆ ಮಳೆ ಬೆಳೆ, ಹೊಲದಲ್ಲಿ ತುಂಬಿದ ಚೌಳು ಮಣ್ಣು, ಅದನ್ನು ಜಾಳಿಸುವ ವಿಧಾನ, ಜಿಗುಟು ಮಣ್ಣಿನಲ್ಲಿ ಬೆಳೆಯಬಹುದಾದ ಒಳ್ಳೆಯ ಟರ್ನಿಪ್‌ಗಳ ಜಾತಿ, ಮಳೆ ಬೀಳದ ವರ್ಷ ಉತ್ತಮ ಬೆಳೆ ಪಡೆಯಲು ಹಾಕಬೇಕಾದ ಗೊಬ್ಬರ – ಇವನ್ನು ಕುರಿತು ಮಾತಾಡುತ್ತಿದ್ದರು. ಅವರಿಗೆ ಇವೆಲ್ಲವೂ ಆಸಕ್ತಿ ಕೆರಳಿಸುವ ವಿಷಯಗಳು. ಆದರೆ ರಾಬ್ ಗಾಲ್ಟನ ಮಾತೇ ಬೇರೆ. ಹುಚ್ಚು ಕೆರಳಿದಾಗ ಅವನು ಹಿಂದೊಮ್ಮೆ ಬಂಜರಾಗಿದ್ದ ಭೂಮಿಗಳ ಬಗ್ಗೆ, ಈ ಹೊಲ ಆ ಹೊಲಗಳ ಬಗ್ಗೆ, ಅವು ಬೆನ್ನುತಟ್ಟಿ ಪುಸಲಾಯಿಸಿದರಷ್ಟೇ ಒಲಿಯುವ ಹೆಣ್ಣುಗಳೊ ಎಂಬಂತೆ ಮಾತಾಡುತ್ತಿದ್ದ. ನೆರೆಯಾತ ಬಾಗಿಲಿನಷ್ಟು ಬಾಯಿ ತೆರೆದು ಆಕಳಿಸುತ್ತ ಕೂರುತ್ತಿದ್ದ. ಗಡಿಯಾರ ಗಂಟೆ ಗಂಟೆಯಾಗಿ ಕುಂಟಿ ಬೆಳಗಾಗುತ್ತಿದ್ದರೂ ರಾಬ್ ಗಾಲ್ಟ್ ಇನ್ನೂ ಬಡಬಡಿಸುತ್ತಲೇ ಇರುತ್ತಿದ್ದ – "ಆ ಹುಲ್ಲು ಬಯಲು ನಿಜವಾಗಿ ಹಾದರಗಿತ್ತಿ ಇದ್ದ ಹಾಗೆ, ಮಹಾ ಮೋಸಗಾತಿ. ಕೆಲಸ ಷುರುಮಾಡಿದ ಮೇಲೆ ಅದು ಏನು ಅಂತ ಗೊತ್ತಾದದ್ದು. ಅದಕ್ಕೆ ಹೊಟ್ಟೆಗೆ ಕಾಳೂ ಬೇಕು, ಹೊಟ್ಟೂ ಬೇಕು. ಸ್ವಲ್ಪವಾದರೆ ಸಾಲದು. ಒಂದಿಷ್ಟು ಫಾಸ್ಫೇಟ್ ಹಾಕಿ ತಾಜಾ ಹೊಡೀತೀನಿ."

ಆಗ ನೆರೆಯಾತ ಹೇಳುತ್ತಿದ್ದ :

"ಹಾಗೇನು ? ಅದು ಸರಿ. ಈ ಕಂದಾಯದ ವಿಷಯದಲ್ಲಿ ನೀನು ಏನಂತಿ ?"

ಅದಕ್ಕೆ ರಾಬ್ ಉತ್ತರಿಸುತ್ತಿದ್ದ :

"ಆ ವಿಷಯದಲ್ಲಿ ನಾನೇನು ಹೇಳಲಿ ? ನನ್ನ ತಲೆ ತಿನ್ತಿರೋದು ಅಂದರೆ ಈ ಹೊಸ ಬಯಲು. ನನ್ನದೆಲ್ಲಾನೂ ಅದಕ್ಕೆ ಸುರಿದಿದೀನಿ."

ಇಂಥ ಮೂರ್ಖನ ಬಗ್ಗೆ ಏನು ಹೇಳುವುದು ? ಬಂಜರು ಭೂಮಿಯ ಕೆಲಸ ಹಿಂದೆ ಬಿದ್ದಿದ್ದುದನ್ನು ರಾಬ್ ರಾತ್ರಿಯ ವೇಳೆ ಮಾಡಿ ಮುಗಿಸಿದುದೇ ಅಲ್ಲದೆ ಮಾರನೆಯ ವರ್ಷ ತನ್ನ ಹೊಲದಲ್ಲಿ ಒಳ್ಳೆಯ ಬೆಳೆಯನ್ನೇ ತೆಗೆದ. ಅವನು ಫಸಲು ಕೊಯ್ಯುತ್ತ ಹೋದಂತೆ ಹೆಂಡತಿಯೂ ಮಗಳು ಕಂತೆಕಟ್ಟಿ ಕಾಳು ಬಡಿದರು.

ರ್‍ಯಾಷೆಲ್ ಇದ್ದಕ್ಕಿದ್ದಂತೆ ದೊಡ್ಡವಳಾಗಿ, ಅವಳು ಸ್ಕೂಲಿಗೆ ಹೋಗುವಾಗ ಜನ ಆಶ್ಚರ್ಯದಿಂದ ಕತ್ತೆತ್ತಿ ನೋಡುವಂತಾದಳು. ಅವಳು ಬುದ್ಧಿವಂತೆಯೆಂದೂ ಹೇಳುತ್ತಿದ್ದರು. ನೆರೆಹೊರೆಯ ಗಂಡುಮಕ್ಕಳಷ್ಟೇ ಬುದ್ಧಿವಂತೆ ಅನ್ನಬಹುದು. ಆದರೆ ಮೇಷ್ಟರುಗಳು ತಮ್ಮ ಮಕ್ಕಳಿಗೆ ಅಷ್ಟಾಗಿ ಗಮನ ಕೊಡುತ್ತಿರಲಿಲ್ಲವೆಂದು ಗಾಲ್ಟ್ ಜನ ದೂರುತ್ತಿದ್ದರು. ಸರಿ, ಆವೊತ್ತು ರಾತ್ರಿ ರ್‍ಯಾಷೆಲ್ ಒಂದು ಸುದ್ದಿ ತಂದಿದ್ದಳು. ರಾಬ್ ಒಳ್ಳೆಯ ಬೆಲೆಗೇ ಕಾಳು ಮಾರಿ ಸಂತೆಯಿಂದ ಹಿಂದಿರುಗಿ ಬಂದಿದ್ದ. ಹೊರಗಿನ ಕೆಲಸ ಮುಗಿಸಿ, ಅಡಿಗೆಕೋಣೆಗೆ ಬಂದು, ಬೆಂಕಿಗೆ ಕಾಲುಚಾಚಿ, ಪೈಪು ಸೇದುತ್ತ ಕುಳಿತಿದ್ದ. ಅವನ ಕಣ್ಣು ಕಿಟಕಿಯಾಚೆ, ಅಲ್ಲಿ ಮೇಲೆದ್ದು ಇವನಿಗಾಗಿಯೇ ಅರಸುತ್ತ ಮನೆಯೊಳಗೆ ಇಣಿಕು ಹಾಕುತ್ತಿದೆಯೊ ಎನ್ನುವಂತಿದ್ದ

ಹುಲ್ಲುಬಯಲನ್ನು ನೋಡುತ್ತಿತ್ತು. ರ್ಯಾಷೆಲ್ ಊಟಮಾಡುತ್ತ ಯೋಚನೆಯಲ್ಲಿ ಮಗ್ನಳಾಗಿ ಕುಳಿತಿದ್ದಳು – ತೆಪ್ಪಗೆ, ಮಂಕಾಗಿ, ಏನೋ ಒಂದು ಬಗೆಯಾಗಿ. ಈ ಹುಡುಗಿ ಚೆಲುವೆ ಎನ್ನಿಸಿ ಕೊಳ್ಳಲು ಇಷ್ಟು ತೆಳ್ಳಗಿರಬಾರದಿತ್ತು, ಹುಡುಗಿಯರು ಮೈಕೈ ತುಂಬಿಕೊಂಡಿದ್ದರೇ ಚೆನ್ನು ಎಂದು ರಾಬ್ ಯೋಚಿಸಿದ. ಸರಿ, ರ್ಯಾಷೆಲ್ ತಾನು ತಿನ್ನುತ್ತಿದ್ದ ಮಾಂಸದ ತುಂಡನ್ನು ಮುಗಿಸಿ ತನ್ನ ಮೇಷ್ಟರು ಕಳಿಸಿದ್ದ ಸಂದೇಶವನ್ನು ತಿಳಿಸಿದಳು–ಮುಂದೆ ಅವಳನ್ನು ಕಾಲೇಜಿಗೆ ಕಳಿಸಿದ್ದಾದರೆ ವಿದ್ಯಾರ್ಥಿವೇತನ ಅಥವಾ ಬೇರೆ ಯಾವುದಾದರೂ ಸಹಾಯ ಸಿಗಬಹುದು ಎಂದು.

"ನೀನೇನು ಹೇಳತಿ, ರಾಬ್," ಹೆಂಡತಿ ಕೇಳಿದಳು. ರಾಬ್ "ಏನು ?" ಎಂದು ಮರುಪ್ರಶ್ನೆ ಹಾಕಿದ. ಅವರು ಎಲ್ಲವನ್ನೂ ಮತ್ತೆ ಮೊದಲಿನಿಂದ ಹೇಳಿದರು. ರಾಬ್ ಮುಖ ಸಿಂಡರಿಸಿಕೊಂಡು, "ಏನು, ಓದಲು ಹಣವೆ ? ಎಲ್ಲಿಂದ ತರಲಿ ?" ಅಂದ.

"ಈಗ ಕಾಳು ಮಾರಿ ಬಂದಿದ್ದೀಯಲ್ಲ ? ಆ ಹಣದಿಂದ," ಹೆಂಡತಿ ಹೇಳಿದಳು. ರಾಬ್ ನಕ್ಕು ಏನೂ ಗೊತ್ತಿಲ್ಲದ ಯಾರಿಗೋ ಹೇಳುವಂತೆ ನುಡಿದ:

"ಬೀಜ ಕೊಂಡುಕೋಬೇಕಾಗಿದೆ, ಚರಂಡಿ ತೋಡಬೇಕಾಗಿದೆ. ಆಮೇಲೆ ಮುಂದಿನ ವರ್ಷದ ಬೆಳೆಗೆ ಅಂತ ಪಡ ಬಿಟ್ಟ ಹೊಲವನ್ನು ನೋಡೋದು ಬೇಡವೆ ? ಆ ಹೊಲ ಗೊಬ್ಬರ ಗೊಬ್ಬರ ಅಂತ ಕೂಗ್ತಾ ಇದೆ. ಇವೆಲ್ಲಾ ಆಗಿ ಒಂದು ಪೆನ್ನಿ ಸಹ ಉಳಿಯೋದಿಲ್ಲ."

ರ್ಯಾಷೆಲ್ ಕತ್ತಲಿಗೆ ಮುಖ ಮಾಡಿಕೊಂಡು ತೆಪ್ಪಗೆ ಕುಳಿತು, ಹೊರಗಿನ ಆ ಹೊಲವನ್ನು ನೋಡುತ್ತಿದ್ದಳು. ಇದ್ದಕ್ಕಿದ್ದಂತೆ ಅವಳು ಬಿಕ್ಕುತ್ತಿದ್ದುದು ಕೇಳಿಸಿತು. ಅವಳು ಬಿಕ್ಕುವ ಶಬ್ದವನ್ನು ಕೇಳಿ ಅಚ್ಚರಿಗೊಂಡ ರಾಬ್ ಥಟ್ಟನೆ ಹಿಂದಕ್ಕೆ ತಿರುಗಿ "ನಿನಗೇನಾಗಿದೆ ?" ಎಂದು ಮಗಳನ್ನು ಪ್ರಶ್ನಿಸಿದ.

ಅದಕ್ಕೆ ತಾಯಿ ಉತ್ತರಿಸಿದಳು:

"ಏನಾಗಿದೆ? ನಿನ್ನ ಬದುಕು ಹಾಳಾಗಿದ್ದಿದ್ದರೆ ನೀನೂ ಹಾಗೇ ಗೋಳಾಡ್ತಿದ್ದೆ."

ರಾಬ್ ಎದ್ದು ರ್ಯಾಷೆಲಳ ಬೆನ್ನು ತಟ್ಟುತ್ತ ಅಂದ:

"ಇದಕ್ಕೆಲ್ಲ ಹೀಗೆ ಬೇಜಾರು ಮಾಡಿಕೊತಾರೆಯೆ ? ಅಳೋದಕ್ಕೆ ಅದೇನು ದೊಡ್ಡ ವಿಷಯ ? ಬಾ, ಬಯಲಲ್ಲಿ ಒಂದು ಸುತ್ತು ಹಾಕಿಕೊಂಡು ಬರೋಣ."

ತಾನು ಕಾಲೇಜು ಸೇರುವ ವಿಷಯದಲ್ಲಿ ಅಪ್ಪ ಮನಸ್ಸು ಬದಲಾಯಿಸಬಹುದೆಂದು ಆಸೆ ಹೊತ್ತು ರ್ಯಾಷೆಲ್ ಅವನ ಜತೆ ಹೋದಳು. ಆ ತಿರುಗಾಟದಲ್ಲಿ ಅವನು ಮಾಡಿದ್ದೆಂದರೆ ಅಲ್ಲಲ್ಲಿ ನಿಂತು ಫಸಲು ಕೊಯ್ದ ಮೇಲಿನ ಮೋಟು ಕೂಳೆಗಳ ಹದವನ್ನು ದಿಟ್ಟಿಸಿ ನೋಡುತ್ತ, ಫಸಲು ಬೆಳೆಯದೆ ಹುಲ್ಲು ಹುಟ್ಟಿಕೊಂಡಿದ್ದ ಜಾಗಗಳನ್ನು ನೋಡಿ ವಿಚಿತ್ರವಾಗಿ ನಕ್ಕದ್ದೆಷ್ಟೊ ಅಷ್ಟೆ. ಬಳಿಕ ಆ ಜಾಗಗಳನ್ನು ರ್ಯಾಷೆಲ್‌ಗೆ ತೋರಿಸುತ್ತಾ ಅವನೆಂದ:

"ಅಲ್ಲಿ ನೋಡು, ರ್ಯಾಷೆಲ್. ಆ ದರಿದ್ರ ಜಾಗ, ಇಲ್ಲಿ ಏನನ್ನೂ ಬೆಳೆಯಲು ಬಿಡೋದಿಲ್ಲ ಅನ್ನುತ್ತೆ. ಮುಂದಿನ ಸಲ ಇನ್ನೂ ಆಳವಾಗಿ ಅಗೆದು ಬೀಜ ನೆಡಬೇಕು."

ಹಾಗನ್ನುತ್ತಾ ಅವನು ಬಗ್ಗಿ ಒಂದು ಹಿಡಿ ಮಣ್ಣೆತ್ತಿ ನೋಡಿ, ಅದನ್ನು ನಿಧಾನವಾಗಿ ಬೆರಳುಗಳ ಮೂಲಕ ವಾಪಸು ಹರಿಯಬಿಟ್ಟ. ಆಮೇಲೆ ಅದು ಬಂಗಾರದ ಹುಡಿಯೊ ಎಂಬಂತೆ ಕೈಜಾಡಿಸಿದ – ತಾವು ನಡೆಯುತ್ತಿದ್ದ ಕಾಲು ಹಾದಿಯ ಮೇಲಲ್ಲ, ಹೊಲದ ನೆಲದ ಮೇಲೆ ಬೀಳುವಂತೆ. ಅವರು ಹಾಗೆಯೇ ನಡೆದು ಕೊನೆಗೆ ಅವನು ಕಲ್ಲು ಮಣ್ಣಿ ಹೆಂಟೆಗಳನ್ನು ಒಡೆದು ಉತ್ತಿದ್ದ ಬಂಜರಿಗೆ ಬಂದರು. ರಾಬ್ ಪೈಪ್ ಹಚ್ಚಿ ಹೊಗೆ ಬಿಡುತ್ತಾ ಆ ನೆಲವನ್ನೇ ನೋಡುತ್ತ ನಿಂತ. "ನೋಡಿದೆಯೇನೆ, ಹುಡುಗಿ, ನಿನ್ನನ್ನ ಹೇಗೆ ಮಾಡಿದೇನೆ ?"

ಅಂದ. ಅವನು ಸಂಬೋಧಿಸುತ್ತಿದ್ದುದು ನೆಲವನ್ನು ಉದ್ದೇಶಿಸಿ, ಮಗಳನ್ನಲ್ಲ. ಆದರೆ ರ್‍ಯಾಷಲ್ ಆ ಕ್ಷಣದಿಂದಲೇ ಪಿಟೌಲ್ಸ್‌ನ ನೆಲವನ್ನು ದ್ವೇಷಿಸತೊಡಗಿದಳು. ತೆಪ್ಪಗೆ ತಂದೆಯನ್ನು ನೋಡುತ್ತ ಅವನು ಆ ನೆಲದಲ್ಲಿ ಮೊದಲು ಕಾಲಿರಿಸಿದಾಗಿನಿಂದ ಎಷ್ಟು ಬದಲಾಯಿಸಿ ಹೋಗಿದ್ದಾನೆ ಎಂದು ಯೋಚಿಸತೊಡಗಿದಳು.

ಮುಂಜಾವಿನಿಂದ ಸಂಜೆ ಕತ್ತಲಾಗುವವರೆಗೆ, ಮತ್ತೆ ಕತ್ತಲಾದ ಮೇಲೆಯೂ ಇನ್ನೂ ಹೆಚ್ಚು ಹೊತ್ತು ಅವನು ದುಡಿಯುತ್ತಿದ್ದ. ಭೂಮಿಯಿಂದ ಭಾರೀ ಫಸಲು ತೆಗೆಯುತ್ತಿದ್ದ. ಸಂಪಾದಿಸಿದ ಹಣದ ವಿಷಯದಲ್ಲಿ ಅತ್ಯಂತ ಜಿಪುಣನಾಗಿ ವರ್ತಿಸುತ್ತಿದ್ದ. ಆದರೆ ಐದು ವರ್ಷದ ಬೇಸಾಯದಲ್ಲಿ ಅವನಲ್ಲಿ ತನ್ನದೆಂದುಕೊಳ್ಳಬಹುದಾದ ಒಂದು ಕಾಸೂ ಇರಲಿಲ್ಲ. ಈ ವರ್ಷದ ಫಸಲಿನಿಂದ ಬಂದ ಕೂಳೆಕಸ ಸಹ ಮುಂದಿನ ವರ್ಷದ ಫಸಲಿನ ಕಡೆಗೆ ಹೋಗಲು ಹಾತೊರೆಯುತ್ತಿತ್ತು. ಹೊಲದ ಉತ್ತರಕ್ಕಿದ್ದ ಬಂಜರಿನ ತುಂಡನ್ನು ಅವನು ಅದು ತನ್ನ ಮೈಯ ರಕ್ತಮಾಂಸವೊ ಎಂಬಂತೆ ಆರೈಕೆ ಮಾಡುತ್ತಿದ್ದ. ಗೊಬ್ಬರ ಹಾಕಿ ಎರಡು ಮೂರು ಬಾರಿ ಅಡ್ಡಡ್ಡಲಾಗಿ ಉಳುತ್ತಿದ್ದ. ಉತ್ತು, ಕುಂಟೆ ಹೊಡೆಯುತ್ತಿದ್ದ; ಇಡೀ ನೆಲವನ್ನೇ ಮೇಲು ಕೆಳಗು ಮಾಡುತ್ತಿದ್ದ. ಅವನು ಅದಕ್ಕೆ ಮಾಡಿದ್ದ ಶುಶ್ರೂಷೆಯನ್ನು ನೋಡಿ "ಸಾಧ್ಯವಾಗೋದಾದರೆ ಇವನು ಯಾವತ್ತೊ ಒಂದು ದಿನ ಅದನ್ನ ತನ್ನ ಪಕ್ಕದಲ್ಲಿ ಮಲಗಿಸಿಕೊಳ್ತಾನೆ" ಎಂಬ ಹಾಸ್ಯ ಪ್ರಚಾರವಾಯಿತು. ಅದು ಹಾಸ್ಯವಾಗಿಯಷ್ಟೇ ಉಳಿಯಲಿಲ್ಲ. ಈಗ ರಾಬ್‌ನ ಹೆಂಡತಿಗೆ ಅವನು ತನ್ನಲ್ಲಿ ತೋರಿಸುತ್ತಿದ್ದ ಅನಾಸಕ್ತಿಯನ್ನು ನೋಡುವಾಗ ಅವನು ಹಾಗೆಯೇ ಮಾಡುತ್ತಿದ್ದನೇನೊ ಅನಿಸುತ್ತಿತ್ತು. ಎತ್ತರಕ್ಕೆ ಕಪ್ಪಾಗಿ, ಮೌನವಾಗಿರುತ್ತಿದ್ದ ಅವಳು ಎದುರಿಗೆ ಬಂದರೆ ಅವನು ವಿಚಿತ್ರವಾಗಿ ಆಡುತ್ತಿದ್ದ. ಹಿಂದೊಮ್ಮೆ ನಾಚಿಕೊಳ್ಳದೆ 'ನನ್ನ ಚಿನ್ನ' ಎಂದು ಕರೆಯುತ್ತಿದ್ದವನು, ಜಗತ್ತಿನಲ್ಲಿ ತಾನು ಆಸೆಪಟ್ಟಿದ್ದು ಇಂತಹ ಒಬ್ಬಳು ಹೆಂಡತಿ, ಒಂದು ತುಂಡು ಹೊಲ ಅಷ್ಟೇ ಅನ್ನುತ್ತಿದ್ದವನು ಇದೇ ರಾಬ್ ಆಗಿರಲಿಲ್ಲ. ಅದು ಅವನಿಗೆ ಹೊಲ ಸಿಗುವುದಕ್ಕಿಂತ ಹಿಂದಿನ ಕಾಲದ ಮಾತಾಗಿತ್ತು.

ಒಂದು ದಿನ ರಾತ್ರಿ ಅವರು ಊಟಕ್ಕೆ ಕುಳಿತಾಗ ಅವಳು ಹೇಳಿದಳು:

"ರಾಬ್, ನನ್ನ ಎದೇಲಿ ಮೊದಲಿದ್ದ ನೋವು ಹಾಗೇ ಇದೆ. ಈಚೆಗೆ ದಿನ ದಿನಕ್ಕೆ ಜಾಸ್ತಿಯಾಗ್ತಿದೆ ಅಂತ ಅನ್ನಿಸುತ್ತೆ. ಡಾಕ್ಟರನ್ನ ಕರಸೊದು ವಾಸಿ."

ರಾಬ್ "ಅ್ಞ" ಅಂದು ಅವಳ ಕಡೆ ಮಂಕಾಗಿ ನೋಡಿ, ಮತ್ತೆ ಮುಂದುವರಿಸಿದ :

"ಅದು ಸರಿ, ನಾನು ಇನ್ನು ಮೇಲೆ ಸ್ವಲ್ಪ ಕೆಲಸ ಜಾಸ್ತಿಮಾಡಬೇಕು. ಟರ್ನಿಪ್ ಹೊಲದಲ್ಲಿ ಹುಚ್ಚಾಗಿ ಕಳೆ ಬೆಳೆದಿದೆ, ಹುಲ್ಲು ಬಯಲಲ್ಲಿ ಕಸ ತುಂಬಿಕೊಂಡಿದೆ. ರಾತ್ರಿಯ ಹೊತ್ತು ಎರಡು ಮೂರು ಗಂಟೆಯಾದರೂ ದುಡೀಬೇಕು."

"ರಾಬ್, ಒಂದು ಕ್ಷಣ ನಿನ್ನ ಹೊಲ ಬಯಲು ಬಿಟ್ಟು ನನ್ನ ವಿಷಯ ಯೋಚನೆ ಮಾಡ್ತೀಯೇನು? ನನಗೆ ಆರೋಗ್ಯ ಸರಿಯಿಲ್ಲ. ಈ ಸಲವಾದರೂ ಡಾಕ್ಟರನ್ನ ಕರಸಬೇಕು."

ರಾಬ್ ಮಾರನೆಯ ದಿನ ಮಧ್ಯಾಹ್ನ ಇಳಿಹೊತ್ತು ಮಾಡಿಕೊಂಡು ಸ್ಟೋನ್‌ಹೈವ್‌ಗೆ ಹೊರಟ. ಗಂಟೆಗಳು ಉರುಳಿದವು. ಬೆಳಕು ಕಂತಿತು. ಗಂಡನೂ ಇಲ್ಲ, ಡಾಕ್ಟರೂ ಇಲ್ಲ. ರಾಬ್‌ನ ಹೆಂಡತಿ ಚಿಂತೆ ನೋವುಗಳಿಂದ ಹುಚ್ಚಾದಳು. ಕೊನೆಗೆ ಹೊಲದಲ್ಲೆಲ್ಲ ಕತ್ತಲು ಕವಿದಂತೆ, ಬಾಗಿಲ ಹತ್ತಿರ ರಾಬ್‌ನ ಹೆಜ್ಜೆಯ ಸಪ್ಪಳ ಕೇಳಿಸಿತು. ಹೆಂಡತಿ ಓಡೋಡುತ್ತ ಬಂದು "ಯಾಕಿಷ್ಟು ಹೊತ್ತಾಯಿತು ?" ಎಂದು ಅರಚಿದಳು. ಅವನು "ಮತ್ತೇನು ? ಕೆಲಸ !"

ಅಂದ. ಸ್ಟೋನ್‌ಹೈವ್‌ನಿಂದ ಹಿಂದಿರುಗಿ ಬರುವಾಗ ಹೊಲ ಕಳೆಯಿಂದ ತುಂಬಿದ್ದುದನ್ನು ನೋಡಲಾರದೆ, ಬೈಸಿಕಲ್ಲಿಂದ ಇಳಿದವನೇ ಆತ ಕಳೆ ಕೀಳುವುದಕ್ಕೆ ತೊಡಗಿದ್ದ. ಡಾಕ್ಟರಿಗೆ ಮಾರನೆಯ ಬೆಳಿಗ್ಗೆಯ ತನಕ ಬರುವುದಕ್ಕಾಗುವುದಿಲ್ಲವೆಂದು ಸುದ್ದಿ ತಿಳಿಸುವುದಕ್ಕೋಸ್ಕರ ಮನೆಯವರೆಗೆ ಹೋಗಿ ಕಾಲಹರಣ ಮಾಡುವುದರಲ್ಲಿ ಏನು ಅರ್ಥವಿತ್ತು!

ಸರಿ, ಡಾಕ್ಟರು ತಮ್ಮ ಉದ್ದನೆಯ ಕಂದುಬಣ್ಣದ ಕಾರಿನಲ್ಲಿ ಬಂದರು. ಬರುವಾಗ ಹೊಲದಲ್ಲಿ ಕಳೆ ಕೀಳುತ್ತಿದ್ದ ರಾಬ್‌ನನ್ನು ನೋಡಿ ಕೂಗಿ ಹೇಳಿದರು:

"ಮನೇಲಿ ನಿನ್ನ ಸಹಾಯ ಬೇಕಾಗ್ತದೆ, ಬಾ."

ಇದ್ದಲ್ಲಿಂದಲೇ ಅವನೂ ಅರಚಿದ:

"ಯಾಕೆ? ನನಗೀಗ ಪುರಸೊತ್ತಿಲ್ಲ."

ಕೊನೆಗೆ ಇಬ್ಬರೂ ಕಾರು ಹತ್ತಿ ಮನೆಗೆ ಬಂದರು. ಡಾಕ್ಟರು ಒಳಗೆ ಹೆಂಡತಿಯ ಪರೀಕ್ಷೆ ಮಾಡುತ್ತಿದ್ದಾಗ ಇವನು ಹೊರಗೆ ಅಸಹನೆಯಿಂದ ಕಾಯುತ್ತ ಕುಳಿತಿದ್ದ. ಆಮೇಲೆ ಡಾಕ್ಟರು ಹೊರಬಂದು ತಡವರಿಸುತ್ತ ಹೇಳಿದರು:

"ನೋಡು ರಾಬ್, ಕೆಟ್ಟಸುದ್ದಿ ಹೇಳಬೇಕಾಗಿದೆ. ನಿನ್ನ ಹೆಂಡತಿಗೆ ಸ್ತನದ ಕ್ಯಾನ್ಸರ್ ಆಗಿದೆ ಅಂತ ಕಾಣ್ತದೆ."

ರಾಬ್‌ನ ಹೆಂಡತಿ ಹಾಸಿಗೆ ಹಿಡಿದು ಸುಮಾರು ಒಂದು ತಿಂಗಳ ಕಾಲ ಮಲಗಿದಳು. ರಾಬ್ ಗಾಲ್ಟ್ ಪಿಟೌಲ್ಡ್ಸ್‌ನ ಹೊಲದಲ್ಲಿ ಒಂಟಿಯಾಗಿ ದುಡಿಯುತ್ತಿದ್ದ. ಮಗಳು ಪಿಟೌಲ್ಡ್ಸ್ ಬಿಟ್ಟುಹೋಗಿ ಸೆಗೆಟ್‌ನಲ್ಲಿ ಕೆಲಸಕ್ಕೆ ಸೇರಿದ್ದಳು. ರಾಬ್‌ನ ಹೆಂಡತಿ ಮಗಳಿಗೆ ಕಾಗದ ಬರೆದು ತಿಳಿಸಿದಳು. ರ್‍ಯಾಷೆಲ್ ಓಡಿಬಂದಳು, ಅವಳು ಮೆಲ್ಲಗೆ ಹೇಳಿದಳು:

"ಏನು, ಅಪ್ಪ ನಿನ್ನ ಹತ್ತಿರ ಸಹ ಸುಳಿದಿಲ್ಲವೆ? ತಾಳು, ಪೋಲೀಸಿಗೆ ದೂರು ಕೊಟ್ಟು ಆ ಮೃಗಕ್ಕೆ ತಕ್ಕದ್ದು ಮಾಡಸ್ತೀನಿ."

ಅವಳಾಡುತ್ತಿದ್ದುದು ಹೊರಗೆ ಹುಲ್ಲು ಕುಯ್ಯಲು ಹೋಗಿದ್ದ ಅಪ್ಪನ ಬಗ್ಗೆಯೇ. ಕಿಟಿಕಿಯ ಮೂಲಕ ಅವನು ಹುಲ್ಲು ಕುಯ್ಯುತ್ತಿರುವುದು ಕಾಣಿಸುತ್ತಿತ್ತು. ಆಗಾಗ್ಗೆ ಕಲ್ಲಿನ ಮೇಲೆ ಕುಡುಗೋಲಿನ ಒದ್ದೆಯಲಗು ಮಸೆಯುವ ಶಬ್ದ. ತೂಕಡಿಸುತ್ತಿದ್ದ ಹೋವೆ ಹಳ್ಳಿಯ ಮೇಲೆ ಸೂರ್ಯ ಇಳಿದು ನಿಂತಿದ್ದ. ಹೆಂಡತಿ ಕೊಳಕು ಹುಲ್ಲು ಹಾಸಿಗೆಯ ಮೇಲೆ ಸಾಯುತ್ತ ಬಿದ್ದಿದ್ದಳು. ಅವಳು ಮೆಲ್ಲಗೆ ಪಿಸುಗುಟ್ಟಿದಳು:

"ಇಲ್ಲ, ಅವನದ್ದು ಕ್ರೂರ ಸ್ವಭಾವ ಅಂತಲ್ಲ, ಅವನಿಗೆ ಅವೆಲ್ಲ ಹೊಳೆಯೋದಿಲ್ಲ. ಹೊಲದ ಹುಚ್ಚು ಹತ್ತಿಸಿಕೊಂಡಿದಾನೆ, ಅಷ್ಟೆ."

ರ್‍ಯಾಷೆಲ್ ಈಗ ಹುಡುಗಿಯಲ್ಲ. ಅವಳು ಬೆಳೆದು ಹೆಣ್ಣಾಗಿದ್ದಳು. ಊರ ಹುಡುಗರಿಗೆಲ್ಲ ಪರಿಚಿತವಾಗಿದ್ದ ಸಿಡುಕಿನ ಸ್ವಭಾವ ಅವಳದ್ದು. ಅಪ್ಪ ಮನೆಗೆ ಬರುವುದೇ ತಡ, ಅವಳು ಅವನನ್ನು ತರಾಟೆಗೆ ತೆಗೆದುಕೊಂಡಳು:

"ನಿನಗೆ ನಾಚಿಕೆಯಾಗೋದಿಲ್ವೆ? ಸರಿಯಾಗಿ ನೋಡಿಕೊಳ್ಳದೆ ಅಮ್ಮನ್ನ ಸಾಯಿಸಿದಿ. ಹೃದಯವಿಲ್ಲದ ಮೃಗ ನೀನು."

ಆದರೆ ರಾಬ್ ತನ್ನ ಆತುರದಲ್ಲಿ ಅವಳ ಕಡೆ ಸರಿಯಾಗಿ ನೋಡಲೂ ಇಲ್ಲ.

"ಅಯ್ಯೋ ಹೋಗೆ ಹುಡುಗಿ. ನಿನಗೆಲ್ಲೋ ಉಷ್ಣಕ್ಕೆ ತಲೆ ಕೆಟ್ಟಿದೆ. ಅಲ್ಲ, ಇವಳಿಗೆ ಮೈ ಚೆನ್ನಿಲ್ಲ ಅಂತ ಹೊಲದಲ್ಲಿ ಕಳೆ ಬೆಳೆಯೋದಕ್ಕೆ ಬಿಡಲೆ?"

ಬಳಿಕ ಅವಳನ್ನು ಸಮಾಧಾನಪಡಿಸುವವನಂತೆ ಅವಳ ಬೆನ್ನು ತಟ್ಟಿ, ಅವಸರದಲ್ಲಿ ಉಂಡು, ಹುಲ್ಲುಕಂತೆ ಕಟ್ಟಲು ಹೊರಟೇ ಬಿಟ್ಟ. ರ್‍ಯಾಷೆಲ್ "ಅಮ್ಮನ್ನ ನೋಡೋಲ್ಲವೆ?" ಎಂದು ಕೂಗಿಕೊಂಡಳು. "ಆ್ಞ? ಹ್ಞೂ!" ಅನ್ನುತ್ತ ಅವನು ಆತುರ ಆತುರವಾಗಿ ಒಳಮನೆಗೆ ಹೋದ. ಹೋಗುತ್ತ ಹೋಗುತ್ತ "ನೋಡು, ಮಗು. ಈಗ ಹುಲ್ಲು ಹದವಾಗಿ ಆಗಿದೆ. ಆದರೆ, ಅದರ ಮನೆ ಹಾಳಾಗ, ಸಮುದ್ರದ ಕಡೆಯಿಂದ ಕಾರ್ಮೋಡ ನುಗ್ಗಿ ಬರ್ತಿದೆ." ಅಂದ. ಮತ್ತೆ ನೋಡಿದಾಗ ಅವನಾಗಲೇ ಮನೆಯಾಚೆ ಆಕಾಶದಲ್ಲಿನ ಮೋಡಗಳ ಕಡೆ ಕತ್ತೆತ್ತಿ ನೋಡುತ್ತ ನಿಂತಿದ್ದ – ಆವೊತ್ತು ಜಗತ್ತಿನ ಮಹಾ ವಿಚಾರಣೆಯ ದಿನವೊ ಎಂಬಂತೆ!

ಸೆಪ್ಟೆಂಬರ್ ತಿಂಗಳು ಮುಗಿಯುವ ಮೊದಲೇ ರಾಬ್‌ನ ಹೆಂಡತಿ ತೀರಿಕೊಂಡಳು. ಶವಸಂಸ್ಕಾರದ ದಿನ ಸುತ್ತಮುತ್ತಿನವರು ಬಂದಾಗ ಅವರನ್ನು ಬರಮಾಡಿಕೊಂಡವನು ಹಳೆಯ ಜಾಳು ಷರಾಯಿತೊಟ್ಟು, ಕೈಯಲ್ಲಿ ಕುರಚಿಗೆ ಹಿಡಿದು ನಿಂತ ರಾಬ್‌ಗಾಲ್ಟ್. "ಕೊಂಚ ಆಲೂಗಡ್ಡೆ ಪಾತಿಗಳನ್ನು ಅಗತೆ ಮಾಡ್ತಿದ್ದೆ ಅಷ್ಟೆ." ಎಂದು ಅವನು ಹಲ್ಲುಕಿರಿದ. ಆಮೇಲೆ ಕರಿಯ ಪೋಷಾಕಿಗೆ ಬದಲಾಯಿಸಿ, ಶವದ ಪೆಟ್ಟಿಗೆಯನ್ನು ಗಾಡಿಗೆ ಸಾಗಿಸಲು ಸಂಬಂಧಿಕರಿಗೆ ಸಹಾಯ ಮಾಡಿದ. ಮೂರು ಪುಟ್ಟ ಗಾಡಿಗಳು ಬಂದಿದ್ದವು. ರಾಬ್ ಅವುಗಳಲ್ಲಿ ಮೊದಲನೆಯದನ್ನು ಹತ್ತಿಕೊಂಡ. ಕುದುರೆಗಳು ಗಾಡಿಯನ್ನು ಕರಕರನೆ ಎಳೆಯುತ್ತ ನಿಧಾನವಾಗಿ ನಡೆದವು. ಗಾಡಿಯಲ್ಲಿದ್ದ ಜನ ಗೋಳುಮುಖ ಹಾಕಿಕೊಂಡು ಗಂಭೀರರಾಗಿದ್ದರು, ಹೆಂಡತಿಯನ್ನು ಕಳೆದುಕೊಂಡಿದ್ದ ರಾಬ್ ದುಃಖದಲ್ಲಿದ್ದಾನೆ ಎಂದು ಅವರಂದುಕೊಂಡಿದ್ದರು. ಆದರೆ ಅವನು ಇದ್ದಕ್ಕಿದ್ದಂತೆ ಎಚ್ಚತ್ತು, "ಅರೆ, ಈಗ ಹೊಳೀತು! ಅದಕ್ಕೆ ಬೇಕಾದ್ದು ಸುಣ್ಣ, ಬೆಟ್ಟದ ಇಳುಕಲ ಆ ಹೊಸ ಬಯಲು ಅದಕ್ಕಾಗಿ ಅರಚ್ತಿದೆ" ಅಂದ.

ರ್‍ಯಾಷೆಲ್ ಈಗ ಪಿಟೌಲ್ಡ್ಸ್‌ನ ಮನೆಯನ್ನು ವಹಿಸಿಕೊಂಡಳು. ಖಿನ್ನಳಾಗಿರುತ್ತಿದ್ದ ಆ ಬಡಕಲ ಹುಡುಗಿ ಸದಾ ಪುಸ್ತಕಗಳನ್ನೋದುವಳು. ಚಳಿಗಾಲದ ರಾತ್ರಿ ಹೊರಗೆ ಮಣ್ಣುನೆಲದ ಮೇಲೆ ಮಳೆ ಬೀಳುವುದನ್ನು ನೋಡುತ್ತ ನಿಲ್ಲುವಳು. ಅಪ್ಪ ರಾಬ್‌ನನ್ನು ದ್ವೇಷಿಸಬೇಕೆನ್ನಿಸುವಷ್ಟೇ ಆ ತೊಯ್ಯುವ, ಹೀರುವ ಶಬ್ದವನ್ನೂ ದ್ವೇಷಿಸುವಳು. ಊಟಕ್ಕೆ ಕುಳಿತಾಗ ಅವನು ಒಮ್ಮೊಮ್ಮೆ ಕೇಳುವನು, "ನಿನಗೇನಾಗಿದೆಯೆ ಹುಡುಗಿ? ಯಾವಾಗ್ಲೂ ಹೀಗೆ ದುರದುರ ಅಂತ ನೋಡ್ತೀಯಲ್ಲ." ಆಗ ಅವಳು ತಲೆ ತಗ್ಗಿಸಿ, ತಾಯಿಯನ್ನು ನೆನೆಯುವಳು. ರಾಬ್ ಎದ್ದು ಹುರುಪಿನಿಂದ ಕೆಲಸಕ್ಕೆ ಹೋಗುವನು.

ಸೆಗೆಟ್‌ನಿಂದ ಅವಳನ್ನು ನೋಡಲು ಒಬ್ಬ ಹುಡುಗ ಬರುತ್ತಿದ್ದ. ಅವಳು ಅವನಿಗೆ ಹೇಳಿದಂತೆ, ಎಷ್ಟೇ ಪ್ರಯತ್ನಪಟ್ಟರೂ ಅವಳಿಗೆ ರಾಬ್‌ನನ್ನು ದ್ವೇಷಿಸುವುದಾಗಿರಲಿಲ್ಲ. ಅವನಲ್ಲಿನ ಅದೇನೋ ಒಂದು ಹೊಲ, ಹೊಲವೊಂದೇ ಮುಖ್ಯ, ಉಳಿದ ಯಾವುದೂ ಮುಖ್ಯವಲ್ಲ ಎಂಬ ಅವನ ಭಾವನೆ – ಅದರಲ್ಲಿ ಅವಳೂ ಒಂದಾಗಿದ್ದಳು. ಅದು ಅವಳನ್ನು ಹುಚ್ಚಾಗಿ ಎಳೆಯುತ್ತಿತ್ತು. ಹುಡುಗ ಕೇಳಿದ್ದ, "ಯಾಕೆ ರ್‍ಯಾಷೆಲ್? ಅದರ ಮುಂದೆ ನಾನು ಸಹ ಮುಖ್ಯ ಅಲ್ಲಾಂತೀಯ?" ಅದಕ್ಕೆ ಅವಳು ನಕ್ಕಿದ್ದಳು. ಮೈ ಮರೆತವಳಂತೆ ಆ ಹುಡುಗನ ಬೆನ್ನು ತಟ್ಟಿ ಕಳಿಸಿಕೊಟ್ಟಿದ್ದಳು. ಹುಡುಗರೆಂದರೆ ಅವಳಿಗೆ ಅಷ್ಟಕ್ಕಷ್ಟೆ.

ಸರಿ, ಆ ಚಳಿಗಾಲ ರಾಬ್ ಗಾಲ್ಟ್ ತಾನು ಈಗಾಗಲೇ ಹದ ಮಾಡಿದ್ದ ಹುಲ್ಲುಬಯಲಿನ ಆಚೆಯ ಇನ್ನೊಂದು ತುಂಡನ್ನು ಹದ ಮಾಡುವುದೆಂದು ನಿರ್ಧಾರ ಮಾಡಿದ. ಅಲ್ಲಿ ನೆಲ ಕಡಿದಾಗಿ ಮೇಲೇರಿತು. ಜಲ ಪ್ರಳಯದ ಕಾಲದಿಂದಲೂ ಅದು ಕಾಡಾಗಿದೆ. ಅದನ್ನು

ಕಡಿಯಹೋಗುವುದು ಹುಚ್ಚು ಎಂದು ಜನ ಅಂದರು. "ಇರಬಹುದು, ಆದರೆ ಈ ಇಳುಕಲ ಕಡಿದು ಭೂಮಿಗಳದ್ದು ಯಾವಾಗಲೂ ವಿಚಿತ್ರ. ಮಕ್ಕಳು ಹೆದರಿಸಿದ ಹಾಗೆ!" ಎನ್ನುತ್ತ ರಾಬ್ ಹಿಂದಿನಂತೆಯೇ ಕೆಲಸಕ್ಕಿಳಿದ. ರಾತ್ರಿಯ ಹೊತ್ತು ಗೂಳಿಯಂತೆ ದುಡಿದು ಬೆವರುತ್ತ ಮನೆಗೆ ಬರುತ್ತಿದ್ದ. "ಯಾಕೆ, ಸ್ವಲ್ಪ ಸುಧಾರಿಸಿಕೊಳ್ಳಬಾರದೇನಪ್ಪ," ಎಂದು ರ್‍ಯಾಷೆಲ್ ಕೇಳಿದರೆ ಅವಳ ಕಡೆ ಒಂದು ಕ್ಷಣ ಮೂಕ ಪಶುವಿನಂತೆ ನೋಡಿ, "ಏನು, ಸುಧಾರಿಸಿಕೊಳ್ಳೋದೆ? ಹೊಸ ಬಯಲಿಗೆ ಕೈಹಾಕಿರುವಾಗ? ನನಗೆ ಕೆಲಸ ಬಿಟ್ಟು ಇನ್ನೇನಿದೆ?" ಅನ್ನುತ್ತಿದ್ದ.

ಮಾರನೆಯ ದಿನ ಹೊತ್ತು ಕಂತುತ್ತಿದ್ದಂತೆ ರಾಬ್ ದೂರದಿಂದ ರ್‍ಯಾಷೆಲ್‌ಳ ಹೆಸರು ಹಿಡಿದು ಕೂಗುತ್ತಿದ್ದುದು ಕೇಳಿಸಿತು. ಬಾಗಿಲ ಹತ್ತಿರ ಹೋಗಿ ನೋಡಿದರೆ ಅವು ಆ ಬಂಜರು ನೆಲದಲ್ಲಿ ನಿಂತು ಅವಳನ್ನು ಕೈಬೀಸಿ ಕರೆಯುತ್ತಿದ್ದುದು ಕಂಡಿತು. ರ್‍ಯಾಷೆಲ್ ಬಾಗಿಲು ಮುಚ್ಚಿ ಬಂಜರಿನ ಒದ್ದೆ ನೆಲದಲ್ಲಿ ಕಾಲುದಾರಿ ಹಿಡಿದು ಹೊರಟಳು. ನವೆಂಬರ್ ತಿಂಗಳ ಚಳಿ. ಥಂಡಿ ಗಾಳಿ ಬೀಸುತ್ತಿತ್ತು. ಗಾಳಿಯ ಹೊಡೆತಕ್ಕೆ ಬೆಟ್ಟಗಳು ಮೈ ಮುರುಡಿಕೊಂಡು ಕೂತಿದ್ದವು. ಗಿಡ ಮರಗಳು ಆ ಬೀಸುಗಾಳಿಗೆ ತೂಗಾಡುತ್ತ ಗೋಳೋ ಎಂದು ಅಳುತ್ತಿರುವಂತೆ ಶಬ್ದ ಮಾಡುತ್ತಿದ್ದವು. ನಾಯಿ ಸಹ ಹೊರಗೆ ತಲೆಹಾಕದಂತಹ ದಿನ ಅದು. ಹೋಗಿ ನೋಡಿದರೆ ಅಪ್ಪ ಮೈಚರ್ಮ ಬಿಟ್ಟು ಬೇರೆ ಬಟ್ಟೆಯಿಲ್ಲವೆನ್ನುವಂತೆ ಬತ್ತಲಾಗಿ, ದೊಡ್ಡ ಮರದ ಬೇರೊಂದನ್ನು ಬಿಡಿಸಿ ಕೀಳಲು ಪ್ರಯತ್ನಿಸುತ್ತಿದ್ದ. "ಇಲ್ಲಿ ಬಾ ಮಗು. ಇದನ್ನ ಚೆನ್ನಾಗಿ ನೋಡು. ಹಿಂದೆ ಇಲ್ಲಿ ಯಾವನೋ ಬೇಸಾಯ ಮಾಡಿದ್ದ ಅಂತ ನನಗೆ ಗೊತ್ತಿತ್ತು" ಅಂದ.

ರ್‍ಯಾಷೆಲ್ ಆ ಮಣ್ಣೊಳಗಿನ ಗುಂಡಿಯತ್ತ ಕಣ್ಣು ಹಾಯಿಸಿದಳು. ಆ ಗುಂಡಿಯ ಹಿಂಬದಿಗೆ ಒಂದು ಖಾನೆಯಿತ್ತು. ಆ ಮಸಕು ಬೆಳಕಿನಲ್ಲಿ ಅದರೊಳಗೆ ಕಲ್ಲುಬೂದು ಬಣ್ಣಕ್ಕಿದ್ದ ಕಡ್ಡಿಗಳಂತಹ ಏನೋ ಹೊಳೆಯುತ್ತಿತ್ತು. ಅವು ಯಾವನೋ ಪ್ರಾಚೀನ ಕಾಲದ ಮನುಷ್ಯನ ಮೂಳೆಗಳು. ಮೂಳೆಗಳ ನಡುವೆ ಒಂದು ಚಕಮಕಿ ಕಲ್ಲು, ಪುಡಿಪುಡಿಯಾಗಿ ಉದುರುತ್ತಿದ್ದ ಬಾಣದ ಆಕಾರದ ಒಂದು ಲೋಹದ ಸಾಧನ.

ಅದು ಆದಿಕಾಲದ ಮಾನವ ಕಟ್ಟಿದ್ದ ಒಂದು ಮಣ್ಣಿನ ಮನೆಯೆಂದು ರ್‍ಯಾಷೆಲ್‌ಳಿಗೆ ಗೊತ್ತಾಯಿತು. ರಾಬ್ ತಲೆದೂಗಿದ. "ಅಷ್ಟೇ ಅಲ್ಲ, ಮಗು. ಆ ಲೋಹದ ಉಪಕರಣಾನ ನೋಡು. ಅದು ಒಂದು ಕಾಲದಲ್ಲಿ ಈ ಪಿಟೌಲ್ಡ್ಸ್‌ನ ಭೂಮಿಯಲ್ಲಿ ಕುಯಿಲು ಕುಯ್ದಿದೆ. ಆ ಹುಡುಗ ಈಗಿದ್ದಿದ್ದರೆ ಅವನನ್ನು ಕೆಲಸಕ್ಕಿಟ್ಟುಕೋತಿದ್ದೆ. ಇಬ್ಬರೂ ಸೇರಿ ಎಂಥ ಫಸಲು ತೆಗೀಬಹುದಾಗಿತ್ತು."

ಆ ರಾತ್ರಿ ರಾಬ್‌ನಿಗೆ ನೆಗಡಿ ಕೆಮ್ಮು ಷುರುವಾಯಿತು. ಮಾರನೆಯ ದಿನ ಬೆಳಗಿನ ಹೊತ್ತಿಗೆ ಎದ್ದು ಓಡಾಡಲಾರದಷ್ಟು ಮೈಕೈ ನೋವು. ರಾಬ್‌ನಿಗೆ ತನ್ನ ಸ್ಥಿತಿಯನ್ನು ನೋಡಿ ತನಗೇ ಆಶ್ಚರ್ಯ. ರ್‍ಯಾಷೆಲ್ ಪಕ್ಕದ ಮನೆಯವರನ್ನು ಕರೆದು ಡಾಕ್ಟರಿಗೆ ಹೇಳಿಕಳಿಸಿದಳು. ರಾಬ್ ಆ ಇಳಿಸಂಜೆ ಪುರಾತನ ಕಾಲದ ಸಮಾಧಿಯನ್ನು ನೋಡುತ್ತ ನಿಂತಂತೆ ಅವನಿಗೆ ಚಳಿ ಹಿಡಿದಿತ್ತು. ಅದೇನೂ ದೊಡ್ಡ ಮಾತಲ್ಲ. ಆದರೂ ಮೂರು ದಿನ ಬಿಟ್ಟು ರಾಬ್ ಅದರಿಂದಲೇ ಸತ್ತನೆಂದು ಸುತ್ತಮುತ್ತಿನ ಜನಕ್ಕೆ ತಿಳಿದಾಗ ಅವರು ಬೆಚ್ಚಿದರು. ರಾಬ್ ಮೈಯಲ್ಲಿದ್ದ ಶಕ್ತಿಯನ್ನೆಲ್ಲ ನೆಲಕ್ಕೆ ಧಾರೆಯೆರೆದಿದ್ದ, ಎದೆಗೆ ತಗಲಿದ ಆ ಕಪ್ಪು ಕೆಮ್ಮಿನೊಂದಿಗೆ ಹೋರಾಡಲು ಅವನಲ್ಲಿ ಚೂರೂ ಶಕ್ತಿ ಉಳಿದಿರಲಿಲ್ಲ.

ಅವನ ಬಾಯಿಯಿಂದ ಹೆಚ್ಚು ಮಾತು ಹೊರಡುತ್ತಿರಲಿಲ್ಲ. ಆದರೆ ಕೊನೆಯ ಗಳಿಗೆಯಲ್ಲಿ

ಬಿದ್ದುಕೊಂಡಲ್ಲಿಂದಲೇ ಹೋವೆ ಹಳ್ಳಿಯ ಮೇಲೆ ಸಂಜೆಬೆಳಕು ಬಿದ್ದು, ಬಯಲಿನ ನೆಲ ಒಂದು ಬಗೆಯ ಕೆಂಪುಬಿಳುಪಾಗಿ ಹೊಳೆಯುತ್ತಿದ್ದುದನ್ನು ನೋಡಿ ಒಂದು ಸಲ ಮಾತ್ರ ಆತ "ಹುಲ್ಲುಬಯಲು!" ಎಂದು ಉಸುರಿದ್ದ. ಆಮೇಲೆ ರ್‍ಯಾಷೆಲ್‌ಳ ಕಡೆ ತಿರುಗಿ – "ಇನ್ನು ನೀನು ಈ ಹೊಲ–ಬಯಲು ನೋಡಿಕೋಬೇಕು, ಯಾವನಾದರೂ ಹುಡುಗನ್ನ ಮದುವೆ ಮಾಡಿಕೊಂಡು. ಹಾಗಂತ ಮಾತು ಕೊಡ್ತೀಯಾ?" ಅಂದ. ಆದರೆ ರ್‍ಯಾಷಲ್ ಅವನ ಸಂತೋಷಕ್ಕಾಗಿ ಕೂಡ ಸುಳ್ಳು ಹೇಳಲು ಸಿದ್ಧಳಿರಲಿಲ್ಲ. ಹೊಲ ಬಯಲು, ಹುಡುಗ ಎರಡೂ ಅವಳಿಗೆ ಬೇಕಾಗಿರಲಿಲ್ಲ. ಅವಳು ತಲೆ ಅಲ್ಲಾಡಿಸಿಬಿಟ್ಟಳು. ರಾಬ್‌ನ ಮುಖ ಮಂಕಾಯಿತು.

ಡಾಕ್ಟರು ಬಂದು ನೋಡುವಾಗ ರಾಬ್ ಗೋಡೆಯ ಕಡೆ ಮುಖ ಮಾಡಿಕೊಂಡು ಸತ್ತಿದ್ದ. ಕಿಟಕಿಯ ಪರದೆ ಮುಚ್ಚಿತ್ತು. ಇಡೀ ರಾತ್ರಿ ಅಪ್ಪನ ಹೆಣದೊಂದಿಗೆ ಒಬ್ಬಳೇ ಇರುವೆಯಾ ಎಂದು ಮಗಳೊಡನೆ ಡಾಕ್ಟರು ಕೇಳಿದರು. ಅವಳು ಹೌದೆಂದು ತಲೆದೂಗಿದಳು. ಬಾಗಿಲ ಬಳಿ ನಿಂತು, ಡಾಕ್ಟರ ಗಾಡಿ ಸೆಗೆಟ್‌ನ ಕಡೆ ವಾಪಸು ಹೋಗುವುದನ್ನೇ ಅವಳು ನೋಡುತ್ತಿದ್ದಳು. ಆಮೇಲೆ ಹುಲ್ಲುಬಯಲಿನ ಹಾದಿ ಹಿಡಿದು ಒಬ್ಬಳೇ ಮೌನವಾಗಿ ಥಂಡಿಯ ಹವೆಯಲ್ಲಿ ಹೊರಟಳು. ಬೆಟ್ಟಗಳ ನಡುವಿನಿಂದ ಸಂಜೆ ಬೆಳಕು ಹಳೆಯ ಮಣ್ಣು ಮನೆಯ ಕಡೆ ತೂರಿಬರುತ್ತಿತ್ತು.

ಅವಳು ಆ ಸುತ್ತಮುತ್ತನ್ನೆಲ್ಲ ನೋಡುತ್ತ, ಆ ಹಳೆಗಾಲದ ಮನುಷ್ಯನ ಮೂಳೆಯ ಬದಿಯಲ್ಲಿಯೇ ಅಪ್ಪನನ್ನು ಹೂಳಬೇಕೆಂಬ ವಿಚಾರವನ್ನು ಪಾದ್ರಿಗೆ ತಿಳಿಸಿದರೆ ಅವರು ಏನನ್ನಬಹುದು ಎಂದು ಯೋಚಿಸುತ್ತ ನಡೆದಂತೆ ಇದ್ದಕ್ಕಿದ್ದಂತೆ ಗಾಳಿ ಬೀಸಿ ಬಂದು ಅವಳ ಕೂದಲು ಕೆದರಿತು. ಸಂಜೆಯ ಮಬ್ಬುಗತ್ತಲಿನಲ್ಲಿ ಮಲಗಿದಂತೆ ಕಾಣುತ್ತಿದ್ದ ಆ ಬೆತ್ತಲೆ ಇಳಿಜಾರಿನ ನೆಲವನ್ನು ನೋಡಿದಾಗ ಅವಳು ಥಟ್ಟನೆ ನಡುಗಿದಳು ಮುಳ್ಳುಪೊದೆಗಳಿಂದ ಸಿಳ್ಳು ಒಕ್ಕೊರಲಾಗಿ ಮೇಲೇಳುತ್ತಿರುವಂತೆ ಭಾಸವಾಯಿತು. ಪೂರ್ವದ ಕಡೆಯಿಂದ ಗಾಳಿ ಬೀಸಿ ಬಂದಾಗ ಕೆಳಗಿನ ಹುಲ್ಲು ಬಯಲುಗಳು ತಮಗೆ ತಾವೇ ಏನೋ ಪಿಸುಮಾತಾಡಿಕೊಂಡು ಕೇಳುತ್ತಿವೆಯೆನ್ನಿಸಿತು.

ಎಲ್ಲ ಬದುಕೂ ಬರಿಯ ಮಣ್ಣು, ಎಚ್ಚೆತ್ತು ಮತ್ತೆ ತಾಯಮಡಿಲಿಗೆ ಮರಳಲು ಪ್ರಯತ್ನಿಸುವ ಮಣ್ಣು, ಅವಳು ಯೋಚಿಸತೊಡಗಿದಳು. ಬೆಟ್ಟದ ತಿಟ್ಟುಗಳನ್ನು ಕಡಿದು ಹೊಲ ಮಾಡಿದ ಜನ, ಅವರ ಬದುಕು, ಬದುಕಿನ ಕಷ್ಟ ನಿಷ್ಠುರಗಳು. ರಾಬ್‌ನಿಗೆ ಹಿಡಿದಿದ್ದು ದುಡಿಮೆಯ ಹುಚ್ಚು, ಅನಾದಿಕಾಲದಿಂದ ಈ ನೆಲ ಅನೇಕರದಾಗಿದ್ದು, ಈಗ ಅಪರೂಪವಾಗುತ್ತಿರುವ ಆ ಹುಚ್ಚು–ಅದು ಒಳ್ಳೆಯದೆ? ಕೆಟ್ಟದೆ? ಈ ಪಿಟೌಲ್ಸ್ ಬೆಟ್ಟಗಳ ಕಡಿದು ನೆಲದಲ್ಲಿ ಒಮ್ಮೆ ಜೀವಂತ ವಾಗಿದ್ದು ಈಗ ಅಲ್ಲಿನ ಹುಲ್ಲುಬಯಲುಗಳಿಂದ ಮಾಯವಾಗಿದ್ದ ಆ ಶಕ್ತಿ ಅದಾವುದು?

ಆ ಕ್ಷಣ ಅವಳಿಗೆ ಅರಿವಾಗಿತ್ತು – ಈ ಉತ್ತರದ ಗಾಳಿಯ ಹೊಡೆತಕ್ಕೆ ಮೈಕೊಟ್ಟು ಈ ಬೆಟ್ಟಗಳನ್ನು ಶುಶ್ರೂಷೆ ಮಾಡಲು ಇನ್ನು ಯಾರೂ ಬರುವುದಿಲ್ಲ. ಈ ಕಥೆ ಇಲ್ಲಿಗೇ ಕೊನೆಯಾಯಿತು. ಇನ್ನು ಅದು ಬರಿಯ ನೆನಪಿನ ವಿಷಯವಷ್ಟೋ ಅಷ್ಟೆ. ಮತ್ತೆ ಇಲ್ಲಿ ಮೇಲಿನಿಂದ ಕುರುಚಲುಗಳೂ ಮುಳ್ಳು ಪೊದೆಗಳೂ ಬೆಳೆಯುತ್ತ ಕೆಳಗಿಳಿಯುವುವು. ಬರಿಯ ಹಕ್ಕಿಗಳಷ್ಟೇ ಇಲ್ಲಿ ಗೋಳಿಡುತ್ತವೆ. ತಾನು ತನ್ನ ಬದುಕಿಗೆ, ಆ ಬೇರೆ ಒಂದು ಬದುಕಿಗೆ, ಹಿಂದಿರುಗಿದಾಗ ಅವು ತೆಪ್ಪಗಾಗುತ್ತವೆ. ಭೂಮಿತಾಯಿ ಮತ್ತೆ ಹೊರಳಿ ನಿದ್ರೆ ಹೋಗುತ್ತಾಳೆ – ಸಾಂತ್ವನಗೊಳಿಸುವವರಿಲ್ಲದೆ, ಅವಳ ಹಸಿದ ಎದೆಗೆ ಕಚ್ಚಿಕೊಂಡ ಹಸಿದ ಮಕ್ಕಳಿಲ್ಲದೆ. ನಿದ್ರೆ, ಸಾವು, ಮಣ್ಣು – ಇಲ್ಲಿ ಮೂರೂ ಒಂದೇ ಆಗಿರುತ್ತವೆ. ❍

○ ಜೆ. ಜೆ. ಬೆಲ್

ಕಿನ್ನರ ಕುಮಾರ

ಕೆಳ ತರಗತಿಯ ಬಾಗಿಲು ಬಹುಮಟ್ಟಿಗೆ ಮುಚ್ಚಿಯೇ ಇತ್ತು. ತನ್ನ ಅಳತೆಗೆ ಸಾಕಷ್ಟು ದೊಡ್ಡದೇ ಆದ ಕಂದು ಬಣ್ಣದ ಸೂಟು ತೊಟ್ಟು ಆ ಕೆಂದಲೆಯ ಪುಟ್ಟ ಹುಡುಗ ಕೆಲ ಕ್ಷಣಗಳ ಕಾಲ ಬಾಗಿಲ ಸಂದಿನಲ್ಲಿ ಕಿವಿಗೊಟ್ಟು ಕೇಳಿದ. ಆಮೇಲೆ ತುಂಬ ಎಚ್ಚರಿಕೆಯಿಂದ ಬಾಗಿಲು ನೂಕಿ ಇಣಿಕಿ ನೋಡಿದ. ಒಳಗೆ ಯಾರೂ ಇಲ್ಲ! ಮುಖದ ಮೇಲಿನ ಆತಂಕ ನಿರಾತಂಕಕ್ಕೆ ಎಡೆಕೊಟ್ಟಿತು.

ಅಂತೂ ಅವನು ಹೊತ್ತಿಗೆ ಸರಿಯಾಗಿ ಬಂದಿದ್ದ!

ಕಳ್ಳ ಹೆಜ್ಜೆ ಹಾಕುತ್ತ, ಕೋಣೆ ಹಾದು, ಅವನು ಮೇಡಮ್ಮಿನ ಮೇಜಿನ ಬಳಿ ಬಂದ. ಎಡಗೈಯಿಂದ ಮೇಜಿನ ಮೇಲು ಹಲಗೆಯೆತ್ತಿ ಬಲಗೈಯಿಂದ ಏನೋ ಮುಟ್ಟಿದರೆ ಒಡೆಯುವಂತಹ ನಾಜೂಕಾದ್ದನ್ನು ಕೋಟಿನ ಜೇಬಿನಿಂದ ತೆಗೆದು ಮೇಜಿನ ಒಳಗಿಟ್ಟ. ಕ್ಷಣಕಾಲ ಅದರ ಕಡೆ ಅರೆತೃಪ್ತಿ ಅರೆ ಅಸಮ್ಮತಿಗಳಿಂದ ನೋಡಿ, ಆಮೇಲೆ ಮೆಲ್ಲನೆ ಮೇಜಿನ ಮೇಲು ಬಾಗಿಲು ಮುಚ್ಚಿ, ಕೋಣೆಯೊಲೆಯ ಬಳಿಬಂದ. ಅಲ್ಲಿ ಅವನು ಕೈಕಾಯಿಸಿಕೊಳ್ಳ ತೊಡಗಿದ ರೀತಿಯಲ್ಲಿ ಅವನ ಅಪರಾಧೀ ಭಾವನೆಯಲ್ಲದಿದ್ದರೂ ಪುಕ್ಕಲತನ ಎದ್ದು ಕಾಣುತ್ತಿತ್ತು. ಸಹಪಾಠಿಗಳೆಲ್ಲರೂ ಒಬ್ಬೊಬ್ಬರಾಗಿ ಬರತೊಡಗಿದರು, ಅವನು ತನ್ನ ಖಾಸಾ ಸ್ನೇಹಿತರನ್ನು ನಗು ಮುಖದಿಂದಲೇ ಎದುರುಗೊಂಡ. ಆದರೆ ಈಚೀಚೆಗೆ ಅವನ ವರ್ತನೆಯಲ್ಲಿ ಒಂದು ಬಗೆಯ ಅನುಗ್ರಹ ಭಾವನೆ ಬೆರೆತಿರುತ್ತಿತ್ತು.

ಹತ್ತು ನಿಮಿಷಗಳ ಬಳಿಕ ಕ್ಲಾಸ್ ಷುರುವಾಯಿತು. ಕೊಂಚ ಹೊತ್ತಿನಲ್ಲಿಯೇ ತರಗತಿಯ ಮೇಡಮ್ ಮಿಸ್ ಹ್ಯಾಮಿಲ್ಟನ್ ಮೇಜು ತೆಗೆಯುವ ಸಂದರ್ಭ ಬಂದಿತು, ಕೆಂಗೂದಲ ಹುಡುಗ – ಅವನ ಹೆಸರು ಜಾನ್ – ಅವಳ ಕಡೆ ಮೋಹಿತನಾದವನಂತೆ ನೋಡುತ್ತಿದ್ದ. ಅವನ ತುಟಿಗಳು ತೆರೆದುಕೊಂಡಿದ್ದವು, ಆತ ಜೋರುಜೋರಾಗಿ ಉಸಿರಾಡುತ್ತಿದ್ದ. ಕೂತ ಕುರ್ಚಿಯನ್ನು ಕೈಬೆರಳುಗಳಿಂದ ಅದುಮಿ ಹಿಡಿದುಕೊಂಡಿದ್ದ. ಕದಿರುಕಡ್ಡಿಗಳಂತಿದ್ದ ಅವನ ಕಾಲುಗಳಲ್ಲಿ ಒಂದು ಇನ್ನೊಂದನ್ನು ಬಳಸಿತ್ತು. ಅವನು ಪಡುತ್ತಿದ್ದ ಅನುಭವ ಹೊಸದಲ್ಲವಾದರೂ ಅದು ಪ್ರತಿಸಲ

ಮರುಕಳಿಸಿದಾಗಲೂ ಉದ್ರೇಕ ಹುಟ್ಟಿಸುತ್ತಿತ್ತು. ಮಿಸ್ ಹ್ಯಾಮಿಲ್ಟನ್ ಈ ಸಲ ಬಾಯಿ ಬಿಡುವಳೆ ? ತನಗೊಬ್ಬನಿಗೇ ಗೊತ್ತಿದ್ದ ಗುಟ್ಟನ್ನು ರಟ್ಟು ಮಾಡುವಳೆ ? ಅವಳು ಹಾಗೆ ಮಾಡಬಹುದು ಎಂಬ ಅಂಜಿಕೆ... ಹಾಗೆ ಮಾಡಲಾರಳು ಎಂದೂ ಅಂಜಿಕೆ...

ಮೇಜಿನ ಮುಚ್ಚಳದ ಮೇಲಿಂದ ಹ್ಯಾಮಿಲ್ಟನ್ ತನಗೆ ತಾನೇ ನಸುನಕ್ಕಳು. ಜಾನ್ ವಿಲಿವಿಲಿ ಒದ್ದಾಡಿದ. ಇನ್ನೇನು ಚೀರಿಬಿಡುವನೇನೊ. ಆಗ ಅವಳು ನಸುನಗುತ್ತಲೇ ಮೇಜಿನ ಮುಚ್ಚಳ ಕೆಳಗಿಳಿಸಿದಳು. ಸದ್ಯಃ ಎಲ್ಲ ಮುಗಿದಿತ್ತು. ಅವಳು ಏನನ್ನೂ ಹೇಳುವಂತೆ ಕಾಣಲಿಲ್ಲ. ಅದರಿಂದ ಅವನಿಗೆ ನೆಮ್ಮದಿಯಾಯಿತೊ, ನಿರಾಶೆಯಾಯಿತೊ ? ಪ್ರಾಯಶಃ ಎರಡೂ. ಅವನ ಬಿಗಿತ ಸಡಿಲಾಯಿತು, ಮತ್ತೆ ಮುರಿಗಟ್ಟಲೆಂದೇ ಸಡಿಲಾಗಿತ್ತು. ಕೊಂಚ ತಾಳಿ ! ಅವಳು ಮತ್ತೆ ಮುಚ್ಚಳ ತೆಗೆದಳು. ಅಬ್ಬಾ, ಅವಳು ಏನನ್ನೋ ಹೊರತೆಗೆಯುತ್ತಿದ್ದಳು ! ಅದೇ, ಅದೇ. ಅದು ಅವನ ಗುಟ್ಟು !

ಹ್ಯಾಮಿಲ್ಟನ್ ಮೇಡಮ್ ಇನ್ನೂ ಪ್ರಾಯದ ಹುಡುಗಿ. ಅಷ್ಟೇ ಚೆಲುವಾಗಿದ್ದಳು. ಇಡೀ ಕ್ಲಾಸಿಗೆ ಕಾಣುವಂತೆ ಅದನ್ನು ಎತ್ತಿಹಿಡಿದು ಅವಳು ಕಿಲಕಿಲನೆ ನಕ್ಕಳು. ಅವಳು ಎತ್ತಿ ಹಿಡಿದದ್ದು ಒಂದು ಮೊಟ್ಟೆ, ದಪ್ಪಗೆ ಚೆನ್ನಾಗಿದ್ದ ನಸು ಕಂದು ಬಣ್ಣದ ಕೋಳಿಯ ಮೊಟ್ಟೆ. ಹುಡುಗರಲ್ಲಿ ಹಲವರು ಜೋರಾಗಿ ನಕ್ಕರು.

ಹ್ಯಾಮಿಲ್ಟನ್ ಮೇಡಮ್ ಹೇಳಿದಳು – "ನಿಜವಾಗಿ ಆ ಕಿನ್ನರ ಕುಮಾರ ಯಾರು ಅಂತ ನಾನು ತಿಳೀಲೇಬೇಕು."

ಜಾನನ ಪ್ರತಿಷ್ಠೆ ಉಕ್ಕಿತು. ಅವು ಆನಂದದಿಂದ ಕಂಪಿಸಿದ. ಕಿನ್ನರ ಕುಮಾರ! ಖಂಡಿತವಾಗಿ ಆತನಿಗೆ ಹಾಗೆಲ್ಲ ಕರೆಸಿಕೊಂಡು ಅಭ್ಯಾಸವಿರಲಿಲ್ಲ.

ಹ್ಯಾಮಿಲ್ಟನ್ ಮುಂದುವರಿಸಿದಳು – "ನನ್ನ ಮೇಜಿನಲ್ಲಿ ದಿವ್ಯನಾದ ಹೊಚ್ಚ ಹೊಸ ಮೊಟ್ಟೆ ಸಿಕ್ತಿರೋದು ಈ ಹದಿನೈದು ದಿನಗಳಲ್ಲಿ ಇದು ಆರನೆಯ ಸಲ. ವರ್ಷದ ಈ ಕಾಲದಲ್ಲಿ ಮೊಟ್ಟೆ ಎಷ್ಟು ಅಪರೂಪ, ಎಷ್ಟು ದುಬಾರಿ ಅಂತ ನಮಗೆಲ್ಲ ಗೊತ್ತಿದೆ. ಅದನ್ನ ತಂದಿಡ್ತಿರೋ ಆ ಕಿನ್ನರ ಕುಮಾರನ್ನ ಈಗ ಎದ್ದು ನಿಂತುಕೊ ಅಂತ ಅನ್ನೋದಿಲ್ಲ."

ತಕ್ಷಣ ಏನೋ ಹೊಳೆದವನಂತೆ ಅವಳು ಮುಂದುವರಿಸಿದಳು:

"ಆದರೆ... ಇವತ್ತು ಕ್ಲಾಸು ಮುಗಿದ ಮೇಲೆ ಅವಳು – ಅಥವಾ ಅವನು – ನನ್ನನ್ನ ಬಂದು ಕಾಣಲಿ ಅಂತ ಅಪೇಕ್ಷೆ. ಯಾಕಂದರೆ ಒಂದು ಉಪಕಾರಕ್ಕೆ 'ಥ್ಯಾಂಕ್ಸ್' ಹೇಳಲು ಸಾಧ್ಯವಾಗದೇ ಇರೋದೂಂದ್ರೆ ಬಹಳ ಶೋಚನೀಯ, ಅದರಲ್ಲೂ ನಾನು 'ಥ್ಯಾಂಕ್ಸ್' ಹೇಳೋದಕ್ಕೆ ಆತುರ ಪಡ್ತಿರೋವಾಗ. ಅಲ್ಲದೆ, ನಿಮಗೆ ಗೊತ್ತಿರೋ ಹಾಗೆ ನಾಳೆಯಿಂದ ಕ್ರಿಸ್‌ಮಸ್ ರಜಾ ಷುರುವಾಗಿ ಕೊಂಚ ದಿನ ಸ್ಕೂಲು ಮುಚ್ಚಿರೋದರಿಂದ ಇವತ್ತೇ 'ಥ್ಯಾಂಕ್ಸ್' ಹೇಳೋ ಅವಕಾಶ ಸಿಕ್ಕಿದರೆ ವಾಸಿ. ಎಲ್ಲಿ, ಈಗ ಪಾಠ ಷುರುಮಾಡೋಣ."

ಜಾನಪದ ದಿವ್ಯಾನಂದದ ಸ್ಥಿತಿ ಮಧ್ಯಾಹದವರೆಗೂ ಎಳೆಯಿತು. ಅವನು ಶಾಲೆ ಮುಗಿದ ತರುವಾಯ ಹ್ಯಾಮಿಲ್ಟನ್ ಏನು ಹೇಳಬಹುದೆಂದು ಯೋಚಿಸತೊಡಗಿದ. ಅವಳು ಸ್ಪಷ್ಟವಾಗಿ ಒಂದು ಪ್ರಶ್ನೆಯನ್ನು ಮಾತ್ರ ಕೇಳದಿರಲೆಂದು ಅವನು ಆಶಿಸಿದ್ದ. ಸಾಧ್ಯವಾದರೆ ಇತರರಿಗೆ ತಿಳಿಯದಂತೆ ಅವಳನ್ನು ಕಾಣುವುದೇ ಮೇಲು ಎಂದುಕೊಂಡ. ಎಲ್ಲಾದರೂ ಅವಿತುಕೊಂಡಿದ್ದು ಅವಳು ಶಾಲೆಯಿಂದ ಹಿಂದಿರುಗುವಾಗ ದಾರಿಗೆ ಅಡ್ಡ ಹಾಕುವುದೇ ಸರಿಯೆಂದು ನಿರ್ಧರಿಸಿದ.

ಅಯ್ಯೋ, ಆಸೆಗಳೇ! ತಂತ್ರಗಳೇ! ಅವಳನ್ನು ನೋಡಲು ಯಾರೋ ಬರಲಿದ್ದಾರೆಂದು

ಕೊನೆಗಳಿಗೆಯಲ್ಲಿ ಹ್ಯಾಮಿಲ್ಟನ್ನಳಿಗೆ ತಂತಿ ಬಂತು. ದಿನಗೆಲಸ ಮುಗಿದ ತಕ್ಷಣ ಅವಳು ರೈಲು ನಿಲ್ದಾಣಕ್ಕೆ ಅವಸರ ಅವಸರವಾಗಿ ಹೊರಟೇಬಿಟ್ಟಳು. ಅವಳ ಮುಖದಲ್ಲಿ ಎಂದಿಗಿಂತ ಹೆಚ್ಚಿನ ಕಾಂತಿಯಿತ್ತು. ಕಣ್ಣು ಮಿನುಗುತ್ತಿತ್ತು. ಅವಳಿಗೆ ಬಡ ಕಿನ್ನರರ ನೆನಪು ಕೊಂಚವೂ ಉಳಿದಿರಲಿಲ್ಲ.

ಜಾನ್ ದುಃಖದಿಂದ ಪೆಚ್ಚಾದ. ಆದರೆ ಮನೆಯ ದಾರಿಯಲ್ಲಿ ಒಂದು ಯೋಚನೆ ಬಂದು ಮತ್ತೆ ಸಂತೋಷವಾಯಿತು. ಮಾರನೆಯ ದಿನ ಸಹ ಅವಳ ಮೇಜಿನಲ್ಲಿ ಒಂದು ಮೊಟ್ಟೆಯಿಡುವುದು. ಆಗ ಅವಳಿಗೆ ಮತ್ತೆ ನೆನಪು ಬಂದೇ ಬರುತ್ತದೆ. ಎಲ್ಲವೂ ಸರಿಹೋಗುತ್ತದೆ.

ಆದರೆ ಅದೃಷ್ಟ ಯಾರಿಗಾದರೂ ಕೈಕೊಡುತ್ತದೆ – ಕಿನ್ನರರಿಗೆ ಸಹ.

* * *

ಜಾನ್ ಆ ಗ್ರಾಮದಿಂದ ಒಂದು ಮೈಲಿಯಾಚೆ ಅತ್ತೆ ಮಾವಂದಿರ ಹಳ್ಳಿ ಮನೆಯಲ್ಲಿ ವಾಸಿಸುತ್ತಿದ್ದ. ಕಳೆದೊಂದು ವರ್ಷದಿಂದ ಅದೇ ಅವನ ಮನೆಯಾಗಿತ್ತು. ಅವನಿಗೆ ತಂದೆ ತಾಯಿಯರನ್ನು ಕಳೆದುಕೊಂಡು ದುಃಖವಾಗಿದ್ದರೆ ಅದನ್ನು ಹೊರಗೆ ತೋರಿಸುತ್ತಿರಲಿಲ್ಲ. ಖಂಡಿತವಾಗಿ ಅವರು ಅಷ್ಟು ಗಣ್ಯರಾಗಿರಲಿಲ್ಲ. ಅಲ್ಲದೆ ಜಾನ್ ವಿಚಿತ್ರವೆನಿಸುವಷ್ಟು ಸ್ವಾವಲಂಬಿಯಾದ ಹುಡುಗ. ಇತ್ತ ಅತ್ತೆ ಮಾವಂದಿರು ನಿರ್ವಿವಾದವಾಗಿ ದೊಡ್ಡ ಮನುಷ್ಯರು. ಅವರ ಆ ಅನಾಥನನ್ನು ಪ್ರೀತಿಯಿಂದ ಬರಮಾಡಿಕೊಂಡಿರದೇ ಇದ್ದರೂ ಅವನ ಕಡೆಗೆ ತಮ್ಮ ಕರ್ತವ್ಯವೇನಿತ್ತೊ ಅದನ್ನು ಮಾಡಲು ಶ್ರಮಿಸಿದ್ದರು. ಆದರೆ ಅವರದ್ದು, ಒಬ್ಬ ಪುಟ್ಟ ಹುಡುಗನನ್ನು ತಮ್ಮ ಬದುಕಿನೊಂದಿಗೆ ಹೊಂದಿಸಿಕೊಳ್ಳಲಾರದಂತಹ ಗಂಭೀರ ಪ್ರಕೃತಿಯ ಗೋಳು ಜೋಡಿ. ಮಾವನೇನೊ ಒಮ್ಮೊಮ್ಮೆ ತನ್ನ ಭಾವನೆಗಳು ಪೂರ್ಣವಾಗಿ ಅದುಮಿ ಹೋಗಿಲ್ಲವೆಂಬ ಅಸ್ಪಷ್ಟ ಲಕ್ಷಣಗಳನ್ನು ತೋರಿಸುತ್ತಿದ್ದ. ಅವನದು ಮೂಲತಃ ಮೃದುಸ್ವಭಾವ. ಆದರೆ ಅತ್ತೆ ಎಲ್ಲ ವಿಷಯಗಳಲ್ಲಿಯೂ ಏನೇ ಆಗಲಿ ರಾಜಿ ಮಾಡಿಕೊಳ್ಳದಷ್ಟು ಕಟ್ಟುನಿಟ್ಟಿನ ಹೆಂಗಸು.

ಆ ಹಳ್ಳಿಮನೆಯಲ್ಲಿ ಬೆಳಗಾಗಿತ್ತು. ಮಂಜು ಚದರಿ, ಹಿಮಗೆಡ್ಡೆ ಜೋರಾಗಿ ಬೀಳತೊಡಗಿತ್ತು. ಹೊರಗಿನ್ನೂ ಬೆಳಕಾಗಿರಲಿಲ್ಲ. ಒಳಗೆ ಅಡಿಗೆಕೋಣೆಯಲ್ಲಿ ಮನೆಯ ಮಿತವ್ಯಯದ ಅಚ್ಚುಕಟ್ಟಿಗೆ ಮಾದರಿಯೊ ಎಂಬಂತೆ ಒಂದು ದೀಪ ಉರಿಯುತ್ತಿತ್ತು.

ಬ್ರೌನ್ ಅತ್ತೆ ಬೆಳಗಿನ ತಿಂಡಿಯನ್ನು ಅರೆಬರೆ ತಿಂದು ಮೇಜು ಬಿಟ್ಟೇಳುತ್ತಿದ್ದ ಸೋದರಳಿಯನ ಕಡೆ ದುರುಗುಟ್ಟಿ ನೋಡುತ್ತ ಹೇಳಿದಳು :

"ಆ ಗಂಜಿ ಕುಡಿದು ಮುಗಿಸು." ಅದು ಆಜ್ಞೆ.

"ನನಗೆ ಸೇರೋದಿಲ್ಲ."

"ಮರ್ಯಾದೆಯಾಗಿ ಕೂತುಕೊಂಡು ಕುಡಿದು ಮುಗಿಸು !"

ಬಳಿಕ ಗಡಿಯಾರದ ಕಡೆ ಕತ್ತೆತ್ತಿ ನೋಡಿ ಅವಳು ಹೇಳಿದಳು:

"ಸ್ಕೂಲಿಗೆ ಇನ್ನೂ ತುಂಬ ಹೊತ್ತಿದೆ."

ಮಾವನ ಕಡೆ ಒಂದು ಗೋಗರೆಯುವ ದೃಷ್ಟಿಹರಿಸಿ ಜಾನ್ "ನನಗೆ ಹಸಿವಿಲ್ಲ" ಅಂದ. ಮಾವ ಒಂದು ದೊಡ್ಡ ಗುಪ್ಪೆಯಷ್ಟು ಪೌಷ್ಟಿಕ ಆಹಾರವನ್ನು ಒಳಗೆ ತುರುಕಿಕೊಳ್ಳುತ್ತ ಜಡವಾಗಿ ಕುಳಿತಿದ್ದ.

"ಹ್ನೂ, ಬೇಗ ತಿಂದುಬಿಡು. 'ದಂಡ ಮಾಡೋರಿಗೆ ಮುಂದೆ ಕೊರತೆ ತಪ್ಪಿದ್ದಲ್ಲ.' "

ಶ್ರೀಮತಿ ಬ್ರೌನಳಲ್ಲಿ ಹೆಚ್ಚು ಕಡಿಮೆ ನಿರಾಶಾದಾಯಕವಾದ ಗಾದೆಗಳ ಒಂದು ಖಜಾನೆಯೇ ಇತ್ತು.

"ತಿಂದಷ್ಟೂ ಚಳಿ ದೂರವಾಗುತ್ತೆ, ಕಣೊ," ಬ್ರೌನ್ ಮಾವ ಒಂದೇ ಉಸುರಿಗೆ ಒದರಿದ.

ಆ ಬೆಳಗ್ಗೆ ಉದ್ರೇಕ, ಅನುಮಾನ ಹಾಗೂ ಇತರ ವಿಕಾರಗಳು ಸೇರಿ ಹುಡುಗನ ಹಸಿವೆಯನ್ನು ಹಾಳುಮಾಡಿದ್ದವು. ಆದರೆ ಅತ್ತೆಯ ಮಾತೆಂದರೆ ಕಾನೂನು. ಜಾನ್ ಬಲವಂತವಾಗಿ 'ತಟ್ಟೆ ಖಾಲಿಮಾಡಿ' ಎದ್ದ.

"ನಾನಾಗಲೇ ಹೇಳಿದೀನಿ. ಇಷ್ಟು ಬೇಗೇನೂ ಹೋಗಬೇಕಾಗಿಲ್ಲ," ಅತ್ತೆ ಕಟುವಾಗಿ ಹೇಳಿದಳು.

"ಇಲ್ಲ, ಹೋಗಬೇಕು," ಜಾನ್ ಎದುರು ಹೇಳಿದ, ಎಷ್ಟು ಸಾಧ್ಯವೊ ಅಷ್ಟೂ ನಯವಾಗಿ.

ಬ್ರೌನ್ ಮಾವ ಅನಿರೀಕ್ಷಿತವಾಗಿ ನಡುವೆ ಬಾಯಿಹಾಕಿದ.

"ಹೋಗಲಿ ಬಿಡು, ಕೊಂಚ ಆಡಿಕೋತಾನೆ. ಇವತ್ತು ರಜಾದ ಹಿಂದಣ ದಿನ."

ಅತ್ತೆ ಅಪರೂಪವಾಗಿ ವಾದಕ್ಕಿಳಿಯದೆ ಸುಮ್ಮನಿದ್ದಳು. ರಜ ಬಂದರೆ ಹೇಗೆ ಕೆಡುಕಾಗುತ್ತದೆಯೆಂದೂ ಏನೊ ಅಸ್ಪಷ್ಟವಾಗಿ ದುಡುಕಿನ ಟೀಕೆ ಮಾಡಿ ಕೋಣೆಯೊಲೆಯ ಕಡೆ ಹೋದಳು. ಮಾವನ ಕಡೆ ಜಾನ್ ಕೃತಜ್ಞತೆಯ ಒಂದು ನೋಟ ಬೀರಿದ. ಆದರೆ ಮಾವನಿನ್ನೂ ಅದನ್ನು ಗಮನಿಸಲಾರದಷ್ಟು ಕಾರ್ಯನಿರತನಾಗಿದ್ದ. ಅವಸರವಾಗಿ ಕೋಟು ಸಿಕ್ಕಿಸಿಕೊಂಡು, ಚೀಲವನ್ನೆತ್ತಿಕೊಂಡು ಜಾನ್ ಹೊರಬಿದ್ದ.

ಹಿಮ ಬೀಳುತ್ತಿದ್ದುದರಿಂದ ಹೊರಗೆ ಬರಿಯ ಅರೆ ಬೆಳಕಿತ್ತು. ಅದರಲ್ಲಿಯೇ ಸುತ್ತು ಹಾಕಿಕೊಂಡು ಜಾನ್ ಕೋಳಿ ಮನೆಗೆ ಬಂದ. ಬ್ರೌನ್ ಅತ್ತೆ ಸಾಕಿದ್ದುದು ಕೆಲವೇ ಕೋಳಿಗಳನ್ನು. ಆದರೆ ಅವೆಲ್ಲವೂ ಬಹುಮಾನಯೋಗ್ಯವಾದ ಹೆಮ್ಮೆಯ ಕೋಳಿಗಳು. ಅವುಗಳು ಇಡುವ ಒಂದೊಂದು ಮೊಟ್ಟೆಯೂ ಅವಳ ವೈಯಕ್ತಿಕ ವಿಜಯವಾಗಿದ್ದುದಲ್ಲದೆ ಲಾಭದ ವಸ್ತುವೂ ಆಗಿತ್ತು. ಇತ್ತೀಚೆಗೆ ಮೂರು ಷಿಲಿಂಗುಗಳ ತುಟ್ಟಿ ಬೆಲೆಗೆ ಅವಳು ಒಂದು ಡಜನ್ ಮೊಟ್ಟೆಗಳನ್ನು ಹಳ್ಳಿಯ ಪಾದ್ರಿಗೆ ಮಾರಿದ್ದಳು.

ಜಾನ್ ಕೋಳಿಮನೆಯ ಬಾಗಿಲ ಚಿಲಕ ತೆಗೆದು ಒಂದು ಕ್ಷಣ ಅನುಮಾನಿಸಿದ. ಜೇಡರ ಬಲೆಗಳಿದ್ದ ಒಳಗಿನ ಮಬ್ಬಿನ ವಾತಾವರಣವೆಂದರೆ ಅವನಿಗೆ ಅಸಹ್ಯ, ಸಾಲದ್ದಕ್ಕೆ ಪಟ್ಟಣದಲ್ಲಿ ಹುಟ್ಟಿ ಬೆಳೆದವನಾದ್ದರಿಂದ ಕಣ್ಣಿಗೆ ಸರಿಯಾಗಿ ಕಾಣದ ಜೀವಜಂತುಗಳೆಂದರೆ ಅವನು ಭಯಪಡುತ್ತಿದ್ದ. ಈ ಹಿಂದೆ ಹ್ಯಾಮಿಲ್ಟನ್ ಮೇಡಮ್ಮಿಗಾಗಿ ಅದೆಲ್ಲವನ್ನೂ ಧೈರ್ಯದಿಂದ ಸಹಿಸಿದ್ದ. ಆದರೆ ಈ ಸಲ ತನಗಾಗಿಯೂ ಸಹಿಸಬೇಕಾಗಿತ್ತು. ಯಾಕೆಂದರೆ ರಜದಲ್ಲಿ ಊರು ಬಿಡುವ ಮೊದಲು ಕಿನ್ನರ ಯಾರೆಂದು ಅವಳಿಗೆ ತಿಳಿಯಬೇಕೆಂದು ಅವನು ತುಂಬ ಆಸೆಪಟ್ಟಿದ್ದ. ಈಗ ಅವನು ಕೋಳಿ ಮನೆಯ ಒಳಹೊಕ್ಕು, ಗೂಡುಗಳಲ್ಲಿ ಹುಷಾರಾಗಿ ಕೈಯಾಡಿಸತೊಡಗಿದ್ದ.

ಅಲ್ಲೊಂದು ದಟ್ಟ ಕತ್ತಲ ಮೂಲೆಯಲ್ಲಿ ತಡವಿ ನೋಡುತ್ತಿದ್ದಾಗ ಕೋಳಿಯ ಪುಕ್ಕ ಕೈಗೆ ಸಿಕ್ಕಿ, ದೊಡ್ಡ ಹಳದಿಯ ಕೋಳಿಯೊಂದು ಭಯ ಹುಟ್ಟಿಸುವಂತೆ ಕೊಕ್ಕೋಕೊಕ್ ಅನ್ನುತ್ತ ಅವನ ಹೆಗಲ ಮೇಲಿಂದ ಹಾರಿ, ಬಾಗಿಲಾಚೆ ಹೋಗಿ, ಅಲ್ಲಿ ಹಿಮದ ಮೇಲೆ ಕೂತು ತನ್ನ ಪ್ರತಿಭಟನೆಯನ್ನು ಮುಂದುವರಿಸಿತು. ಅದೇ ಹೊತ್ತಿಗೆ ಸುಯ್ಯನೆ ಗಾಳಿಬೀಸಿ ಕೋಳಿಮನೆಯ ಬಾಗಿಲು ದಡಾರನೆ ಮುಚ್ಚಿಕೊಂಡಿತು.

ಜಾನ್ ಕಿಟಾರನೆ ಕಿರಿಚಲಿದ್ದವನು ಬಾಯಿ ಮುಚ್ಚಿಕೊಂಡ. ಮತ್ತೆ ಅವನು ಗೂಡಿನೊಳಗೆ

ಕೈಯಿಟ್ಟದ್ದು ಪೂರ್ತಿ ಅರ್ಧನಿಮಿಷದ ಮೇಲೆಯೇ. ಏನೇ ಇರಲಿ, ಈ ಸಲ ಅವನಿಗೆ ಪ್ರತಿಫಲ ಸಿಕ್ಕಿತ್ತು – ಇದುವರೆಗೆ ಸಿಕ್ಕಿದ್ದ ಮೊಟ್ಟೆಗಳೆಲ್ಲಕ್ಕಿಂತ ಅದ್ಭುತವಾದ ಒಂದು ಭಾರೀ ಮೊಟ್ಟೆ! ಅದೇ ಹೊತ್ತಿಗೆ ಮುಚ್ಚಿದ ಬಾಗಿಲು ತೆರೆಯಿತು. ಅತ್ತೆ ಕಾಣಿಸಿಕೊಂಡಳು. ತಲೆಯ ಮೇಲೆ ಕರಿಯ ಶಾಲು ಹೊದ್ದಿದ್ದುದರಿಂದ ಅವಳ ಜೋಲು ಮುಖ ಆ ಮಸಕು ಬೆಳಕಿನಲ್ಲಿ ಘೋರವಾಗಿ ಕಾಣುತ್ತಿತ್ತು.

"ಏನಿದು ?" ಅವಳು ಭಯಾನಕ ಧ್ವನಿಯಲ್ಲಿ ಅರಚಿದಳು. "ಬಿಡು ಆ ಮೊಟ್ಟೇನ."

ಅವಳು ಹಾಗಂದುದರ ಅರ್ಥ 'ಮೊಟ್ಟೆಯನ್ನು ವಾಪಸು ಗೂಡಲ್ಲಿಡು' ಎಂದು. ಜಾನ್ ಅವಳು ಅಂದದ್ದನ್ನು ಅಕ್ಷರಶಃ ತೆಗೆದುಕೊಂಡನೊ, ಅಥವಾ ಮೊಟ್ಟೆ ತಾನೇ ತಾನಾಗಿ ಕೆಳಗೆ ಬಿತ್ತೊ, ಅದು ಬೇರೆ ಮಾತು. ಮೊಟ್ಟೆ ನೆಲಕ್ಕೆ ಬಿದ್ದು ಅಸಹ್ಯ ಹುಟ್ಟಿಸುವಂತೆ ಶಬ್ದ ಮಾಡುತ್ತ ಒಡೆಯಿತು. ಜಾನ್ ಉಸಿರೆತ್ತದೆ ಅವಳ ಮುಂದಿನಿಂದ ಹಾದು ಶಾಲೆಗೆ ಓಡಿದ.

ಸರ್ವನಾಶವಾಗಿತ್ತು! ಆದರೆ ವಿಧಿ ತನ್ನ ಹೊಡೆತಗಳೆಲ್ಲವನ್ನೂ ಮುಗಿಸಿರಲಿಲ್ಲ. ತರಗತಿಯೊಳಗೆ ಕಾಲಿಟ್ಟಾಗ ಅಲ್ಲಿ ಹೊತ್ತಿಗೆ ಮುಂಚೆ ಬಂದ ಹುಡುಗರ ಝೇಂಕಾರ ಮೊರೆಯುತ್ತಿತ್ತು. ಕೆಲವರು ಖುಷಿಯಾಗಿದ್ದರು, ಇನ್ನು ಕೆಲವರು ಬೇಸರದಿಂದಿದ್ದರು. ಹ್ಯಾಮಿಲ್ಟನ್ ಮೇಡಮ್ಮಿನ ಮೇಜು ಉಡುಗೊರೆಗಳಿಂದ ತುಂಬಿತ್ತು. ಅವುಗಳಲ್ಲಿ ಹೆಚ್ಚಿನವು ತರಕಾರಿ ಬೇಯಿಸಿ ಮಾಡಿದ ತಿಂಡಿಗಳು. ಕಂಡಂತೆ ಹುಡುಗರೆಲ್ಲರೂ ಕಿನ್ನರರಾಗಲು ಹೊರಟಿದ್ದರು. ಒಳಬಂದು ನೋಡಿದ ಹ್ಯಾಮಿಲ್ಟನ್ ಹಿಂದಿನ ದಿನ ತಾನು ಹೇಳಿದ ಮಾತು ಎಷ್ಟೇ ಔಚಿತ್ಯಪೂರ್ಣವಾಗಿದ್ದರೂ ಬಾಯಿ ಮುಚ್ಚಿಕೊಂಡಿದ್ದಿದ್ದರೇ ಚೆನ್ನಾಗಿತ್ತು ಅಂದುಕೊಂಡಳು.

ಜಾನನಿಗೆ ಅದು ದುಃಖ, ನಿರಾಶೆಗಳಿಂದ ಕೂಡಿದ ದಿನ. ಅನೇಕ ಬಾರಿ ಅವನ ಕಣ್ಣೀರಿನ ಕಟ್ಟೆ ಒಡೆಯುವಂತಾಗಿತ್ತು. ಶಾಲೆ ಮುಗಿದ ಬಳಿಕ ಅವನು ಹುಡುಗರ ಗುಂಪಿನಲ್ಲಿ ಕಾದಿದ್ದು ಮಾರನೆಯ ಬೆಳಗ್ಗೆ ಮೊದಲ ಗಾಡಿಯಲ್ಲಿ ಊರು ಬಿಡಲಿದ್ದ ಮೆಚ್ಚಿನ ಮೇಡಮ್ಮಿಗೆ ವಿದಾಯ ಹೇಳಲು ನಿಲ್ಲಲಿಲ್ಲ. ಬದಲು, ಮನೆ ಭೀಕರವಾಗಿರುವುದೆಂದು ತಿಳಿದಿದ್ದರೂ ತಕ್ಷಣ ಅಲ್ಲಿಗೆ ಓಡಿದ. ಯಾಕೆಂದರೆ ಅವನಿಗೆ ಎಲ್ಲಕ್ಕಿಂತ ದೊಡ್ಡ ಪೆಟ್ಟು ಬಿದ್ದಿತ್ತು. ಹ್ಯಾಮಿಲ್ಟನ್ ಮೇಡಮ್ ತಿಳಿದಿದ್ದುದು ತಪ್ಪಾಗಿತ್ತು. ಅವನು ಕಿನ್ನರನೂ ಅಲ್ಲ, ಅದೆಂಥದೂ ಅಲ್ಲ. ಹಾಗೆಂದು ಅವನ ಅಂತರಾತ್ಮ ಕೊನೆಗೂ ಅವನಿಗೆ ಹೇಳಿತ್ತು!

* * *

ಹಳ್ಳಿ ಮನೆಯಲ್ಲಿ ಸಂಜೆ ಮುಸುಕಿತ್ತು. ಊಟ ಮುಗಿದು, ಎಲ್ಲವನ್ನೂ ಓರಣ ಮಾಡಿಯಾಗಿತ್ತು. ಕೋಣೆಯೊಲೆಯ ಬಲಬದಿ, ಕೈಯಲ್ಲಿ ವಾರಪತ್ರಿಕೆ ಹಿಡಿದು ಮುಖದ ಮೇಲಿನ ಆತಂಕವನ್ನು ಮುಚ್ಚಿಕೊಂಡು ಮಾವ ಕೂತಿದ್ದ. ಎಡಬದಿ ಅತ್ತೆ ಮುಖ ಗಂಟುಹಾಕಿಕೊಂಡು ಒಂದೇ ಸಮನೆ ಹೆಣಿಗೆ ಹಾಕುತ್ತಿದ್ದಳು. ಜಾನ್ ಅವರಿಂದ ದೂರ ಸ್ಟೂಲಿನ ಮೇಲೆ ಕುಳಿತಿದ್ದ. ತೊಡೆಯ ಮೇಲೆ 'ಪಿಲ್‌ಗ್ರಿಮ್ಸ್ ಪ್ರಾಗ್ರೆಸ್' ಪುಸ್ತಕವಿದ್ದು, ಕಣ್ಣು ಅದರಲ್ಲಿ ನೆಟ್ಟಿತ್ತು. ಆದರೂ ಕಳೆದ ಅರ್ಧಗಂಟೆಯಿಂದ ಅವನು ಒಂದು ಪುಟವನ್ನೂ ತಿರುವಿಹಾಕಿರಲಿಲ್ಲ.

ಹೊಗೆ ಕೊಳವೆಯಲ್ಲಿ ಗಾಳಿ ಸುಯ್‌ಗುಟ್ಟಿದಾಗಲ್ಲದೆ ಅಲ್ಲಿ ದೀರ್ಘಮೌನ ಆವರಿಸಿತ್ತು. ಶ್ರೀಮತಿ ಬ್ರೌನ್ ಬಾಯಿ ತೆರೆದಳು.

"ಪೀಟರ್, ಮಾತಾಡಬೇಕಾದ ಹೊತ್ತು ಬಂದಿದೆ."

ಗಂಡ ಬೆಚ್ಚಿಬಿದ್ದ. ಪತ್ರಿಕೆಯ ಹಿಂದಿನಿಂದಲೇ ಅವನು ಗೊಣಗಿದ. "ಇಲ್ಲ, ನನ್ನ ಕೈಲಿ ಸಾಧ್ಯವಿಲ್ಲ."

"ಇಲ್ಲ. ಅದು ನಿನ್ನ ಕರ್ತವ್ಯ."

"ಸರಿ, ನಾಳೆ ಬೆಳಗ್ಗೆ ನೋಡೋಣಂತೆ."

"ಇಲ್ಲ ಇವತ್ತು ರಾತ್ರಿಯೇ ಆಗಬೇಕು. ಎಷ್ಟು ಬೇಗ ಆದರೆ ಅಷ್ಟು ವಾಸಿ."

ಪೀಟರ್ ಧ್ವನಿ ತಗ್ಗಿಸಿ, "ಇದೊಂದು ಸಲ ಹೋಗಲಿ, ಬಿಡೆ," ಅಂದ.

"ಶಿಕ್ಷೆ ತಪ್ಪಿಸಿದರೆ ಹುಡುಗರು ಹಾಳಾಗ್ತಾರೆ." ಅವಳು ಗಾದೆಯ ಮಾರುತ್ತರ ಕೊಟ್ಟಳು.

"ಅದು ಬರೀ ಬುರುಡೆ." ಪೀಟರ್‌ನ ಕೈಲಿದ್ದ ಪತ್ರಿಕೆ, ಪ್ರಾಯಶಃ ಅವನು ತೋರಿಸಿದ ಧೈರ್ಯಕ್ಕೆ ಅಚ್ಚರಿಪಟ್ಟಂತೆ, ಕೆಳಕ್ಕೆ ಬಿದ್ದಿತು.

"ಏನಂದದ್ದು ?" ತನ್ನ ಕಿವಿಯನ್ನು ತಾನೇ ನಂಬದವಳಂತೆ ಶ್ರೀಮತಿ ಬ್ರೌನ್ ಉದ್ಗರಿಸಿದಳು.

"ಇಲ್ಲಿಗೆ ಬರೋದಕ್ಕೆ ಮುಂಚೆ ಅವನೇನು ಕಡಿಮೆ ಏಟು ತಿಂದಿದ್ದನೆ ? ಅದರಿಂದ ಏನು ಪ್ರಯೋಜನವಾಗಿದೆ, ಹೇಳು."

"ಯಾಕೊ ಸಾಲೊಮನ್ನ*ನನ್ನೂ ಎದುರಿಸುವಷ್ಟಾಯಿತು ವಿವೇಕ."

ಪೀಟರ್ ದಣಿದವನಂತೆ ಹೇಳಿದ:

"ಸಾಲೊಮನ್ನನಿಗೆ ಅವನ ಪ್ರತಿಭೆ ಇತ್ತು, ನಿಜ. ಆದರೆ ನೂರಾರುಗಟ್ಟಲೆ ಹೆಂಡ್ತೀರನ್ನ ಕಟ್ಟಿಕೊಂಡು, ಮೇಲೆ, ದೇವರೇ ಬಲ್ಲ, ಅದೆಷ್ಟೋ ಸೂ...ರನ್ನು ಇಟ್ಟುಕೊಂಡಿದ್ದವನ ವಿವೇಕದಲ್ಲಿ ನನಗೆ ಪೂರ್ತಿ ತೃಪ್ತಿಯೂ ಇಲ್ಲ ಅನ್ನು."

"ಷೂ !"

ಜಾನ್ ಕತ್ತೆತ್ತಿ ನೋಡಿದ. ಬಹಳ ಹೊತ್ತಿನಿಂದ ಅವನು ಅಪಮಾನಕ್ಕೆ ಗುರಿಯಾಗಿ ಭಯಂಕರ ಏಕಾಕಿತನವನ್ನು ಅನುಭವಿಸುತ್ತಿದ್ದ. ಅವರು ಕೊನೆಗೂ ಪ್ರಾಯಶಃ ತನ್ನ ತಪ್ಪನ್ನು ಮನ್ನಿಸಲಿದ್ದರೇನೊ, ಮಾವನ ಗಮನ ಸೆಳೆಯಲು ಇದೊಂದು ಒಳ್ಳೆಯ ಅವಕಾಶವೆಂದು ಕೊಂಡು ಅವನು ಮೆಲ್ಲನೆ ಕೇಳಿದ.

"ಮಾವ, ಮಾವ, 'ಸೂ...' ಅಂದರೇನು ?"

"ಮುಚ್ಕೊ ಬಾಯಿ," ಗಂಡನ ಕಡೆ ಒಮ್ಮೆ ಕೋಪದಿಂದ ದುರುಗುಟ್ಟಿ ನೋಡಿ, ಅತ್ತೆ ಜಾನ್‌ನನ್ನು ಗದರಿಸಿದಳು.

ಬ್ರೌನ್ ಗಂಟಲಲ್ಲಿ ಏನೋ ತಮಾಷೆಯ ಶಬ್ದ ಮಾಡಿದ. ಆಮೇಲೆ ಗಂಭೀರವಾಗಿ ಹೇಳಿದ, "ಸೂ...ಅಂದರೆ ಒಂದು ತರಹದ ಹೆಂಗಸರು, ಜಾನ್."

ಅಷ್ಟರಲ್ಲಿ ಅವನ ಹೆಂಡತಿ ಅಂದಳು:

"ಪೀಟರ್ ಬ್ರೌನ್, ನಿನ್ನ ಕರ್ತವ್ಯಾನ ಮಾಡದೆ ಬಿಟ್ಟರೆ ಆಮೇಲೆ ವ್ಯಥೆಪಡಬೇಕಾಗುತ್ತೆ." ಕರ್ತವ್ಯ ಮಾಡಿದರೂ ವ್ಯಥೆಯೆ, ಬಿಟ್ಟರೂ ವ್ಯಥೆಯೆ ಎಂದು ಪೀಟರಿಗೆ ಗೊತ್ತಿತ್ತು. ಆದರೆ ಅಭ್ಯಾಸಬಲ ಹಾಗೂ ವಿಧೇಯತೆಗಳದ್ದೇ ಮೇಲುಗೈ ಆಯಿತು. ಅವನು ಗಂಟಲು ಸರಿಮಾಡಿಕೊಂಡು ಪ್ರಯಾಸದಿಂದ ಶುರುಮಾಡಿದ:

"ಜಾನ್, ನೀನು ನಿಮ್ಮತ್ತೆಯ ಕೋಳಿಮನೆಗೆ ಹೋಗಿ, ಗೂಡಿಗೆ ಕೈಹಾಕ್ತಿದ್ದೆ ಅಂತ ತಿಳಿದು ಮನಸ್ಸಿಗೆ ತುಂಬ ಕ್ಲೇಶವಾಯಿತು. ಹಾಗೇಕೆ ಮಾಡಿದೆ ?"

ಜಾನ್ ಉತ್ತರ ಕೊಡದೆ ಗೋಳುಮುಖ ಹಾಕಿಕೊಂಡು ಕೂತ.

---

* ಸಾಲೊಮನ್ – ಯೆಹೂದಿ ಜನಾಂಗದ ಒಬ್ಬ ದೊರೆ; ನ್ಯಾಯ, ವಿವೇಕಗಳಿಗೆ ಹೆಸರಾದವನು.

ಶ್ರೀಮತಿ ಬ್ರೌನ್ ಉದ್ಗರಿಸಿದಳು:

"'ಕೈಹಾಕ್ತಿದ್ದ!' 'ಕದ್ದ' ಅನ್ನಬೇಕು, ಅದೇ ಸರಿಯಾದ ಪದ. ಅದರಲ್ಲೂ ಅಂಥ ಅಪರೂಪದ ಮೊಟ್ಟೆಗಳು."

"ಪ್ರಾಯಶಃ ಕದೀತಿದೀನಿ ಅಂತ ತಿಳೀದೇ ಹಾಗೆ ಮಾಡಿದನೇನೊ" ಪೀಟರ್ ಹೇಳಿದ. "ಹೌದೇನೊ ?"

"ಕೋಳಿಗಳು ಎಷ್ಟು ಬೇಕು ಅಂದರೆ ಅಷ್ಟು ಮೊಟ್ಟೆ ಹಾಕ್ತವೆ ಅಂತ ಅಂದುಕೊಂಡಿದ್ದೆ, ಮಾವ."

ಅತ್ತೆ ಕಟುವಾಗಿ ಹೇಳಿದಳು:

"ಕೋಳಿಗಳು ಏನು ಮಾಡ್ತವೆ, ಬಿಡ್ತವೆ ಅನ್ನೋದು ಕಟ್ಟಿಕೊಂಡು ನಿನಗೇನು ಆಗ್ಬೇಕು? ಕಳೆದ ಎರಡು ವಾರದಲ್ಲಿ ಆರು ಮೊಟ್ಟೆ ಕದ್ದೆ ಅಂತ ಒಪ್ಪಿಕೊಂಡಿದಾನೆ, ಪೀಟರ್. ಆದರೆ ಅವನ್ನ ಏನು ಮಾಡಿದ ಅಂತ ಹೇಳ್ತಿಲ್ಲ. ನೀನೇ ಕೇಳು."

"ಮೊಟ್ಟೆಗಳನ್ನು ಏನು ಮಾಡಿದೆಯೊ ?" ಮಾವ ಕೇಳಿದ.

ಜಾನ್ ಉತ್ತರ ಕೊಡಲಿಲ್ಲ. ಏನೇ ಆಗಲಿ, ಮೇಡಮ್ಮನ್ನ ತೊಂದರೆಯಲ್ಲಿ ಸಿಕ್ಕಿಸುವುದಿಲ್ಲವೆಂದು ಅವನು ನಿಶ್ಚಯ ಮಾಡಿದ್ದ.

ಮಿಸೆಸ್ ಬ್ರೌನ್ ಅರಚಿದಳು :

"ನೋಡಿದಿಯೇನು ! ಏನು ಮಾಡಿದ ಅಂತ ಹೇಳಿದ್ದಿದ್ದರೆ ನಾನು ಸುಮ್ಮನಾಗಿದ್ದೆ. ನೀನು ಮಾತುಕೊಟ್ಟಿದಿ, ನಿನ್ನ ಕರ್ತವ್ಯ ಮಾಡ್ತೀನಿ ಅಂತ. ಮಾಡಲೇಬೇಕು. ಅದು ಅವನ ಒಳ್ಳೆಯದಕ್ಕೇ."

ಮತ್ತೆ ಸ್ವಲ್ಪ ತಡೆದು "ನೀನು ಮಾಡಿ ಮುಗಿಸೋವರೆಗೂ ನಾನು ಕೋಳೀ ಮನೇಲಿರ್ತೀನಿ," ಎನ್ನುತ್ತಾ ಕುರ್ಚಿಯ ಪಕ್ಕದಲ್ಲಿ ಗೋಡೆಗೆ ಒರಗಿಸಿದ್ದ ಬೆತ್ತದ ಕಡೆ ಅವಳು ಸನ್ನೆ ಮಾಡಿದಳು. ಸಾಧಾರಣವಾಗಿ ಜಮಖಾನ ಬಡಿಯಲು ಉಪಯೋಗಿಸುತ್ತಿದ್ದ ಬೆತ್ತ ಅದು. ಶ್ರೀಮತಿ ಬ್ರೌನ್ ಮೊದಲೇ ಅದನ್ನು ಅಲ್ಲಿ ಸಿದ್ಧಮಾಡಿಟ್ಟಿದ್ದಳು.

ಶ್ರೀಮತಿ ಬ್ರೌನ್ ಶಾಲೆತ್ತಿಕೊಂಡು ಕೈಯಲ್ಲಿ ಮೋಂಬತ್ತಿ ಹಿಡಿದು ಅಡುಗೆಮನೆಯಿಂದ ಎದ್ದು ಹೊರಟಳು. "ದೇವರೇ ನನ್ನನ್ನು ಕಾಪಾಡಬೇಕು" ಎಂದು ಪೀಟರ್ ನಿಟ್ಟುಸಿರುಬಿಟ್ಟು, ಆಮೇಲೆ "ಸಾಲೊಮನ್ ಆದರೂ ಇಲ್ಲಿ ನನ್ನ ಜತೆಗಿದ್ದಿದ್ದರೆ ಚೆನ್ನಾಗಿರ್ತಿತ್ತು" ಎಂದುಸುರಿದ.

"ಜಾನ್, ಆ ಮೊಟ್ಟೆಗಳನ್ನ ಏನು ಮಾಡಿದೆ ಅಂತ ನನಗೆ ಹೇಳು."

"ಇಲ್ಲ, ಮಾವ. ಹೇಳೋಕ್ಕಾಗೋಲ್ಲ."

"ಹಾಳಾಯ್ತು. ತುಂಬ ವ್ಯಥೆಯಾಗ್ತದೆ, ಆದರೆ ನಿನ್ನನ್ನ ಶಿಕ್ಷಿಸಲೇಬೇಕು, ಅಂದರೆ ನಿನಗೆ ನಾಲ್ಕು ಕೊಡಬೇಕು. ಹ್ಞೂ. ತಯಾರಾಗು."

"ತಯಾರಾಗೋದು ಅಂದರೆ ಹೇಗೆ" ಜಾನನ ಧ್ವನಿ ನಡುಗುತ್ತಿತ್ತು.

ಥಟ್ಟನೆ ಸ್ಫೂರ್ತಿ ಬಂದವನಂತೆ ಪೀಟರ್ ಬೆತ್ತದಿಂದ ಮೇಜಿನ ಮೇಲಿದ್ದ ಕೆಂಪು ಹಾಸು ಬಟ್ಟೆಯ ಕಡೆ ಕೈತೋರಿಸುತ್ತ "ಅದನ್ನ ತೊಗೊಂಡು ಕಾಲಿಗೆ ಸುತ್ತಿಕೊ" ಅಂದ.

ಪ್ರಾಯಶಃ ಇದೊಂದು ಹಿಂಸೆಯ ಹೊಸ ವಿಧಾನವೇನೊ. ಮಾವ ಹೇಳಿದಂತೆ ಜಾನ್ ಮಾಡಿದ.

ಪೀಟರ್ ಬ್ರೌನ್ ಮುಂದೆ ಬಂದು ಜಾನನ ಕೋಟಿನ ಕಾಲರಿಗೆ ಕೈಹಾಕಿ ತನ್ನ ಬಲಿಪಶುವನ್ನು ಹುಷಾರಾಗಿ ಹಿಡಿದುಕೊಂಡ, "ಹೆದರಿಕೋಬೇಡ. ನಿನಗೆ ಹೊಡೆದ ಹಾಗೆ ಆಗಬೇಕು, ಅದು ನನ್ನ ಕರ್ತವ್ಯ ತಾನೆ ?"

ಪೀಟರ್ ಬ್ರೌನ್ ಕ್ಷಮಾಯಾಚನೆ ಮಾಡುತ್ತಿರುವವನಂತೆ ಹೇಳಿದ, "ಹ್ಞೂ, ತಯಾರಾಗಿದಿ

ತಾನೆ?" ಅವನು ಬೆತ್ತವನ್ನು ಝಳಪಿಸುತ್ತಾ ತಾಕಿಯೂ ತಾಕದಂತೆ ಜಾನನ ಕಾಲಿಗೆ ಸುತ್ತಿದ ಮೇಜಿನ ಬಟ್ಟೆಗೆ ಅದನ್ನು ಮುಟ್ಟಿಸಿದ. ಆಮೇಲೆ "ನೋವಾಯಿತೆ?" ಎಂದು ಕೇಳಿದ.

"ಇಲ್ಲ, ಮಾವ ನೋವಾಗ್ಲಿಲ್ಲ."

"ಸತ್ಯವಂತ ಹುಡುಗ," ಮತ್ತೆ ಕೊಂಚ ಜೋರಾಗಿ ಬೆತ್ತ ತಾಕಿಸಿ "ಹ್ಞೂ, ಈಗ?" ಅಂದ.

"ಇಲ್ಲ."

ಹೀಗೆ-ಹಲವಾರು ಸಲ ಪೆಟ್ಟು ಕೊಟ್ಟ ಮೇಲೆ ಆ ಪೀಡಕ ಅಸಹಾಯನಾಗಿ ನೋಡುತ್ತ ನಿಂತ.

"ಮಾವ, ನೀನು ನನ್ನನ್ನು ಸರಿಯಾಗಿ ಹೊಡೆಯೋದೇ ಒಳ್ಳೇದು. ಇಲ್ಲವಾದರೆ ಅತ್ತೆಗೆ ಸಂತೋಷ ಆಗೋದಿಲ್ಲ."

"ನನ್ನೆದೆ ಒಡೀತಿದಿ ತಗೋ ಇದು." (ಟಪ್ ಎಂದು ಶಬ್ದ) "ಸರಿಯಾಗಿತ್ತೆ?"

"ಸುಮಾರಾಗಿತ್ತು."

(ಮತ್ತೆ ಟಪ್ ಎಂದು ಶಬ್ದ) "ಇದು?"

ಜಾನ್ ಒದ್ದಾಡಿದ.

"ನೀನು ಒಂದು ಸಲ ಕಿರಿಚಿಕೊಂಡು ಅಳೋದು ವಾಸಿ." ಇನ್ನೂ ಒಂದೇಟು ಕೊಟ್ಟ. "ಹ್ಞೂ, ಕಿರಿಚು."

ಜಾನ್ ಒಂದು ಸಲ ಕುಂಯ್ ಅಂದು, ಆಮೇಲೆ ಇದ್ದಕ್ಕಿದ್ದಂತೆ "ಓ ಮಾವ, ಎಷ್ಟು ಒಳ್ಳೆಯ ಹೃದಯ, ನಿನ್ನದು," ಎನ್ನುತ್ತ ಜೋರಾಗಿ ಬಿಕ್ಕಿ ಬಿಕ್ಕಿ ಅಳತೊಡಗಿದ.

ಪೀಟರ್ ಶಪಿಸುತ್ತಾ ಬೆತ್ತವನ್ನು ಅಡುಗೆಮನೆಯ ಕಡೆಗೆ ಎಸೆದ. "ದೇವರು ನಮ್ಮನ್ನೆಲ್ಲ ಮನ್ನಿಸಲಿ" ಎಂದು ಗೊಣಗುತ್ತ, ಜಾನ್‌ನ ಕಾಲಿಗೆ ಸುತ್ತಿದ್ದ ಬಟ್ಟೆಯನ್ನು ಬಿಚ್ಚಿ, ಮತ್ತೆ ಮೇಜಿನ ಮೇಲೆ ಹಾಸಿದ. ಬಳಿಕ ಸೋದರಳಿಯನ ಬೆನ್ನು ತಟ್ಟುತ್ತ ಹೇಳಿದ:

"ಜಾನ್, ಈಗಾದದ್ದು ನಮ್ಮಲ್ಲೇ ಗುಟ್ಟಾಗಿರಲಿ ಇನ್ನು ಮೇಲೆ ನಿಮ್ಮತ್ತೆ ಆಜ್ಞೆ ಇಲ್ದೆ ಕೋಳಿಮನೆ ಕಡೆ ಕಾಲಿಡೋಲ್ಲ ಅಂತ ಮಾತು ಕೊಡು, ಸಾಕು. ನೀನು ಮೊಟ್ಟೆಗಳನ್ನು ಕುಡಕೊಂಡೆ ಅಂತ ಕಾಣುತ್ತೆ. ಚಳಿಗಾಲದಲ್ಲಿ ಹುಡುಗರು ಹಾಗೆ ಮಾಡೋದು ಸ್ವಾಭಾವಿಕ. ಅತ್ತೇಗೆ ತಪ್ಪಾಯ್ತು ಅಂತ ಹೇಳಿ ಸರಿಹೋಗಿಸಿಕೊ, ಗೊತ್ತಾಯ್ತೆ?"

ಹುಡುಗ ಮಾತಾಡಲಾರದೆ ಆಗಲೆಂದು ತಲೆಯಲ್ಲಾಡಿಸಿದ.

"ಒಳ್ಳೇ ಹುಡುಗ. ಅತ್ತೇಗೆ ಬೆಳಗ್ಗೆ ಹೇಳುವಿಯಂತೆ, ಈಗ ಹೋಗಿ ಮಲಕ್ಕೊ. ಒಂದು ನಿಮಿಷ ತಾಳು. ಇದು ಇನ್ನೊಂದು ಗುಟ್ಟು. ಯಾರಿಗೂ ಹೇಳೋಹಾಗಿಲ್ಲ, ಗೊತ್ತಾಯ್ತೆ!"

ಜಾನನಿಗೆ ಮಾವ ತನ್ನ ಕೈಯಲ್ಲಿ ಏನನ್ನೊ ಇಟ್ಟಂತಾಯಿತು. ಆಮೇಲೆ ಮಾವನೇ ಅವನನ್ನು ಅಡುಗೆಕೋಣೆಯಿಂದ ಹೊರಗೆ ಕರೆತಂದ. ಪಡಸಾಲೆಯಲ್ಲಿ ಒಂದು ದೀಪವನ್ನೆತ್ತಿ ಕೊಂಡು ಹುಡುಗ ಮಲಗಿಕೊಳ್ಳುತ್ತಿದ್ದ ಡಬ್ಬದಂತಹ ಕೋಣೆಯೊಳಗೆ ಬಿಟ್ಟುಬಂದ.

"ಗುಡ್‌ನೈಟ್, ಜಾನ್. ನಿನ್ನ ಕಷ್ಟವನ್ನೆಲ್ಲ ಮರೆತುಬಿಡು" ಎನ್ನುತ್ತ ಬಾಗಿಲು ಮುಚ್ಚಿದ.

ಕೊಂಚ ಹೊತ್ತಿನ ಮೇಲೆ ಜಾನ್ ಮುಷ್ಟಿ ಬಿಚ್ಚಿ ನೋಡಿದ. ಅಲ್ಲಿ ಅರ್ಧ ಪೆನ್ನಿ ಇರುತ್ತದೆಂದು ಆತ ನಿರೀಕ್ಷಿಸಿದ್ದ. ನೋಡಿದರೆ ಓ, ಒಂದು ಷಿಲಿಂಗು. ಅವನು ಮಲಗುವ ಹೊತ್ತಿಗೆ – ಹುಡುಗರ ಲೆಕ್ಕದಲ್ಲಿ – ತುಂಬ ಹೊತ್ತಾಗಿತ್ತು. ಮಂಪರು ಬಂದಾಗ ಅವನು ತುಂಬ ಸಂತೋಷವಾಗಿದ್ದ. ಎಲ್ಲವೂ ಸರಿಯಾಗಿ ಸಲೀಸಾಗಿ ನಡೆದಿತ್ತು. ಅವನು ಕಿನ್ನರ ಕುಮಾರನೇ. ಅದರಲ್ಲಿ ಕೊಂಚವೂ ಅನುಮಾನವಿಲ್ಲ.

ಮಿಸೆಸ್ ಬ್ರೌನ್ ಅಡುಗೆಕೋಣೆಗೆ ಹಿಂದಿರುಗುವಾಗ ಪೀಟರ್ ನಡುಗುತ್ತಿದ್ದ.

ವಾರಪತ್ರಿಕೆಯ ಮೇಲಿಂದ ಹೇಗೋ ಹೇಳುವ ಧೈರ್ಯ ಮಾಡಿದ.

"ನಿನಗೆ ಕೇಳಿಸಲಿಲ್ಲ ಅಂತ ಕಾಣುತ್ತೆ, ಎಲಿಜಬೆತ್, ಅವನ ಅವಸ್ಥೆ ಕೇಳ್ಬೇಡ."

ಶ್ರೀಮತಿ ಬ್ರೌನ್ ದಣಿದವಳಂತೆ ಕುಳಿತುಕೊಂಡು, ನಾಲಿಗೆಯಿಂದ ತುಟಿ ಸವರಿಕೊಳ್ಳುತ್ತ "ನಾನು ಬೆರಳಿಂದ ಕಿವಿ ಮುಚ್ಚಿಕೊಂಡಿದ್ದೆ" ಅಂದಳು.

* * *

ಹಳ್ಳಿ ಮನೆಯಲ್ಲಿ ಬೆಳಗಾಯಿತು.

ಮಾವ ಇದಿರಿನಲ್ಲಿ ಆವಿಯಾಡುತ್ತಿದ್ದ ತಿಂಡಿಯ ತಟ್ಟೆಯ ಕಡೆ ಕಣ್ಣಿಟ್ಟು ನೋಡುತ್ತ "ಇನ್ನೂ ಜಾನ್ ಎದ್ದಿಲ್ಲವೆ ?" ಎಂದು ಕೇಳಿದ.

"ಹೇಗೂ ರಜಾ ಇದೆಯಲ್ಲ, ಇನ್ನೊಂದು ಸ್ವಲ್ಪ ಮಲಗಿರಲಿ ಅಂತ ನಾನೇ ಬಿಟ್ಟೆ."

ಬ್ರೌನ್ ಹೆಂಡತಿಯ ಕಡೆ ದುರುಗುಟ್ಟಿ ನೋಡಿದ. ಅದು ಅವಳಿಗೆ ಪ್ರಿಯವಾಗಲಿಲ್ಲವೇನೊ. "ಎದ್ದಿದಾನೆಯೇ ನೋಡ್ತೀನಿ" ಎನ್ನುತ್ತ ಅವಳು ಅಡಿಗೆಮನೆಯಿಂದೆದ್ದು ಹೊರಬಂದಳು.

ಒಂದು ಕ್ಷಣ ಬಿಟ್ಟು ಅವಳು ಕೂಗಿದುದು ಕೇಳಿಸಿತು.

ಆ ಸಣ್ಣ ಕೋಣೆಯಲ್ಲಿ ತೆರೆದ ಕಿಟಿಕಿಯ ಮುಂದೆ ಅವಳು ನಿಂತಿದ್ದಳು. ಒಂದು ಕೈಯಲ್ಲಿ ಕಾಪಿಪುಸ್ತಕದ ಹಾಳೆಯ ತುಂಡಿತ್ತು, ಇನ್ನೊಂದರಲ್ಲಿ ಷಿಲಿಂಗಿನ ನಾಣ್ಯವಿತ್ತು. ಕಾಗದದ ಮೇಲೆ ಮಕ್ಕಳ ಕೈ ಬರಹದಲ್ಲಿ ಬರೆದಿತ್ತು–

"ಈ ಷಿಲಿಂಗ್ ನಾನು ಕದ್ದ ಮೊಟ್ಟೆಗಳ ಬಾಬತು. ಧನ್ಯವಾದ – ಜಾನ್."

ಆ ಗಂಡ ಹೆಂಡಿರು ಇದ್ದಕ್ಕಿದ್ದಂತೆ ಹತ್ತು ವರ್ಷ ಹೆಚ್ಚು ವಯಸ್ಸಾದವರಂತೆ ಕಂಡರು.

ಇಬ್ಬರೂ ಒಮ್ಮೆಲೇ ಪಿಸುಗುಟ್ಟಿದರು –

"ಅವನೆಲ್ಲಿ ಹೋಗಿರಬಹುದು ?"

* * *

ಕೂಲಿಯಾಳು ಗಾಡಿಯ ಡಬ್ಬಗಳ ಬಾಗಿಲು ಮುಚ್ಚುತ್ತಿದ್ದ. ಒಬ್ಬ ಕೆಂಗೂದಲಿನ ಹುಡುಗ ಹೊರಗೆ ಹಿಮದಿಂದ ದಡದಡನೆ ರೈಲು ನಿಲ್ದಾಣಕ್ಕೆ ಬಂದು, ಅತೀವ ಆತುರದ ಮುಖ ಹಾಕಿಕೊಂಡು ರೈಲು ಕಟ್ಟೆಯ ಉದ್ದಕ್ಕೂ ಓಡಾಡತೊಡಗಿದ.

ಪುಣ್ಯಕ್ಕೆ ಹ್ಯಾಮಿಲ್ಟನ್ ಮೇಡಮ್ ತೆರೆದ ಕಿಟಿಕಿಯೊಳಗಿಂದ ಹೊರಗೆ ತಲೆ ಹಾಕಿಕೊಂಡು ನೋಡುತ್ತಿದ್ದಳು.

"ಏನದು, ಜಾನ್," ಅವಳು ಕೂಗಿ ಕರೆದಳು.

ಆತನಿಗೆ ಆ ಕ್ಷಣ ಮಾತಾಡಲಾಗದಿದ್ದರೂ ಮಾತಾಡಬೇಕೆಂಬ ಅವನ ಆಸೆ ಸ್ಪಷ್ಟವಾಗಿತ್ತು.

ರೈಲು ತಪ್ಪಿ ಹೋಗುವುದೆಂಬ ಭಯವೂ ಇಲ್ಲದೆ ಅವಳು ಗಾಡಿಯಿಂದ ಕೆಳಗಿಳಿದಳು.

"ಹೇಳು, ಜಾನ್. ಏನಾಯಿತು ?" ಬಗ್ಗಿ, ಅವನ ಹೆಗಲಮೇಲೆ ತೋಳು ಬಳಸಿ, "ಹೇಳು, ಮಗು" ಎಂದು ಮೆಲ್ಲಗೆ ಜಿಗುಟಿದಳು.

ಕೊನೆಗೆ ಅವನು ಬಾಯಿತೆರೆದು ಗೊಗ್ಗರದ ಮೆಲುದನಿಯಲ್ಲಿ ತೋಡಿಕೊಂಡ:

"ಆ ಕಿನ್ನರ ಕುಮಾರ ನಾನೇ! ಆದರೆ... ಆದರೆ... ಇನ್ನು ಮೇಲೆ ಮೊಟ್ಟೆ ತಂದುಕೊಡೋದಕ್ಕೆ ಆಗೋದಿಲ್ಲ."

○ ನೀಲ್ ಎಮ್. ಗನ್

ಕಡಲು

ಅವನ ಕಣ್ಣುಗಳು ನಿದ್ರೆಯಾಳದಿಂದ ದುರುಗುಟ್ಟಿ ನೋಡಿದವು. ಕೆಂಪನೆಯ ಕೆನ್ನೆಗಳು ಬಿಳಚಿಕೊಂಡವು

"ಅಮ್ಮಾ!"

ಅವಳು ಅವನ ಬದಿಯಲ್ಲಿ ನಿಂತಿದ್ದಳು, ಎತ್ತರಕ್ಕೆ, ರಾತ್ರಿಯುಡುಗೆಯಲ್ಲಿ, ಕೈಯಲ್ಲಿ ಮೋಂಬತ್ತಿ ಹಿಡಿದು, ಕಿವಿಗೊಟ್ಟು ಕೇಳುತ್ತ. ಪ್ರೇತಸ್ವರೂಪಿಯಂತಿದ್ದ ಅವಳ ಸುತ್ತಲೂ ಗಾಳಿ ನರಳುತ್ತಿದ್ದುದು ಅವನಿಗೆ ಕೇಳಿ ಬರುತ್ತಿತ್ತು.

"ಕೇಳಿಸಿತೆ ?" ಅವಳು ಸ್ವತಃ ರಾತ್ರಿಗೇ ಹೇಳುತ್ತಿರುವಳೆಂಬಂತೆ ಎತ್ತರದ ಗಂಭೀರ ಧ್ವನಿಯಲ್ಲಿ ಹೇಳಿದಳು. ನಡುನಡುವೆ ಗಾಳಿಯ ನರಳಿಕೆಯ ಧ್ವನಿ ಚೀತ್ಕಾರದ ಎತ್ತರಕ್ಕೆ ಏರುತ್ತಿತ್ತು. ಅವನ ಎದೆ ಭೀತಿಯಿಂದ ಕರಗುತ್ತಿತ್ತು.

"ನನಗೆ ಹೆದರಿಕೆಯಾಗ್ತಿದೆ," ಅವಳು ತನಗೆ ತಾನೇ ಹೇಳಿಕೊಂಡಳು.

"ಯಾಕಮ್ಮಾ ?" ಅವನು ಉಗುಳು ನುಂಗಿಕೊಂಡ, ಕಣ್ಣುಗಳನ್ನು ದುಂಡಗೆ ಕೆಕ್ಕರಿಸಿ, ಆಲಿಸತೊಡಗಿದ.

"ನನಗೆ ಹೆದರಿಕೆಯಾಗ್ತಿದೆ," ಅವಳು ಮತ್ತೆ ಅದೇ ಸಪ್ಪೆ ಧ್ವನಿಯಲ್ಲಿ ಹೇಳಿ, ನಿಧಾನವಾಗಿ ಸಣ್ಣ ಕಿಟಕಿಯ ಕಡೆ ಮುಖ ತಿರುಗಿಸಿದಳು.

ದೂರದಿಂದ ಬರುತ್ತಿದ್ದ ಕಡಲ ಮೊರೆತ ಮಸುಕಾಗಿ, ಸುತ್ತ ಕೊಳ್ಳೆ ಹೊಡೆಯುತ್ತಿದ್ದ ಗಾಳಿಯ ಭೂತಚೇಷ್ಟೆಯನ್ನು ಹಾದು, ಕಿವಿಯ ಬಳಿಯ ರಕ್ತದ ಬಡಿತದಂತೆ ಮೃದುವಾಗಿ ಕೇಳಿಸುತ್ತಿತ್ತು.

"ಒಂದು ಗಂಟೆಯ ಸುಮಾರಿಗೆ ಷುರುವಾಯಿತು. ಆಗಿನಿಂದ ಹಾಗೆಯೇ ಇದೆ."

ಅವನಿಗೆ ಆಡಲು ಮಾತೇ ಇಲ್ಲದಾಯಿತು. ಎದೆ ಗಂಟಲಿಗೆ ಬಂದು ಬಡಿಯುತ್ತಿತ್ತು. ಕಣ್ಣು ತಾಯಿಯ ಮೇಲೆ ನೆಟ್ಟಿತ್ತು, ಅಲ್ಲಿ ಸ್ತಬ್ಧಳಾಗಿ ನಿಂತು ಭೀತಿಯ ಯೋಚನೆಗಳಲ್ಲಿ ಮುಳುಗಿದ್ದ ತನ್ನ ಪ್ರೀತಿಯ ತಾಯಿ. ಗಾಳಿ ಗುರ್ರೆಂದು ಸಿಡುಕುತ್ತ ಮನೆಯನ್ನು ಹಿಡಿದು ಅಲ್ಲಾಡಿಸುತ್ತಿತ್ತು. ತಾಯಿಯ ಕೈಯಲ್ಲಿದ್ದ ಮೋಂಬತ್ತಿ ನಡುಗುತ್ತಿತ್ತು.

"ಓ!" ಅವಳ ಬಾಯಿಯಿಂದ ಹೊರಟಿತು.

"ನೀನು ಯೋಚನೆ ಮಾಡಬೇಡಮ್ಮ, ನೀನು ಯೋಚನೆ ಮಾಡಬೇಡ," ಅವನು ಗಟ್ಟಿಯಾಗಿ ಹೇಳಿದ.

"ನಾನೊಬ್ಬಳೇ ಇರಲಾರೆ. ಏನು ಮಾಡೋದೋ ಕಾಣೆ," ಅವಳು ತನಗೆ ತಾನೇ ತೋಡಿ ಕೊಂಡಳು.

"ಸರಿ, ಆಗಲಮ್ಮ" ಅವನ ಉತ್ಸಾಹದ ಧ್ವನಿ ದೃಢಗೊಂಡಿತು. ಅದು ಅವಳಲ್ಲಿ ಆತ್ಮವಿಶ್ವಾಸ ಹುಟ್ಟಿಸಿ ಆಕೆ ಧೈರ್ಯಗುಂದದಂತೆ ಮಾಡುವ ಹತಾಶೆಯ ಪ್ರಯತ್ನ. ಅವಳು ಧೈರ್ಯ ಗುಂದಿದುದನ್ನು, ಅವಳ ಶಾಂತ ವಿವೇಕ ಮುರಿದುಬೀಳುವಂತಹ ಪರೀಕ್ಷೆಗೆ ಒಳಗಾದುದನ್ನು ಅವನೆಂದೂ ಕಂಡಿರಲಿಲ್ಲ. ಅವಳು ಅವನ ತಾಯಿ ತಾನೆ !

ಅವಳು ಈಗಲೂ ಧೈರ್ಯಗುಂದುವವಳಲ್ಲ. ಆದರೆ ಈಗ ಮೊರೆಹೋಗಲು ಅವಳಿಗೆ ಯಾರೂ ಇರಲಿಲ್ಲ, ಅಷ್ಟೆ. ಕಡಲಿಗೆ ಹೋದ ಅವನ ಅಪ್ಪ, ಅಣ್ಣ ಇಬ್ಬರೂ ಚಳಿಗಾಲದ ಚಂಡಮಾರುತಕ್ಕೆ ಸಿಕ್ಕಿಬಿದ್ದಿದ್ದರು. ಅದರಿಂದ ತಪ್ಪಿಸಿಕೊಳ್ಳಲು ದಂಡೆಯ ಮೇಲಿನ ಒಂದು ಸಣ್ಣ ಕಡಲ ಚಾಚನ್ನು ಬಿಟ್ಟರೆ ಬೇರೇನೂ ಇರಲಿಲ್ಲ. ಆ ಚಂಡಮಾರುತಕ್ಕೆ ಕಿವಿಗೊಡಬೇಕಾದ ಯಾತನೆ ಅದನ್ನು ಹಾಸಿಗೆಯಲ್ಲಿ ಮಲಗಿ ಸಹಿಸಲಾದೀತೆ ? ಗಾಳಿ ಮನೆಯ ಮುಂಭಾಗಕ್ಕೆ ಬಡಿಯುತ್ತಿತ್ತು. ಅಂದರೆ ಅದು ಮಹಾಸಮುದ್ರಗಳನ್ನು ಎತ್ತಿ ತಂದು ಕಡಲ ಚಾಚಿನ ಮೇಲೆ ಅಪ್ಪಳಿಸುತ್ತಿತ್ತು. ದೂರದ ಮಸುಕು ಮಸುಕಾದ ಮೊರೆತ ಕೇಳಿಬರುತ್ತಿತ್ತು. ಏನಾಗುವುದೋ ಎಂಬ ಭಯ ಅವಳನ್ನು ಮನೆಯಲ್ಲಿ ಅತ್ತಿಂದಿತ್ತ ಅಲೆದಾಡಿಸುತ್ತ, ಹನ್ನೆರಡು ವರ್ಷದ ಮಗನನ್ನು ಎಬ್ಬಿಸುವಂತೆ ಮಾಡಿತ್ತು. ಈಗ ಅವಳೆಂದಳು:

"ಅವರು ಸಮುದ್ರದಲ್ಲಿ ತುಂಬ ದೂರ ಹೋಗಿರ್ಬೇಕು – ದೊಡ್ಡ ಅಲೆಯಿಂದ ತಪ್ಪಿಸಿಕೊಂಡಿದ್ದಿದ್ದರೆ ಯಾವಾಗಲೋ ಮನೆ ಸೇರಿರುತ್ತಿದ್ದರು."

ಅವನು ಥಟ್ಟನೆ ಹಾಸಿಗೆಯ ಮೇಲೆ ಎದ್ದು ಕುಳಿತ. ಅವನ ಮುಖ ಬಿಳಚಿಕೊಂಡಿತ್ತು. ಕಣ್ಣು ತಾಯಿಯ ಮೇಲೆ ನೆಟ್ಟಿತ್ತು. ಆ ಚಂಡಮಾರುತ, ಅದರ ಪೈಶಾಚಿಕ ಹಿಡಿತ, ಅಬ್ಬರ ಎಲ್ಲವೂ ಅವನಿಗೆ ಕೇಳಿಸಿತ್ತು. ಅವನು ತಾಯಿಯ ಕಡೆಯೇ ಕಣ್ಣಿಟ್ಟು ನೋಡಿದ. ಅವಳೂ ತಲೆಯನ್ನು ಆ ಕಡೆ ಅರ್ಧ ತಿರುಗಿಸಿ, ಕಿವಿಗೊಟ್ಟು ಕೇಳುತ್ತ ನಿಂತಿದ್ದಳು. ಇದ್ದಕ್ಕಿದ್ದಂತೆ ಮೋಂಬತ್ತಿಯ ಬಿಸಿರಸದ ಕೋಡಿ ಅವಳ ಕೈ ಮೇಲೆ ಹರಿಯಿತು. ಅವಳು ಬೆಚ್ಚಿ ಅದರ ಕಡೆ ನೋಡಿದಳು. ಎಲ್ಲೋ ದೂರ ನೆಟ್ಟಿದ್ದ ಅವಳ ಕಣ್ಣುಗಳಲ್ಲಿ ಕ್ಷಣಕಾಲ ಭಾವನೆ ಬಿಸಿಬಿಸಿಯಾಗಿ ಉಕ್ಕಿಬಂದಿತು.

ಅವನಿಗೆ ಒಳಗಿಂದ ಕಣ್ಣೀರು ಒತ್ತಿ ಬರುತ್ತಿತ್ತು. ಅದು ಅಪೌರುಷದ ಕಣ್ಣೀರು. ಎದೆ ಒಳಗೊಳಗೆ "ಅಮ್ಮಾ ! ಅಮ್ಮಾ !" ಎಂದು ಕೂಗಿ ಕರೆಯುತ್ತಿತ್ತು. ಆದರೆ ಅವನು ಹೊರಗೆ ಮೌನವಾಗಿದ್ದ.

"ನೋಡಿಕೊಂಡು ಬರೋದಕ್ಕೆ ಕಳಿಸೋಣ ಅಂದರೆ ಸಹ ಯಾರೂ ಇಲ್ಲವಲ್ಲ," ಅವಳು ಭಾವನೆಯನ್ನು ಅದುಮಿಕೊಂಡು ಹೇಳಿದಳು.

ಅವಳನ್ನು ಕಾಡುತ್ತಿದ್ದುದೆಂದರೆ ಅದೇ. ದೋಣಿಯಲ್ಲಿ ಹೋಗಿರುವ ಇತರರಿಗೆ ಯಾರಾದರೊಬ್ಬರು ಸಂಬಂಧಿಕರಿದ್ದು ಅವರು ದಂಡೆಯ ಮೇಲೆ ತಮ್ಮವರಿಗೆ ಕಾಯುತ್ತಿರುತ್ತಾರೆ. ಆದರೆ ಈ ಮನೆಯಿಂದ ಮಾತ್ರ ಯಾರೂ ಇಲ್ಲ. ಚಂಡಮಾರುತ ಬೀಸುತ್ತಿದ್ದ ಅಷ್ಟು ಹೊತ್ತೂ ಈ ಮನೆ ನಿದ್ರೆಯ ಪಾಪದಲ್ಲಿ ಮುಳುಗಿತ್ತೇನೋ ಎಂಬಂತೆ. ಆಮೇಲೆ, ಏನಾದರೂ ಸುದ್ದಿ

ಬರುವುದಿದ್ದರೆ ಅದನ್ನು ಹೊರಗಿನವರು ತರಬೇಕು. ಆಳವಾಗಿ ಮಾತಾಡುವ ಕಣ್ಣುಗಳು – ರಕ್ತಸಂಬಂಧಿಗಳ ಕಣ್ಣುಗಳು – ಅಲ್ಲಿ ದಂಡೆಯ ಮೇಲಿರುವುದಿಲ್ಲ. ಅವನಿಗೆ ಇವೆಲ್ಲವೂ ಅರ್ಥವಾಯಿತು. ಕೆಳಗೆ ತೋಟದ ಕಡೆಯಿಂದ ಏನೋ ದಡಾರನೆ ಮುರಿದು ಬಿದ್ದ ಶಬ್ದ ಬಿರುಗಾಳಿಯಲ್ಲಿ ಬೀಸಿ ಬಂದಿತು. ಅವನು ಕಾಲಿಗೆ ಮುಚ್ಚಿದ್ದ ಹೊದಿಕೆಯನ್ನು ಕಿತ್ತೆಸೆದ.

"ನಾನು ಹೋಗಿ, ನೋಡಿ ಬರ್ತೇನಮ್ಮ," ಅವನಂದ.

ಅವಳು ಬೆಚ್ಚಿದಳು. ಅವನ ಬೆಳ್ಳನೆಯ ಹುಡುಗದೇಹವನ್ನು, ಅದರ ಪುಟ್ಟ ತೆಳ್ಳನೆಯ ಆಕಾರವನ್ನು ನೋಡಿದಳು. ಅವನ ಮುಖದಲ್ಲಿ ಅದೇನೋ ಎದ್ದು ನಿಂತಿತ್ತು. ಅವನ ಕಣ್ಣುಗಳು ಅವಳ ಕಡೆ ನೋಡುತ್ತಿರಲಿಲ್ಲ. ಈಗ ಅವು ಒಬ್ಬ ಕೆಲಸಕ್ಕಿಳಿದ ಗಂಡಸಿನ ಕಣ್ಣುಗಳಂತಿದ್ದವು. ಅವನು ನೆಲದ ಮೇಲಿದ್ದ ತನ್ನ ಪುಟ್ಟ ಷರಾಯಿಯನ್ನು ಕೈಗೆತ್ತಿಕೊಂಡ.

"ಇಲ್ಲ, ಹೋಗೋದಕ್ಕೆ ನಾನು ನಿನ್ನನ್ನು ಬಿಡೋದಿಲ್ಲ."

ಅವನು ಷರಾಯಿಯ ಬಿಗಿಪಟ್ಟಿಯನ್ನು ಹೆಗಲಮೇಲಕ್ಕೆಳೆದುಕೊಂಡು ಹೇಳಿದ :

"ಮುದುಕ ಜಾನ್ ಅಲ್ಲಿರ್ತಾನೆ. ಬಂದರು ಕಚೇರಿಯಲ್ಲಿ. ಅಲ್ಲಿ ಹೋಗಿ ನೋಡ್ತೇನೆ."

ಬಂದರು ಕಚೇರಿ ಹಾಗೂ ಮುದುಕ ಜಾನ್‌ರ ವಿಷಯ ಅವಳು ಯೋಚಿಸಿರಲಿಲ್ಲ. ಮುದಿ ಜಾನ್ ಬಂದರು ಕಚೇರಿಯ ಗುಮಾಸ್ತೆ. ಆ ಹುದ್ದೆ ಉಪಯೋಗ ಕಳೆದುಕೊಂಡು ಬಹಳ ದಿನಗಳಾಗಿದ್ದುದರಿಂದ ಅವನೇ ಕೊನೆಯ ಬಂದರು ಗುಮಾಸ್ತೆ. ಆ ಬಗ್ಗೆ ಅವಳು ಯೋಚಿಸಿ ಮುಗಿಸುವಷ್ಟರಲ್ಲಿ ಮಗ ಸಿದ್ಧನಾಗಿದ್ದ. ಕಾಲುಚೀಲ, ಬೂಟುಗಳನ್ನು ತೊಡುವುದಷ್ಟೇ ಬಾಕಿಯಿತ್ತು. ಅವು ಅಡುಗೆಮನೆಯ ಒಲೆಯ ಹತ್ತಿರ ಆರುತ್ತಿದ್ದ ಇದ್ದಿಲ ಬೆಂಕಿಯ ಬಿಸಿಯಲ್ಲಿ ಒಣಗುತ್ತಿದ್ದವು.

"ಹೌದಮ್ಮ, ನಾನು ಹೋಗಿಬರ್ತೇನೆ. ನೀನು ಹೆದರಬೇಡ," ಅವನು ಅವಳ ಮುಂದೆ ಹಾದು, ಅಡುಗೆಮನೆಗೆ ಹೋಗಿ, ಕಾಲುಚೀಲ–ಬೂಟುಗಳನ್ನು ತೊಟ್ಟುಕೊಂಡು ಎದ್ದು ನಿಂತ. "ನನ್ನ ತಲೆಗವಸು ?" ಅವಳು ಒಂದು ಮಾತನ್ನೂ ಆಡದೆ ಉಣ್ಣೆಯ ದೊಡ್ಡ ಕೊರಳು ಪಟ್ಟಿಯೊಂದನ್ನು ತಂದು ಅವನ ಕೊರಳಸುತ್ತ ಎರಡು ಬಾರಿ ಸುತ್ತಿ, ಎದೆಯ ಮೇಲೆ ಅಡ್ಡಡ್ಡ ಹಾಯಿಸಿ, ಅದರ ಕೊನೆಗಳನ್ನು ಮೇಲಂಗಿಯೊಳಗೆ ಸಿಕ್ಕಿಸಿದಳು. ಅವಳು ವಹಿಸಿದ ಎಚ್ಚರಕ್ಕೆ ಉತ್ತರವಾಗಿ "ಸರಿ, ಇರಲಿ ಬಿಡು" ಎಂದು ಅವನು ಗೊಣಗಿದ. ಅದರಲ್ಲಿ 'ಇದಿಲ್ಲದಿದ್ದರೂ ನಡೀತಿತ್ತು' ಎನ್ನುವ ಪುರುಷ ಸಹಜವಾದ ಧ್ವನಿಯಿತ್ತು. "ನನ್ನ ತಲೆಗವಸು ?" ಅವನು ಇಷ್ಟು ಹೊತ್ತಿಗೆ ಮನೆ ಬಿಟ್ಟಿರಬೇಕಾಗಿತ್ತು. ಅವಳು ಮೇಣಗಬಟದ ಮೇಲುಕವಚವೊಂದನ್ನು ತಂದು ಅವನ ನಡುವಿಗೆ ಕಟ್ಟಿದಳು. ಕಡೆಗೆ ತಲೆಗವಸು ತಂದು "ಇದೊ" ಎಂದಳು. ಅವನು ಅದನ್ನು ಬಿಗಿಯಾಗಿ ತಲೆಯ ಮೇಲೆಳೆದುಕೊಂಡು, ಬಾಗಿಲ ಕಡೆ ನಡೆದ.

ಅವಳಿಗೆ ಏನು ಮಾತಾಡಲೂ ತೋಚಲಿಲ್ಲ. ಬೀಗದ ಕೈ ತಿರುಗಿಸಿದಾಗ ಬಾಗಿಲು ದಡಾರನೆ ತೆಗೆದುಕೊಂಡು ಅವಳಿಗೆ ಉಸಿರುಗಟ್ಟಿತು. ಅವಳು ಕೈ ಚಾಚಿದಳು. ಅವನಾಗಲೇ ಮೆಟ್ಟಿಲ ಮೇಲಿದ್ದ. ಅವಳು ಅವನನ್ನು ಆತುರದಿಂದ ಕರೆದಳು, ಹಿಂದಿರುಗಿ ಬಾ ಅಂದಳು. ಕತ್ತಲ ರಾತ್ರಿಯಿಂದಲೇ ಅವನ ಧ್ವನಿ ಉತ್ತರಿಸಿತು, "ನೀನೇನೂ ಭಯಪಡಬೇಡಮ್ಮ, ಎಲ್ಲ ಸರಿಯಾಗಿದೆ." ಅವನ ಸಣ್ಣ ದೇಹದ ಕಪ್ಪು ಛಾಯೆ ಅನಿಶ್ಚಿತವಾಗಿ ಚಿಕ್ಕದಾಗುತ್ತ ಹೋಗಿ ಕೊನೆಗೆ ಮರೆಯಾಯಿತು.

ಅವಳು ಬಾಗಿಲು ಮುಚ್ಚಿ, ಅಡಿಗೆಮನೆಗೆ ಬಂದಳು. ಅಲ್ಲಿ ಉರಿಯುತ್ತಿದ್ದ ಎಣ್ಣೆದೀಪವನ್ನು

ಚಿಕ್ಕದು ಮಾಡಿದಳು. ಮೇಜಿನ ಬಳಿನಿಂತು, ಯಾವುದೋ ಧ್ವನಿಯೊಂದು ಆ ರಾತ್ರಿಯಲ್ಲಿ ತನ್ನನ್ನು ಕೂಗಿ ಕರೆಯಬಹುದೆನ್ನುವಂತೆ ಕಣ್ಣುಗಳನ್ನು ದುಂಡಗೆ ಕೆಕ್ಕರಿಸಿ, ಉಸಿರು ಬಿಗಿಹಿಡಿದುಕೊಂಡು ಕಿವಿಗೊಟ್ಟು ಕೇಳತೊಡಗಿದಳು. ಕೊನೆಗೆ ಅವಳಿಗೆ ದೈಹಿಕವಾಗಿ ಭಯ ಹತ್ತಿಕೊಂಡಿತು. ನಡುಕವೊಂದು ಅವಳ ಮೈಮೇಲೆ ಹರಿದುಹೋಯಿತು. ಕೊಳ್ಳೆ ಹೊಡೆಯುತ್ತಿದ್ದ ಗಾಳಿ ಅವಳನ್ನು ಮುಷ್ಟಿಯಲ್ಲಿ ಹಿಡಿದು ಅಲ್ಲಾಡಿಸಿತು. ಕಣ್ಣುಗಳು ಅವಳ ಕಿರಿಯ ಮಗ ಸೆಣಸಾಡುತ್ತಿದ್ದ ಕತ್ತಲ ದಾರಿಯನ್ನೇ ನೋಡುತ್ತಿದ್ದವು. ಉಳಿದವರೆಲ್ಲರೂ ಹೋಗಿದ್ದ ಅದೇ ಭಯಂಕರ ಕಡಲ ದಾರಿ. ಈಗ ಕಿರಿಯ ಮಗನೂ ಅದನ್ನೇ ಹಿಡಿದು ಹೊರಟಿದ್ದ. ಅವಳ ಹೆಣ್ಣುತನ, ತಾಯಿತನಗಳು ಮೈಮೇಲೆ ಏರಿಬಂದವು. ಗಂಟಲಿಂದ ಉಸಿರುಗಟ್ಟಿದ ನರಳಿಕೆಯ ಧ್ವನಿಯೊಂದು ಹೊರಬಿದ್ದಿತು. ದುಂಡು ದುಂಡಾಗಿ ಸುತ್ತುವ ಪ್ರಾಣಿಯಂತೆ ಅವಳು ಅನಿಶ್ಚಿತವಾಗಿ ನಾಲ್ಕಾರು ಹೆಜ್ಜೆ ಹಾಕಿದಳು. ಆಮೇಲೆ ಮೇಜಿನ ಬದಿಯ ಕುರ್ಚಿಯ ಬಳಿ ಮೊಣಕಾಲ ಮೇಲೆ ಕುಸಿದು ಪ್ರಾರ್ಥಿಸತೊಡಗಿದಳು. ಅದೊಂದು ಶಬ್ದರಹಿತವಾದ ಮೂಕ ಪ್ರಾರ್ಥನೆ, ದೇವರೊಂದಿಗೆ ಕಲ್ಪಿಸಿಕೊಂಡ ಹತಾಶ ಸಂಪರ್ಕ. ಓ ದೇವರೇ, ಕಡಲಲ್ಲಿರುವವರಿಗೆ, ಗಾಳಿಯ ಹೊಯ್ದಾಡುತ್ತಿರುವ ತೋಪಿನ ದಾರಿಯಲ್ಲಿ ಹೆಣಗಾಡುತ್ತಾ ಕಡಿದಾದ ಬಂದರು ಗೋಡೆಯ ಕಡೆ ಹೊರಟಿರುವ ಆ ಪುಟ್ಟವನಿಗೆ, ಇನ್ನೂ ತನ್ನ ದೇಹದಿಂದ ಪೂರ್ತಿ ಬೇರೆಯಾಗದೆ ಥಟ್ಟನೆ ಒಂದೇ ಏಟಿಗೆ ಮನುಷ್ಯನಾಗಬೇಕಾಗಿ ಬಂದ ಆ ಪುಟ್ಟವನಿಗೆ.

ಅವನು ಸಾಲುಮರಗಳ ಕಗ್ಗತ್ತಲ ದಾರಿಯಲ್ಲಿ ತನ್ನ ಒರಟು ಗಂಡಸುತನವನ್ನು ನೆಚ್ಚಿಕೊಂಡು ಹೊರಟ. ದಾರಿಯ ಮೇಲೆ ಮರಗಳು ಒಂದಕ್ಕೊಂದು ಹೆಣೆದುಕೊಂಡಿದ್ದವು. ಕತ್ತಲಲ್ಲಿ ಕಣ್ಣ ಮುಂದಿದ್ದ ತನ್ನ ಕೈಗಳೇ ಅವನಿಗೆ ಕಾಣುತ್ತಿರಲಿಲ್ಲ. ಏನನ್ನೋ ಮುಟ್ಟುವಂತೆ, ಮತ್ತೇನನ್ನೋ ದಾರಿಯಿಂದ ಅಟ್ಟುವಂತೆ ಅವನು ಕೈಗಳನ್ನು ಮುಂದೆ ಚಾಚಿ ಬೀಸುತ್ತ, ದಾರಿ ತಡಕುತ್ತ ನಡೆದ. ಎಲ್ಲಿ ಯಾವಾಗ ಏನು, ಬಡಿಯುವುದೊ ಎಂದು ತಲೆಯನ್ನು ಹಿಂದಕ್ಕೆತ್ತಿದ್ದುದರಿಂದ ಅವು ನೋಯಹತ್ತಿದವು. ಯಾವುದೋ ಮುರಿದ ಕೊಂಬೆಯನ್ನೆಡವಿ ಆತ ಕಿರಿಚಿದ. ಆಮೇಲೆ ಚೇತರಿಸಿಕೊಂಡು, ದಾರಿಗೆ ಅಂಚುಗಟ್ಟಿದ ಮೋಟುಗೋಡೆಯನ್ನು ಹಿಡಿದು, ಅದರ ನೇರಕ್ಕೆ ಸರಿಯುತ್ತ ನಡೆದ. ಭಯದಿಂದ ಮೈ ಇನ್ನೂ ನಡುಗುತ್ತಿದ್ದರೂ ತನ್ನನ್ನೇ ಮೋಸಗೊಳಿಸಿಕೊಳ್ಳುವಂತೆ ಕಿರಿಚಿದ್ದಕ್ಕೆ ಅವನಿಗೆ ನಾಚಿಕೆಯಾಯಿತು. ಪ್ರತಿಯೊಂದು ಸಲ ಕೈ ಅಥವಾ ಕಾಲು ಚಾಚಿದಾಗ ಸಹ, ಅದು ಯಾವುದಕ್ಕಾದರೂ ಬಡಿಯಬಹುದೆಂಬ ಭಯವಿದ್ದರೂ ತನ್ನ ಮೇಲ್ಗಡೆ ಹಾಗೂ ಸುತ್ತಮುತ್ತ ಕಥೆ ಕವನಗಳ ಎಲ್ಲ ದೆವ್ವ ಭೂತಗಳು ಕಿರಿಚಾಡುತ್ತಿದ್ದರೂ ಅವನಿಗೆ ತನಗೆ ತಾನೇ ಮೋಸ ಹೋದದ್ದಕ್ಕೆ ನಾಚಿಕೆಯಾಗಿತ್ತು.

ಸಾಲು ಮರಗಳ ದಾರಿಯಿಂದ ಏದುಸಿರು ಬಿಡುತ್ತ ಹೊರಬಿದ್ದು, ಕಷ್ಟದಿಂದ ಕಾಣ ಬಹುದಾಗಿದ್ದ ರಸ್ತೆಯ ಬೂದಲಿನಲ್ಲಿ ಕಾಲಿಟ್ಟು ಆತ ಅವಸರ ಅವಸರವಾಗಿ ನಡೆದ. ಒಮ್ಮೆ ಬಿಟ್ಟು ಬಂದ ಮರಗಳತ್ತ ಕಣ್ಣು ಹಾಯಿಸಿದಾಗ ಅವುಗಳ ಭೀಕರವಾದ ಕಪ್ಪನೆಯ ಮೊರೆತ ಕೇಳಿಬಂದು, ಒಂದಕ್ಕೊಂದು ಮೈತಾಗಿಸಿ ನುಲಿದಾಡುವ ಅವುಗಳ ಸರ್ಪದೇಹದ ದರ್ಶನ ವಾದಂತೆ ಅವನಿಗೆ ಭಾಸವಾಯಿತು. ಧೈರ್ಯ ತಂದುಕೊಂಡು ಅವನು ಮುಂದೆ ಹೊರಟ. ಆತ್ಮವಿಶ್ವಾಸದ ಒಂದು ಸಣ್ಣ ಸುಳಿ ತಲೆಗೆ ಉಕ್ಕಿತು. ನಡುಕದ ಬಳ್ಳಿಯಂತಿದ್ದ ನಗೆಯೊಂದು ಅವನೊಳಗೆ ಹಗುರವಾದ ಉಲ್ಲಾಸವನ್ನುಂಟುಮಾಡುತ್ತ ಸುಳಿದುಹೋಯಿತು. ಇಲ್ಲಿ ಅವನು ಒಬ್ಬನೇ ಇದ್ದ. ಅವನಿಗೆ ಭಯವೆನಿಸಲಿಲ್ಲ. ಇಲ್ಲಿ ರಾತ್ರಿಯಲ್ಲಿ ಸುತ್ತಣ ಕಪ್ಪನೆಯ, ಘೋರ,

ರಹಸ್ಯಮಯ ಪ್ರಪಂಚದೊಂದಿಗೆ ಅವನು ಒಂಟಿಯಾಗಿ ಏಗುತ್ತಿದ್ದ... ಆಗ ಅವನಿಗೆ ಇದ್ದಕ್ಕಿದ್ದಂತೆ ಕಡಲ ಧ್ವನಿ ಕೇಳಿಸಿತು.

ಅದು ಅವನ ಕಡೆಗೇ ಬಂದಿತ್ತು, ದೈತ್ಯಾಕಾರದ ಅಬ್ಬರದೊಂದಿಗೆ, ಮರಗಳ ಮಸುಕು ಮಸುಕಾದ ಮೊರೆತವನ್ನು ಕಳೆದುಕೊಂಡು ಪರಿಶುದ್ಧವಾಗಿ. ಅದರ ಹೊಡೆತಕ್ಕೆ ಅವನು ನಡುಗಿದ. ಕಾಲ ನಿಂತಂತಾಯಿತು. ದಂಡೆಯನ್ನೂ ಅರ್ಧ ಮೈಲಿಯಾಚೆಗಿದ್ದರೂ ಅವನ ಕಾಲಕೆಳಗಿನ ನೆಲ ನಡುಗಿತು. ಅದರ ಶಬ್ದ ಭೂಮಿಯ ಮೇಲೆ ಎದ್ದು ನಿಲ್ಲುವಂತೆ ತೋರಿತು– ನುಗ್ಗಿಬರುವ ಹೆದ್ದೆರೆಗಳಾಗಿ, ಎತ್ತರವಾದ ವಿಶಾಲ ಅಲೆಗಳಾಗಿ, ಮುನ್ನುಗ್ಗಿ ಎಲ್ಲವನ್ನೂ ಅಳಿಸಿಹಾಕುವಂತೆ. ಭಯದ ಬಿಂದುವೊಂದು ನಡುನಡುಗುತ್ತ ಮಹಾ ಪ್ರಳಯದ ಹತ್ತಿರ ಹೋದಂತೆ, ತಾನು ಅದರತ್ತ ಹೋಗುತ್ತಿದ್ದೇನೆಂದು ಅವನಿಗೆ ತೋರಿತು. ಅವನ ಹನ್ನೆರಡು ವರ್ಷದ ದೇಹದಲ್ಲಿ ಯಾವ ಪ್ರತಿರೋಧವಾಗಲಿ, ಎದುರುನಿಂತು ಹೋರಾಡುವ ಭಾವನೆಯಾಗಲಿ ಇರಲಿಲ್ಲ. ಆಗ ಇದ್ದಕ್ಕಿದ್ದಂತೆ ಅವನ ಮನಸ್ಸಿನ ಪಟಲದಲ್ಲಿ ದೈತ್ಯಾಕಾರದ ಹಸಿರು ಅಲೆಗಳು ಕಾಣಿಸಿಕೊಂಡವು. ದೋಣಿಯೊಂದು ಒತ್ತಟ್ಟಿಗೆ ಓಲಿ, ಗಿರಕಿ ಹೊಡೆದು, ಮುಳುಗಿತು. ಅಪ್ಪ ಅಣ್ಣಂದಿರ ಮುಖಗಳು ಕಾಣಿಸಿದವು. ಅವರು ಮೇಲೆ ಎಸೆಯಲ್ಪಟ್ಟು ವಿವಶರಾಗಿ ಒಬ್ಬರನ್ನೊಬ್ಬರು ಹಿಡಿದುಕೊಂಡರು... ಅವರ ಮುಖಗಳು... ಆ ದಿಟ್ಟ ಮುಖಗಳು!

ತಣ್ಣನೆಯ ನಡುಕವೊಂದು ಅವನ ಮೈಯ ಮೇಲೆ ಹರಿದುಹೋಯಿತು ಒತ್ತಿ. ಬರುತ್ತಿದ್ದ ಕಣ್ಣೀರಿನಿಂದಾಗಿ ಗಂಟಲು ಬಿಗಿಯಿತು. ಒಳಗೆ ಏನೋ ಎಳೆದು ಬಿಗಿಯುತ್ತಿದೆಯೇನೊ ಎಂಬಂತೆ ಅವನು ಹೆಜ್ಜೆಯ ವೇಗವನ್ನು ಹೆಚ್ಚಿಸಿದ. ಈಗ ಅವನು ತನ್ನ ಸುತ್ತಮುತ್ತಲ ವಿಷಯಗಳ ಬಗ್ಗೆ ಯೋಚಿಸುತ್ತಿರಲಿಲ್ಲ. ಮುಂದಿದ್ದುದಕ್ಕೆ ಹೋಲಿಸಿದರೆ ಅವು ಏನೂ ಆಗಿರಲಿಲ್ಲ. ಅವನು ನಾಲಿಗೆಯಿಂದ ತುಟಿಯನ್ನು ಸವರಿಕೊಂಡ. ಈಗಾಗಲೇ ಅವು ಉಪ್ಪಾಗಿದ್ದವು. ಉಪ್ಪಿನ ರುಚಿ ಅವನ ಬಿಗಿತವನ್ನು ಇನ್ನಷ್ಟು ಹೆಚ್ಚಿಸಿತು.

ಅವನು ಬಂದರು ಗೋಡೆಯಿಂದ ಸಾಕಷ್ಟು ದೂರ ಸರಿದು ನಡೆಯುತ್ತ ಹೋದ. ಅದರ ನಡುನಡುವೆ ಬಾಯಿಬಿಟ್ಟು ಆಕಳಿಸುತ್ತಿದ್ದ ಗೋಡೆಯ ಬಿರುಕುಗಳು ಅವನಲ್ಲಿ ಭೀಕರ ಭಯ ಹುಟ್ಟಿಸಿದವು. ಅದರಿಂದಾಗಿ ಅವನು ತನಗೆ ಪರಿಚಿತವಿದ್ದ ವಿಶಾಲವಾದ ಜಲ್ಲಿಕಲ್ಲಿನ ಮೇಲ್ಮೈಯನ್ನು ನಂಬದೆ ಒಳಭಾಗದ ಹುಲ್ಲಂಚನ್ನೇ ಹಿಡಿದು ಹೋದ. ಗೋಡೆಯ ಆ ಕಡೆಯಿಂದ ದೋಣಿಗಳು ಹಾಗೂ ಅವುಗಳ ಹಗ್ಗ ಮತ್ತು ಗೇರುಗಳು ಕರಕರ, ಠಣಠಣ ಎಂದು ಶಬ್ದ ಮಾಡುತ್ತಿರುವುದು ಕೇಳಿಬರುತ್ತಿತ್ತು. ಈಗ ಉಬ್ಬರದ ವೇಳೆ. ದೋಣಿಗಳು ಒಳ ಬರಲು ಅವಕಾಶ. ಮನುಷ್ಯರ ಧ್ವನಿಯೂ ಅವನಿಗೆ ಕೇಳಿಸಿದಂತಾಯಿತು, ಆದರೆ ಏನೂ ಕಾಣಿಸುತ್ತಿರಲಿಲ್ಲ. ಗಾಳಿ ನಿರ್ದಯವಾಗಿ ಅಪ್ಪಳಿಸುತ್ತ, ಒಮ್ಮೊಮ್ಮೆ ಅವನನ್ನು ಒಂದೆರಡು ಹೆಜ್ಜೆಯಷ್ಟು ಹಿಂದೆ ನೂಕುತ್ತ ಬೀಸುತ್ತಿತ್ತು. ಉದ್ದನೆಯ ಕಲ್ಲುಗೋಡೆಯ ಆ ಕೊನೆಗೆ ದಿಗಂತದ ಹಿನ್ನೆಲೆಯಲ್ಲಿ ಬಂದರು ಗುಮಾಸ್ತೆಯ ಕಲ್ಲುಮನೆ ಕಣ್ಣಿಗೆ ಬಿದ್ದಿತು. ಕಲ್ಲುಮನೆಯ ಕೆಳಗಡೆ, ಗೋಡೆಗೆ ವಿಶಾಲಕೋನವಾಗಿ ಕಾಂಕ್ರೀಟಿನ ಬಂದರು ಕಟ್ಟೆಯಿತ್ತು. ಕಟ್ಟೆಯ ಹೊರತುದಿಯ ಮೇಲೆ, ಎತ್ತರದಲ್ಲಿ ಒಂದು ಕಬ್ಬಿಣದ ಪಂಜರದೊಳಗೆ ದೀಪ ತೂಗಾಡುತ್ತಿದ್ದೆಡೆ, ಸಮುದ್ರವು ಬಿಳಿ ನೀರಿನ ಘನರಾಶಿಯಾಗಿ ಸಿಡಿದು ಅಪ್ಪಳಿಸುತ್ತಿತ್ತು.

ಇದುವರೆಗೆ ಒತ್ತಡಕ್ಕೆ ಇದಿರಾಗಿ ನಡೆದು ಈಗ ಒಮ್ಮೆಲೇ ಕಲ್ಲುಮನೆಯ ಮರೆಗೆ ಬಂದುದರಿಂದ ಗಾಳಿ ಅವನನ್ನು ಹೀರಿ ಒಳಗೆ ಎಳೆದುಕೊಂಡಿತು. ಆ ಎಳೆತಕ್ಕೆ ಅವನು

ನೇರವಾಗಿ ಅಲ್ಲಿ ಕುಳಿತಿದ್ದ ಬಂದರು ಗುಮಾಸ್ತೆ, ದೊಡ್ಡ ಗಡ್ಡದ ಪುರಾತನ ಪುರುಷ ಮುದಿ ಜಾನನ ಕಾಲಿನ ಬಳಿ ಬಂದು ಬಿದ್ದ. ಮುದಿ ಜಾನ್ ಬೆಚ್ಚಿಬಿದ್ದು ದೊಡ್ಡ ದನಿಯಲ್ಲಿ 'ಅಯ್ಯೊ ದೇವರೇ' ಎಂದು ಕೂಗಿ, ಮೊಣಕಾಲ ಬಳಿಯಿದ್ದ ಆ ಅಲ್ಪ ಶರೀರದ ಮೇಲೆ ಕೈಯಾಡಿಸಿದ, "ಅಯ್ಯೊ ದೇವರೆ! ನೀನು ಯಾರೋ ಮಗು?" ಜಾನ್ ಬಗ್ಗಿ, ಬಿರುಗಾಳಿಯಲ್ಲಿಯೂ ಕೇಳಿಸುವಂತೆ ಕೂಗಿದ, "ಏಯ್, ಯಾರು ನೀನು?"

"ನಾನು ಹ್ಯೂ."

"ಹ್ಯೂ ಅಂದರೆ?"

"ನಾನು ಹ್ಯೂ ಮಿಲರ್."

"ಹ್ಯೂ ಮಿಲರ್. ಅಯ್ಯೊ ದೇವರೆ! ಇಲ್ಲಿ ಏನು ಮಾಡ್ತಿದಿ, ಮಗು?"

"ನಮ್ಮಮ್ಮ..." ಎನ್ನಲು ಹೊರಟ್ಟಿದ್ದವನು ತಡೆದು, ಮತ್ತೆ ಗಟ್ಟಿಯಾಗಿ ಹೇಳಿದ, "ದೋಣಿಗಳದೇನಾದರೂ ಸುದ್ದಿ ಬಂದಿದೆಯೆ ಅಂತ ಕೇಳಲು ಬಂದೆ."

"ನೀನು ಬಂದೆಯಾ? ದೇವರು ನಿನ್ನನ್ನ ಕಾಪಾಡಲಿ. ನಿನಗೆ ಭಯವಾಗಲಿಲ್ಲವೆ?"

"ಇಲ್ಲ."

"ಏನು! ಸರಿ, ಸರಿ. ಹ್ಞಾ!" ಮುದಿ ಜಾನ್ ಹ್ಯೂನ ಕೈಗಳನ್ನೆತ್ತಿ ಉಜ್ಜ ತೊಡಗಿದ. "ಚಳಿಯಾಗ್ತಿಲ್ಲವೆ?"

"ಇಲ್ಲ."

"ಹಾಗಿರಬೇಕು!" ಅವನ ಉಲ್ಲಾಸದ ಮುದಿಧ್ವನಿ ಮೆಚ್ಚಿಗೆಯಿಂದ ಬೆಚ್ಚಗಿತ್ತು. ಅದರ ಬಿಸಿ ಹ್ಯೂನ ಹೃದಯದಲ್ಲೆಲ್ಲ ಚಲಿಸಿತು. ಮುದುಕ ತನ್ನ ಪುರಾತನ ತಲೆಯನ್ನು ಮೇಲೆತ್ತಿದಾಗ ಅವನ ಮೀಸೆ ಹ್ಯೂನ ಮುಖವನ್ನು ಸವರಿತು. ಅವನಿಗೆ ಇದ್ದಕ್ಕಿದ್ದಂತೆ ಗತಕಾಲದ ವೀರಪುರುಷರ ಸ್ವರ್ಗವನ್ನು ಪ್ರವೇಶಿಸಿದ ವಿಚಿತ್ರ ಅನುಭವವಾಯಿತು.

ಹಿಂದೆ ಅವನು ಮುದಿ ಜಾನ್‌ನಿಗೆ ಕೀಟಲೆ ಮಾಡಿದ್ದ; ಹುಡುಗರ ಜತೆ ಸೇರಿ ಅವನ ಮೀಸೆಯ ವಿಲಕ್ಷಣತೆಯನ್ನೂ ಮುಪ್ಪನ್ನೂ ಅಣಕಿಸುವ ಚಪಲ ತೋರಿದ್ದ. ಈಗ ಆ ಮುದುಕ ಕಲ್ಲುಮನೆಯ ಮುಂದಿನ ಮುಮ್ಮೊಲೆಗೆ ಹೋಗಿ, ಹೊರಗಿನ ಹವೆಗೆ ತನ್ನ ಗಡ್ಡ ಚಾಚಿದಾಗ, ಅವನ ಧ್ವನಿಯಲ್ಲಿ ಅದಾವುದೊ ಪ್ರತಿಭಟನೆಯ ಕಾಡುಕೂಗನ್ನು, ಅದ್ಭುತ ಭೀಕರತೆಯನ್ನು ಕೇಳಿದಂತೆ ಹ್ಯೂಗೆ ಅನಿಸಿತು.

"ಇಲ್ಲಪ್ಪ, ಇಲ್ಲ. ಇದುವರೆಗೆ ಅವರ ಯಾವ ಕುರುಹೂ ಇಲ್ಲ," ಅವನು ಧ್ವನಿ ಎತ್ತರಿಸಿ ನುಡಿದ. ಗಾಳಿ ಅವನ ಗಂಟಲನ್ನು ಬಿಗಿದಿತ್ತು. ಅಲ್ಲಿದ್ದ ಆ ಕೆಲವೇ ಅಡಿಗಳಷ್ಟು ಜಾಗದಲ್ಲಿಯೇ ಅವನು ಮೇಲಿಂದ ಕೆಳಗೆ ತುಳಿದಾಡುತ್ತ ಓಡಾಡತೊಡಗಿದ.

ಹ್ಯೂ ಗೋಡೆಯಂಚಿಗೆ ಮುದುಡಿಕೊಂಡು ನಿಂತ. ಚಳಿಯೆನಿಸದಿದ್ದರೂ ಅವನ ಹಲ್ಲು ಕೊಂಚ ಕಟಕಟಿಸುತ್ತಿತ್ತು. ಕೆಳಗಡೆ ಕಪ್ಪಗೆ ಮೈ ಬೀಗುತ್ತಿದ್ದ ಬಂದರ. ಇನ್ನೊಂದು ಕಡೆ, ನೇರವಾಗಿ ಎದುರಿಗೆ, ಅಲೆಯ ಹೊಡೆತವನ್ನು ತಡೆಯಲು ಉದ್ದಕ್ಕೂ ಕಟ್ಟಿದ ಕಲ್ಲೊಡ್ಡು, ಹಲ್ಲುಗಳ ನಡುವಿನಿಂದ ನೊರೆ ಸುರಿಸುತ್ತಿದ್ದ ಅದರ ಕಪ್ಪು ಮುಖ. ಸಾವಿನಂತೆ ಕೊರೆಯುತ್ತ, ನಿಷ್ಕರುಣೆಯಿಂದ ಎಲ್ಲವನ್ನೂ ಉಂಡು ತೇಗಿ ಹಾಕುವಂತಿದ್ದ ಅದು ಅಪಶಕುನದಂತಿತ್ತು. ಕಲ್ಲೊಡ್ಡಿನ ಇಳಿಜಾರಾದ ಊರೆಗಂಬಗಳು ಬಂದರು ಕಟ್ಟೆಯ ಎದುರು ಕೊನೆಯಿಂದ ಮೊದಲಾಗಿ ಒಳಗಡೆಗೆ ದಂಡೆಯವರೆಗೂ ಚಾಚಿದ್ದವು. ದಂಡೆಯ ಆ ತುಂಡುಪಟ್ಟಿಯ

ಹಿಂಬದಿಗೆ ನಾಲ್ಕಾರು ಮೊಳ ಅಗಲದ ಪ್ರವೇಶದ್ವಾರವಿತ್ತು. ನೀರು ಊರೆಗಂಬಗಳಿಗೆ ಬಡಿದಂತೆ ಒಂದು ಸಾಲು ಬೆಳ್ನೊರೆಯಾಗಿ ಬುಸ್ಸೆಂದು ಮುನ್ನುಗ್ಗುತ್ತಿತ್ತು. ಒಳಬದಿಗೆ ಸುರಕ್ಷಿತವಾಗಿದ್ದ ಬಂದರುಮುಖದಲ್ಲಿ ಮಾತ್ರ ನೀರು ಒಡೆಯದೆ ಕರ್‍ರಗೆ ತೊನೆದು ತೂಗಾಡುತ್ತಿತ್ತು. ಯಾವುದಾದರೂ ದೋಣಿ ಇನ್ನೂ ಬದುಕಿ ಉಳಿದಿದ್ದರೆ, ಬಂದರು ಕಟ್ಟೆಯ ಕೊನೆ ಬದಿ ಹಾಗೂ ನೊರೆ ಕಾರುತ್ತಿದ್ದ ಊರೆಗಂಬಗಳ ನಡುವಣ ಆ ಕಿರಿದಾದ ದ್ವಾರವನ್ನು ಹಾದು ಒಳಗೆ ಬರಬೇಕಿತ್ತು.

ಮುದಿ ಜಾನ್ ರಾಗ ಎಳೆದ:

"ಹೌದಪ್ಪ, ಚಂಡಮಾರುತದ ದಿನ ಇದು! ಚಳಿಗಾಲದಲ್ಲಿ ಮೀನು ಬೇಟೆಗೆ ಹೋದವರು ಹೀಗೆ ಪೂರ್ತಿ ಸಿಕ್ಕಿ ಹಾಕಿಕೊಂಡು ಹತ್ತು ವರ್ಷವಾಯಿತು."

ಅವನು ಆ ರಾತ್ರಿಯ ಹಾಗೂ ತನ್ನ ಆತಂಕದ ಬಾಯಿ ಮುಚ್ಚಿಸುವವನಂತೆ ಕಿರಿಚುತ್ತಾ ಹ್ಯೂನ ಸಂಗಡ ಆತ್ಮೀಯತೆಯಿಂದ ಮಾತಾಡತೊಡಗಿದ. ಹ್ಯೂ ಮುದುಕನ ಭಾವನೆಯನ್ನು ಅರ್ಥಮಾಡಿಕೊಂಡ. ಅವನ ಮೈ ಉರಿಯಿತು, ಭಯ ಹತ್ತಿತು. ಚಳಿ ಹಾಗೂ ಉದ್ರೇಕಗಳಿಂದ ನಿರಂತರವಾಗಿ ಹಲವಾರು ಕ್ಷಣ ಹಲ್ಲು ಕಟಕಟಿಸಿತು. ಮುದಿ ಜಾನ್ ಕೈಮರೆ ಮಾಡಿ ಒಂದು ಬೆಂಕಿಕಡ್ಡಿ ಗೀರಿದ. "ಇನ್ನೇನು ಬೆಳಕು ಹರೀಬೇಕು."

"ಹೌದು, ಈಗ ಮೊದಲಿಗಿಂತ ಕೊಂಚ ಚೆನ್ನಾಗಿ ಕಾಣಿಸ್ತಿದೆ" ಹ್ಯೂ ಅರಚಿದ.

"ಹೌದಪ್ಪ, ಬೆಳಗಾಗೋ ಹೊತ್ತು ಬಂತು."

ಹ್ಯೂ ಮೆಲ್ಲಗೆ ಮುಂದಿನ ಮುಮ್ಮೂಲೆಯತ್ತ ಸರಿದು ಸುತ್ತು ತಲೆ ಹಾಕಿ ನೋಡಿದ. ಭಯದಿಂದ ಹಿಮ್ಮೆಟ್ಟಿದ. ಬೂದು-ಕಪ್ಪು ಬಣ್ಣದ ಸಮುದ್ರ ಕೋಪದಿಂದ ಭೋರ್ಗರೆಯುತ್ತ ಅಪ್ಪಳಿಸುತ್ತಿತ್ತು. ಅದರಲ್ಲಿ ಏನೂ ಬದುಕಿ ಉಳಿಯುವಂತಿರಲಿಲ್ಲ. ಏನೊಂದು ಸಹ - ವೀರರನ್ನು ಬಿಟ್ಟು. ವೀರರು ಸದಾ ಬದುಕಿರುತ್ತಾರೆ! ಹ್ಯೂನಿಗೆ ಸಾವನ್ನು ಕಂಡ ಅನುಭವವಿರಲಿಲ್ಲ. ಈಗ ಅವನನ್ನು ಹಿಡಿದಿದ್ದುದು ಭೀತಿ, ಸಾವಲ್ಲ. ಆ ಭೀತಿಯ ಮೈಯೊಳಗಿಂದ ಒಂದು ತೆಳುವಾದ ಉದ್ರೇಕ ಹರಿದು ಬಂದು ಹಲ್ಲು ಕಟಕಟಿಸುವಂತೆ ಮಾಡಿತು. ಅವರು ಬರುತ್ತಾರೆ-ಅಪ್ಪ ಒಂದು ದೋಣಿಯಲ್ಲಿ, ಅಣ್ಣ ಇನ್ನೊಂದರಲ್ಲಿ. ಅಲ್ಲಿ ಮೂರು ದೋಣಿಗಳಿದ್ದವು.

ಮೂರು ಸಣ್ಣ ದೋಣಿಗಳು, ಒಂದೊಂದರಲ್ಲಿ ಐದೈದು ಜನ. ಅವರೆಲ್ಲರೂ ಹೆಚ್ಚಾಗಿ ದೊಡ್ಡ ದೋಣಿಗಳ ಕಪ್ತಾನರು. ಆ ದೊಡ್ಡ ದೋಣಿಗಳನ್ನು ಕಲ್ಲೊಡ್ಡಿನ ಆಚೆ, ಒಳಬದಿಗೆ ಕಟ್ಟಿ ನಿಲ್ಲಿಸಿದ್ದರು. ಅವು ಬೇಸಿಗೆಯಲ್ಲಿ ಬೇರೆ ಬೇರೆ ರೇವುಗಳಿಗೆ ಹೆರಿಂಗ್ ಮಾನಿನ ಬೇಟೆಗೆ ಹೋಗುವ ದೋಣಿಗಳು. ಈಗ ಅವು ಒಟ್ಟಾಗಿ ಕೊಲ್ಲಿಯ ಕೊಳೆ ನೀರಿನಲ್ಲಿ ಸಿಕ್ಕಿದಷ್ಟು ಚಳಿಗಾಲದ ಮೀನು ಬೇಟೆ ಒದಗಿಸುತ್ತ ನಿಂತಿದ್ದವು.

ಕತ್ತಲು ಕರಗಿ ನಸುಕಾಗತೊಡಗಿತು. ಇನ್ನು ಯಾವ ಅನುಮಾನಕ್ಕೂ ಆಸ್ಪದವಿಲ್ಲ. ಆ ಅಂಕೆಯಿಲ್ಲದ ಉಗ್ರ ಸಮುದ್ರದೊಳಗಿನಿಂದ ಎಳೆವೆಳಗು ಬೂದುಬಣ್ಣದ ಉಸಿರುಬಿಡುತ್ತ ನಿಧಾನವಾಗಿ, ನಿಸ್ತೇಜವಾಗಿ ಜನ್ಮ ತಾಳುತ್ತಿತ್ತು.

"ಅವರು ಬರೋದಿದ್ದರೆ ಇನ್ನೇನು ಬರಬೇಕು," ಮುದಿ ಜಾನ್ ಅರಚಿದ.

ಬರೋದಿದ್ದರೆ! ಖಂಡಿತವಾಗಿ ಅವರು ಬರುವವರಿದ್ದರು.

"ಅವರು ಇನ್ನೆಲ್ಲಿಗೆ ತಾನೆ ಹೋಗೋದು ಸಾಧ್ಯ?" ಅವರ ದೋಣಿಗಳು

ಕ್ರೊಮಾರ್ಟಿಗೆ ದಾಟಿ ಬಂದಿದ್ದುದು ಗೊತ್ತಿತ್ತು.

ಮುದಿ ಜಾನ್ ಯೋಚಿಸಿ ಹೇಳಿದ:

"ಇಲ್ಲ, ಇನ್ನೆಲ್ಲಿಗೂ ಹೋಗೋ ಹಾಗಿಲ್ಲ! ಇದನ್ನ ಎದುರಿಸಿ ? – ಸಾಧ್ಯವೇ ಇಲ್ಲ."

– ಅವನ ಮೃದುವಾದ ಗಂಡುವ್ಯಂಗ್ಯಕ್ಕೆ ಹ್ಯೂನ ಮನಸ್ಸು ನೋಯಲಿಲ್ಲ.

ಮುದಿ ಜಾನ್ ಮುಂದಿನ ಮುಮ್ಮೂಲೆಗೆ ಹತ್ತಿರದಲ್ಲೇ ಓಡಾಡುತ್ತಿದ್ದ. ಕೊನೆಗೆ ಅವನ ಗಂಟಲಿಂದ ದೊಡ್ಡ ಕೂಗೊಂದು ಹೊರಬಿತ್ತು.

"ಅದೋ, ಅಲ್ಲಿ ಬರ್ತಿದೆ."

ಇನ್ನೂ ಕತ್ತಲು ಕತ್ತಲು. ಏಳುತ್ತ, ಬೀಳುತ್ತ, ಮುಂದೆ ಬರುತ್ತಿದ್ದ ದೋಣಿಯ ಒಂದು ಕ್ಷಣಿಕ ನೋಟ ಮಾತ್ರ ಹ್ಯೂನಿಗೆ ಕಂಡಿತು. ಅವರಿಬ್ಬರಲ್ಲಿ ಯಾರೂ ಅದನ್ನು ದೀರ್ಘಕಾಲ ನೋಡುವುದಾಗಲಿಲ್ಲ. ಒಂದು ಕ್ಷಣ ಅದು ಪ್ರವೇಶದ್ವಾರದಲ್ಲಿ ಜೀವವಾಡಿತು – ಅದು ಅವನ ಅಪ್ಪನ ಅಥವಾ ಅಣ್ಣನ ದೋಣಿಯಾಗಿರಲಿಲ್ಲ. ಮರುಕ್ಷಣ ಕಡಲು ಬಾಯಿತೆರೆದು ಆಕಳಿಸುತ್ತ ಅದನ್ನು ಎತ್ತಿ, ಕೊಂಡೊಯ್ದು ಕಲ್ಲೊಡ್ಡಿನ ಹೊರಗಡೆ ಗುಡ್ಡೆ ಹಾಕಿತು. ಕತ್ತಲನ್ನು ಹರಿಯುತ್ತ ಧ್ವನಿಗಳು ಚೀರಿದವು. ಕೂಗು, ಮರು ಕೂಗು, ಹೀಗೇ ಮಾಡೆಂದು ಹೇಳುವ ತುರ್ತಿನ ಕೂಗು – ಎಲ್ಲವೂ ಪ್ರತಿಧ್ವನಿಸುತ್ತ ದಿಕ್ಕೆಟ್ಟು ಹಾಳಾದವು. ಹ್ಯೂ ಒಮ್ಮೆಲೆ ಕೂಗಿಕೊಂಡ:

"ಅಲ್ಲಿ ನೋಡಿ, ಅಲ್ಲಿ! ಅಲ್ಲಿ ಯಾರೋ ಊರೆಗಂಬಗಳ ಮೇಲೆ ತೆವಳುತ್ತಿದ್ದಾರೆ."

ಸೊಟ್ಟವಾದ ಕರಿಯ ಆಕೃತಿಯೊಂದು ಕಲ್ಲುಗುಡ್ಡೆಗಳ ಮೇಲಿನ ನೀರ ಗೆರೆಯನ್ನು ಕದಲಿಸುತ್ತ ಮುಂದುವರಿಯುತ್ತಿದ್ದುದು ಕಂಡುಬಂದಿತು.

"ಅದು ಹುಡುಗ ಜಿಮ್ಮಿ ಮಾಕೆ ಇರಬೇಕು. ಜೀವರಕ್ಷಣೆಗೆ ಹಗ್ಗ ಹಿಡಿದು ಹೊರಟಿದ್ದಾನೆ," ಮುದಿ ಜಾನ್ ಸಾರಿದ. ಅವನ ಧ್ವನಿಯಲ್ಲಿ ಗೆಲುವಿನ ಸಂಭ್ರಮವಿತ್ತು. ಹ್ಯೂ ಮುಖ ಕೆಂಪಾಗಿ ನಡುಗಿದ. ಎದೆಯಲ್ಲಿ ಏನೋ ಒತ್ತಿದಂತಾಯಿತು. ಆಮೇಲೆ ಅಣ್ಣನ ದೋಣಿ ಕಾಣಿಸಿಕೊಂಡಿತು.

ಅದು ಅಲೆಯ ಮರಿಗೆಯಲ್ಲಿ ಒಂದರ್ಧ ಗಿರಕಿ ಹೊಡೆದುದನ್ನು ಅವನು ಕ್ಷಣಕಾಲ ನೋಡಿದ. ಅದು ಮತ್ತೆ ಸಾವರಿಸಿಕೊಂಡು ಮೇಲೆದ್ದು ತಲೆಯೆತ್ತುವಷ್ಟರಲ್ಲಿ ಕಡಲು ಬಂದರು ಕಟ್ಟೆಯ ಮೇಲ್ಭಾಗಕ್ಕೆ ಅಪ್ಪಳಿಸಿತು. ಅದರಲ್ಲಿ ಸಿಕ್ಕಿಬಿದ್ದ ದೋಣಿ ತುಂತುರು ನೀರಿನ ಹೊಗೆ ಮಸುಕಿನಲ್ಲಿ ಕೊಳೆತ ಮರದ ತುಂಡೊಂದರಂತೆ ಕಲ್ಲೊಡ್ಡಿನ ಆಚೆಗೆ ಕೊಚ್ಚಿಕೊಂಡು ಹೋಯಿತು. ಮತ್ತೆ ಜನರ ಕೂಗೆದ್ದಿತು. ಅಪಶಕುನದಂತಿದ್ದ ಊರೆಗಂಬಗಳು ಜೀವಂತ ರೂಪ ತಾಳಿ ತಮ್ಮ ಕರಿಯ ಹಲ್ಲುಗಳ ನಡುವಿನಿಂದ ನೊರೆಯುಗುಳಿದವು.

"ಅವರು ಪಾರಾಗಿ ಬರ್ತಾರಾ ? ಪಾರಾಗಿ ಬರ್ತಾರಾ ?" ಹ್ಯೂನ ಕತ್ತು ಕಿವಿಚಿದಂತಾಯಿತು.

ಮುದಿ ಜಾನ್ ಉತ್ತರಿಸಿದ:

"ಓಹೋ, ಪಾರಾಗಿ ಬರ್ತಾರೆ. ಈಗ ಅವರು ಬುದ್ಧಿ ಉಪಯೋಗಿಸಿ ದೋಣಿ ನಡೆಸ್ಬೇಕು. ಪೂರ್ತಿ ಅಪ್ಪಳಿಸಿ ಹೋಗೋ ಮೊದಲು ದಂಡೆ ಸೇರ್ಬೇಕು."

'ಈಗಾಗಲೇ ಮೊದಲ ಹೊಡೆತಕ್ಕೆ ಅಪ್ಪಳಿಸಿ ಹೋಗಿಲ್ಲದಿದ್ದರೆ'– ಎಂದು ಅವನು ಸೇರಿಸಬಹುದಾಗಿತ್ತು. ಅದು ಅಸಂಭವವಾಗಿರಲಿಲ್ಲ, ಖಂಡಿತ ಅಸಂಭವವಾಗಿರಲಿಲ್ಲ. "ಆದರೆ ನಾವೇನೂ ಮಾಡೋಹಾಗಿಲ್ಲ... ಅಲ್ಲದೆ ನಿಮ್ಮ ಅಪ್ಪನ ಸುಳಿವು ಸಹ ಇಲ್ಲ," ಮುದಿ ಜಾನ್ ಒಂದು ಕ್ಷಣ ತಲೆಯನ್ನು ಹಿಂದಕ್ಕೆತ್ತಿದ. "ಇಲ್ಲಪ್ಪ, ಅವನ ಸುಳಿವೇ ಇಲ್ಲ," ಎಂದು ಹೇಳಿ ಮತ್ತೆ ಸೇರಿಸಿದ, "ಆದರೆ ಅವನು ಬಂದೇ ಬರ್ತಾನೆ," ಜೋರಾಗಿ ನೆಲ ತುಳಿಯುತ್ತ ಹೇಳಿದ,

"ಚುಕ್ಕಾಣಿ ಹಿಡಿದು ಬರ್ತಾನೆ," ಅವನ ಧ್ವನಿಯಲ್ಲಿ ಆತುರ, ಅಸಹಾಯಕತೆಗಳ ದಟ್ಟವಾದ ಯಾತನೆಯಿತ್ತು. ಅವೆಲ್ಲದರ ನಡುವೆ ಇದ್ದಕ್ಕಿದ್ದಂತೆ ಅಪ್ಪ ಚುಕ್ಕಾಣಿ ಹಿಡಿದು ಬರುವನೆಂಬ ಕಲ್ಪನೆ ಹ್ಯೂನ ಮೈನವಿರೇಳಿಸಿತು.

ದೋಣಿಯಲ್ಲಿದ್ದವರಲ್ಲಿ ಅಪ್ಪ ಹಿರಿಯ ಮುಖಂಡನೇನಲ್ಲ. ಆದರೂ ಸಂಕಟ ಪರಿಸ್ಥಿತಿಯಲ್ಲಿ ವಿಶೇಷ ಕಡಲುಗಾರಿಕೆಯ ಅಗತ್ಯ ಬಿದ್ದಾಗ ಅಪ್ಪನನ್ನೇ ದೋಣಿ ನಡೆಸಲು ಹೇಳುತ್ತಿದ್ದರು. ಇದು ಎಲ್ಲರಿಗೂ ತಿಳಿದ ವಿಷಯ. ಆ ರೋಮಾಂಚನಕ್ಕೆ ಚಳಿಯ ನಡುಕ ಹ್ಯೂನ ಮೈ ಮೇಲೆಲ್ಲ ಕಿರಣದಂತೆ ಹರಡಿತು. ಗಂಟಲಲ್ಲಿ ಏನೋ ನುಂಗಲಾರದ ಗಂಟಾಗಿ ಸಿಕ್ಕಿಹಾಕಿಕೊಂಡಿತು.

ಮುದಿ ಜಾನನ ಶರೀರದ ಹಿಂದಿನಿಂದ ಬಗ್ಗಿ ನೋಡಿದಂತೆ ಅಪ್ಪನ ದೋಣಿ ಮೊದಲು ಕಾಣಿಸಿಕೊಂಡದ್ದು ಹ್ಯೂನಿಗೇ. ಪ್ರೇತರೂಪದಂತಿದ್ದ ಆ ದೋಣಿ ಬೂದಲುಗಪ್ಪು ಸಮುದ್ರದಲ್ಲಿ ಏಳುತ್ತ, ಬೀಳುತ್ತ, ಮತ್ತೆ ಮರೆಯಾಗುತ್ತ, ಆದರೆ ಸದಾ ತನ್ನ ಮೂತಿಯಿಂದ ಬಂದರುಕಟ್ಟೆಯನ್ನು ಹುಡುಕುತ್ತ ಬರುತ್ತಿತ್ತು. ತೂರಾಡುತ್ತ, ಜಾರುತ್ತ, ಮುಳುಗುತ್ತ, ಆದರೆ ಮೂತಿಯಿಂದ ಗಟ್ಟಿಯಾದ ಗೋಡೆಯಂಚನ್ನು ತಡಕುತ್ತ ಅದು ಹತ್ತಿರ ಹತ್ತಿರ ಬಂತು. ಹತ್ತಿರ, ಇನ್ನೂ ಹತ್ತಿರ ಬಂದಂತೆ, ಮುದಿ ಜಾನ್ ದನಿಯೆತ್ತಿ ಕೂಗಿದ, "ಓ ದೇವರೇ, ಅದು ಬಂದರು ಕಟ್ಟೆಗೆ ಬಡಿದು ಪುಡಿ ಪುಡಿಯಾಗ್ತದೆ!" ದೋಣಿ ಹಾಗೂ ವಿಪತ್ತು ವಿನಾಶಗಳು ಹತ್ತಿರ ಬರುತ್ತಿರುವುದನ್ನು ಹ್ಯೂ ತನ್ನ ದೇಹದಲ್ಲಿ ಅನುಭವಿಸಿದ. ಕುದಿಯುವ ನರಕದಂತಿದ್ದ ಆ ಸಮುದ್ರದಲ್ಲಿ ದೋಣಿ ಬಂದರುಕಟ್ಟೆಗೆ ಬಡಿಯುವುದೆಂದರೆ ತತ್‌ಕ್ಷಣ ಸರ್ವನಾಶ ಕಟ್ಟಿಟ್ಟದ್ದೇ. ಸಮುದ್ರ ಹಿನ್ನುಗ್ಗಿದ್ದ ಹೊತ್ತಿನಲ್ಲಾದರೆ ದೋಣಿ ಕಲ್ಲೊಡ್ಡಿನ ಇಳಿಜಾರದ ಊರೆಗಂಬಗಳಿಗೆ ಬಡಿದೂ ಉಳಿದುಕೊಳ್ಳುವ ಸಂಭವ ಕೊಂಚ ಇತ್ತೇನೊ. ಅದೇ ಕಾಂಕ್ರೀಟಿನ ಬಂದರು ಕಟ್ಟೆಗೆ ಬಡಿದದ್ದಾದರೆ ಏನೇನೂ ಇರಲಿಲ್ಲ. ಅಪ್ಪ ತಾನು ಒಳ್ಳೆಯ ಕಡಲುಗಾರನೆಂಬ ಹೆಮ್ಮೆಯನ್ನುಳಿಸಿಕೊಳ್ಳಲು ಪ್ರಾಣ ಕೊಡಲೂ ಸಿದ್ಧನಾದವನು. ಅವನು ಮಾರು ಮಾರಾಗಿ ದೋಣಿಯ ದಿಕ್ಕು ಬದಲಾಯಿಸಬಹುದಾಗಿರುವಾಗಲೇ... ಉದ್ವೇಗ, ಯಾತನೆಗಳಿಂದ ಕಾಯುವ ಒಂದು ಕ್ಷಣ ಬಂತು. ದೋಣಿ ಅಂತಿಮವಾಗಿ ತಲೆ ಮುಂದಾಗಿ ಡಿಕ್ಕಿ ಹೊಡೆಯುವಂತೆ ಒಂದು ಹೆದ್ದೆರೆಯ ಬೆನ್ನು ಹತ್ತಿತು. ಕಲ್ಲುಮನೆಯ ಬದಿ ನಿಂತ ಮುದಿ ಜಾನ್ ಮತ್ತು ಹ್ಯೂ ಇಬ್ಬರೂ ಒಮ್ಮೆ ಉಸಿರೆಳೆದುಕೊಳ್ಳುವಷ್ಟರಲ್ಲಿ ಆ ಅಲೆ ದೋಣಿಯನ್ನು ಬಂದರದ ಬಾಗಿಲಿನೊಳಕ್ಕೆ ನೂಕಿ ಅರ್ಧದಾರಿಯವರೆಗೆ ತಂದುಬಿಟ್ಟಿತು. ಆಗ ಮುದಿ ಜಾನ್ ತನ್ನ ಮೀಸೆಯ ತುದಿಯನ್ನು ಪ್ರಕೃತಿಯ ಶಕ್ತಿಗಳತ್ತ ಹುಚ್ಚಾಗಿ ಚಾಚಿ ಹ್ಯೂನ ಕಡೆ ತಿರುಗಿ ಅರಚಿದ, "ನೋಡು, ನಿಮ್ಮಪ್ಪನೆಂದರೆ ಅವನು!" ಆ ಅಲೆ ಅಪ್ಪನಿಗೆ ತಿಳಿಯದಂತೆಯೇ ಎಲ್ಲರನ್ನೂ ಕಲ್ಲೊಡ್ಡಿನ ಮೇಲಕ್ಕೆ ಗುಡಿಸಿ ತಂದಿತ್ತು. ಅಪ್ಪ ಆದದ್ದಾಗಲೆಂದು ಚತುರತೆಯಿಂದ ಸಮಯ ಕಾದು ದೊಡ್ಡಲೆಯ ಬೆನ್ನುಹತ್ತಿದ್ದ.

ಆ ರಾತ್ರಿ ಮೊದಲ ಬಾರಿಗೆ ಹ್ಯೂನ ಕಣ್ಣಲ್ಲಿ ಅವನಿಗರಿವಿಲ್ಲದಂತೆಯೇ ನೀರು ತುಂಬಿ, ಮುಖದ ಮೇಲೆ ನಿಶ್ಶಬ್ದವಾಗಿ ಕೋಡಿ ಹರಿಯಿತು. ಕೇವಲ ಹೆಮ್ಮೆ ಆನಂದಗಳನ್ನಷ್ಟೇ ಹಿಂದೆ ಬಿಟ್ಟು ಆ ಕಣ್ಣೀರು ಎಲ್ಲವನ್ನೂ ಒರೆಸಿಹಾಕಿತ್ತು. ಅದು ಅಣ್ಣನಿಗಾಗಿಯೂ ಕ್ಷಣಕಾಲ ಸುರಿದಿತ್ತು. ಅವನು ಮುದಿ ಜಾನ್‌ನನ್ನು ಹಿಂಬಾಲಿಸುತ್ತ ಕಾಲಿಟ್ಟರೆ ಜಾರುವ ಬಂದರು ಗೋಡೆಯ ಕಡಿದಾದ ಮೆಟ್ಟಿಲುಗಳ ಮೇಲೆ ಓಡಿದ. ಅವನು ಬರುತ್ತಿದ್ದುದು ಮುದಿ ಜಾನನ ಕಣ್ಣಿಗೆ ಬಿದ್ದಾಗ, ಹಿಂದಕ್ಕೆ ಹೋಗೆಂದು ಅವನು ಅಪ್ಪಣೆ ಮಾಡಿದ.

ಸದ್ಯದಲ್ಲಿಯೇ ದೋಣಿಯ ಜನ ಮುದಿ ಜಾನ್‌ನೊಂದಿಗೆ ಗಂಭೀರವಾಗಿ ಮೆಲುದನಿಯಲ್ಲಿ ಮಾತಾಡುತ್ತಾ ಮೇಲೆ ಬಂದರು. ಆಗ ಅಪ್ಪನ ಕಣ್ಣು ತಕ್ಷಣ ಮಗನ ಮೇಲೆ ಬಿತ್ತು. ಅವನು ಥಟ್ಟನೆ ನಿಂತ. ಅವನ ಮುಖದ ಮೇಲೆ ಬೆಳಚಿನ ಮಿನುಗೊಂದು ಮೂಡಿ ಹೋಯಿತು. ಆ ಛಾಯೆ ಹ್ಯೂನ ಎದೆಯಾಳದಲ್ಲಿ ಮುಂದೆ ಸದಾಕಾಲ ಕನಸಿನಲ್ಲಿ ಕಂಡ ದೃಶ್ಯದಂತೆ ಉಳಿದುಕೊಂಡಿತು.

ಅವರು ಬಂದರಿನ ಮೇಲು ತಿಟ್ಟಿಗಿದ್ದ ನದಿಯನ್ನು ದಾಟಿ ಆಚೆಕಡೆ ಬಂದಾಗ ಹಳ್ಳಿಯ ಜನ ದಂಡೆಯ ಮೇಲೆ ಗುಂಪಾಗಿ ಸೇರಿದ್ದರು. ಆ ಹತ್ತು ಜನ ಪಾರಾಗಿ ಬಂದಿದ್ದುದೊಂದು ಅದ್ಭುತ ಪರಾಕ್ರಮ. ಅವರಲ್ಲಿ ಕೆಲವರಿಗೆ ಸಣ್ಣಪುಟ್ಟ ಗಾಯಗಳಾಗಿದ್ದವು. ಮತ್ತೆ ಕೆಲವರು ಬಸವಳಿದಿದ್ದರು. ಅವರ ಎರಡು ದೋಣಿಗಳೂ ಒಡೆದು ಪುಡಿಪುಡಿಯಾಗಿದ್ದವು.

ಅವರು ಮೂಲೆ ತಿರುಗಿ, ಮನೆಯ ಬಳಿ ಬಂದಂತೆ ಹ್ಯೂಗೆ ತಾಯಿಯ ಮುಖ ಕಾಣಿಸಿತು. ಅಪ್ಪ ಹೇಳಿದ –

“ಹ್ಯೂ, ಬಂದೆವು.” ಅವನ ಧ್ವನಿ ಪ್ರೀತಿಯಿಂದ ತುಂಬಿ ನಗುತ್ತಿರುವಂತಿತ್ತು.

ತಾಯಿ ಮೂವರನ್ನು ಕಣ್ಣು ತುಂಬ ನೋಡಿದಳು. ಅವರೆಲ್ಲರೂ ಒಂದು ಕ್ಷಣ ಸ್ತಬ್ಧರಾಗಿ ನಿಂತರು. ಆಮೇಲೆ ಅವಳು ಊಟಕ್ಕೆ ಅಣಿಮಾಡಲು ಅಡಿಗೆಮನೆಯ ಕಡೆ ತಿರುಗಿದಳು.

“ಹೋಗಿ ಬಟ್ಟೆ ಬದಲಾಯಿಸಿಕೊಂಡು ಬಾ,” ತಾಯಿ ಹಿರಿಯ ಮಗನಿಗೆ ಹೇಳಿದಳು. ಹ್ಯೂ ಅಣ್ಣನ ಜತೆ ಹೋದ. ಕೊಂಚ ಹೊತ್ತು ಬಿಟ್ಟು ಹುಚ್ಚಾಗಿ ನಗತೊಡಗಿದ.

“ಅಬ್ಬಾ! ಅಲೆಗಳು ಬಟ್ಟೆಗಳ ಒಳಗೂ ಹೋಗಿದ್ದವಾ ?” ಅವನು ಖೊಕ್ಕನೆ ನಕ್ಕ.

“ಹ್ಯೂ, ಹೌದು,” ಅಣ್ಣ ಚೆನ್ನಾಗಿ ಬೆಳೆದ ತನ್ನ ದೇಹವನ್ನು ನಿಡಿದಾಗಿ ಚಾಚಿ ಮೈ ಮುರಿಯುತ್ತ ಸೋಮಾರಿಯಂತೆ ನಕ್ಕ.

“ಅದೊಂದು ಅಲೆ ನಿನ್ನನ್ನು ಮುಗಿಸಿ ಬಿಡೋದರಲ್ಲಿತ್ತು.”

“ಹೌದು,” ಅಣ್ಣ ಆಕಳಿಸುತ್ತ ಹೇಳಿದ. ಆಮೇಲೆ ತಮ್ಮನ ಕಡೆ ತಮಾಷೆಯಿಂದ ನೋಡುತ್ತ ನುಡಿದ, “ಜಿಮ್ಮಿ ಮಾಕೆ ಹಗ್ಗ ಹಾಕಿ ಎಳಕೊಳ್ಳದೇ ಹೋಗಿದ್ದಿದ್ದರೆ ಕಥೆ ಮುಗಿದಿರ್ತಿತ್ತು.”

“ಅದಕ್ಕೆ ನೀನು ನೇತು ಹಾಕಿಕೊಂಡೆಯಾ ?”

ಅಣ್ಣ ಸೊಂಟ ನೀವಿಕೊಳ್ಳುತ್ತ ಉತ್ತರಿಸಿದ:

“ಹೌದು, ಊರೆಗಂಬಗಳ ಮಧ್ಯೆ ದೇಹಾನ ತೂಗಾಡಿಸಿಕೊಂಡು... ಅದು ನೀನು ನೋಡೋಕ್ಕೆ ತಕ್ಕ ಹಾಗಿತ್ತು. ನಾನು ಸರ್ಕಸ್ಸಿನ ನಕಲಿಯ ಹಾಗೆ ದೊಂಬರಾಟ ಮಾಡೋದನ್ನ ನೀನು ನೋಡಿದ್ದಿದ್ದರೆ ನಿನ್ನ ಎದೆ ಝುಗ್ಗೆಂದಿರೋದು.”

ಅವನು ಮತ್ತೆ ಹ್ಯೂನ ಕಡೆ ತಮಾಷೆಯಾಗಿ ನೋಡಿ ನಕ್ಕು, “ಹ್ಯೂ, ಇದನ್ನ ಸ್ವಲ್ಪ ಹಿಡಿದು ಎಳಿ” ಅಂದ.

ಹ್ಯೂ ಅಣ್ಣನ ನೀಲಿಯ ಒಳ ಹೆಣಿಗೆಯಂಗಿಯನ್ನು ಹಿಡಿದು, ತಲೆಯ ಕಡೆಯಿಂದ ಎಳೆದು ತೆಗೆದ.

“ಎಲ್ಲ ಒದ್ದೆಮುದ್ದೆಯಾಗಿದೆ... ಓ, ಅಪ್ಪ ಬಂದರಿಗೆ ಬಂದದ್ದನ್ನ ನೀನು ನೋಡ ಬೇಕಾಗಿತ್ತು. ಒಳ್ಳೇ ರಾಕೆಟ್ ನುಗ್ಗೋ ಹಾಗೆ ನುಗ್ಗಿದ.” ತಮ್ಮ ವಿವರಿಸತೊಡಗಿದ.

“ಹೌದೇ ?”

"ಹ್ಯೂ, ಆದರೆ ಮೊದಲು ಕಟ್ಟೆಯ ಮುಂಭಾಗಕ್ಕೆ ನುಗ್ಗಿಸಿದ. ಮುದಿ ಜಾನ್‌ನಿಗೆ ಗಾಬರಿಯೋ ಗಾಬರಿ. ಸರಿ, ದೋಣಿ ಆ ಜಾಗಕ್ಕೆ ಬಡಿದು ಪುಡಿಪುಡಿಯಾಗ್ಬಹುದು ಅಂತ ಅವನಿಗೆ ಅನಿಸಿತ್ತು," ಎಂದು ಹ್ಯೂ ನಕ್ಕು ಹೇಳಿದ.

"ಜಾನ್ ಆಗ ಏನಂದ ?"

"ಮೈಲಿ ದೂರ ಕೇಳಿಸೋ ಹಾಗೆ ಅಪ್ಪನ್ನ ನೋಡಿ ಕಿರಿಚಿಕೊಂಡ– 'ಅಯ್ಯೋ ದೇವರೇ, ಬಡಿದು ಪುಡಿಪುಡಿಯಾಗ್ತದೆ !' "

ಆ ಹೊತ್ತಿಗೆ ಅಲ್ಲಿಗೆ ಬಂದ ಅವರ ತಾಯಿ ಕೇಳಿದಳು:

"ಏನದು, ನೀವು ಮಾತಾಡ್ತಿರೋದು ?"

ಹ್ಯೂ ನಾಚಿಕೆಯಿಂದ ನುಣುಚಿಕೊಳ್ಳುತ್ತ "ಏನೂ ಇಲ್ಲ" ಎಂದು ಗೊಣಗುಟ್ಟಿದ. ಅವಳು ಹಿರಿಯ ಮಗನ ಕಡೆ ತಿರುಗಿ ಅಂದಳು:

"ತಗೊ, ಈ ಒಣಗಿದ ಅಂಗಿ. ಬೇಗ ಹಾಕಿಕೊ, ಬೆಚ್ಚಗಿರುತ್ತೆ. ಬನ್ನಿ, ಹೊತ್ತು ಮಾಡ್ಬೇಡಿ, ಚಾ ತಯಾರಿದೆ."

ತಾಯಿ ಹೋದ ಮೇಲೆ ಹ್ಯೂ ಕತ್ತೆತ್ತಿ ನೋಡಿದ. ಅವನ ಮುಖ ಕೆಂಪಾಗಿತ್ತು.

"ಅಲ್ಲವೋ, ನೀನೂ ಸಾಕಷ್ಟು ಹೆದರಿಕೊಂಡಿದ್ದೆಯಲ್ಲೋ !" ಅಣ್ಣ ಹಾಸ್ಯಮಾಡಿದ.

"ಅಮ್ಮನೂ ಹೆದರಿಕೊಂಡಿದ್ಲು," ಹ್ಯೂ ಮಾತಿಗೆ ಮರುಮಾತು ಕೊಟ್ಟ. ಆಮೇಲೆ ತಾನು ಏನು ಹೇಳಿದೆನಂದು ಯೋಚಿಸಿದಾಗ ಅವನಿಗೆ ಮೊದಲಿಗಿಂತ ಹೆಚ್ಚು ನಾಚಿಕೆಯಾಯಿತು. ಅಣ್ಣ ನಗತೊಡಗಿದ. ❍

○ ಫ್ರೆಡ್ ಉರ್ಕುಹಾರ್ಟ್

ಮ್ಯಾಟಿನಿ

ಇಡೀ ಬೆಳಗ್ಗೆ ಹೊಸ ಟ್ರೌಸರ್ ತೊಟ್ಟುಕೊಂಡು ಜರ್ಬಾಗಿ ಓಡಾಡುತ್ತಿದ್ದ ಮಗ ಈಗ ಊಟದ ಹೊತ್ತಿನಲ್ಲಿ ಚಡ್ಡಿಗೆ ಬದಲಾಯಿಸಿದ್ದನ್ನು ನೋಡಿ ತಾಯಿಗೆ ಆಶ್ಚರ್ಯವಾಯಿತು.

"ಯಾಕೆ, ಟ್ರೌಸರ್ ಸರಿಯಾಗಿಲ್ಲವೆ? ಜನ ನೋಡಿ ನಗಬಹುದು ಅಂತ ಭಯವೆ?"

ಹೆನ್ರಿ ಹೇಳಿದ:

"ಇಲ್ಲ; ಪ್ಯಾಲೆಸ್ ಸಿನಿಮಾದಲ್ಲಿ ಮ್ಯಾಟಿನಿ ನೋಡೋದಕ್ಕೆ ಹೋಗ್ತಿದೀನಿ."

"ಟ್ರೌಸರ್ ಹಾಕಿಕೊಂಡೇ ಹೋದರಾಯಿತು."

"ಅರ್ಧ ಟಿಕೆಟ್ಟಿನಲ್ಲಿ ಹೋಗಬೇಕು ಅಂತ."

"ಸುಮ್ಮನೆ ಆಸೆ, ಅಷ್ಟೆ! ವಯಸ್ಸು ಹದಿನಾಲ್ಕು ಆಗಿದೆ, ನೋಡೋಕ್ಕೆ ಅದಕ್ಕೂ ದೊಡ್ಡದಾಗಿ ಕಾಣ್ತಿ."

ಅದಕ್ಕೆ ಹೆನ್ರಿ ಹೇಳಿದ:

"ಏನೇ ಇರಲಿ, ಪ್ರಯತ್ನಿಸಿ ನೋಡ್ತೀನಿ. ಇವತ್ತು ಬಹುಮಾನ ಕೊಡ್ತಾರೆ. ಒಂದೊಂದು ಟಿಕೆಟ್ಟಿನ ಜತೆ ಒಂದೊಂದು ನಂಬರ್ ಇರುತ್ತೆ. ನಮ್ಮ ನಂಬರ್ ಬಂದರೆ ಪ್ರೈಸ್ ಸಿಗುತ್ತೆ."

"ನೋಡ್ತಿರು, ನಿನಗೆ ಸಿಗೋದು ಅಂದರೆ 'ಸಪ್ರ್ರೈಸು,'" ತಾಯಿ ಶ್ಲೇಷೆಯನ್ನು ಒತ್ತಿ ಉಚ್ಚರಿಸುತ್ತಾ ಹೇಳಿದಳು. "ಮೋಸ ಮಾಡೋದಕ್ಕೆ ಹೋಗಿ ಸಿಕ್ಕಿಹಾಕಿಕೊಂಡರೆ ನಾನು ಬಂದು ಬಿಡಸ್ತೀನಿ ಅಂದುಕೋಬೇಡ."

ಹೆನ್ರಿ ಜಂಬದಿಂದ ನಕ್ಕ, "ಅಂಥ ಭಯವೇನಿಲ್ಲ, ಬಿಡಮ್ಮ."

ಹೆನ್ರಿ ತಮ್ಮ ಅಯಾನ್‌ನನ್ನೂ ಜತೆಗೆ ಕರೆದುಕೊಂಡು ಹೊರಟ. ಅಯಾನ್‌ಗೆ ಏಳು ವರ್ಷ ವಯಸ್ಸು. ತಾನು ಬೆಳೆದ ಗಂಡಸಿನಂತೆ ಕೈಬೀಸಿಕೊಂಡು ಮುಂದೆ ಮುಂದೆ ಹೊರಟಿರುವಾಗ ತಮ್ಮ ಹಿಂದಿನಿಂದ ಓಡೋಡಿ ಬಂದರೆ, ತಾನು ಮೇಲೆಂಬ ಭಾವನೆ ಬರುತ್ತಿತ್ತು, ನಿಜ. ಆದರೂ ಹೆನ್ರಿಗೆ ತಮ್ಮನ ಜತೆ ಬೇಕಾಗಿದ್ದುದು ಆ ಕಾರಣಕ್ಕಲ್ಲ. ಆವೊತ್ತು ಅವನಿಗೆ ಬಹುಮಾನ ಸಿಗುವ ನಿರೀಕ್ಷೆಯಿತ್ತು. ಹಾಗೆ ಬಹುಮಾನ ಬಂದರೆ ಅದನ್ನು ತೆಗೆದುಕೊಳ್ಳಲು ತಮ್ಮನನ್ನು ವೇದಿಕೆಯ ಮೇಲೆ ಕಳಿಸುವುದೆಂದು

ಹೆನ್ರಿಯ ವಿಚಾರ. ಅವನು ಎಲ್ಲೂ ಕೊರೆಯಿಲ್ಲದಂತೆ ಎಲ್ಲವನ್ನೂ ಯೋಚಿಸಿಟ್ಟಿದ್ದ.

ಇಷ್ಟಾದರೂ ಅವನ ಮೊಣಕಾಲು ನಡುಗುತ್ತಿತ್ತು. ಟ್ರೌಸರ್ ತೊಟ್ಟುಕೊಂಡಿದ್ದರೇ ಚೆನ್ನಾಗಿತ್ತು ಅನ್ನಿಸಿತು. ಆದರೆ ಅದನ್ನು ತೊಟ್ಟು ಆರು ಪೆನ್ನಿ ತೆರೆವುದಕ್ಕಿಂತ ತೊಟ್ಟುಕೊಳ್ಳದೆ ಎರಡು ಪೆನ್ನಿ ಕೊಡುವುದರಲ್ಲಿ ಹೆಚ್ಚಿನ ಲಾಭವಿತ್ತು. ತಾನು ಬೆಳೆದ ಗಂಡಸೆಂಬ ಅರಿವಿಗಿಂತಲೂ ಜೇಬಿನಲ್ಲಿ ನಾಲ್ಕು ಪೆನ್ನಿ ಉಳಿದಿರುವುದು ಹೆಚ್ಚು ತೃಪ್ತಿ ಕೊಡುತ್ತಿತ್ತು. ಎರಡನ್ನೂ ಒಟ್ಟಿಗೆ ಪಡೆಯಲಾಗುವುದಿಲ್ಲವಲ್ಲ! ತನ್ನ ಗಂಡಸುತನದ ಹಿರಿಮೆಗುಂಟಾದ ಕೊರತೆಯನ್ನು ತುಂಬಲು, ಪ್ಯಾಲೆಸ್ ಚಿತ್ರಮಂದಿರವಿನ್ನೂ ದೂರವಿರುವಾಗಲೇ ಹೆನ್ರಿ ಒಂದು ಪ್ಯಾಕೆಟ್ ವುಡ್‌ಬೈನ್ಸ್ ಸಿಗರೇಟ್ ಕೊಂಡುಕೊಂಡ.

ಟಿಕೆಟ್ಟಿನ ಕಿಟಿಕಿಯ ಹತ್ತಿರ ಬಂದಾಗ ಅವನ ಕಾಲು ಸೋತಿತು.

"ಎರಡು ಅರ್ಧ ಟಿಕೆಟ್," ಹೆನ್ರಿ ಕೇಳಿದ.

ಅವನ ಧ್ವನಿ ನಡುಗುತ್ತಿತ್ತು. ತಾನು ಅಂದುಕೊಂಡಿದ್ದಷ್ಟು ಎಳೆಯ ಧ್ವನಿ ತಂದುಕೊಳ್ಳುವುದು ತುಂಬ ಕಷ್ಟವಾಗಿತ್ತು. ಆದರೆ ಟಿಕೆಟ್ ಮಾರುತ್ತಿದ್ದ ಹುಡುಗಿ ಅವನ ಧ್ವನಿಯಲ್ಲಿನ ವಿಚಿತ್ರ ನಡುಕದಲ್ಲಿ ಯಾವ ವಿಶೇಷವನ್ನೂ ಕಂಡಂತೆ ತೋರಲಿಲ್ಲ. ಅವನಿಟ್ಟ ನಾಲ್ಕು ಪೆನ್ನಿಗಳನ್ನು ಬಾಚಿ ಅವಳು ಎರಡು ಟಿಕೆಟ್ ಕೊಟ್ಟಳು. ಏನನ್ನೋ ಸಾಧಿಸಿದ ಭಾವನೆಯಿಂದ ಅವನು ಅಲ್ಲಿಂದ ಹೊರಡಲಿದ್ದಾಗ ಹುಡುಗಿ ಕೂಗಿ ಕರೆದಳು –

"ನೋಡಿಲ್ಲಿ, ಒಂದು ನಿಮಿಷ ತಾಳು."

ಭಯದಿಂದ ಅವನ ಕರುಳು ಹಿಡಿದುಕೊಂಡಿತು. ಮೊಣಕಾಲುಗಳು ಎಂದಿಗಿಂತಲೂ ತಣ್ಣಗಾದವು. ಟ್ರೌಸರಿಲ್ಲದೆ ಈಗ ಬರೀ ಬತ್ತಲೆ ಮೂಳೆಗಳಾಗಿದ್ದ ಅವು ಎಲ್ಲೋ ಬಹಳ ಕೆಳಗಡೆ ಇವೆಯೆನ್ನಿಸಿತು. ಅವನು ಅಂಜು ಅಂಜುತ್ತ ಕಿಟಿಕಿಯ ಬಳಿಗೆ ಮತ್ತೆ ಬರುವಾಗ ತಲೆ, ಮೈಗಳನ್ನು ಕಾಲಿಗೆ ಹೆಚ್ಚು ಹತ್ತಿರವಾಗುವಂತೆ ಕುಗ್ಗಿಸಿಕೊಳ್ಳಲು ಪ್ರಯತ್ನಪಟ್ಟ.

"ನಿನ್ನ ಅದೃಷ್ಟ ಸಂಖ್ಯೆ ತೊಗೊಳ್ಳೋದನ್ನ ಮರೆತೆಯಲ್ಲ," ಎನ್ನುತ್ತ ಹುಡುಗಿ ಎರಡು ಚೀಟಿಗಳನ್ನು ಅವನ ಕೈಗಿಟ್ಟಳು.

ಅವನು ನಿಟ್ಟುಸಿರುಬಿಡುತ್ತ ಚೀಟಿಗಳನ್ನು ತೆಗೆದುಕೊಂಡು, ಅಯಾನ್‌ನನ್ನೂ ತಳ್ಳಿಕೊಂಡು ಪ್ರವೇಶಾಂಗಣವನ್ನು ದಾಟಿ ಪಡಸಾಲೆಯಿಳಿದು 'ಸ್ಟಾಲ್ಸ್' ಎಂದು ಬರೆದಿದ್ದ ಬಾಗಿಲ ಬಳಿ ಬಂದ. ತಮ್ಮಿಬ್ಬರ ಎತ್ತರದಲ್ಲಿನ ಅಂತರ ಎದ್ದು ಕಾಣದಿರಲೆಂದು ಅವನು ಅಯಾನ್ನ ತೋಳನ್ನು ಭದ್ರವಾಗಿ ಅದುಮಿ ಹಿಡಿದಿದ್ದ.

ಬಾಗಿಲು ಕಾಯುತ್ತಿದ್ದ ಹುಡುಗಿಯ ಕೈಗೆ ಅವನು ಟಿಕೆಟ್ಟುಗಳನ್ನು ಕೊಟ್ಟ. ಅವಳು ಮೈಮರೆತವಳಂತೆ ಅವನ್ನು ತೆಗೆದುಕೊಂಡು ಅಡ್ಡಡ್ಡಲಾಗಿ ಹರಿದಳು. ನಿರಾಸಕ್ತಿಯಿಂದ ಅವುಗಳ ಅರೆ ತುಂಡನ್ನು ಅವನಿಗೆ ಕೊಡಹೊರಟಿದ್ದವಳು ತಕ್ಷಣ ಜೀವಬಂದಂತೆ ಚುರುಕಾದಳು.

"ನಿನಗೆಷ್ಟು ವಯಸ್ಸು?" ಅನುಮಾನದಿಂದ ಅವಳು ಕೇಳಿದಳು.

ಸಣ್ಣ ಭಯಭೀತ ಧ್ವನಿಯಲ್ಲಿ ಹೆನ್ರಿ ಹೇಳಿದ, "ಹ... ಹನ್ನೊಂದು."

"ಹೌದೆ!" ಅವಳು ಹೇಳಿದಳು. "ಹಾಗಾದರೆ ನೀನು ಖಂಡಿತವಾಗಿ 'ಗ್ಲಾಕ್ಸೊ ಬೇಬಿ.' ನಿಮ್ಮ ಮನೇಲಿ ನಿನ್ನಂಥವರು ಇನ್ನೂ ಅನೇಕರಿದಾರೆಯೇ?"

ಅವರನ್ನು ಒಳಹೋಗುವಂತೆ ಸನ್ನೆಮಾಡಿ, ಅವಳು ಉದಾಸೀನತೆಯಿಂದ ಮತ್ತೆ ಮೊದಲಿನಂತೆ ತನ್ನ ಬೆರಳುಗುರುಗಳನ್ನು ಕುರಿತು ಧ್ಯಾನ ಮಾಡತೊಡಗಿದಳು. ಹೆನ್ರಿ

ಅಯಾನ್ನನ್ನು ಖಾಲಿ ಕುರ್ಚಿಗಳ ಒಂದು ಸಾಲಿನ ಕಡೆ ನೂಕಿ, ಯಾರಾದರೂ ತನ್ನ ಗಾತ್ರಾಕಾರಗಳ ಬಗ್ಗೆ ಟೀಕೆ ಮಾಡುವ ಮೊದಲೇ ಕುಕ್ಕರಿಸಿ, ಸಾಧ್ಯವಿದ್ದಷ್ಟೂ ಸಣ್ಣದಾಗಿ ಕುಗ್ಗಲು ಪ್ರಯತ್ನಿಸಿದ. ಅಂತೂ ಅವನು ಗಂಡಾಂತರದ ಅಂಚಿನಿಂದ ಪಾರಾಗಿ ಬಂದಿದ್ದ.

ಚಿತ್ರಮಂದಿರ ದೇವಾಲಯದಂತೆ ಮಬ್ಬಾಗಿತ್ತು. ಮೇಲ್ಛಾವಣಿಯ ಕತ್ತಲಿನಿಂದ ಅಸ್ಫುಟವಾದ ಕಿತ್ತಳೆ ಹಣ್ಣುಗಳಂತೆ ಇಳಿಬಿದ್ದಿದ್ದ ತೂಗುದೀಪಗಳು ಅಲ್ಲಿನ ವಾತಾವರಣಕ್ಕೆ ಧಾರ್ಮಿಕ ಕಳೆ ತಂದುಕೊಟ್ಟಿದ್ದವು. ಚಿತ್ರಮಂದಿರ ಸುಮಾರು ಅರ್ಧದಷ್ಟು ಮಕ್ಕಳಿಂದ ತುಂಬಿತ್ತು. ಅವರೆಲ್ಲರೂ ತೆರೆಗೆ ಹತ್ತಿರವಿದ್ದ ಕುರ್ಚಿಗಳಲ್ಲಿ ಒಟ್ಟುಗೂಡಿದ್ದರು. ಆಟ ಶುರುವಾಗಲು ಕಾದಿದ್ದ ಆ ಹುಡುಗರು ಭಯಾನಕವಾಗಿ ಗದ್ದಲ ಹಚ್ಚಿದರು. ಅವರನ್ನು ನೋಡಿದರೆ ರಜತ ಪರದೆಯೆಂಬ ವಿಶಾಲ ವೇದಿಕೆಯ ಮುಂದೆ ದೆವ್ವದ ಮರಿಗಳು ಮಂತ್ರ ಮಟಗುಟ್ಟುತ್ತಿವೆಯೊ ಎಂಬಂತಿತ್ತು. ಅವರು ನಿಜವಾಗಿಯೂ ದೆವ್ವದ ಮರಿಗಳೇ. ಅವರು ಚಲಚ್ಚಿತ್ರ ಭೂತವನ್ನು ಆರಾಧಿಸುತ್ತಿದ್ದರು; ತಮ್ಮ ಹೊಟ್ಟೆ ಹಸಿವು, ಅರೆ ಮುಚ್ಚಿದ ಮೈಗಳನ್ನು ಮರೆಯಲು ಮದ್ದು ಕೊಡೆಂದು ಸಿನಿಮಾ ದೇವತೆಯನ್ನು ಪ್ರಾರ್ಥಿಸುತ್ತಿದ್ದರು. ಎರಡು ಪೆನ್ನಿ ಕೊಟ್ಟು ತಾವು ಕೈಗೊಂಡ ತೀರ್ಥಯಾತ್ರೆ ಸಫಲವಾಗಿ ತಮ್ಮ ಪೂಜೆ ಪ್ರಾರ್ಥನೆಗಳಿಗೆ ಫಲ ಸಿಗುವುದನ್ನೇ ಕಾಯುತ್ತ, ಅವರು ಎದುರಿನ ಖಾಲಿ ತೆರೆಯನ್ನು ಕಣ್ಣಲ್ಲಿ ಕಣ್ಣಿಟ್ಟು ನೋಡುತ್ತ ಕುಳಿತಿದ್ದರು. ಇದೇ ಅವರ ದೇವರು, ಅವರ ದೇವಾಲಯ, ಅವರ ಪ್ರಾರ್ಥನೆ ಸಹ ಇದೇ.

ಒಂದು, ಎರಡು, ಮೂರು, ನಾಲ್ಕು, ಐದು, ಆರು, ಏಳು, ಎಂಟು, ಒಂಭತ್ತು, ಹತ್ತು.

ಎಣಿಕೆ ಮುಗಿಸಿ ಹತ್ತೆಂದು ಕೂಗಿದೊಡನೆಯೇ ಆಟ ಶುರುವಾಗುವುದೆಂದು ಅವರ ಅಂದುಕೊಂಡಿದ್ದರು. ಆದರೆ ಅವರ ಎಣಿಕೆ ತಪ್ಪಾಗಿತ್ತು. ತೆರೆ ಖಾಲಿಯಾಗಿಯೇ ಉಳಿದು ಅವರನ್ನು ಸೋಲಿಸಿತ್ತು. ಅವರು ಆಸೆ ಕಳೆದುಕೊಳ್ಳದೆ ಮತ್ತೆ ಮೊದಲಿನಿಂದ ಎಣಿಸ ತೊಡಗಿದರು. ಹಾಗೆ ಎಣಿಸುವಾಗ ಒಂಬತ್ತು ಹತ್ತರ ನಡುವಿನ ಅವಧಿಯನ್ನು ದೀರ್ಘವಾಗಿ ಎಳೆದು, ಒಂದು ದೊಡ್ಡ ನಿರೀಕ್ಷೆಯ ಗುಳ್ಳೆಯನ್ನಾಗಿ ಮಾಡಿ, ಧ್ವನಿಯನ್ನು ಆದಷ್ಟೂ ಎತ್ತರಿಸಿ 'ಹತ್ತು' ಅಂದರು. ಆದರೆ ಗುಳ್ಳೆ ಟಪ್ಪೆಂದಿತು. ಏನೂ ಆಗಲೇ ಇಲ್ಲ. ತೆರೆ ಹಾಗೆಯೇ ಇತ್ತು.

ಹೆನ್ರಿ ಮುಖದ ಮೇಲೆ ಸಹನೆಯ ನಗೆ ತಂದುಕೊಂಡು ಕೂತಿದ್ದ. ಈಗ ಅವನು ಭಯದಿಂದ ಚೇತರಿಸಿಕೊಂಡಿದ್ದ. ಆ ಮಕ್ಕಳ ಮಧ್ಯೆ ತಾನು ಹೆಚ್ಚು ವಯಸ್ಸಾದವನು, ಹೆಚ್ಚು ಅನುಭವಿ ಎಂಬ ಭಾವನೆ ಅವನಿಗೆ ಬಂದಿತು. ಅಯಾನ್ ಮಕ್ಕಳ ಗದ್ದಲದೊಂದಿಗೆ ತನ್ನ ಕೀಚಲ ತಾರಸ್ವರವನ್ನೂ ಸೇರಿಸಿದಾಗ, ಹೆನ್ರಿ ಮೊಣಕೈಯಿಂದ ಅವನನ್ನು ಚುಚ್ಚುತ್ತ 'ಸುಮ್ಮನಿರೋ !' ಎಂದು ಕೋಪದಲ್ಲಿ ಬುಸುಗುಟ್ಟಿದ.

ಹೆನ್ರಿಯ ಕುರ್ಚಿ ಸಾಲಿನ ತುದಿಗಿತ್ತು. ಆದ್ದರಿಂದ ಅವನು ಕಾಲಿನ ಮೇಲೆ ಕಾಲು ಹಾಕಿ, ಸಾಲ ನಡುವಿನ ಜಾಗದಲ್ಲಿ ಅವನ್ನು ಚಾಚಿಕೊಂಡು ಕುಳಿತ. ಜೇಬಿನಿಂದ ಸಿಗರೇಟಿನ ಡಬ್ಬಿ ತೆಗೆದು ಒಂದು ವುಡ್‌ಬೈನ್ ಹಚ್ಚಿಸಿದಾಗ ಅವನಿಗೆ ತಾನೊಬ್ಬ ಗಂಡಸು, ಹಿರಿಯ ಎಂಬ ಭಾವನೆ ಬಂದಿತು. ಬಾಗಿಲ ಹುಡುಗಿಗೆ ಹೆದರಿದ್ದುದು ಈಗ ಮರೆತುಹೋಗಿತ್ತು. ಉದ್ದನೆಯ ಟ್ರೌಸರ್ ತೊಟ್ಟು ಬಂದಿದ್ದರೆ ಅವನ ಖುಷಿ ಪೂರ್ಣವಾಗುತ್ತಿತ್ತು. ಆದರೆ ಈ ಮಬ್ಬುಗತ್ತಲಿನಲ್ಲಿ ಅದು ಯಾರಿಗೆ ತಾನೆ ಕಾಣಿಸುತ್ತಿತ್ತು ? ಆದ್ದರಿಂದ ಚಡ್ಡಿ ತೊಟ್ಟು ನಾಲ್ಕು ಪೆನ್ನಿ ಉಳಿಸಿದುದೇ ಸರಿ ಅನ್ನಿಸಿತು.

ಮೊದಲನೆಯದು 'ಕೌ-ಬಾಯ್' ಚಿತ್ರ. ಈಚೆಗೆ ಅವನ್ನು ಮಕ್ಕಳಿಗೆ ಮೀಸಲಾದ

ಮ್ಯಾಟಿನಿಯಲ್ಲಷ್ಟೇ ನೋಡಬಹುದಾಗಿತ್ತು. ಹೆನ್ರಿ ಹಿಂದಕ್ಕೆ ಮೈಯೊರಗಿಸಿ ಕುಳಿತು ಅದನ್ನು ನೋಡುವಾಗ ತಾನು ತುಂಬ ವಯಸ್ಸಾದವನು. ವಿಶಿಷ್ಟ ಅಭಿರುಚಿಯವನು ಎಂದು ಭಾವಿಸಿ ಕೊಂಡ. ಚಿತ್ರದ ನಾಯಕನ ರೋಮಾಂಚಕ ಸಾಹಸಗಳನ್ನು ನೋಡುವಾಗ ಅವುಗಳಿಂದ ತನಗೆ ಬೇಸರಬಂದಂತೆ ತೋರಿಸಿಕೊಂಡ. ಅಯಾನ್ ಸ್ವಾಭಾವಿಕವಾದ ಪ್ರತಿಕ್ರಿಯೆ ತೋರಿಸುತ್ತ ತನ್ನ ಭಾವನೆಗಳಿಗೆ ಅಭಿವ್ಯಕ್ತಿ ಕೊಟ್ಟಾಗ ಹೆನ್ರಿ ಅವನನ್ನು ಸಿಟ್ಟಿನಿಂದ ತಡೆದ.

ಆದರೆ ಅಯಾನ್ ಹುಚ್ಚು ಉತ್ಸಾಹ ತೋರಿಸುವಲ್ಲಿ ಒಂಟಿಯಾಗಿರಲಿಲ್ಲ. ಮಕ್ಕಳೆಲ್ಲರೂ ಜೋರಾಗಿ ಅರಚುತ್ತ ಚಿತ್ರದಲ್ಲಿನ 'ಒಳ್ಳೆಯ ವ್ಯಕ್ತಿ' 'ದುರಾತ್ಮ'ನ ದುಷ್ಟತಂತ್ರಗಳನ್ನು ಭೇದಿಸುವ ಪ್ರಯತ್ನಕ್ಕೆ ಪ್ರೋತ್ಸಾಹ ಕೊಡುತ್ತಿದ್ದರು. ಹೆನ್ರಿಗೆ ತೆರೆಯ ಮೇಲಿನ ಒಂದು ಮಾತೂ ಕೇಳಿಸದಷ್ಟು ಮಕ್ಕಳ ಗದ್ದಲ ಜೋರಾಗಿತ್ತು. ಅವನಿಗೆ ರೇಗಿತ್ತು. ಆದರೆ ತನ್ನ ಆಸಕ್ತಿ ಚಿತ್ರವಲ್ಲವೆಂಬುದನ್ನು ನೆನೆದು ತನ್ನನ್ನು ತಾನು ತಡೆದುಕೊಂಡ. ಅಯಾನ್ ಎದ್ದು ನಿಂತು ಇತರರೊಂದಿಗೆ ಕಿರಿಚಿದ:

"ಈಗ ಗುಂಡು ಹಾರಿಸು. ದುಷ್ಟ ಅಲ್ಲಿ ನಿನ್ನ ಹಿಂದೆಯೇ ಇದಾನೆ."

ಹೆನ್ರಿಗೆ ಜಿಗುಪ್ಸೆಯಾಯಿತು. ಅವನು ಇನ್ನೊಂದು ವುಡ್‌ಬೈನ್ ಹಚ್ಚಿಸಿದ. ಮುಖವನ್ನು ಸೊಟ್ಟಗೆ ಮಾಡಿ ಅದನ್ನೇ ವ್ಯಂಗ್ಯದ ನಗೆಯೆಂದುಕೊಂಡು, "ಛೆ, ಎಂಥ ಎಳೇ ಮಕ್ಕಳು ಇವು!" ಎಂದು ಯೋಚಿಸಿದ. ನಾಯಕ ತನ್ನ ನೆಚ್ಚಿನ ಕುದುರೆಯ ಬೆನ್ನು ಹತ್ತಿ ನಾಯಕಿಯನ್ನು ಖಳನಾಯಕ ಬಂಧಿಸಿಟ್ಟಿದ್ದ ಸಿಡಿಮದ್ದಿನ ಮನೆಯಿಂದ ಪಾರುಮಾಡಲು ನಾಗಾಲೋಟ ಓಡುತ್ತಿದ್ದಾಗ ಹೆನ್ರಿ ಉದಾಸೀನನಾಗಿ ಹೊಗೆಯೆಳೆಯುತ್ತಿದ್ದ. ನಿಮಿಷ, ಎರಡು ನಿಮಿಷಗಳಿಗೊಮ್ಮೆ ನಾಯಕ ಹಾಗೂ ನಾಯಕನ ಕುದುರೆಯ ಚಿತ್ರಗಳ ನಡುವೆ ನಾಯಕಿಯ ಕ್ಲೋಸ್-ಅಪ್ ಬರುತ್ತಿತ್ತು. ಸಿಡಿಮದ್ದಿನ ಮನೆಯನ್ನು ಸುಟ್ಟು ಹಾರಿಸಲೆಂದು ಖಳನಾಯಕ ಹಚ್ಚಿಟ್ಟಿದ ಸರಬತ್ತಿಯ ಕ್ಲೋಸ್ - ಅಪ್‌ಗಳೂ ಬಂದವು. ಮಕ್ಕಳು ಉದ್ರೇಕದಿಂದ ಹುಚ್ಚಾಗಿದ್ದರು. ನಾಗಾಲೋಟದಲ್ಲಿ ಬರುತ್ತಿದ್ದ ನಾಯಕನಿಗೆ "ಹ್ಲೂ, ಬೇಗ, ಬೇಗ" ಎಂದು ಗೊಗ್ಗರ ಧ್ವನಿಯಲ್ಲಿ ಅವರು ಅರಚಿ ಹೇಳಿದರು. ಕೊನೆಗೂ ನಾಯಕ ಸಿಡಿಮದ್ದಿನ ಮನೆಗೆ ಬಂದು ನಾಯಕಿ ಯಾವ ಸುರಂಗದಲ್ಲಿದ್ದಾಳೆಂದು ತಿಳಿಯದೆ ತಬ್ಬಿಬ್ಬಾದಾಗ "ಅಲ್ಲಿ, ಅಲ್ಲಿ ಒಳಗಿದ್ದಾಳೆ !" ಎಂದು ಕೂಗಿ ಹೇಳಿದರು.

ಹೆನ್ರಿ ಮೂಗಿನ ಮೂಲಕ ಹೊಗೆ ಬಿಡಲು ಪ್ರಯತ್ನಿಸಿದ. ಆದರೆ ಅದು ಬಲು ವಿಷಾದಕರವಾಗಿ ವಿಫಲವಾಯಿತು. ಅವನು ಕೆಮ್ಮಿದ, ಕ್ಯಾಕರಿಸಿದ. ಕೆನ್ನೆಯ ಮೇಲೆ ಕಣ್ಣೀರು ಹರಿಯಿತು. ತನ್ನನ್ನು ನೋಡಿ, ನಾಯಕ ಸಮಯಕ್ಕೆ ಸರಿಯಾಗಿ ನಾಯಕಿಯನ್ನು ಹುಡುಕಲಾರದೆ ಹೋಗುವನೇನೊ ಎಂದು ಇವನು ಅಳುತ್ತಿದ್ದಾನೆ ಎಂದು ಯಾರೂ ಅಂದುಕೊಳ್ಳದಿದ್ದರೆ ಸಾಕು ಅನ್ನಿಸಿತು.

ನಾಯಕ ನಾಯಕಿಯನ್ನು ಹುಡುಕಿಯೇ ತೀರುವನೆಂದು ಹೆನ್ರಿಗೆ ಗೊತ್ತಿತ್ತು. ಎಂದಿನಂತೆ ನಾಯಕ ಸಮಯಕ್ಕೆ ಸರಿಯಾಗಿ ಬಂದ. ಅದು ಕಥೆಯ ನಿಷ್ಕರ್ಷೆಯ ಘಟ್ಟ. ಹೆನ್ರಿಯ ಆಸಕ್ತಿ ಕ್ಷಣಕಾಲ ಕೆರಳಿತು ಆದರೆ ನಾಯಕ ನಾಯಕಿಯನ್ನು ತನ್ನ ತೋಳುಗಳಲ್ಲಿ ಅಪ್ಪಿ ಮುಂದುವರಿಯುವ ಮೊದಲೇ, ಚಿತ್ರಕರಗಿ, ತೆರೆಯ ಮೇಲೆ ಥಟ್ಟನೆ 'ಮುಕ್ತಾಯ' ಕಾಣಿಸಿಕೊಂಡಿತು.

"ಹ್ಞೆ, ತುಂಬ ಚೆನ್ನಾಗಿತ್ತಲ್ಲವಾ" ಅಯಾನ್ ಕೇಳಿದ.

"ಮಕ್ಕಳಿಗೆ ತಕ್ಕಹಾಗಿತ್ತು," ಹೆನ್ರಿ ದೊಡ್ಡಸ್ತಿಕೆಯಿಂದ ಉತ್ತರ ಕೊಟ್ಟ.

ಆವೊತ್ತಿನ ಮುಖ್ಯ ಚಿತ್ರ 'ದಿ ಲಾಯಲ್ ವರ್ಕರ್'. ಗ್ರಾನ್‌ಬಿ ಡೆಕ್ಸ್ಟರ್ ಮತ್ತು ವೆರಾ ವಾರ್ಡೆನ್ ಪಾತ್ರ ವಹಿಸಿದ್ದರು. ಹೆನ್ರಿಗೆ ಗ್ರಾನ್‌ಬಿ ಡೆಕ್ಸ್ಟರ್ ಇಷ್ಟ. ಅವನನ್ನಾಗಲೇ ಹೆನ್ರಿ ಆರು ಚಿತ್ರಗಳಲ್ಲಿ ನೋಡಿದ್ದ. ಈ ಚಿತ್ರದಲ್ಲಿ ಗ್ರಾನ್‌ಬಿ ಒಂದು ಕಾರ್ಖಾನೆಯ ಕೆಲಸಗಾರ; ಯಜಮಾನನ ಮಗಳಲ್ಲಿ ಅವನಿಗೆ ಪ್ರೇಮ. ಚಿತ್ರದ ಮೊದಲಲ್ಲೇ ಅವನು ಹುಡುಗಿಯನ್ನು ಕಾರ್ಖಾನೆಯ ಕಿಟಕಿಯ ಮೂಲಕ ನೋಡುತ್ತಾ ನಿಂತ ದೃಶ್ಯವಿತ್ತು. ಆ ಹುಡುಗಿ ವೆರಾ ವಾರ್ಡೆನ್, ಸಾಕಷ್ಟು ಮೈಬಿಸಿ ಮಾಡುವವಳು! ಆ ದೃಶ್ಯವನ್ನು ಗ್ರಾನ್‌ಬಿಯ ಹಿಂದಿನಿಂದ, ಅವನ ಅಲೆಗೂದಲು, ನೇರವಾದ ಮೂಗುಗಳು ಎದ್ದು ಕಾಣುವಂತೆ ತೋರಿಸಲಾಗಿತ್ತು.

"ಹೆನ್ರಿ, ಚಿತ್ರದ ನಾಯಕ–ಒಳ್ಳೇ ಮನುಷ್ಯ–ಇವನೇಯೇನೊ ?" ಅಯಾನ್ ಕೇಳಿದ.

ತೆರೆಯ ಮೇಲೆ ನೆಟ್ಟ ಕಣ್ಣು ಸರಿಸದೆ ಹೆನ್ರಿ ಬೈದ, "ಬಾಯಿ ಮುಚ್ಚಿಕೊಂಡು ನೋಡೊ."

"ನಾನು ಮದುವೆಯಾಗೋದು ಆ ಹುಡುಗೀನೇ"–ಗ್ರಾನ್‌ಬಿ ಡೆಕ್ಸ್ಟರ್ ಹೇಳಿದ.

'ಹ್ಞೂ, ನಿನಗೆ ಸಿಕ್ಕಿಬಿಡ್ತಾಳೆ', ಅವನ ಜತೆಯ ಕೆಲಸಗಾರ ಟೀಕಿಸಿದ.

ಅದೇ ಹೊತ್ತಿಗೆ ವೆರಾ ವಾರ್ಡೆನ್‌ಳ ಕರವಸ್ತ್ರ ಅವಳಿಗೆ ತಿಳಿಯದಂತೆಯೇ ಕೆಳಗೆ ಬಿದ್ದಿತು. ಡೆಕ್ಸ್ಟರ್ ತಾನು ನಡೆಸುತ್ತಿದ್ದ ಯಂತ್ರವನ್ನು ಬಿಟ್ಟು, ಓಡಿಹೋಗಿ, ಅದನ್ನೆತ್ತಿಕೊಟ್ಟ. ಅವನು ಯಂತ್ರವನ್ನು ಬಿಟ್ಟು ಹೋಗಬಾರದಿತ್ತು. ಆದರೆ ಡೆಕ್ಸ್ಟರ್ ವೆರಾಳೊಂದಿಗೆ ಕೊಂಚಹೊತ್ತು ಮಾತಾಡುತ್ತ ನಿಂತಿದ್ದು, ಹಿಂದಿರುಗಿ ಬರುವವರೆಗೂ ಅವನ ಜತೆಗಾರ ಯಂತ್ರವನ್ನು ನೋಡಿಕೊಳ್ಳುತ್ತಿದ್ದ. ಮುಂದಿನದು ಮಾಲಿಕನ ಮನೆಯಲ್ಲಿನ ಭೋಜನ ಕೂಟದ ದೃಶ್ಯ. ಗ್ರಾನ್‌ಬಿ ಅಲ್ಲಿದ್ದ. ಅದ್ಭುತವಾಗಿ ಕಾಣುತ್ತಿದ್ದ. ವೆರಾಳ ಕೈಹಿಡಿಯುವೆನೆಂದುಕೊಂಡಿದ್ದ ಶ್ರೀಮಂತನಿಗಿಂತಲೂ ಆತ ಎಷ್ಟೋ ಮೇಲಾಗಿದ್ದ.

ಅದಾದ ಮೇಲೆ ಕಾರ್ಖಾನೆಯ ಕೆಲಸಗಾರರು ತಮಗೆ ಸಿಗುತ್ತಿದ್ದ ಕಡಿಮೆ ಸಂಬಳದ ಬಗ್ಗೆ ಗೊಣಗುತ್ತ, ತಮ್ಮ ತಮ್ಮಲ್ಲೇ ಮಾತಾಡಿಕೊಳ್ಳುತ್ತಿದ್ದ ದೃಶ್ಯ ಬಂದಿತು. ಅವರಲ್ಲೊಬ್ಬ ಹೇಳಿದ:

"ಅವರು ನಮ್ಮನ್ನ ಸದಾಕಾಲ ತುಳಿದಿಡೋದು ಸಾಧ್ಯವಿಲ್ಲ. ಅವರು ನಮ್ಮನ್ನ ತುಳೀತಾರೆ, ಇನ್ನೂ ತುಳೀತಾರೆ, ಆದರೆ ಕೊನೆಗೊಂದು ದಿನ ಅವರ ತುಳಿತದ ಜೋರು ತಡೀಲಾರದೆ ನಾವು ತಿರುಗಿ ಬೀಳ್ತೀವಿ. ಆಗ ಅವರು ತಮ್ಮ ತಪ್ಪಿಗೆ ತಾವೇ ಹಳಿದುಕೊಳ್ಳಬೇಕಾಗುತ್ತದೆ."

ಹೀಗೆ ಕೆಲಸಗಾರರು ಸಂಪು ಹೂಡಲು ನಿರ್ಧರಿಸಿದರು. ಆದರೆ ಗ್ರಾನ್‌ಬಿ ಡೆಕ್ಸ್ಟರ್ ಸಂಪು ಸೇರಲು ಒಪ್ಪಲಿಲ್ಲ. ಇಲ್ಲ, ಅವನು ಮಾಲಿಕನಿಗೂ ಮಾಲಿಕನ ಮಗಳಿಗೂ ನಿಷ್ಠನಾಗಿ ಉಳಿಯುವವನೇ. "ನೀವು ಮೂರ್ಖರು," ಅವನು ಸಂಪುಗಾರರಿಗೆ ಹೇಳಿದ. "ಮಾಲಿಕನಿಗಿಂತ ಒಳ್ಳೆಯ ಸ್ನೇಹಿತನಿಲ್ಲ." ಅವರು ಅವನ ಮೇಲೆ ಕೈಮಾಡಿದಾಗ, ಪೋಲೀಸರು ಬರುವ ಮೊದಲೇ ಅವರಲ್ಲಿ ಹತ್ತು ಹನ್ನೆರಡು ಜನರನ್ನು ಆತ ಕೆಡವಿಹಾಕಿದ್ದ. ಆಮೇಲೆ ಸಹ ಇನ್ನೂ ಕೆಲವರಿಗೆ ಅದೇ ಪಾಡಾಯಿತು. ಅನಂತರ ಕಾರ್ಖಾನೆಯ ಹೆಬ್ಬಾಗಿಲ ಬಳಿ ನಿಂತು ಕನಿಷ್ಠ ತಾನೊಬ್ಬನು ನಿಷ್ಠನಾಗಿ ಉಳಿದು, ಕಾರ್ಖಾನೆಯ ಬಾವುಟ ನಿಲ್ಲದೆ ಹಾರಾಡುವಂತೆ ನೋಡಿಕೊಳ್ಳುವುದಾಗಿ ಆತ ಘೋಷಿಸಿದ. ಆಗ ವೆರಾ ವಾರ್ಡೆನ್ ಅವನ ಹೆಗಲ ಮೇಲೆ ಕೈಯಿಟ್ಟು, "ಭಲೇ, ಹುಡುಗ ಅಂದರೆ ನೀನು !" ಅಂದಿದ್ದಳು.

ಓ, ಅದು ರೋಮಾಂಚಕವಾಗಿತ್ತು. ಹೆನ್ರಿ ಬಾಯಿಬಿಟ್ಟುಕೊಂಡು ನೋಡುತ್ತಿದ್ದ. ಅದೇ ಹೊತ್ತಿಗೆ ಪಕ್ಕದಲ್ಲಿ ಅಯಾನ್ ವಿಲವಿಲ ಒದ್ದಾಡತೊಡಗಿದ್ದು, ಹೆನ್ರಿಗೆ ಅವನು ನಿಲ್ಲಿಸಬಾರದೆ ಎಂದೆನಿಸಿತು. ಅವನನ್ನು ತಡೆಯೋಣವೆಂದರೆ ಚಿತ್ರದಿಂದ ಗಮನ ತೆಗೆಯುವಂತಿರಲಿಲ್ಲ.

"ಹೆನ್ರಿ," ಅಯಾನ್ ಕರೆದ.

"ಬಾಯಿ ಮುಚ್ಚಿಕೊಂಡು ಚಿತ್ರ ನೋಡೊ," ಹೆನ್ರಿ ಹೇಳಿದ.

ಗ್ರಾನ್‌ಬಿ ಡೆಕ್ಸ್‌ಟರ್ ವೆರಾಳನ್ನು ಪ್ರೀತಿಸುತ್ತಿದ್ದಂತೆ, ಹೆನ್ರಿ ಇನ್ನೊಂದು ವುಡ್‌ಬೈನ್ ಹಚ್ಚಿ, ಆವೇಶದಿಂದ ಹೊಗೆಯೆಳೆಯತೊಡಗಿದ. ಎಷ್ಟು ನೀರು ಹಾಕಿ ತಟ್ಟಿದರೂ ಕೂರದೆ ಎದ್ದು ನಿಲ್ಲುವುದರ ಬದಲು, ತನ್ನ ಕೂದಲೂ ಗ್ರಾನ್‌ಬಿಯ ತಲೆಗೂದಲಿನಂತೆ ಅಲೆಅಲೆಯಾಗಿದ್ದಿದ್ದರೆ ಎಂದೆನ್ನಿಸಿತು.

ಸಂಪುಗಾರರ ಹೆಂಡತಿ ಮಕ್ಕಳು ಹೊಟ್ಟೆಗಿಲ್ಲದೆ ಸಾಯುತ್ತಿದ್ದರು. ಗ್ರಾನ್‌ಬಿ ಮತ್ತು ವೆರಾ ಅವರ ಮನೆಗಳಿಗೆ ಆಹಾರ ತೆಗೆದುಕೊಂಡು ಹೋದರು. ಸಂಪುಗಾರರ ಹೆಂಡಂದಿರಿಗೆ ಎಷ್ಟು ಸಂತೋಷವಾಯಿತೆಂದರೆ ಅವರು ಅವಳ ಕೈಗೆ ಮುತ್ತಿಟ್ಟು, ಅವಳು ತೊಟ್ಟಿದ್ದ ತುಪ್ಪುಳದಂಗಿಯನ್ನು ನೇವರಿಸತೊಡಗಿದರು. ಅವರ ಗಂಡಂದಿರು ಹಿಂಬದಿಯಲ್ಲಿ ನಿಂತು ದುರದುರನೆ ನೋಡುತ್ತಿದ್ದರೂ ಅವರಲ್ಲಿ ಪಶ್ಚಾತ್ತಾಪ ಮೂಡಿದಂತಿತ್ತು. ಅವರು ಸೊರಗುಟ್ಟುತ್ತಿದ್ದರು, ಕಣ್ಣು ತೇವವಾಗಿತ್ತು.

"ಹೆನ್ರಿ," ಅಯಾನ್ ಜೋರಾಗಿ ಕರೆದ.

"ಏನೋ ಅದು ?" ಹೆನ್ರಿ ಕೇಳಿದ.

ಅಯಾನ್ ಅಣ್ಣನ ಕಿವಿಯಲ್ಲಿ ಏನೋ ಪಿಸುಗುಟ್ಟಿದ.

"ಹೋಗು, ಹಾಗಾದರೆ," ಅಂದ ಹೆನ್ರಿ.

"ಜಾಗ ಎಲ್ಲಿದೆ ಅಂತ ಗೊತ್ತಿಲ್ಲ,"

"ಈಗ ನನಗೆ ಕರಕೊಂಡು ಹೋಗೋದಕ್ಕೆ ಆಗೋದಿಲ್ಲ. ಚಿತ್ರ ಮುಗಿಯೋವರೆಗೆ ನೀನು ಕಾಯಬೇಕಾಗುತ್ತದೆ."

ಸಂಪುಗಾರರು ಹತಾಶರಾಗಿದ್ದರು. ಕಾರ್ಖಾನೆಯ ಮುಂಬಾಗಿಲಿಗೆ ಬಂದು ಅವರು ವೆರಾಳ ತಂದೆಗೆ ಗೋಗರೆದರು. ಹಿಂದಿನ ಕರಾರಿನ ಮೇಲಾದರೆ ಕೆಲಸಕ್ಕೆ ಹಿಂದೆಗೆದುಕೊಳ್ಳುವುದಾಗಿ ಅವನು ಹೇಳಿದ. "ಕಷ್ಟ ನಿಮ್ಮೊಬ್ಬರಿಗೆ ಅಲ್ಲ. ನನಗೂ ಒಬ್ಬ ಮಗಳಿದ್ದಾಳೆ," ಅಂದ. ಒಂದು ಪಕ್ಷ ಸಂಪುಗಾರರೇನಾದರೂ ತಿರುಗಿ ಬಿದ್ದರೆ ಇರಲೆಂದು ಗ್ರಾನ್‌ಬಿ ಡೆಕ್ಸ್‌ಟರ್ ಒಂದೊಂದು ಕೈಯಲ್ಲಿಯೂ ಒಂದೊಂದು ಪಿಸ್ತೂಲು ಹಿಡಿದುಕೊಂಡು ಮಾಲಿಕನ ಪಕ್ಕದಲ್ಲಿ ನಿಂತಿದ್ದ. "ಈ ವೀರನಂತೆ ನೀವೂ ನಿಷ್ಠರಾಗಿರಬೇಕು" ಅಂದ ಮಾಲಿಕ.

ಮದುವೆಗೆ ಬಂದ ಮಗಳಿರುವ ಒಬ್ಬ ಮಾಲಿಕನಲ್ಲಿ ತಾನೂ ಕೆಲಸ ಮಾಡುವಂತಾಗಬಾರದೆ ಅಂದುಕೊಂಡ ಹೆನ್ರಿ. ಆಗ ತಾನು ಸಹ ಸಂಪಿಗೆ ಸೇರುವುದಿಲ್ಲ. ಖಂಡಿತ ತಾನೂ ಗ್ರಾನ್‌ಬಿ ಡೆಕ್ಸ್‌ಟರ್‌ನಂತೆ ನಿಷ್ಠೆಯಿಂದಿರುತ್ತೇನೆ.

"ಹೆನ್ರಿ, ನನಗೆ ತುಂಬಾ ಅವಸರ," ಅಯಾನ್ ಕುಂಯ್‌ಗುಟ್ಟಿದ.

"ಇಲ್ಲ, ನೀನು ಸ್ವಲ್ಪ ತಾಳಬೇಕಾಗ್ತದೆ," ಹೆನ್ರಿ ಗುರುಗುಟ್ಟಿದ.

ತಲೆಯಿಂದ ಹೊರ ಬರುತ್ತಿದೆಯೊ ಎಂಬಂತೆ ಅವನ ಕಣ್ಣುಗಳು ಚಾಚಿಕೊಂಡಿದ್ದವು. ಸಿಗರೇಟು ಸೇದಬೇಕೆಂಬುದನ್ನು ಮರೆಯುವಷ್ಟು ಆಸಕ್ತಿಯಿಂದ ಅವನು ನೋಡುತ್ತಿದ್ದ. ಹಸಿದ ಹೆಂಗಸರು ತಮ್ಮ ಗಂಡಂದಿರನ್ನು ಕೆಲಸಕ್ಕೆ ಹೋಗಲು ಒತ್ತಾಯಪಡಿಸುವರೊ ಹೇಗೆ ಎಂದು ಯೋಚಿಸುತ್ತ ಉತ್ಸಾಹದಿಂದ ಮುಂದೆ ಬಾಗಿದ. ಹೆಂಗಸರಲ್ಲೊಬ್ಬಳು ತನ್ನ ಪುಟ್ಟ ಮಗುವನ್ನು ರೋಷದಿಂದ ಅವುಡುಗಚ್ಚಿ ನಿಂತಿದ್ದ ಅದರ ಅಪ್ಪನ ಮುಖಕ್ಕೆತ್ತಿ ಹಿಡಿದಳು.

"ಅಪ್ಪ, ನನಗೆ ಹಸಿವು," ಮಗು ತೊದಲಿತು.

ಅಪ್ಪ ತೋಳಿನಿಂದ ಕಣ್ಣು ಮರೆ ಮಾಡಿಕೊಂಡು ಮುಖವನ್ನು ಬೇರೆ ಕಡೆ ತಿರುಗಿಸಿದಾಗ ಹೆನ್ರಿಗೆ ಕನಿಕರವುಂಟಾಗಿ ಅವನು ಬಿಕ್ಕಿದ.

"ಮಾಲಿಕರು ಹೇಳಿದ ಹಾಗೆ ಮಾಡು. ಅವರು ಒಳ್ಳೆಯವರು," ಹೆಂಗಸು ಹೇಳಿದಳು.

"ಸರಿಯಾಗಿ ಹೇಳಿದೆ, ಕಣಕ್ಕ; ಯಾವಾಗಲೂ ಬಲಕ್ಕೇ ಗೆಲುವು," ಇನ್ನೊಬ್ಬಳು ಮಾತು ಸೇರಿಸಿದಳು.

ಸಂಪುಗಾರರು ಬಾಲ ಮುದುಡಿಕೊಂಡು ಕೆಲಸಕ್ಕೆ ಹೊರಟರು. ಮಾಲಿಕನ ಮುಂದೆ ಹಾದುಹೋಗುವಾಗ ತೊಟ್ಟ ಹ್ಯಾಟನ್ನು ನಮ್ರತೆಯಿಂದ ತೆಗೆಯುತ್ತಿದ್ದರು. ಮಾಲಿಕ ಹೊಟ್ಟೆ ಮುಂದೆ ಮಾಡಿಕೊಂಡು, ಬಾಯಿಯ ಈ ಕೊನೆಯಿಂದ ಆ ಕೊನೆಗೆ ಚುಟ್ಟವನ್ನು ಸ್ಥಳಾಂತರಿಸುತ್ತ ಪ್ರಸನ್ನನಾಗಿ ನಿಂತಿದ್ದ. ಅವನ ಪಕ್ಕದಲ್ಲಿ ಗ್ರಾನ್‌ಬಿ ಡೆಕ್ಸ್‌ಟರ್, ವೆರಾ ವಾರ್ಡೆನ್ ಒಬ್ಬರನ್ನೊಬ್ಬರು ತಬ್ಬಿಕೊಳ್ಳುತ್ತಿದ್ದರು.

ಕೊನೆಯ ದೃಶ್ಯ–ಅವರ ಮದುವೆಯ ಮೆರವಣಿಗೆಯ ಗಾಡಿಯನ್ನು ಕೆಲಸಕ್ಕೆ ಹಿಂದಿರುಗಿದ್ದ ಕಾರಣ ಸಂತುಷ್ಟರಾಗಿದ್ದ ಕೆಲಸಗಾರರು ಊರಬೀದಿಗಳಲ್ಲಿ ಎಳೆದುಕೊಂಡು ಹೋಗುವುದು. ಅಯಾನ್ ಜೋರಾಗಿ ಗೋಗರೆಯುತ್ತ, ತಡೆಯಲಾರದೆ ಒದ್ದಾಡುತ್ತ ಅದನ್ನು ಹಾಳುಗೆಡಿಸಿದ್ದ.

"ಕಿತ್ತುಕೊಂಡು ಬರ್ತಿದೆ," ಅಯಾನ್ ಅಳತೊಡಗಿದ.

"ಆಯಿತು ಒಂದು ನಿಮಿಷ ತಾಳು," ಹೆನ್ರಿ ಒರಟಾಗಿ ಹೇಳಿದ.

ವೆರಾ - ಗ್ರಾನ್‌ಬಿಯರ ರೋಮಾಂಚಕ ಕ್ಲೋಸ್ - ಅಪ್ ಮುಗಿದು, ಹೆನ್ರಿ ಎದ್ದು ಅಯಾನ್‌ನನ್ನು ಕುರ್ಚಿಸಾಲುಗಳ ನಡುವಿನ ದಾರಿಯಲ್ಲಿ ತಳ್ಳಿಕೊಂಡು ಹೋಗುವ ಹೊತ್ತಿಗೆ ಒಂದು ನಿಮಿಷ ಕಳೆದಿತ್ತು.

ಹೆನ್ರಿ ಬಾಗಿಲ ಹತ್ತಿರ ನಿಂತು ಹಿಂದಿರುಗಿ ನೋಡಿದ. ಚಿತ್ರ ಮುಗಿದು ದೀಪ ಹಚ್ಚಿದ್ದರೂ ಉಳಿದ ಮಕ್ಕಳು ಯಾರೂ ಎದ್ದು ಬರಲಿಲ್ಲ. ಏನು, ಇನ್ನೂ ಒಂದು ಚಿತ್ರವಿದೆಯೆ? ಹೆನ್ರಿ ಕೊಂಚ ಹಿಂಜರಿದ, ಅಯಾನ್ ಇನ್ನು ಸಹಿಸಲಾರದವನಂತೆ ಅವನನ್ನು ಚುಚ್ಚಿದ.

ತೆರೆಯ ಮುಂದಿನ ವೇದಿಕೆಯ ಮೇಲೆ ಒಬ್ಬಾತ ಬಂದು ಹೇಳಿದ, "ಈಗ ಇವತ್ತಿನ ಸಂಖ್ಯೇನ ಎತ್ತತೀವಿ. ಎಲ್ಲಿ, ಯಾರಾದರೂ ಹುಡುಗ ಅಥವಾ ಹುಡುಗಿ ಮೇಲೆ ಬನ್ನಿ, ಚೀಟಿ ಎತ್ತೋಕ್ಕೆ,

"ನಡೆಯೋ, ಹೆನ್ರಿ," ಅಯಾನ್ ಗೋಗರೆದ.

ಹೆನ್ರಿ ಅಲ್ಲಾಡಲಿಲ್ಲ. ವೇದಿಕೆಯ ಕಡೆ ಗಮನವಿಟ್ಟು ನೋಡುತ್ತಿದ್ದವನು ಅಯಾನ್‌ನ ಹೆಗಲನ್ನು ಒರಟಾಗಿ ಜಗ್ಗಿ "ಸುಮ್ಮನೆ ನಿಂತುಕೊಳ್ಳೊ" ಅಂದ. ಒಬ್ಬ ಪುಟ್ಟ ಹುಡುಗಿ ಬಿನ್ನಾಣದಿಂದ ನಡೆಯುತ್ತ ಯಾವ ಉದ್ವೇಗವೂ ಇಲ್ಲದೆ ವೇದಿಕೆ ಹತ್ತಿ ಬಂದಳು. ಸಂಖ್ಯೆಗಳ ಚೀಟಿಯಿರುವ ಚೀಲವನ್ನು ತನ್ನ ಕೈಗೆ ಕೊಡುವವರೆಗೂ ಸಭಾಂಗಣದಲ್ಲಿದ್ದ ಸ್ನೇಹಿತರಿಗೆ ನಾಚಿಕೆಯಿಂದ ಕೈ ಬೀಸಿದಳು.

ಹುಡುಗಿ ಚೀಲದಿಂದ ಎತ್ತಿಕೊಟ್ಟ ಅದೃಷ್ಟ ಸಂಖ್ಯೆಗಳನ್ನು ವೇದಿಕೆಯ ಮೇಲಿದ್ದ ಮನುಷ್ಯ ಓದಿ ಹೇಳತೊಡಗಿದ. ಹೆನ್ರಿ ಕಿವಿಗೊಟ್ಟು ಕೇಳಿದ.

"ಇನ್ನೂರ ನಾಲ್ಕು."

ಆ ಸಂಖ್ಯೆ ಅದೃಷ್ಟಶಾಲಿ ಯಾರೆಂದು ಎಲ್ಲರೂ ಸುತ್ತ ನೋಡುತ್ತಿರುವಾಗ ಅಲ್ಲಿ ಒಂದು ಕ್ಷಣ ಮೌನ ಆವರಿಸಿತು. ಕೊನೆಗೆ ಒಬ್ಬ ದಡೂತಿ ಹುಡುಗ ಬೆವರುತ್ತ ವೇದಿಕೆಯ ಮೇಲೆ ಹತ್ತಿಬಂದು, ಬಹುಮಾನವಾಗಿ ಬಂದ ಆಟದ ಕರಡಿಯನ್ನು ಸ್ವೀಕರಿಸಿದ.

ಸಭಾಂಗಣದಲ್ಲಿ ಗದ್ದಲ, ನಗು. ಒಂದೊಂದು ಸಿಳ್ಳೂ ಕೇಳಿಬಂದಿತು. ಮುಂದಿನ ಸಂಖ್ಯೆಗಳನ್ನು ಓದಿ ಹೇಳುವ ಮೊದಲು, ಸಭೆ ಶಾಂತವಾಗಲೆಂದು ಮ್ಯಾನೇಜರ್ ಕೊಂಚ ತಡೆದ, "ನೂರ ಮೂವತ್ತಾರು... ನೂರ ಎಂಬತ್ತು."

ನೂರ ಎಂಬತ್ತು ಹೆನ್ರಿಯ ಸಂಖ್ಯೆ.

"ಇಗೋ, ಅಯಾನ್, ಹೋಗಿ ಬಹುಮಾನ ತೊಗೊಂಡು ಬಾ," ಹೆನ್ರಿ ಹೇಳಿದ. ಅಯಾನ್ ಅಲ್ಲಾಡಲಿಲ್ಲ. ಮರುಕ ಹುಟ್ಟಿಸುವಂತೆ ಹೆನ್ರಿಯ ಮುಖವನ್ನು ನೋಡತೊಡಗಿದ.

"ಹೋಗೋ," ಹೆನ್ರಿ ಮತ್ತೆ ಹೇಳಿದ.

"ಉಹ್ಞೂ , ಆಗೋದಿಲ್ಲ. ಬಂ...ದು...ಬಿ...ಟ್ಟಿ....ದೆ" ಅಯಾನ್ ಅಳತೊಡಗಿದ.

* * *

ಹೆನ್ರಿ ಆಮೇಲೆ ಮನೆಯಲ್ಲಿ ತಾಯಿಗೆ ಸಮಜಾಯಿಸಿ ಹೇಳುತ್ತಿದ್ದ, "ನನ್ನದೇನು ತಪ್ಪಮ್ಮ? ಅಯಾನನಿಗೆ ಆಗ 'ಮಾಡು' ಅಂತ ನಾನು ಹೇಳಿದ್ದನೆ?" ❍

ವಿಶ್ವಕಥಾಕೋಶ

ಸಂಪುಟ - ೧೦

ಅರಬಿ

ಲೇಖಕರ ಪರಿಚಯ

ಅರಬಿ

ಜೇಮ್ಸ್ ಜಾಯ್ಸ್ (1882–1941)

ಕಾದಂಬರಿಕಾರ, ಕಿರುಗತೆಗಾರ. ಐರ್ಲೆಂಡಿನ ರಾಜಧಾನಿ ಡಬ್ಲಿನ್‌ನಲ್ಲಿ ಜನನ. ಬಡತನದ ಬಾಲ್ಯ ಮತ್ತು ಯೌವನ. 'ಡಬ್ಲಿನರ್ಸ್' ಎಂಬ ಸಂಕಲನದಲ್ಲಿನ ಸಣ್ಣಕಥೆಗಳಲ್ಲಿ ಡಬ್ಲಿನ್ ಜನಜೀವನದ ಹಾಗೂ ದೃಶ್ಯಾವಳಿಯ ನಿರೂಪಣೆ. ಯೂರೋಪ್‌ಗೆ ವಲಸೆ. 'ಯೂಲಿಸಿಸ್' ಇಂದಿಗೂ ಜನರ ಮನಮಿಡಿಸುವ ವಿಶ್ವವಿಖ್ಯಾತ ಕೃತಿ. ಇತರ ಮುಖ್ಯ ಕೃತಿಗಳು: 'ಪೋಟ್ರೈಟ್ ಆಫ್ ದಿ ಆರ್ಟಿಸ್ಟ್ ಆ್ಯಸ್ ಎ ಯಂಗ್ ಮ್ಯಾನ್', 'ಫಿನ್ನೆಗಾನ್ಸ್ ವೇಕ್' ಪ್ರಸ್ತುತ ಕಥೆ 'ಅರಬಿ' ಸಹ, ಜಾಯ್ಸ್ ಪ್ರಕಾರ, ಮೂಲಭೂತವಾಗಿ ಆತನ ಬಾಲ್ಯದ ಕಥೆ. ❍

ಜೂಲಿಯಾಳ ಶಾಪ

ಜಾರ್ಜ್ ಮೂರ್ (1852–1933)

ಕಾದಂಬರಿಕಾರ, ನಾಟಕಕಾರ, ಕವಿ. ಪ್ಯಾರಿಸ್‌ನಲ್ಲಿದ್ದಾಗ ಚಿತ್ರಕಲೆ ಕಲಿಯಲು ಪ್ರಯತ್ನ. ಫ್ರಾನ್ಸ್‌ನ ಕಾದಂಬರಿಕಾರ ಜೋಲಾ ಅವರ ಪ್ರಭಾವಕ್ಕೊಳಗಾಗಿ ಬರವಣಿಗೆಯತ್ತ ಒಲವು. 'ಎಸ್ತರ್ ವಾಟರ್ಸ್' ಎಂಬ ಕಾದಂಬರಿ ಆತನ ಮೇರು ಕೃತಿ. ಕಥೆಗಳಲ್ಲಿ ಐರಿಷ್ ಜೀವನದ ಸುಂದರ ಹಾಗೂ ಅಧ್ಯಯನಾತ್ಮಕ ಅಭಿವ್ಯಕ್ತಿ. ❍

ರಾಷ್ಟ್ರದ ಅತಿಥಿಗಳು

ಫ್ರಾಂಕ್ ಅ' ಕಾನರ್ (1903–1966)

ಕಿರುಗಥೆಕಾರ, ವಿಮರ್ಶಕ. ಆರಂಭದ ಬರವಣಿಗೆ ಐರ್ಲೆಂಡಿನ ಆಡುಭಾಷೆಗಳಲ್ಲೊಂದಾದ ಗ್ಯಾಲಿಕ್‌ನಲ್ಲಿ ನಡೆಯಿತು. ಸ್ವಲ್ಪಕಾಲ ಡಬ್ಲಿನ್ನಿನ 'ಆ್ಯಬ್ಬಿ' ರಂಗಮಂದಿರದ ನಿರ್ದೇಶಕ. ❍

ಹೊಂಚು ಸಿಪಾಯಿ

ಲಿಯಾಮ್ ಅ' ಫ್ಲ ಹರ್ಟಿ (1897–1984)

ಐರಿಷ್ ಕಾದಂಬರಿಕಾರ ಮತ್ತು ಸಣ್ಣ ಕಥೆಗಾರ. ಐರಿಷ್ ಪುನರುತ್ಥಾನದ ಪ್ರಮುಖ ಹೆಸರು. ಐರ್ಲೆಂಡಿನ ಸ್ವಾತಂತ್ರ್ಯ ಸಂಗ್ರಾಮದಲ್ಲಿ ಸಕ್ರಿಯ ಪಾತ್ರ ವಹಿಸಿದ್ದರು. ಸಮಾಜವಾದಿ ಧ್ಯೇಯದ ಪ್ರತಿಪಾದಕ. 1935ರಲ್ಲಿ ಅಮೆರಿಕಕ್ಕೆ ವಲಸೆ. ❍

ಮಕ್ಕಳು

ಡೇನಿಯಲ್ ಕಾರ್ಕೆರಿ (1878–1964)

ಕಿರುಗತೆಕಾರ. ಪ್ರಾಥಮಿಕ ಶಾಲಾ ಅಧ್ಯಾಪಕನಾಗಿ ಜೀವನಾರಂಭ. ಅನಂತರ ಗ್ಯಾಲಿಕ್ ಭಾಷೆಯಲ್ಲಿ ಪ್ರಾವೀಣ್ಯ. ಕಾಲುಗಳು ಊನವಾಗಿದ್ದರಿಂದ ಹೆಚ್ಚು ಚಟುವಟಿಕೆಗಳಿಗೆ ನಿಯಂತ್ರಣ. 1947ರಲ್ಲಿ ಇಂಗ್ಲಿಷ್ ಪ್ರಾಧ್ಯಾಪಕನಾಗಿ ನಿವೃತ್ತಿ. ರಾಜಕಾರಣಿ ಹಾಗೂ ಸಂಸತ್ ಸದಸ್ಯರಾಗಿದ್ದರೂ ಜನಪ್ರಿಯ ಸಾಹಿತಿ. ಕಥೆಗಳಿಗೆ ಗದ್ಯ ಕಾವ್ಯದ ಶೈಲಿ. ❍

ಹುರಿಯ ಹಾಡು

ಡಬ್ಲ್ಯು. ಬಿ. ಯೇಟ್ಸ್ (1865–1939)

ಕವಿ, ನಾಟಕಕಾರ, ಆತ್ಮಚರಿತ್ರೆಕಾರ, ವಿಮರ್ಶಕ ಮತ್ತು ಸಣ್ಣ ಕಥೆಗಾರ. ಚಿಕ್ಕ ವಯಸ್ಸಿನಲ್ಲಿಯೇ ಬರವಣಿಗೆಯ ಆರಂಭ. ಲಂಡನ್ ಮತ್ತು ಐರ್ಲೆಂಡ್ ನಡುವೆ ಸಂಚಾರ. ನೊಬೆಲ್ ಪ್ರಶಸ್ತಿ ವಿಜೇತ. ರವೀಂದ್ರನಾಥ ಠಾಕೂರರ ಗೆಳೆಯ. ಆಡೆನ್ ಮತ್ತು ಎಲಿಯೆಟ್ ಅವರಿಂದ ಈತನ ಬಗ್ಗೆ ಮರಣೋತ್ತರ ಕವಿತೆಗಳ ರಚನೆ. ❍

ದಾಂತೆ ಮತ್ತು ಏಡಿ

ಸ್ಯಾಮ್ಯುಯೆಲ್ ಬೆಕೆಟ್

ಕಾದಂಬರಿಕಾರ, ನಾಟಕಕಾರ, ಕಿರುಗತೆಕಾರ. ಡಬ್ಲಿನ್‌ನಲ್ಲಿ 1906ರಲ್ಲಿ ಜನನ. ದೀರ್ಘಕಾಲ ಪ್ಯಾರಿಸ್‌ನಲ್ಲಿ ವಾಸ. ತಾರುಣ್ಯದಲ್ಲಿ ಸ್ವಲ್ಪಕಾಲ ಜೇಮ್ಸ್ ಜಾಯ್ಸ್‌ನ ಕಾರ್ಯದರ್ಶಿ. ಇಂಗ್ಲಿಷ್ ಹಾಗೂ ಫ್ರೆಂಚ್‌ನಲ್ಲಿ ಬರವಣಿಗೆ. ಪ್ರಸಿದ್ಧ ಅಸಂಗತ ನಾಟಕ. 'ವೇಟಿಂಗ್ ಫಾರ್ ಗೋಡೋ'ನ ಕರ್ತೃ. ನೊಬೆಲ್ ಪ್ರಶಸ್ತಿ ವಿಜೇತ. ❍

ಕ್ಯಾಲೆಬನ ದೋಣಿ

ರೈಸ್ ಡೇವೀಸ್ (1903–1978)

ಶಾಲಾ ಶಿಕ್ಷಣದ ನಂತರ ಹಲವಾರು ಉದ್ಯೋಗಗಳು. ಮುಖ್ಯವಾಗಿ ವೆಲ್ಷ್ ಹಿನ್ನೆಲೆಯ ಕಥಾವಸ್ತು. ಕಳೆದ ವಿಶ್ವಸಮರದಲ್ಲಿ ಲಂಡನ್ನಿನ ಸಮರ ಕಚೇರಿಯಲ್ಲಿ ಕೆಲಸ. ವಿದೇಶದಲ್ಲಿದ್ದಾಗ ಸ್ವಲ್ಪಕಾಲ ಪ್ಯಾರಿಸ್‌ನಲ್ಲಿ ಡಿ. ಎಚ್. ಲಾರೆನ್ಸ್ ಜತೆ ವಾಸ.

ನಾಯಿ ನಕ್ಕಾಗ

ಜಾರ್ಜ್ ಇವಾರ್ಟ್ ಇವಾನ್ಸ್ (1909–1988)

ಸಣ್ಣ ಕಥೆಗಾರ. ಕಾರ್ಡಿಫ್ ವಿಶ್ವವಿದ್ಯಾನಿಲಯದಲ್ಲಿ ವಿದ್ಯಾಭ್ಯಾಸ. ಹಲವು ಪತ್ರಿಕೆಗಳಿಗೆ ಲೇಖನಗಳ ಬರವಣಿಗೆ. ಶಾಲಾ ಅಧ್ಯಾಪಕ, ಬರಹಗಾರ ಹಾಗೂ ಜನಪದ ಸಾಹಿತ್ಯಾಸಕ್ತ. ಈಸ್ಟ್ ಆಂಗ್ಲಿಯಾದ ಮೌಖಿಕ ಚರಿತ್ರೆ ಮತ್ತು ಪರಂಪರೆಯ ಬಗೆಗೆ ಆಸ್ಥೆ. ಅದರ ಮೇಲೆಯೇ ಸುಮಾರು ಹನ್ನೊಂದರಷ್ಟು ಪುಸ್ತಕಗಳ ರಚನೆ.

ಸಮುದ್ರದ ಮುನ್ನೋಟ

ಡಿಲಾನ್ ಥಾಮಸ್ (1914–1953)

ಕವಿ, ಸಣ್ಣ ಕಥೆಗಾರ. ಸ್ವಲ್ಪಕಾಲ ಪತ್ರಕರ್ತನಾಗಿ ಕೆಲಸ. ಬಿ.ಬಿ.ಸಿ.ಯಲ್ಲೂ ಸೇವೆ. 'ಡೆತ್ಸ್ ಅಂಡ್ ಎಂಟ್ರೆನ್ಸಸ್' ಎಂಬ ಕವನ ಸಂಕಲನದಲ್ಲಿ ಪ್ರಖರ ಪ್ರತಿಭೆ ಪ್ರಕಟ.

ಜಾನೆಟ್ ಡಾಲ್ರಿಂಪ್‌ಲಳ ಮದುವೆಯ ಕಥೆ

ವಾಲ್ಟರ್ ಸ್ಕಾಟ್ (1771–1832)

ಕಾದಂಬರಿಕಾರ, ಗೀತಕಾರ, ಕವಿ, ವಿಮರ್ಶಕ ಮತ್ತು ಸಣ್ಣ ಕಥೆಕಾರ. ಪ್ರಕಾಶನ ಕಾರ್ಯದಲ್ಲಿ ಸೋಲಿನಿಂದ ಕಷ್ಟಕ್ಕೆ ಗುರಿ. ಸಾಲಗಾರರ ಕಾಟದಿಂದ ತಪ್ಪಿಸಿಕೊಳ್ಳಲು ಹಲವಾರು ಐತಿಹಾಸಿಕ ಕಾದಂಬರಿಗಳ ರಚನೆ.

ಮಣ್ಣು

ಲೂಯಿ ಗ್ರಾಸಿಕ್–ಗಿಬ್ಬನ್ (1901–1935)

ಕಾದಂಬರಿಕಾರ, ಕಿರುಗತೆಕಾರ, ಪತ್ರಕರ್ತ. ಸೇನೆಯಲ್ಲಿ ಗುಮಾಸ್ತನಾಗಿದ್ದು ಅನಂತರ ವಾಯುಪಡೆಯಲ್ಲಿ ಸೇವೆ. ಆದರೆ ಬರವಣಿಗೆಯಲ್ಲಿ ತೀವ್ರ ಆಸಕ್ತಿ.

ಕಿನ್ನರ ಕುಮಾರ

ಜೆ. ಜೆ. ಬೆಲ್ (1871–1934)

ಸಣ್ಣ ಕಥೆಗಾರ. ಅಣಕ ಸಾಹಿತ್ಯ, ಪ್ರವಾಸ ಸಾಹಿತ್ಯ ಹಾಗೂ ಸ್ಮರಣೆಗಳು. ಗ್ಲಾಸ್ಗೊ ಕುಟುಂಬ ಜೀವನದ ಬಗೆಗಿನ ಪತ್ರಿಕಾ ಬರಹಗಳು 'ವೀ ಮೆಕ್ ಗ್ರಿಗೋರ್' ಎಂಬ ಪುಸ್ತಕದಲ್ಲಿ ಸಂಗ್ರಹವಾಗಿ ಆತನ ಜೀವಿತದಲ್ಲೇ ಐದು ಲಕ್ಷ ಪ್ರತಿಗಳು ಮಾರಾಟವಾದುವು. O

ಕಡಲು

ನೀಲ್ ಮಿಲ್ಲರ್ ಗನ್ (1891–1973)

ಮೀನುಗಾರರ ಕುಟುಂಬದಲ್ಲಿ ಜನನ. ಸುಂಕದ ಅಧಿಕಾರಿಯಾಗಿ ಸುದೀರ್ಘ ಸೇವೆ. ಅನಂತರ ಪೂರ್ಣಕಾಲದ ಬರಹಗಾರ. ಕಾದಂಬರಿಕಾರ, ವಿಮರ್ಶಕ, ನಾಟಕಕಾರನಾಗಿ ಪ್ರಸಿದ್ಧಿ. 1920 ಮತ್ತು 1930ರ ದಶಕದಲ್ಲಿ ನಡೆದ ಸ್ಕಾಟಿಶ್ ಪುನರುತ್ಥಾನದ ಪ್ರಮುಖ ರೂವಾರಿ. ಇಪ್ಪತ್ತಕ್ಕಿಂತಲೂ ಹೆಚ್ಚು ಕಾದಂಬರಿಗಳ ರಚನೆ. 'ದಿ ಕೀ ಆಫ್ ದಿ ಚೆಸ್ಟ್' ಶ್ರೇಷ್ಠ ಕಾದಂಬರಿ. O

ಮ್ಯಾಟಿನಿ

ಫ್ರೆಡ್ ಉರ್ಕುಹಾರ್ಟ್

ಈ ಲೇಖಕರ ಬಗ್ಗೆ ಮಾಹಿತಿ ಲಭ್ಯವಿಲ್ಲ. O

ಈ ಸಂಪುಟದ ಅನುವಾದಕರು

ಶಾ. ಬಾಲು ರಾವ್ (1929–2001)

1929ರಲ್ಲಿ ಮೈಸೂರಿನಲ್ಲಿ ಜನನ. ಶ್ರೀರಂಗಪಟ್ಟಣದಲ್ಲಿ ಶಿಕ್ಷಣ. 'ಲೇಖಕ' ಪತ್ರಿಕೆಯ ಸಂಪಾದಕರಾಗಿ, ಹುಬ್ಬಳ್ಳಿಯ 'ಪ್ರಪಂಚ' ಸಾಪ್ತಾಹಿಕದ ಸಹ–ಸಂಪಾದಕರಾಗಿ ದುಡಿದ ಇವರು ಕೇಂದ್ರ ಸಾಹಿತ್ಯ ಅಕಾಡೆಮಿಯಲ್ಲಿ ಸೇವೆ ಸಲ್ಲಿಸಿದ್ದಾರೆ. 'ಸೂರ್ಯ ಇವನೊಬ್ಬನೆ' (ಕವಿತೆಗಳು), 'ಬೆಕ್ಕುಬಾವಿ' (ನಾಟಕ), 'ಷೇಕ್ಸ್ಪಿಯರಿಗೆ ನಮಸ್ಕಾರ' (ಸಂಪಾದಿತ ಗ್ರಂಥ) ಮೊದಲಾದ ಐದು ಪುಸ್ತಕಗಳು. ಎರಡು ಇಂಗ್ಲಿಷ್ ಕೃತಿಗಳ ಸಂಪಾದನೆ. ಅಲ್ಲದೆ 'ಪ್ರೇಮಚಂದರ ಕಥೆಗಳು', 'ತಾಮ್ರಪತ್ರ' ಮೊದಲಾದ ನಾಲ್ಕು ಅನ್ಯಭಾಷೀಯ ಸಾಹಿತ್ಯದ ಕನ್ನಡ ಅನುವಾದಗಳು. ಇದಲ್ಲದೆ ಇವರು ಇಂಗ್ಲಿಷಿನಲ್ಲೂ ಕಥೆ, ಕವಿತೆಗಳನ್ನು ಬರೆದಿದ್ದಾರೆ. O

ವಿಶೇಷ ಕೃತಜ್ಞತೆ

ಈ ಸಂಪುಟದ ಕಥೆಗಳ ಆಯ್ಕೆಗಾಗಿ ಆಕರ ಸಾಮಗ್ರಿಯನ್ನು ಎರವಲು ನೀಡಿ ಸಹಕರಿಸಿದ

- ಗ್ರಂಥಾಲಯಗಳು
- ಶ್ರೀ ಶಿವಶಂಕರರಾವ್, ಅಡ್ಡೂರು
- ಬೆಂಗಳೂರಿನ ಇಂಡಿಯನ್ ಇನ್‌ಸ್ಟಿಟ್ಯೂಟ್ ಆಫ್ ವರ್ಲ್ಡ್ ಕಲ್ಚರ್‌ನ ಅಧಿಕಾರಿ ವರ್ಗ
- Department of Foreign Affairs, Dublin, Ireland
- ದಿವಂಗತ 'ಬೀಚಿ'

ಸಂಪುಟದ ಮೂಲ ಆಂಗ್ಲರೂಪದ ಬೆರಳಚ್ಚು ಪ್ರತಿಗಳ ತಯಾರಿಕೆ ಮತ್ತಿತರ ಸಂಪಾದಕೀಯ ನೆರವಿಗಾಗಿ

– ಕುಮಾರಿ ಸೀಮಂತಿನೀ ನಿರಂಜನ

– ಇವರಿಗೆಲ್ಲ ನಮ್ಮ ಕೃತಜ್ಞತೆಗಳು ಸಲ್ಲುತ್ತವೆ.

ವಿಶ್ವಕಥಾಕೋಶ

೨೫ ಸಂಪುಟಗಳು – ಪ್ರಧಾನ ಸಂಪಾದಕರು : ನಿರಂಜನ

ಧರಣಿಮಂಡಲ ಮಧ್ಯದೊಳಗೆ : 22 ಕನ್ನಡ ಕಥೆಗಳು
ಆಫ್ರಿಕದ ಹಾಡು : ಆಫ್ರಿಕ ಖಂಡದ ಕಥೆಗಳು – ಅನು : ಸಿ. ಸೀತಾರಾಮ್
ಕಾಡಿನಲ್ಲಿ ಬೆಳದಿಂಗಳು : ವಿಯೆಟ್ನಾಮ್ ಕಥೆಗಳು – ಅನು : ಸಿ.ಪಿ. ರವಿಕುಮಾರ್
ಚೆಲುವು : ಮಂಗೋಲಿಯ, ಚೀನ, ಜಪಾನ್, ಕೊರಿಯ ಕಥೆಗಳು – ಅನು : ಜಿ.ಎಸ್. ಸದಾಶಿವ
ಸುಭಾಷಿಣಿ : ಭಾರತ, ನೆರೆಹೊರೆ ಕಥೆಗಳು – ಅನು : 23 ಅನುವಾದಕರು
ವಿಚಿತ್ರ ಕಕ್ಷಿದಾರ : ಇಂಗ್ಲೆಂಡ್ ಕಥೆಗಳು – ಅನು : ಎನ್.ಎಸ್. ರಾಮಚಂದ್ರಯ್ಯ, ಎಸ್.ಆರ್. ಭಟ್
ಮಂಜುಹೂವಿನ ಮದುವಣಿಗ : ಹಂಗೇರಿ, ರುಮಾನಿಯ ಕಥೆಗಳು –
ಅನು : ಕೆ.ಎಸ್. ನಾರಾಯಣಸ್ವಾಮಿ
ಬೂದುಬಣ್ಣದ ಕಾಂಗರೂ : ಆಸ್ಟ್ರೇಲಿಯ, ನ್ಯೂಝಿಲೆಂಡ್ ಕಥೆಗಳು –
ಅನು : ಪಾ. ಸಂಜೀವ ಬೋಳಾರ
ಹೆಜ್ಜೆಗುರುತು : ರಷ್ಯ, ನೆರೆಹೊರೆ ಕಥೆಗಳು – ಅನು : ಕೆ.ಎಸ್. ನಿಸಾರ್ ಅಹಮದ್
ಅರಬಿ : ಐರ್‌ಲೆಂಡ್, ವೇಲ್ಸ್, ಸ್ಕಾಟ್‌ಲೆಂಡ್ ಕಥೆಗಳು – ಅನು : ಶಾ. ಬಾಲು ರಾವ್
ನೆತ್ತರು ದೆವ್ವ: ಚೆಕೊಸ್ಲೊವಾಕಿಯ, ಪೋಲೆಂಡ್ ಕಥೆಗಳು – ಅನು : ಎಚ್.ಕೆ. ರಾಮಚಂದ್ರಮೂರ್ತಿ
ಬಾವಿಕಟ್ಟೆಯ ಬಳಿ : ಯುಗೊಸ್ಲಾವಿಯ, ಆಲ್ಬೇನಿಯ, ಬಲ್ಗೇರಿಯ ಕಥೆಗಳು –
ಅನು : ಚಿ. ಶ್ರೀನಿವಾಸರಾಜು
ಅದೃಷ್ಟ: ಅಮೆರಿಕ, ಕೆನಡ, ಮೆಕ್ಸಿಕೊ ಕಥೆಗಳು – ಅನು : ವೀಣಾ ಶಾಂತೇಶ್ವರ
ಸಜ್ಜನನ ಸಾವು : ಐಸ್‌ಲೆಂಡ್, ಡೆನ್‌ಮಾರ್ಕ್, ನಾರ್ವೆ, ಸ್ವೀಡನ್, ಫಿನ್‌ಲೆಂಡ್ ಕಥೆಗಳು –
ಅನು : ಕ.ನಂ. ನಾಗರಾಜು
ಡೇಗೆ ಹಕ್ಕಿ : ಇಟಲಿ, ಆಸ್ಟ್ರಿಯ ಕಥೆಗಳು – ಅನು : ಎಸ್. ಅನಂತನಾರಾಯಣ
ಅವಸಾನ : ಗ್ರೀಸ್, ಸೈಪ್ರಸ್, ಟರ್ಕಿ ಕಥೆಗಳು – ಅನು : ಎ. ಈಶ್ವರಯ್ಯ
ತಾತನ ಹುಟ್ಟುಹಬ್ಬ: ಹಾಲೆಂಡ್, ಬೆಲ್ಜಿಯಮ್, ಸ್ವಿಟ್ಜರ್‌ಲೆಂಡ್ ಕಥೆಗಳು –
ಅನು : ಸಿ.ಎಚ್. ಪ್ರಹ್ಲಾದ್‌ರಾವ್
ಬಾಲ ಮೇಧಾವಿ : ಜರ್ಮನಿ ಕಥೆಗಳು – ಅನು : ಎಚ್.ಎಸ್. ರಾಘವೇಂದ್ರರಾವ್
ಇಬ್ಬರು ಗೆಳೆಯರು : ಸ್ಪೇನ್, ಪೋರ್ಚುಗಲ್ ಕಥೆಗಳು – ಅನು : ಕೆ.ವಿ. ನಾರಾಯಣ
ಅಬಿಂದಾ – ಸಯೊದ್ : ಇಂಡೊನೇಷ್ಯ, ಫಿಲಿಪ್ಪೀನ್ಸ್, ಮಲಯ, ಸಿಂಗಾಪುರ,
ಥಾಯ್‌ಲೆಂಡ್ ಕಥೆಗಳು – ಅನು : ಎಸ್ಸಾರ್ಕೆ
ನಿಗೂಢ ಸೌಧ : ಫ್ರಾನ್ಸ್ ಕಥೆಗಳು – ಅನು : ಬಸವರಾಜ ನಾಯ್ಕರ
ಬೆಳಗಾಗುವ ಮುನ್ನ : ಕ್ಯೂಬಾ, ಜಮೇಯಿಕ ಕಥೆಗಳು – ಅನು : ಶ್ರೀಕಾಂತ
ಮರಳುಗಾಡಿನ ಮದುವೆ : ಪಶ್ಚಿಮ ಏಷ್ಯ ಕಥೆಗಳು – ಅನು : ವಾಸುದೇವ
ಕಿವುಡು ವನದೇವತೆ : ದಕ್ಷಿಣ ಅಮೆರಿಕ ಕಥೆಗಳು – ಅನು : ಈಶ್ವರಚಂದ್ರ
ಸಾವಿಲ್ಲದವರು : ಪಂಚ ಮಹಾಕಾವ್ಯಗಳಿಂದ ಆಯ್ದ ಕಥೆಗಳು –
ನಿರೂಪಣೆ : ಸಿ.ಕೆ. ನಾಗರಾಜ ರಾವ್